அழகிய இந்தியா

தரம்பாலின்
எழுத்துகளுக்கு
ஓர் அறிமுகம்

அழகிய இந்தியா

தரம்பாலின் எழுத்துகளுக்கு ஓர் அறிமுகம்

தரம்பால்

தமிழில் : B.R. மகாதேவன்

கிழக்கு

அழகிய இந்தியா : தரம்பாலின் எழுத்துகளுக்கு ஓர் அறிமுகம்
Azhagiya India : *Dharampalin Ezhuthugalukku Orr Arimugam*

by *Dharampal* ©

Tamil Translation by *B.R. Mahadevan* ©

This edition is published in Tamil in arrangement with Other India Press.
Originally Published in English as *Dharampal - Collected Writings*

First Edition: February 2021
264 Pages

ISBN: 978-81-948653-2-2
Kizhakku 1221

Kizhakku Pathippagam
177/103, First Floor, Ambal's Building, Lloyds Road,
Royapettah, Chennai - 600 014. Ph: +91-44-4200-9603
Email : support@nhm.in Website : www.nhm.in

kizhakkupathippagam kizhakku_nhm

Kizhakku Pathippagam is an imprint of New Horizon Media Private Limited

Volume I

Indian Science and Technology in the Eighteenth Century

அழகிய நதி

18ம் நூற்றாண்டில் இந்திய விஞ்ஞானமும் தொழில்நுட்பமும்

•

Volume II

Civil Disobedience in Indian Tradition

அழகிய போராட்டம்

காந்திக்கு முன்பான இந்தியாவில் ஒத்துழையாமை இயக்கம்

•

Volume III

**The Beautiful Tree:
Indigenous Indian Education in the Eighteenth Century**

அழகிய மரம்

18ம் நூற்றாண்டில் இந்திய பாரம்பரியக் கல்வி

•

Volume IV

Panchayat Raj and India's Polity

அழகிய கிராமம்

பஞ்சாயத் ராஜ்

பதிப்பாளர் முன்னுரை

மகாத்மா காந்தி, 'பிரிட்டிஷார் வருவதற்கு முன்பாகவே இந்தியாவில் கல்வி நிலை உலகின் பிற பகுதிகளைவிட மிகச் சிறப்பாக இருந்தது; பிரிட்டிஷார் இங்கு வந்து பாரம்பரியக் கல்வி எனும் அந்த அழகிய மரத்தை வேர்வரை அகழ்ந்து ஆராயத் தொடங்கினர். பின்னர் அந்த அழகிய மரத்தை அப்படியே மட்கிப் போடச் செய்துவிட்டனர்' என்று லண்டனில் நடந்த வட்டமேஜை மாநாட்டில் தெரிவித்திருந்தார். டாக்கா பல்கலைக்கழகத்தின் முதல் துணை வேந்தரான சர் ஃபிலிப் ஹெர்டாக், பிரிட்டிஷாரால் இந்தியக் கல்வி முறை அழிந்தது என்பதற்கு என்ன ஆதாரம் என்று கேட்டார். ஆதாரங்கள் தன்னிடம் இருப்பதாகச் சொன்ன காந்தி தொடர்ந்து சுதந்தரப் போராட்டத்தில் ஈடுபட்டு சிறைவாசம் செய்யப் போய்விட்டதால் போதிய தரவுகளைத் தரமுடியாமல் போய்விட்டது. பின்னர் 60களில் காந்தியவாதி தரம்பால் களத்தில் இறங்கினார்.

லண்டன் லைப்ரரியில் இது தொடர்பான ஆய்வை மேற்கொண்டபோது தரம்பாலின் கண் முன்னே மறைக்கப்பட்ட பாரதத்தின் சித்திரம் மெள்ள உயிர்பெற்றது. பிரிட்டிஷாராலும் கால ஓட்டத்தினாலும் தூசி படிந்து மங்கலாகிப் போன சித்திரம் ஒன்றை பிரிட்டிஷ் தூரிகை கொண்டே துடைத்து துலங்கச் செய்தார். 'அழகிய மரம் - 18-ம் நூற்றாண்டில் இந்தியாவில் பாரம்பரியக் கல்வி' என்ற பெயரில் அதை ஒரு நூலாக எழுதினார்.

பிரிட்டிஷார் வரும் முன் பாரதம் கணிதம், வான சாஸ்திரம், மருத்துவம், சுரங்கத் தொழில், இரும்பு வார்ப்பு, காகிதம் தயாரித்தல், பனிக்கட்டி தயாரித்தல், கப்பல், மரக்கலங்களுக்கான நீர் புகா பிசின் தயாரித்தல் என பல துறைகளில் முன்னணியில் இருந்திருப்பது தெரியவந்தது. 18-ம் நூற்றாண்டில் இந்தியாவில் விஞ்ஞானமும் தொழில்நுட்பமும் என்ற பெயரில் அதை ஒரு நூலாகத் தொகுத்தார் ('அழகிய நதி').

மகாத்மா காந்தியால் முதன் முதலாகக் கண்டுபிடிக்கப்பட்டதாகச் சொல்லப்படும் அஹிம்சைப் போராட்டமானது பாரதத்தில் அதற்கு முன்பே இருந்திருப்பதை, தரம்பால் தனியாக ஒரு நூலாகத் தொகுத்து வெளியிட்டார் ('அழகிய போராட்டம்').

கிராமங்களே இந்தியாவின் ஆன்மா என்று காந்தியால் சொல்லப்பட்ட விஷயம் எப்படி புதிய அரசியல் சாசன உருவாக்கத்தில் ஓரங்கட்டப்பட்டது என்பதை மிகுந்த வேதனையுடன் இன்னொரு நூலில் தொகுத்திருக்கிறார் ('அழகிய கிராமம்').

இந்த நான்கு நூல்களின் பலம் முழுக்க முழுக்க இவை பிரிட்டிஷ் கால அதிகாரபூர்வ ஆவணங்களை ஆதாரமாகக் கொண்டு எழுதப்பட்டவை. ஒவ்வொரு புத்தகத்திலும் ஆவணங்களே 70-80% இடத்தைப் பிடித்திருக் கின்றன. இவை சுமார் ஆயிரம் பக்கங்களுக்கு மேல் செல்கின்றன. தரம்பால் அந்த ஆவணங்களின் சாராம்சத்தை ஒவ்வொரு நூலின் முன்னுரையாக 60-70 பக்கங்களில் துல்லியமாக மிக அழுத்தமாக விவரித்திருக்கிறார். படுகையில் இருந்து வெட்டி எடுத்த மலை போன்ற தங்கத் தாதுவை கசடுகள் நீக்கி தங்கக் கட்டியாக்கி, நகையாக்கிக் கொடுப்பதுபோல் முன்னுரையில் வடித்திருக்கிறார். இந்தப் புத்தகம் அந்த நான்கு புத்தகங்களின் முன்னுரைகளின் தொகுப்பு.

அந்த நான்கு புத்தகங்களும் தரம்பால் உதிரியாக, தனியாக எழுதிய பல கட்டுரைகளும் ஒன்றாகத் தொகுக்கப்பட்டு கலெக்டட் வொர்க்ஸ் ஆஃப் தரம்பால் என்று மொத்தம் ஐந்து புத்தகங்கள் அதர் இந்தியா பிரஸ் மூலம் வெளியிடப்பட்டுள்ளன. தரம்பால் உதிரியாக எழுதிய கட்டுரைகள் நீங்கலாக பிற நான்கு நூல்களும் பிரிட்டிஷ் கால இந்தியா குறித்த நான்கு வேதங்கள் போல் முக்கியத்துவம் வாய்ந்தவை. ஒப்பீட்டளவில்இந்தியாவின் உன்னத நிலையை எடுத்துச் சொல்லும் அவற்றில் இடம்பெற்றிருக்கும் ஏராளமான மிக அரிய ஆவணங்கள் எல்லாம் பிரிட்டிஷாரால் எழுதப்பட்டவை. ஒரு எளிய வாசகருக்கு அவை முழுவதையும் படித்துப் புரிந்துகொள்வது சற்று சிரமமாக இருக்கும். ஆய்வு மாணவர்கள், கல்வியாளர்கள், வரலாற்றாய்வாளர்கள், பொறியியலாளர்கள், மருத்துவர்கள், கணித நிபுணர்கள் போன்றவர்களுக்கு மட்டுமே அந்த விரிவான அறிக்கைகள் மிகவும் அவசியமாக இருக்கும். எளிய வாசகர்களுக்கு அந்த ஆவணங்களின் சாராம்சமே தேவையாக இருக்கும். இந்தப் புத்தகம் அப்படியான சாராம்சத்தின் தொகுப்புதான். தரம்பால் தொகுத்த ஆவணங்களை வேறு யாரேனும் ஒருவர் சுருக்கி எழுதியிருப்பதைவிட தரம்பாலே அவற்றின் சாராம்சத்தை எளிய நடையில் அந்தந்தப் புத்தகத்துக்கான முன்னுரையாக எழுதியும் இருக்கிறார். அதனால், அந்த முன்னுரைகளின் தொகுப்பான இந்த நூலும் அதிகாரபூர்வ ஆவணத்துக்கான முழு மதிப்புடனே உருவாகியிருக்கிறது.

அனைத்து ஜாதியினருக்கும் கல்வி கிடைத்த விவரம், அம்மை நோய்க்கு மருந்து கண்டுபிடித்து அதைப் பயன்படுத்திய விவரம், உலகத் தரம் வாய்ந்த இரும்பை உருவாக்கிய விதம் நவீன கால கருவிகள் எதுவும் இன்றியே சூரிய, சந்திர, நட்சத்திர, கிரஹ நகர்வுகள் பற்றி அதி துல்லியமாகக் கணித்தவிதமென அனைத்துத் துறைகளிலும் பிரிடிட்ஷார் வருவதற்கு முந்தைய இந்தியா எப்படி உயரிய நிலையில் இருந்தது என்பதை பிரிட்டிஷாரின் ஆவணங்களைக் கொண்டே நிரூபித்த மகத்தான சாதனையின் கையடக்க அறிமுகம்.

•

சரித்திர உருவாக்கம்

க்ளாட் ஆல்வரெஸ்

தரம்பாலின் மகத்தான வரலாற்றுப் படைப்புகளைச் சற்றும் எதிர்பாராதவகையில்தான் நான் பார்க்க நேர்ந்தது. 1976-ல், ஹாலந்தில் இருந்த ஒரு நூலகத்தில் முதன் முதலில் அவருடைய படைப்புகளைப் பார்த்தேன்! அப்போது நான் எனது முனைவர் பட்டத்துக்கான ஆய்வை மேற்கொண்டிருந்தேன். அதன் ஓர் அங்கமாக, இந்தியா மற்றும் சீனாவின் அறிவியல், தொழில்நுட்பம் ஆகியவை பற்றியும் ஆராய்ச்சி மேற்கொண்டிருந்தேன்.

சீன அறிவியல், தொழில்நுட்பம் ஆகியவை பற்றிய வரலாற்று நூல்களுக்கும் அறிவார்ந்த ஆய்வுகளுக்கும் பஞ்சமே இல்லை. ஒருவகையில் அதற்கு முக்கிய காரணமாக டாக்டர் ஜோசஃப் நீதமையும் அவருடைய பல தொகுதிகள் கொண்ட சயின்ஸ் அண்ட் சிவிலைசேஷன் இன் சீனா (சீனாவில் அறிவியலும் நாகரிகமும்) என்ற படைப்பைச் சொல்லலாம். நேர்மாறாக இந்திய அறிவியல் மற்றும் தொழில்நுட்பம் பற்றி ஒற்றை அறிவார்ந்த நூல்கூட இருந்திருக்கவில்லை. இருந்தவை எல்லாம் மிகவும் மோசமான, மிக மிக அடிப்படையான நூல்களாகவே இருந்தன. அவற்றில் படைப்பூக்கமோ உயிர்த்துடிப்போ இருந்திருக்கவில்லை; உண்மையைவிடப் பெரிதும் புனைவுகளே மிகுந்திருந்தன.

மிகவும் மனம் சோர்ந்துபோன நான் ஹாலந்தில், எனக்கு அனுமதி கிடைத்த நூல் நிலையங்கள் அனைத்திலும் நுழைந்து கைக்குக்

கிடைத்த புத்தகத்தையெல்லாம் எடுத்துப் படிக்கத் தொடங்கினேன். இந்திய அறிவியல் மற்றும் தொழில்நுட்பம் பற்றி ஹாலந்து நூலகத்தில் தேடிய நகைமுரணை கவனத்தில்கொள்ள மறந்து விடாதீர்கள். விஷயம் என்னவென்றால், எனது முனைவர் பட்ட ஆய்வை அங்குதான் செய்தேன். எனவே, எனக்கு வேறு வழி இருந்திருக்கவில்லை.

ஒரு இனிய காலைப்பொழுதில் ஆம்ஸ்டெர்டாம் தெருவில் இருந்த தென் கிழக்கு ஆசிய மையத்தினுள் நுழைந்தேன். அங்கு 'பதினெட்டாம் நூற்றாண்டில் இந்திய அறிவியலும் தொழில் நுட்பமும்' என்றொரு புத்தகத்தைப் பார்த்தேன். ஆர்வத்துடன் கையில் எடுத்தேன். யாரோ தரம்பால் என்பவர் எழுதியிருந்தார். அந்த ஆய்வுப்புலத்தில் அப்படியான ஒரு நபரைப் பற்றி நான் அதற்கு முன் கேள்விப்பட்டிருக்கவே இல்லை. புத்தகத்தை எடுத்துச்சென்ற அன்றே படித்து முடித்தேன். அது இந்தியா பற்றிய என் பார்வையை என்றென்றைக்குமாக மாற்றி அமைத்தது.

இப்போது அந்தப் புத்தகத்தைப் படித்து 20 ஆண்டுகள் கழிந்து விட்டன. இன்றும் அந்தப் புத்தகத்தை எடுத்துப் படிக்கும் அத்தனைபேர் உள்ளத்திலும் அதேவிதமான பெரும் தாக்கத்தை ஏற்படுத்தும்விதமாகவே அந்தப் புத்தகம் இருந்துவருகிறது. நமது பள்ளிகளில், குறிப்பாக ஆங்கில வழிப் பள்ளிகளில், இந்தியா பற்றி உருவாக்கப்படும் சித்திரத்துக்கு முற்றிலும் மாறுபட்ட ஒன்றை அந்தப் புத்தகம் ஒரு தலைமுறைக்கும் மேலானவர்களுக்கு அழுத்தமாக உருவாக்கித் தந்துவருகிறது.

இந்திய அறிவியலும் தொழில்நுட்பமும் பற்றிய எனது முனைவர் பட்ட ஆய்வுக்கும் அது மிக மிக வலுவான அஸ்திவாரத்தை அமைத்துக் கொடுத்தது. எனது முனைவர் பட்ட ஆய்வேடு 1979-ல் ஹோமோ ஃபேபர்: இன்றிலிருந்து 1500 ஆண்டுகளுக்கு முன்பாக இந்தியா, சீனா மற்றும் மேற்குலகில் தொழில்நுட்பமும் நாகரிகமும் என்ற தலைப்பில் வெளியானது ('வரலாற்றை காலனியப்பிடியில் இருந்து விடுவித்தல் : 1500 ஆண்டுகளுக்கு முன்பாக இந்தியா, சீனா மற்றும் மேற்குலகில் தொழில்நுட்பமும் நாகரிகமும்' என்ற தலைப்பில் 1997-ல் மறுவெளியீடு செய்யப்பட்டது).

தரம்பாலின் புத்தகத்தை முதன் முதலாகப் பார்த்த 1976-ல் ஒரிஸ்ஸாவில் இருந்து எனது நண்பர் ஒருவர் ஆம்ஸ்டெர்டமில் இருந்த எனது வீட்டுக்கு வந்தார். தற்செயலாக அவரிடம் தரம்பால் பற்றிப் பேசினேன். அதிசயம் என்று சொல்லத் தக்கவகையில் தரம்பால் என் நண்பரின் நெருங்கிய நண்பராகவும்

இருந்திருக்கிறார். அதுமட்டுமல்ல, தரம்பால் பக்கத்தில் லண்டனில்தான் வசித்துவருகிறார் என்றார். தரம்பாலின் தொலைபேசி எண்ணும் என் நண்பரிடம் இருந்தது!

அடுத்தவாரம் விமானம் பிடித்து லண்டனுக்குப் பறந்து, அவரை முதன் முதலாகச் சந்தித்தேன். அவருடைய மனைவி ஃபைலிஸ், மகள்கள் கீதா, ரோஸ்விதா மற்றும் மகன் டேவிட் ஆகியோருடன் அங்கு வசித்துவந்தார். அன்று ஆரம்பித்த பந்தம் இன்றுவரை நீடித்துவருகிறது (முன்னுரை எழுதப்பட்ட ஆண்டு பொ.யு.2000). அவருடைய அனைத்துப் படைப்புகளையும் வெளியிடும் 'அதர் இந்தியா பிரஸின்' தலைவராக இருப்பதில் மிகுந்த மகிழ்ச்சியும் அடைகிறேன்.

1977-ல் இந்தியா திரும்பினேன். விசித்திரமான நிகழ்வுகள் அதன் பின் நடக்கத் தொடங்கின.

தமிழ்நாட்டில் வட ஆற்காடு மாவட்டத்தில் அரசியல் போராளிகள் மீது நடந்த போலி மோதல் படுகொலை தொடர்பான உண்மை கண்டறியும் குழுவில் இடம்பெற்றிருந்தேன். காவல்துறை ஏற்பாடு செய்த கும்பல் ஒன்று எங்களை அடித்து விரட்டியது. சென்னைக்குத் திரும்பிய நாங்கள், ஒரு பத்திரிகையாளர் சந்திப்புக்கு ஏற்பாடு செய்தோம். சென்னை சட்டசபைப் பிரதிநிதிகளின் விடுதியில் தங்கினோம். ஒவ்வொரு அறையாகக் கடந்து சென்றபோது ஒரு அறையில் தரம்பால் அமர்ந்துகொண்டிருப்பதைப் பார்த்தேன்! அவசர அவசரமாக பத்திரிகையாளர் சந்திப்புக்குப் போயாக வேண்டியிருந்தது.

பத்திரிகையாளர்கள் வந்து சேர்வதற்கு முன்பாக இரண்டு மூன்று இளைஞர்கள் என்னைச் சந்தித்துப் பேசினர். அவர்களை அதற்கு முன்புவரை நான் பார்த்ததில்லை. பேட்ரியாட்டிக் அண்ட் ப்யூப்பிள் ஓரியண்டட் சயின்ஸ் அண்ட் டெக்னாலஜி (பி.பி.எஸ்.டி) என்ற அமைப்பைச் சேர்ந்தவர்கள் என்று அறிமுகப்படுத்திக் கொண்டார்கள். அந்த அமைப்பின் உறுப்பினர்கள் பலர் கான்பூர், சென்னை ஐ.ஐ.டி-யில் படித்து வந்தனர். என்னுடைய ஹோமோ ஃபேபர் புத்தகம் (அப்போதுதான் அலைட் பப்ளிஷர்களால் அதன் இந்தியப் பதிப்பு வெளியாகியிருந்தது) பற்றிப் பேசினார்கள். தரம்பால் பற்றிக் கூடுதல் விவரங்கள் தெரிந்துகொள்ள விரும்பினார்கள். அவர்களும் எனது புத்தகம் மூலம்தான் தரம்பாலைப் பற்றி முதன் முறையாகத் தெரிந்துகொண்டிருந்தனர்.

'தரம்பாலைப் பற்றி என்னிடம் தெரிந்துகொள்வதைவிட நீங்களே இங்கேயே அவரை சந்தித்துப் பேசலாமே' என்றேன்.

அவர்கள் அதிர்ச்சியில் ஆழ்ந்தனர். 'என்னது தரம்பாலா... இங்கு சென்னையிலா... எங்கே இருக்கிறார்?' எம்.எல்.ஏ. விடுதியில் தரம்பால் இருப்பதைச் சொன்னதும் விரைந்து ஓடினார்கள்.

பி.பி.எஸ்.டி அமைப்பினருக்கும் தரம்பாலுக்குமிடையிலான ஆக்கபூர்வமான, படைப்பாளுமை மிகுந்த நட்பு சிற்சில ஏற்ற இறக்கங்களுடன் இன்றுவரை தொடர்கிறது. 'பி.பி.எஸ்.டி புல்லட்டின்' என்ற பெயரில் ஓர் இதழை அந்த அமைப்பினர் தொடர்ச்சியாக வெளியிட்டனர். அவற்றில் தரம்பாலின் கட்டுரைகள் முக்கிய இடத்தைப் பிடித்தன. இந்திய அறிவியல், கலாசாரம், தொழில்நுட்பம், இந்திய சமூகத்தில் மேற்குலக அறிவியல் தொழில்நுட்பத்தின் இடம் ஆகியவைபற்றி மிக அருமையான கட்டுரைகள் அந்த இதழில் தொடர்ந்து வெளிவந்தன. தரம்பாலின் ஆவணங்களில் மிக அதிகமாக இடம்பெறும் செங்கல்பட்டு ஆய்வுத் தரவுகள்பற்றி பி.பி.எஸ்.டி அமைப்பினர் கூடுதல் கவனத்தைச் செலுத்தினர்.

இன்று தரம்பாலின் படைப்புகள் பி.பி.எஸ்.டி குழுவையும் தாண்டி மிகப் பெரிய அளவில் பலருக்கும் தெரியவந்துள்ளன. அறிஞர்கள், பல்கலைக்கழகப் பேராசிரியர்கள் மட்டுமல்லாமல் இந்து ஸ்வாமிஜிகள், சமணத் துறவிகள் போன்ற மதத் தலைவர்கள், அரசியல்வாதிகள், சமூகச் செயல்பாட்டாளர்கள் பலரிடையேயும் மிகுந்த வரவேற்பைப் பெற்றுள்ளன. தரம்பாலின் படைப்புகளின் மூலம் விளைந்த மிக முக்கியமான செயல்பாடாக 'பாரம்பரிய அறிவியல் மற்றும் தொழில்நுட்பம்' என்ற பெயரில் ஆண்டுக்கு இரண்டு முறை நடக்கும் கருத்தரங்கத்தைச் சொல்லலாம். பி.பி.எஸ்.டி, ஐ.ஐ.டி. போன்றவை ஒருங்கிணைக்கும் இத்தகைய கருத்தரங்கங்கள் மிகவும் வலுவான, செழுமையான அறிவுக் கருவூலங்களாகத் திகழ்கின்றன. இந்தியாவுக்குள்ளும் வெளி நாடுகளிலும் தரம்பாலே இது போன்ற பல கருத்தரங்குகளுக்குச் சென்று பேருரையாற்றியிருக்கிறார். (அவற்றில் சில 'தரம்பாலின் தொகுக்கப்பட்ட படைப்புகள்' என்ற தொகுப்பில் இடம்பெற்றுள்ளன.)

தரம்பாலின் படைப்புகளின் பொதுவான தாக்கமானது மக்களிடையே பெருமளவுக்கு அறிவுக்கண்ணைத் திறப்பதாகத் திகழ்கிறது. இந்தியாவைப் பற்றிய எழுதிவந்த வரலாற்றா சிரியர்கள், குறிப்பாக ஆக்ஸ்பிரிட்ஜ் சிந்தனைப் பள்ளியைச் சேர்ந்தவர்கள், கண்மூடித்தனமாகவும் எந்திரகதியிலும் பல பத்தாண்டுகளாகப் பரப்பியும் கற்றுத் தந்தும் வந்தவற்றுக்குப் பெரும் அச்சுறுத்தலாக தரம்பாலின் படைப்புகள் திகழ்கின்றன. தரம்பால் முறையாகப் பட்டம் பெற்ற வரலாற்றாசிரியர் அல்ல.

ஒருவேளை அவர் அப்படிப் பல்கலைப் படிப்பு படித்திருந்தால் அவர்களைப் போலவே கண் பட்டை கட்டிய குதிரைபோல் குறுகிய பார்வை கொண்டவராக, முழுச் சித்திரத்தைக் கோட்டைவிடுபவ ராகவே ஆகியிருக்கக்கூடும். நாற்பது ஆண்டுகளுக்கு மேலாக வரலாற்று ஆய்வில் தீவிரமாக ஈடுபட்டுவந்தபோதிலும் ஓர் எளிய மனிதராகவே நீடித்துவருகிறார். தனது கண்டடைதல்களை மிகுந்த எச்சரிக்கையுடனே முன்வைக்கிறார். எந்தவித ஆர்ப்பாட்டமும் அவர் எழுத்தில் தென்படுவதில்லை. குறிப்பாக, பிரிட்டிஷ் வரலாற்றாசிரியர்களின் காலடியில் அமர்ந்துகொண்டு அவர்கள் முன்வைக்கும் 'உண்மைகள்' மட்டுமல்ல அவர்களுடைய யூகங்களையும் அவசர அவசரமாக அப்படியே முழுங்கும் அறிஞர் பெருமக்களைப்போல் அவர் அளவுக்கு மிஞ்சிய தன்னம்பிக்கையுடன் எதையும் முன்வைப்பதில்லை. அந்த வரலாற்றுப் பெருமக்களைப் பார்த்து தரம்பால் கேட்கும் எளிய கேள்விகள் இவைதான் : எந்தப் பெரிய வரலாற்றுப் படிப்புப் பின்புலமும் இல்லாத தன்னால் தற்செயலாகக் கண்டடைய முடிந்த வரலாற்று ஆவணங்களை அந்த மெத்தப் படித்த மேதைகள் கண்டு பிடிக்கமுடியாமல் போனது எப்படி..? இந்தியர்கள் தொழில் நுட்பத்தில் மிகவும் பின்தங்கியவர்கள் என்ற தீர்மானத்துக்கு எந்தவிதப் பெரிய ஆதாரங்கள் எதுவும் இல்லாமல், வெகு சீக்கிரமாகவே அந்த அறிஞர் பெருமக்கள் வந்து சேர்ந்தது எப்படி?

இந்திய சமூகம்சார்ந்து பிரிட்டிஷாரால் உருவாக்கப்பட்ட வரலாற்றுக் கட்டுமானத்தின் அஸ்திவாரக் கற்களை தரம்பால் வெகு நிதானமாக உடைத்துத் தள்ளியிருக்கும் நிலையில் நமது சமூகம் பற்றிய ஆய்வுகளில் மிகப் பெரிய இடைவெளி விழுந்திருப்பதையும் நாம் ஒப்புக்கொண்டாகவேண்டும். இந்திய சமூகம் பற்றி பாரபட்சமும் முன்முடிவுகளும் கொண்ட ஆங்கிலேய அல்லது காலனிய ஆய்வுகளின் நம்பகத்தன்மை இன்று வெகுவாகக் குறைந்துபோய்விட்டிருக்கிறது. ஆனால், அதேநேரம் இந்திய சமூகம், வாழ்க்கை ஆகியவை குறித்த சொந்தமான பார்வையை வளர்த்தெடுக்க நாம் தவறியும்விட்டிருக்கிறோம்.

இந்திய அறிவியல் மற்றும் தொழில்நுட்பம் பற்றிய அறிவியல் பூர்வமான, ஆதாரபூர்வமான தரவுகள் இன்று நம்மிடம் தரம்பாலின் ஆய்வுகளின் மூலமாகக் கிடைத்துவிட்டிருக்கின்றன. ஆனால் இவை அனைத்தையும் தொகுத்து, தெளிவான சித்திரத்தை உருவாக்கும் ஒரு நபர் இன்னும் உருவாகவில்லை. இது தொடர்பாகச் சொல்லவேண்டிய முக்கியமான ஒரு படைப்பு ஹெலய்ன் செலினின் 'என்சைக்ளோபீடியா ஆஃப் நான் வெஸ்டர்ன்

சயின்ஸ், டெக்னாலஜி அண்ட் மெடிசின்' (க்ளூவர், ஹாலந்து). அது தரம்பாலின் படைப்புகளை மிகுந்த மரியாதையுடன் கணக்கில் கொண்டும் இருக்கிறது. நமக்கான சொந்தமான பார்வையை நாம் வளர்த்தெடுக்காததுவரை இந்திய சமூகம் பற்றி பிரிட்டிஷ் (அல்லது ஐரோப்பிய) பார்வையில் முன்வைக்கப்பட்ட விஷயங்களே தலை முறை தலைமுறையாக நம் நாட்டு மக்களிடையே எந்தவித விமர்சனப் பார்வையும் இன்றி நகலெடுக்கப்பட்டுக்கொண்டே வரும். தன்னைப் பற்றிப் பிறர் உருவாக்கிக் கொடுத்த பிம்பத்தைச் சுமந்து திரியும் ஒரு சமூகத்தின் படைப்பாளுமையை விடுங்கள்... அது தாக்குப்பிடித்து நிற்பதே மிக மிகக் கடினம்.

தரம்பால் வரலாற்று ஆய்வில் ஈடுபடத் தொடங்கியதென்பது மிகவும் சுவாரசியமான விஷயம். அதைக் கொஞ்சம் விரிவாகவே இங்கு சொல்கிறேன். 1942-ல் வெள்ளையனே வெளியேறு இயக்கத்தில் பங்கெடுத்த பின்னர் கிராம வாழ்க்கை மீது அவருடைய கவனம் திரும்பியது. 1944லிருந்து மீராபஹனுடன் ரூர்க்கி-ஹரித்வாரில் சிறிய ஆஸ்ரமத்தில் கிராம வாழ்க்கை வாழ்ந்திருந்தார். அந்த அனுபவம் அவரை இந்த திசையில் வழிநடத்தியிருக்கும். அதோடு 1948 வாக்கில் தரம்பால் பாலஸ்தீனத்தில் இருக்கும் யூதர்களின் கிபுட்ஸ் வாழ்க்கை பற்றிக் கேள்விப்பட்டபோது 1949-ல் அங்கு சென்று ஓரிரு வாரம் இருந்துவிட்டு வந்தார். ஆனால், அந்த கிபுட்ஸிய பாணி வாழ்க்கை இந்தியாவில் பின்பற்றப்படமுடியாது என்ற முடிவுக்குத்தான் அப்போது வந்தடைந்தார்.

பின்னர் ரிஷிகேஷத்தில் கூட்டுப்பண்ணை வாழ்க்கை முறையில் சிறிய கிராமத்தில் தனது நண்பர்கள் சிலருடன் வாழ்ந்து பார்த்தார். அனைத்து நபர்களுக்கும் சம அளவிலான நிலம், பொது சமையலறை என்பதுபோன்ற விஷயங்களைச் செய்து பார்த்தார். ஆனால், அந்தக் குழுவினர் ஒரு சமூகமாக, ஒருங்கிணைந்த குழுவாகப் பரிணமிக்கவில்லை. அதோடு அந்தப் பரிசோதனை முயற்சியை ஆரம்பித்தபோது அவர்களிடம் ஆதார வளங்கள் எதுவுமே இருந்திருக்கவில்லை.

பின்னர் 1960களில் ராஜஸ்தானில் இருந்த 'பீஸ் பிஸ்வ' கிராம பஞ்சாயத்துகள், ஒரிஸ்ஸாவில் ஜகந்நாதபுரிக்கு அருகில் இருந்த 'சாசனா' கிராமங்கள் பற்றித் தெரிந்துகொண்டார். 700 வருடங்களுக்கு முன்பாக உருவாக்கப்பட்ட அந்த கிராம சமுதாயங்கள் 1960களிலும் மிகவும் உயிர்த்துடிப்புடன் வெற்றிகரமாக இருந்து வந்தன. கிராம வாழ்க்கை, கிராமிய மனிதர்கள் தொடர்பான இன்னொரு நிகழ்வு தரம்பாலை வெகுவாக பாதித்தது. அவருடைய வார்த்தைகளிலேயே அதைப் பார்ப்போம்:

1960 வாக்கில் நான் குவாலியரில் இருந்து டில்லிக்கு ரயிலில் போய்க்கொண்டிருந்தேன். மூன்றாம் வகுப்புப் பயணம். சுமார் ஆறு ஏழு மணிநேரப் பயணம். அந்தப் பயணத்தில் நான் பார்த்த மனிதர்கள் இந்தியாவைப் பற்றிய புதிய, விரிவான பார்வை ஒன்றைக் கொடுத்தனர்.

ரயிலில் கூட்டம் அதிகமாக இருந்தது. எனினும் அங்கிருந்தவர்கள் எனக்கு எப்படியோ உட்கார இடம் ஏற்படுத்திக் கொடுத்தனர். மூன்று நான்கு பெண்கள், ஏழெட்டு ஆண்கள் என ஒரு குழுவாக சிலர் வந்திருந்தனர். அவர்கள் இந்தியா முழுவதும் மூன்று மாத கால புனித யாத்திரை மேற்கொண்டுவருவதாகச் சொன்னார்கள். தெற்கே ராமேஸ்வரம் போய்விட்டு வந்திருந்தார்கள். லக்னோவுக்கு வடக்கே இருந்த ஏதோ இரு கிராமங்களைச் சேர்ந்தவர்கள். ஏராளமான மூட்டை முடிச்சுகள், மண் பானைகள், தட்டுகள் வைத்திருந்தனர்.

பானையில் என்ன இருக்கிறது என்று கேட்டுத் தெரிந்து கொண்டேன். மூன்று மாதச் சாப்பாட்டுக்குத் தேவையான கோதுமை மாவு, நெய், சர்க்கரை, உப்பு என அனைத்தையும் அதில் எடுத்து வந்திருந்தனர். அவற்றில் கொஞ்சம் மிச்சம் இருந்தது. கூட்ட நெரிசலில் பலர் தம் மீது இடிப்பதைப் பெண்கள் பெரிய சிரமமாக எடுத்துக்கொள்ளவில்லை. ஆனால், அவர்களுடைய உணவுப்பொருட்களை யாரேனும் மிதித்து விட்டால் ரொம்பவே வருந்தினார்கள்.

'நீங்கள் எல்லாரும் ஒரே ஜாதியா' என்று கேட்டேன்.

'இல்லை. நாங்கள் பல ஜாதிகளைச் சேர்ந்தவர்கள்' என்றார்கள்.

'எனக்கு ஆச்சரியமாக இருந்தது. அது எப்படி' என்று கேட்டேன்.

'யாத்திரைகளில், குறிப்பாகப் புனித யாத்திரை மேற்கொள் பவர்களிடையே, ஜாதி பேதம் கிடையாது' என்றார்கள்.

எனக்கு அதுநாள்வரையில் அது தெரிந்திருக்கவில்லை. அப்போது எனக்கு 38 வயது. இந்தியாவில் இருக்கும் பலரைப் போலவே எனக்கும் நம் நாட்டு எளிய விவசாயிகள், கைவினைக் கலைஞர்கள், கிராமத்து மனிதர்கள் பற்றிப் பெரிதாக எதுவும் தெரியாது.

'நீங்கள் மெட்ராஸுக்குச் சென்றீர்களா... பம்பாய்க்குச் சென்றீர்களா?'

'ஆமாம். அந்த ஊர்கள் வழியாகச் சென்றோம்'.

‘அங்கு என்னவெல்லாம் பார்த்தீர்கள்?’

‘எதுவும் இல்லை. எங்களுக்கு அதற்கெல்லாம் நேரம் இல்லை’.

உரையாடல் இப்படியாகவே சென்றது. நவீன இந்தியாவின் முக்கியமான இடங்கள், நினைவுச்சின்னங்கள் பற்றிக் கேட்டேன். எதையுமே அவர்கள் பார்த்திருக்கவில்லை.

‘இப்போது டில்லிக்குத்தானே போகிறீர்கள்’.

‘ஆமாம்’.

‘அங்கு தங்கி முக்கியமான இடங்களைப் பார்ப்பீர்கள் அல்லவா?’

‘இல்லை. ரயில் மாற மட்டுமே டில்லியில் இறங்குவோம். எங்களுக்கு ஹரித்துவார் போகவேண்டும்’.

‘டில்லி நம் நாட்டின் தலைநகரமல்லவா..? அங்கு பல நினைவுச் சின்னங்கள் இருக்கின்றனவே... அதையெல்லாம் பார்க்க மாட்டீர்களா..?’

‘இல்லை. எங்களுக்கு அதற்கெல்லாம் நேரம் இல்லை. பின்னர் என்றாவது பார்த்துக்கொள்ளலாம். இப்போது இல்லை. ஹரித்துவார் போகவேண்டும். அங்கிருந்து வீடு திரும்பி விடுவோம்’.

ஐந்தாறு மணி நேரம் நாங்கள் பேசிக்கொண்டே வந்தோம். நான் யோசித்துப் பார்த்தேன்... இந்த இந்தியாவை (கிராம மனிதர்களை) யார் காப்பாற்றப்போகிறார்கள்? நாம் பேசும் இந்தியா என்பது என்ன? ஜவாஹர்லால் நேரு மற்றும் அவரைப் போன்ற பல தலைவர்களால் உருவாக்கப்பட்ட இந்தியா... அதன் நவீன கோவில்களான தொழிற்சாலைகள், பல்கலைகள், கல்வி மையங்கள், நினைவுச் சின்னங்கள்... இவற்றையெல்லாம் யாருக்காகக் கட்டிவைத்திருக்கிறோம். இவற்றில் எதுவுமே இந்த எளிய மனிதர்களின் புனித யாத்திரையில் இடம்பெறவில்லை. ஆனால், அவர்கள்தான் உண்மையான இந்தியாவின் பிரதிநிதிகள். பண்டிதர் ஜவஹர்லால் நேருவையும்விட இந்தியாவைத் துல்லியமாகப் பிரதிநிதித்துவப்படுத்துபவர்கள். அல்லது என்னையும் நம்மில் பலரையும்விட மேலாகப் பிரதிநிதித்துவப்படுத்துபவர்கள்.

இந்த சம்பவம் தரம்பாலின் சிந்தனையை வெகுவாக பாதித்தது. அது அவர் மனதில் இன்றும் அழுத்தமாகப் பதிந்துமிருக்கிறது. நமது இன்றைய காலகட்டத்துப் புதிய தலைவர்களுக்கும் எளிய மனிதர் களுக்கும் இடையிலான இந்த இடைவெளியானது இப்படியேதான்

கடந்த காலங்களிலும் இருந்ததா? எளிய மக்களின் வாழ்க்கை, கடந்த காலத்தில் எப்படி இருந்தது என்பதைப் பற்றிக் கூடுதலாகத் தெரிந்துகொள்ளவேண்டும் என்ற ஆர்வம் அவருக்குப் பிறந்தது.

பீஸ் பிஸ்வ, சாசனா கிராம சமுதாயங்கள் இன்றும் உயிர்த் துடிப்புடன் செயல்பட்டுவருவதைப் பார்த்து வியந்த தரம்பால், இந்திய நாகரிகத்தின் இந்த அம்சங்களை இத்தனை ஆண்டுகாலம் அழியாமல் பாதுகாத்துவருவது எது (மாறாக இன்று பல கிராமங்கள் வறுமையிலும் வீழ்ச்சியிலும் இருந்துவரும் நிலையில்) என்பதைத் தெரிந்துகொள்ள விரும்பினார்.

இந்த கிராம சமுதாயங்களின் ஆதார அம்சங்களை நாம் புரிந்து கொள்ள முடிந்தால், நவீன இந்திய சமூகத்துக்கு, குறிப்பாக அதன் அறிஞர்கள், அரசியல் தலைவர்கள் ஆகியோருக்கு, இன்று அந்த கிராமங்கள் தளர்வுற்றும் சுற்றுப்புறங்களில் இருந்து அந்நியப் பட்டும் இருப்பதை மாற்றி அவற்றை மீண்டும் உயிர்த்துடிப்புடன் இயங்கச் செய்ய வழி பிறக்கும். இதைத் தெரிந்துகொள்ள வேண்டுமென்றால் பிரிட்டிஷ் மற்றும் ஐரோப்பிய ஆதிக்கத்துக்கு உட்படுவதற்கு முந்தைய இந்திய சமூகம் என்னவாக இருந்தது என்பதை ஆராய்ந்து பார்த்தாகவேண்டியிருக்கும். இந்த எண்ணத்துடன் அவர் தனது ஆய்வுகளைத் தொடங்கியபோது அவருக்கு எந்த திசையில் பயணிக்க வேண்டும் என்பது தெரிந்திருக்கவில்லை. அவருக்கு அவர் தேடியவை உடனே கைக்குக் கிடைத்த பின்னரும் அதன் முக்கியத்துவம் பின்னாளில் தான் புரியவும் வந்தது.

1964 வரை தரம்பாலுக்கு ஆவணக்காப்பகங்கள், நூலகங்கள் ஆகியவற்றில் இருக்கும் தரவுகள் பற்றி எளிய மனிதர்களுக்கு இருக்கும் புரிதல் மட்டுமே இருந்தது. 1964-65 வாக்கில் சென்னையில்தான் (முன்பு மெட்ராஸ்) இந்தியா பற்றிய ஆவணங்களை அவர் முதன் முதலாக ஆராயத் தொடங்கினார். காலப்போக்கில் அவருடைய ஆய்வு விரிந்துகொண்டே சென்றது. இந்த ஆய்வு மையங்களில் இந்திய மொழிகளின் ஓலைச்சுவடிகள் அல்லது அச்சு வடிவில் பல ஆவணங்கள் இருந்தன. ஆனால், 1700 வாக்கிலான ஆவணங்கள் தொடங்கி நம்மிடம் இருக்கும் பெரும்பாலான தரவுகள் எல்லாம் பிரிட்டிஷாரின் நலனுக்கு உகந்தவகையில் சேகரிக்கப்பட்டவை என்பதை அவர் புரிந்து கொண்டார். போர்ர்சுகீசியர்கள், டச்சுக்காரர்கள், ஃப்ரெஞ்சுக் காரர்கள், பல்வேறு ஐரோப்பிய கிறிஸ்தவ போதகர்கள், வணிக அமைப்பினர் எல்லாருமே தனித்தனியான ஆவணங்களைத்

தொகுத்து வைத்திருந்தனர். என்றாலும் அவையெல்லாம் சொற்பமானவையே.

இந்தியா பற்றி பிரிட்டிஷாரால் தொகுத்துவைக்கப்பட்டிருக்கும் தரவுகள் எல்லாமே அன்றைய பிரிட்டிஷாரால் பார்க்கப்பட்டு, புரிந்துகொள்ளப்பட்ட விஷயங்கள் தொடர்பாகவே இருக்கின்றன. அந்த ஆவணங்கள் பொதுவாக மூன்று வகையினவாக இருக்கின்றன.

முதலாவது வகை ஆவணங்கள் இந்தியாவின் பூகோள நிலப்பரப்பு, சில குறிப்பிட்ட பிராந்தியங்களில் வாழும் மக்களின் பழக்க வழக்கங்கள், பொதுவாழ்க்கை, விழாக்கள், கலாசார வாழ்க்கை, சமூக அமைப்புகள், இந்திய விவசாயம், தொழில் உற்பத்திகள், இந்திய அறிவியல், விஞ்ஞானம் ஆகியவை பற்றியதாக இருக்கின்றன.

இரண்டாவதாக, பிரிட்டிஷ் இந்தியப் போர்கள் பற்றிய ஆவணங்கள். 1748-ல் ஆற்காடைக் கைப்பற்றியதில் தொடங்கி 1858 வரையான நிகழ்வுகள். அதன் பின் 1875 தொடங்கி 1947-ல் இந்தியா பாகிஸ்தான் என இரு நாடுகளாக இந்தியா பிரிக்கப்பட்டது வரையான அரசியல் நிகழ்வுகள், பிரிட்டிஷாரால் தொடங்கப்பட்ட அமைப்புகள், அவற்றின் செயல்பாடுகள் பற்றிய ஆவணங்கள்.

மூன்றாவதாக, 1680கள் வாக்கில் தொடங்கிய இந்தியாவுக்கான பிரிட்டிஷாரின் வியூகங்கள், கொள்கை முடிவுகள், 1750களில் அவை இந்தியாவில் அமல்படுத்தப்படத் தொடங்கிய நிகழ்வுகள் ஆகியவை தொடர்பான ஆவணங்கள். இந்தச் செயல்திட்டங்கள், வியூகங்கள் எல்லாம் இறுதிவரை பிரிட்டனிலேயே முடிவு செய்யப் பட்டன. அவற்றின் அமலாக்கம் இந்தியாவில் மேற்கொள்ளப் பட்டன. இந்தியாவின் பெயரில் கிழக்கே சீனக் கடல் தொடங்கி மேற்கே செயின்ட் ஹெலனா தீவு வரையிலும் அந்த சாம்ராஜ்ஜியம் விரிந்து பரவியிருந்தது.

இந்த பிரமாண்டமான விரிவான ஆவணக் களஞ்சியமானது எப்படி உருவாக்கப்பட்டது என்பதைத் தெரிந்துகொள்வது அவசியம். அதற்கு பிரிட்டிஷ் காலகட்டத்தில் இந்தியா எப்படியாக நிர்வகிக்கப்பட்டது என்பது பற்றித் தெரிந்துகொள்வது மிகவும் அவசியம். பொதுவாகச் சொல்லப்படும் விஷயம் என்னவென்றால் (பெரும்பாலான வரலாற்று புத்தகங்களில்), 1600 தொடங்கி 1748 வரையில் பிரிட்டிஷ் கிழக்கிந்திய கம்பெனி இந்தியாவின் கடலோர நகரங்களில் தன்னை நிலைநிறுத்திக்கொண்டது; இவற்றை

கோட்டை நகரங்களாக அறிவித்தது. வணிகப் பொருட்களைச் சேமித்து வைக்கும் பண்டக சாலைகளை அமைத்தது. தேவையான ராணுவப் பாதுகாப்புகளை ஏற்படுத்திக்கொண்டது.

1748 தொடங்கி இந்தியாவை மெள்ள ஆக்கிரமிக்கத் தொடங்கியது. கிழக்கிந்திய கம்பெனியின் ஆட்சி 1858 வரை நீடித்தது. அந்த ஆக்கிரமிப்பு காலத்தில் மேற்கொள்ளப்பட்ட அனைத்து சுரண்டல்கள், அடக்குமுறைகள், வன்முறைகள் எல்லாவற்றுக்கும் கிழக்கிந்திய கம்பெனி மட்டுமே பொறுப்பு என்றுதான் பொதுவாகச் சொல்லப்படுகிறது. அதோடு கிழக்கிந்திய கம்பெனியின் முறை கேடான நிர்வாகத்தினால் மனம் வருந்திய பிரிட்டிஷ் அரசு 1857-58 சிப்பாய் போராட்டத்துக்குப் பின், நேரடியாக இந்தியாவைத் தன் ஆளுகையின் கீழ் கொண்டுவந்தது. இந்தியாவுக்கான 'செகரட்டரி ஆஃப் ஸ்டேட்' என்றொருவரை நியமித்து , 1947 வரை இந்தியாவைத் தொடர்ந்து நிர்வகித்து வந்தது என்று சொல்கிறார்கள்.

தரம்பால் என்ன சொல்கிறார் என்றால் கிழக்கிந்திய கம்பெனி ஒருபோதும் தனியாக, தன் விருப்பப்படி நடந்துகொண்டதில்லை என்கிறார். 1600-ல் பிரிட்டன் அரசு கொடுத்த உத்தரவின் பேரிலேயே கிழக்கிந்திய கம்பெனி பிரிட்டனில் உருவாக்கப்பட்டது. அதன் உறுப்பினர்கள் பலர் சாகச விரும்பிகளாகவும் சுரண்டல் பேர்வழி களாகவும் இருந்தனர். ஆரம்பத்தில் இருந்தே கம்பெனியின் அனைத்து விரிவாக்கச் செயல்பாடுகளுக்கும் பிரிட்டிஷ் கடற் படையின் முழு ஆதரவும் இருந்திருக்கிறது. பிரிட்டிஷ் ராணுவமும் கூட இதற்குப் பெருமளவுக்கு உதவிகள் செய்திருக்கிறது.

அதுபோலவே தொடக்க காலத்திலிருந்தே கிழக்கிந்திய கம்பெனியும் பிரிட்டிஷ் அரசாங்கத்துக்குக் கணிசமான தொகையைத் (மில்லியன் கணக்கிலான பவுண்ட்ஸ் ஸ்டெர்லிங்) தந்திருக்கிறது. பிரிட்டிஷ் அரசுக்குக் குறைந்த வட்டியில் பெரும் தொகையைக் கடனாகவும் வழங்கியிருக்கிறது. பிரிட்டிஷ் அரசாங்க அதிகாரிகளின் வழிகாட்டுதல்கள் கிழக்கிந்திய கம்பெனிக்குத் தொடர்ந்து கிடைத்துவந்திருக்கிறது. சில நேரங்களில் கிழக்கிந்திய கம்பெனியின் சில விவகாரங்கள் பிரிட்டிஷ் கடற்படைத் தலைவர்கள் பொறுப்பில் விடப்பட்டிருக்கின்றன. அந்தக் கடற் படைத் தலைவர்கள் பிரிட்டிஷ் அரசர் மற்றும் அதிகார வர்க்கத்தின் ஆணைக்குக் கட்டுப்பட்டு நடக்கவேண்டியவராகவே இருந்திருக் கிறார்கள். ஆரம்பகாலகட்ட ஆவணங்களில் இது தொடர்பான தகவல் பரிமாற்றங்கள், வழிகாட்டுதல்கள் ஆகியவையே பெருமளவுக்கு இருக்கின்றன.

பிரிட்டிஷ் அரசின் நேரடி தலையீடு இருந்ததற்கான மிகச் சிறந்த எடுத்துக்காட்டாக, 1754-ல் கனோஜி ஆங்க்ரேவுக்கும் பிரிட்டிஷாருக்கும் இடையிலான இறுதி மோதலைக் குறிப்பிட்டுச் சொல்லலாம். 'பிரிட்டிஷாரின் சாம்ராஜ்ஜிய விஸ்தரிப்புக்கு அவர் இடைஞ்சலாக இருக்கிறார்; அவரை அப்புறப்படுத்தியாக வேண்டும்' என்று பிரிட்டிஷ் அரசு கருதியிருக்கிறது. 1600-ல் ஆரம்பிக்கப்பட்டு 1750களில் ஆக்கிரமிப்பாளராகவும் ஆட்சி அதிகாரத்தைக் கைப்பற்றியதாகவும் ஆன காலகட்டம்வரையிலும் இதுபோல் ஏராளமான சம்பவங்கள் நிகழ்ந்தேறியிருக்கும்.

1750க்குப் பின்னர் பல்வேறு வழிகளில் கிழக்கிந்திய கம்பெனிக்கு பிரிட்டிஷ் அரசிடமிருந்து வழிகாட்டுதல்கள் தரப்பட்டன. 1757-ல் வங்காளத்தை பிரிட்டிஷார் தமது ஆளுகைக்குக் கொண்டுவந்தனர். 'விண்ணுலகில் பிறந்த தளபதி' என்று சாத்தம் பிரபுவால் புகழப்பட்ட ராபர்ட் க்ளைவ், 'இந்தியாவானது கம்பெனியால் ஆளப்படமுடியாது. பிரிட்டிஷ் அரசால் நேரடியாக மட்டுமே ஆளப்படமுடியும்' என்று பிரிட்டனுக்குக் கடிதம் அனுப்பினார். இந்த ஆலோசனை மற்றும் இது போன்ற பிற ஆலோசனைகளுக்கு இணங்க 1773-ல் ஒழுங்குபடுத்தும் சட்டம் ஒன்று பிரிட்டனில் இயற்றப்பட்டது.

இதைத் தொடர்ந்து இந்தியாவுக்கு ஒரு கவர்னர் ஜெனரலும் அவருக்கான கவுன்சிலும் நியமிக்கப்பட்டன. இதற்கு 11 ஆண்டு களுக்குப் பின்னர் 1784-ல் இன்னொரு சட்டம் இயற்றப்பட்டது. அதன்படி, இந்திய விவகாரங்களைக் கவனித்துக்கொள்ள 'போர்ட் ஆஃப் கமிஷனர்கள்' அமைக்கப்பட்டது. ஒரு தலைவரும் ஆறு உறுப்பினர்களும் கொண்ட அந்த போர்டின் ஆரம்ப காலத்தில் பிரிட்டிஷ் அரசரும் ஓர் உறுப்பினராகவே இருந்தார். அதன் பிறகு அந்த கமிஷனர்கள் இந்தியாவின் ஆட்சியாளர்களாக நியமிக்கப் பட்டனர்.

இந்தியாவில் இருந்த எந்தவொரு துறைக்கான அல்லது அதன் மூன்று பிரஸிடென்சிக்களுக்கான எந்தவொரு உத்தரவானாலும் அது வரிக்கு வரி, வார்த்தைக்கு வார்த்தை அந்த போர்ட் மூலமே வரையறுக்கப்பட்டன. அதன் பின்னர் கிழக்கிந்திய கம்பெனியானது அந்த இறுதித் தீர்மானத்தை அந்த அமைப்பின் தலைவர் மற்றும் உறுப்பினர்களின் கையெழுத்தைப் பெற்று இந்தியாவுக்கு அனுப்பியது.

இது நீங்கலாக, போர்ட் ஆஃப் கமிஷனர்களின் தலைவருக்கும் இந்தியாவில் இருந்த பிரிட்டிஷ் கவர்னர் ஜெனரலுக்கும் இடையே

தனியாக வேறொரு தகவல் பரிமாற்ற வழியும் திறந்துவிடப் பட்டது. அதுபோலவே பிரஸிடென்ஸிக்களின் கவர்னர்களுடனும் ஒரு தகவல் தொடர்பு ஏற்படுத்திக்கொள்ளப்பட்டது. கம்பெனி மூலமாகத் தெரிவிக்கப்பட்ட சில சம்பிரதாய உத்தரவுகள், வழிகாட்டுதல்களை இவை சில நேரங்களில் மீறியும் செயல் பட்டிருக்கின்றன.

போர்ட் ஆஃப் கமிஷனர்கள் அமைப்பு சில துறைகளின் உத்தரவுகளைத் தாமே தயாரித்து தலைவரின் கையெழுத்தைப் பெற்று இந்தியாவுக்கு அந்த போர்ட் அலுவலகமே அனுப்பி வைக்கும். இந்த நடைமுறையே 1858 வரை நடைமுறையில் இருந்தது. 1858-ல் பிரிட்டிஷ் அரசு நேரடியாக இந்திய ஆட்சிப் பொறுப்பை ஏற்றுக்கொண்டதென்பது ஒரு அடையாள மாற்றம் மட்டுமே. போர்ட் தலைவர் இதன் பின்னர் செகரட்டரி ஆஃப் ஸ்டேட் என்று அழைக்கப்பட்டார் (அப்படியாக 1813க்கு முன்னால் இருந்து என்று சொல்லமுடியாவிட்டாலும் அதற்குப் பின்னர் சீனக் கடல் பகுதிகள் தொடங்கி செயிண்ட் ஹெலனா வரையான பகுதிகளின் ஆட்சி அதிகாரத்தில் கிழக்கிந்திய கம்பெனி ஆறாம் விரல் போலவே இருந்துவந்திருக்கிறது. தரம்பாலைப் பொறுத்த வரையில் இந்த உண்மையானது அனைத்து இந்தியர்கள் மனதிலும் ஆழமாகப் பதிந்தாகவேண்டும். அதோடு உலக வரலாற்று ஆய்வாளர்களும் இந்த உண்மையை நன்கு புரிந்துகொள்ள வேண்டும் என்கிறார்.)

இப்படியாக, இந்தியாவில் இருந்த பிரிட்டிஷ் ஆட்சியாளருக்குத் தெரியவந்த ஒவ்வொரு விஷயத்தையும் 1858 வரையிலும் லண்டனில் இருந்த பிரிட்டிஷ் அரசுக்கு உடனே தெரியப் படுத்தியிருக்கிறார்கள். அந்த விஷயம் தொடர்பாக என்ன நடவடிக்கை எடுக்கவேண்டும் என்ற உத்தரவையும் வழிகாட்டு தலையும் பெற அதைச் செய்தாகவேண்டியிருந்திருக்கிறது. அப்படியாகத்தான் பிரிட்டிஷ் ஆவணங்கள் எல்லாம் இந்தியாவின் ஒவ்வொரு நிகழ்வு, விஷயம் பற்றிய தரவுகளை நமக்கு அறியத் தருவதாக ஆகிவிட்டிருக்கிறது.

எனவே, பிரிட்டிஷாரின் ஆக்கிரமிப்புக்கு உட்படுவதற்கு முந்தைய இந்தியாவைப் பற்றிய தகவல்களைத் தெரிந்துகொள்ளவேண்டு மென்றால், பிரிட்டிஷாரால் தொகுக்கப்பட்ட, அனுப்பப்பட்ட ஆவணங்களை கவனமாக, விரிவாகப் பரிசீலித்தாகவேண்டும். இதைத்தான் தரம்பால் செய்தார். அவருக்குப் பெரிதாக வருமானம் என்று எதுவும் இருந்திருக்கவில்லை. குடும்பத்தை வேறு

கவனித்துக்கொள்ளவேண்டியிருந்தது. இவை எதையும் பொருட் படுத்தாமல் பிரிட்டனில் இருந்த இந்தியா ரெக்கார்ட் ஆஃபீஸுக்குத் தொடர்ந்து படையெடுக்கத் தொடங்கினார். ஒளிநகல் எடுப்ப தென்றால் அதற்கு பணம் நிறையத் தேவை. சில பழங்கால ஆவணங்களை ஒளி நகல் எடுக்க அனுமதியும் இருந்திருக்கவில்லை. எனவே, ஆயிரக்கணக்கான பக்கங்களை, லட்சக்கணக்கான வார்த்தைகளை ஒவ்வொன்றாகக் கைப்பட எழுதி எடுத்தார். அதன் பிறகு அவற்றை தட்டச்சு செய்து பெற்றுக்கொண்டார். அப்படியாக பிரிட்டிஷ் ஆவணக்காப்பகத்தில் இருந்து ஆயிரக்கணக்கான பக்கங்களைப் பிரதி எடுத்துக்கொண்டார். இந்தியா திரும்பியபோது விலை மதிப்பு மிகுந்த அந்த பொக்கிஷங்களைப் பல டிரங்கு பெட்டிகள், சூட்கேஸ்களில் போட்டு எடுத்துவந்தார்.

இந்த ஆவணங்களையெல்லாம் இதற்கு முன் யாரும் பார்த்திருக்க வில்லை என்றெல்லாம் சொல்ல முடியாது. டஜன் கணக்கில் பார்த்திருப்பார்கள். ஆனால், அவர்களெல்லாம் முழுமையான, விரிவான சித்திரத்தைப் பெற முயற்சி செய்திருக்கவில்லை. லண்டனில் ஓரிரு மாதங்கள் தங்கியிருந்து குறிப்பிட்ட ஆய்வு சார்ந்த விஷயங்களை மட்டுமே துண்டு துண்டாகத் தேடியிருப்பார்கள். மாறாக தரம்பால் பல பத்தாண்டுகள் இந்த ஆய்வுக்காகவே செலவிட்டார். தான் படித்த விஷயங்களை மிகத் துல்லியமாக மனதில் ஆழமாகப் பதியவைத்துக்கொண்டார். அப்படியாகத்தான் அவர் ஒரு முழுமையான சித்திரத்தை உருவாக்கினார்.

இந்தியாவைப்பற்றி பிரிட்டிஷ் ஆவணங்களில் இருந்து உருவான சித்திரமானது மலைக்கவைப்பதாக இருந்தது. நமது பள்ளிப் பாடப் புத்தகங்களில் சொல்லித்தரப்பட்ட வரலாறுக்கு முற்றிலும் மாறாக, இந்தியாவானது உயிர்த்துடிப்பான சமூகமாக இருந்திருக்கிறது; அந்நாளைய தொழில்நுட்பம், கைவினைக்கலைகள், அறிவியல் ஆகியவற்றில் சிறந்து விளங்கியிருக்கிறது என்ற உண்மைகள் தெரியவருகின்றன. இயற்கைச் சூழலை இந்திய சமுதாயம் பயன்படுத்தியவிதத்தை யாரும் குறைத்து மதிப்பிடவே முடியாது. உண்மையில் அதைப் பெருமையாகப் போற்றத்தான் வேண்டி இருக்கும். விவசாயம் மற்றும் தொழில் துறை உற்பத்தியில் இந்தத் திறமை நன்கு வெளிப்பட்டதைப் பார்க்க முடிகிறது. 1750 வாக்கில் சீனாவும் இந்தியாவும் சேர்ந்து உலகத் தொழில்துறை உற்பத்தியில் 73% உற்பத்தி செய்துவந்துள்ளது என்பது நமக்கு இன்று தெரியும். 1830 வரைகூட இந்த இரு நாட்டுப் பொருளாதாரமும் 60% உலகத் தொழில்துறை உற்பத்தியைத் தன்னகத்தே கொண்டிருந்திருக்கின்றன.

இன்று ஜப்பானில் ஒரு ஹெக்டேருக்கு 5-6 டன் நெல் உற்பத்தி செய்யப்படுகிறது. இதுதான் இன்றைய உலகில் மிகப் பெரிய சாதனை. ஆனால், 1760 வாக்கிலேயே தமிழ் நாட்டின் செங்கல்பட்டில் இதே அளவுக்கு உற்பத்தி செய்யப்பட்டிருக்கிறது! ஒவ்வொரு கிராமத்திலும் ஒரு பள்ளி என மிகப் பெரிய கல்வி வலைப்பின்னல் நிறுவப்பட்டு இளைய தலைமுறையினரின் தேவைக்கு ஏற்ற கல்வியை இந்தியா வெகுகாலத்துக்கு முன்பே வழங்கிவந்திருக்கிறது.

இந்திய சமுதாயத்தின் மிக முக்கியமான அம்சம் என்னவென்றால் ஒவ்வொரு அமைப்புகளுக்கான நிதி ஆதாரத்தை மிகத் தெளிவாகத் துல்லியமாக வரையறுத்து வைத்திருந்ததுதான். ஏரி, குளங்களைப் பராமரித்து நீர்ப்பாசனத்தைக் கவனித்துக்கொண்ட பணியாளர்கள் தொடங்கி காவல்காரர்கள், ஆசிரியர்கள் வரை சமூகத்தின் அனைத்துப் பணியாளர்களுக்கான தொகையானது ஒட்டு மொத்த உற்பத்தியில் இருந்து பிரித்துக் கொடுக்கப்பட்டது. தொழில்நுட்பத் துறையை எடுத்துக்கொண்டால் நாம் உற்பத்தி செய்த எஃகானது ஷெஃபீல்ட் எஃகைவிட உயர்தரத்தில் இருந்தது. சாயங்கள், கப்பல்கள் மற்றும் நூற்றுக்கணக்கான பொருட்கள் என நாம் பலவற்றை உருவாக்கி இருக்கிறோம்.

தரம்பால் இந்த உண்மைகளையெல்லாம் தெரிந்துகொண்டபோது, பிரிட்டிஷார் இந்த உன்னதமான அமைப்பை எப்படியெல்லாம் சிதைத்து இந்தியப் பொருளாதாரத்தையும் சமூகத்தையும் சிதைத்தனர் என்பதையும் புரிந்துகொண்டார். பிரிட்டிஷார் மிக விரிவான பரந்துபட்ட அளவில் ஒரு நிர்வாக அமைப்பை உருவாகி இந்திய நிலங்களில் விளைந்தவற்றை வரிகளாகச் சுரண்டுவது, தொழில் உற்பத்திகளைச் சுரண்டுவது என செயல்பட்டிருப்பதை இந்த ஆவணங்களில் இருந்து புரிந்துகொண்டார். துப்பாக்கி முனையில் இவையெல்லாம் மிரட்டிச் செய்யப்பட்டிருக்கும் கொடூரத்தையும் தெரிந்துகொண்டார்.

17-ம் நூற்றாண்டின் நீண்ட நிதானமான சிந்தனைக்குப் பின்னர் பிரிட்டிஷார்கள் அல்லது ஐரோப்பியர்கள் இந்தியாவில் குடியேற வேண்டும் என்ற முயற்சியை ஒருபோதும் எடுத்திருக்கவே இல்லை. இந்தியாவின் பெரும்பாலான பகுதிகளின் தட்ப வெப்பநிலை, இந்தியர்களின் வசதி வாய்ப்புகள் மிகுந்த நிலை, கடினமாக உழைக்கும் குணம், மிகுந்த மக்கள் தொகை ஆகிய காரணங் களினால் ஐரோப்பியர்கள் இங்கு தங்க வேண்டிய தேவையே இருந்திருக்கவில்லை.

எனவே, இந்தியாவில் இருக்கும் பல்வேறு துறைகளின் உபரி உற்பத்தியையும் வரி வசூலையும் பிரிட்டனுக்கும் ஐரோப்பாவுக்கும் கொண்டு செல்வதே போதுமானது என்று தீர்மானிக்கப்பட்டது. 1780வாக்கில் இப்படியான ஆலோசனையானது எடின்பர்கைச் சேர்ந்த பேராசிரியர் ஆடம் ஃபெர்கூஸனால் மிகத் தெளிவாக முன்வைக்கப்பட்டது. ஃபெர்கூஸன் ஓர் ஒழுக்கவியல் பேராசிரியர்; பிரிட்டிஷ் சமூகவியலின் தந்தை என்று போற்றப்படுபவரும்கூட.

இந்தியாவை எப்படி ஆட்சி செய்வது என்பதுபற்றிப் பேசும் ஃபெர்கூஸன், இப்படி ஆட்சி செய்ய வேண்டியதன் நோக்கம் என்ன என்ற கேள்வியை முதலில் எழுப்புகிறார். அவரைப் பொறுத்தவரையில், 'இந்தியாவில் இருந்து எவ்வளவுக்கு முடியுமோ அவ்வளவு செல்வ வளங்களை ஐரோப்பாவுக்குக் கொண்டு செல்ல வேண்டும் என்பதே இந்தியாவை ஆட்சி செய்வதற்கான முக்கியமான நோக்கம்' என்று சொல்கிறார். மேலும் அவரைப் பொறுத்தவரையில், 'இந்தப் பணியை பிரிட்டிஷ் அரசின் பணியாளர்கள் மற்றும் அரச அமைப்புகளைக் கொண்டு செய்விக்க முடியாது. அவர்களெல்லாம் அரசாங்கத்தின் சட்ட திட்டங்களுக்குக் கட்டுப்பட்டு நேர்மையாக நடந்துகொள்ளவேண்டும் என்று நினைப்பார்கள். இந்தியாவில் இருந்து ஐரோப்பாவுக்குச் செல்வ வளங்களைக் கொண்டு செல்லவேண்டுமென்றால் அதற்கு விதிமுறைகளை, சட்ட திட்டங்களை வளைத்தும் மீறியும் நடந்துகொள்ளவேண்டியிருக்கும். அரசாங்க அமைப்புகள், அரசுப் பணியாளர்கள் ஆகியவற்றைக் கொண்டு பெரிய அளவிலான சுரண்டல், கொள்ளையடிப்பு இவற்றைத் திறம்படச் செய்யவே முடியாது. எனவே, இந்தியாவின் நிர்வாகப் பொறுப்பானது கிழக்கிந்திய கம்பெனி போன்ற ஓர் அமைப்பின் நேரடிப் பொறுப்பில் விடப்படவேண்டும். அந்த அமைப்பின் உறுப்பினர்களுக்குத்தான் தேவைப்படும் நேரங்களில் விதிகளை மீற முடியும். அதேநேரம் அந்த கம்பெனியானது அரசால் நியமிக்கப்பட்ட ஒரு உயர் நிலை அதிகாரக் குழுவினால் மேற்பார்வை செய்யப்படவும் வேண்டும்' என்று அவர் மிகத் தெளிவாகக் குறிப்பிட்டிருக்கிறார். இந்தத் தர்க்கம் மற்றும் ஆலோசனைகள்தான் 1784-ல் போர்ட் ஆஃப் கமிஷனர்ஸ் என்ற அமைப்பு உருவாகக் காரணமாக அமைந்தது.

18-ம் நூற்றாண்டின் பின்பகுதி மற்றும் 19-ம் நூற்றாண்டில் பல இடங்களில் நிலங்களுக்கு விதிக்கப்பட்ட வரியானது வளமான அந்த நிலங்களின் விளைச்சலைவிட மிக அதிகமாக இருந்தது. மதராஸ் பிரஸிடென்ஸியில் (தற்போதைய தமிழ்நாடு, ஆந்திரக்

கடலோர மாவட்டங்கள், கர்நாடகாவில் சில மாவட்டங்கள், மலபார் ஆகியவற்றை உள்ளடக்கிய பகுதி) குறிப்பாக நிலைமை இப்படியாகத்தான் இருந்தது. இந்த வரி விதிப்பின் விளைவை யூகிப்பது மிகவும் எளிதுதான். *1800-1850* வாக்கில் பயிர் செய்யப்பட்ட விளை நிலங்களின் அளவு மூன்றில் ஒன்றாகக் குறைந்தது. மதராஸ் பிரஸிடென்ஸியின் கவர்னர் லண்டனில் இருந்த தனது எஜமானர்களுக்கு எழுதிய கடிதத்தில் (போர்ட் ஆஃப் கமிஷனர்ஸின் தலைவருக்கு) கீழ்க்கண்டவாறு குறிப்பிட்டிருக்கிறார்:

> இந்தப் பிராந்தியத்தின் வருவாய் நிர்வாகம் பற்றி மிகவும் அக்கறையுடன் ஆலோசித்திருக்கிறோம். நாம் இவர்களை மிகவும் வாட்டி எடுத்துவிட்டிருக்கிறோம். அதன் விளைவாக இந்தப் பிராந்தியம் தற்போது மிகவும் பரிதாபத்துக்குரிய ஏழ்மையில் இருக்கிறது. வருவாயைப் பெறுவதிலும் மிக மிகக் கொடுமையான வழிமுறைகள் பின்பற்றப்பட்டதாக நினைக்கிறேன்.

இதே பிரிட்டிஷ் ஆவணங்களில் தரம்பால், பிரிட்டிஷ் ஆட்சியின் ஆரம்பகட்டங்களில் இந்திய குடிமக்களின் எதிர்ப்பு எப்படி யெல்லாம் எழுந்தன... அவற்றை பிரிட்டிஷார் எப்படியெல்லாம் அடக்கி ஒடுக்கினர் என்பது தொடர்பான தரவுகளும் இருப்பதைப் பார்த்திருக்கிறார். உதாரணமாக, வாராணசியில் *1810-11* வாக்கிலும் கனரா பகுதிகளில் *1830* வாக்கிலும் நடந்த போராட்டங்கள் பற்றிய விரிவான தகவல்கள் பிரிட்டிஷ் ஆவணக் காப்பகங்களில் இருப்பதைப் பார்த்திருக்கிறார். இந்த நிகழ்வுகளெல்லாம் தெளிவான செயல்திட்டமாக ஆவணங்களில் பதிவுசெய்யப் பட்டிருக்கவில்லை. புகார் மனுக்கள்கூட அதை எழுதியவர்கள் மிகவும் பணிந்தும் பிரிட்டிஷ் அரசின் மீது எல்லையற்ற மரியாதை கொண்டிருந்தாலும்தான் பரிசீலனைக்கு எடுத்துக்கொள்ளப் பட்டிருக்கின்றன. வாராணசியில் விதிக்கப்பட்ட வரி விதிப்பை எதிர்த்துக் கொடுக்கப்பட்ட கீழ்க்காணும் புகார் மனு அதற்கு நல்லதொரு எடுத்துக்காட்டு.

> குடும்பச் சொத்தாக, வாரிசுரிமையாகக் கிடைத்த வீடுகள் இவற்றுக்கெல்லாம் முந்தைய சுல்தான்கள் வரி விதித்திருக்க வில்லை. தோட்டம் துரவு மற்றும் நில புலன்களை விற்கும் போது அதில் இருக்கும் உரிமையாளர்களின் வீடுகள் இப்படியான விற்பனையில் இருந்து விலக்குப் பெறுவதுண்டு. எனவே, இந்த புதிய வரியானது வீடுகள் மீது விதிக்கப்படுவதென்பது நீதிக்கு முரணானது.

விற்பனைப் பதிவு வரி, கோர்ட் ஃபீஸ், ஊராட்சி வரி, நிலவரி போன்றவையெல்லாம் பத்து மடங்கு அதிகரித்துவிட்டிருக்கின்றன. இந்துக்கள் முஸ்லீம்கள், ஏழை, பணக்காரர் என அனைவருக்கும் இது காயத்தின் மீது உப்பைத் தடவியதுபோல் இருக்கிறது. கடந்த பத்தாண்டுகளில் இப்படியான வரி விதிப்புகள் 16 மடங்கு அதிகரித்திருக்கின்றன. இப்படி இருந்தால் வாழ்வாதாரத்துக்கு வேறு வழி இல்லாதவர்கள் எப்படி வாழ முடியும்?

இப்படியான வரி வசூலிப்பு மற்றும் பிற வழிகள் மூலம் இந்திய கிராமப்புற வாழ்க்கையை 1820-30 வாக்கில் மிகுந்த நெருக்கடிக்கு உள்ளாக்கினர். இந்தியத் தொழில்துறை உற்பத்தியாளரும் இது போன்ற நிலைக்கே இதே காலகட்டத்தில் ஆளாக்கப்பட்டனர். தாமஸ் மெட்கஃபே 1830 வாக்கிலும் கார்ல் மாக்ஸ் 1850 வாக்கிலும் வெகு உயர்வாகப் புகழ்ந்து கூறிய இந்திய கிராம சமுதாயங்கள் பலவும் அழிவை நோக்கித் தள்ளப்பட்டன.

இந்திய அறிவியல், தொழில்நுட்பம் பற்றியும் இதே விஷயங்களைச் சொல்ல முடியும். ஆரம்பகட்டங்களில் பிரிட்டிஷ் பயன்பாடு, பிரிட்டிஷ் தொழில் வளர்ச்சி ஆகியவற்றுக்குப் பயன்படுத்தும் நோக்கில் இந்திய விஷயங்கள் ஆர்வத்துடன் கவனிக்கப்பட்டன. ஆனால், பிரிட்டிஷார்கள் இந்தியாவை அடக்கி ஆளவும் இந்திய சமூக வாழ்க்கையைக் கட்டுப்படுத்தவும் தொடங்கியதும் நிலைமை மாறியது. இந்திய அறிவுகள், நடைமுறைகள் எல்லாம் இனியும் தொடர்வதென்பது அவர்களுக்குப் பெரும் அச்சுறுத்தலாகத் தோன்றியது. எனவே, இந்திய அறிவுகள் எல்லாம் சிதைந்து அழியும் வகையில் ஓரங்கட்டப்பட்டன. இப்படியாக ‘அழிவுக்கு உள்ளாக்கும்’ செயல்திட்டமானது பருத்தி நெசவுத் தொழில், இந்திய எஃகு தயாரிப்பு, 1800 காலகட்டத்திலேயே இருந்த பெரியம்மைத் தடுப்பு சிகிச்சை போன்ற இந்திய சமூகச் செயல்பாடுகள், தொழில்கள் அனைத்தையுமே அழிக்கும் வகையில் மேற்கொள்ளப்பட்டன.

மிக விரிவான அளவில் தேசம் முழுவதும் இருந்த இந்தியப் பள்ளிகள், உயர் கல்வி மையங்கள் ஆகியவைபற்றி 1820கள் 1830களில் ஆவணப்படுத்தும் முயற்சிகள் தொடங்கின. வெகு விரைவில் அந்தக் கல்வி மையங்களும் இதுபோன்ற அழிவையே சந்தித்தன. இதில் ஒரு நகைமுரண் என்னவென்றால், இந்தியாவில் மிக விரிவான கல்வி வலைப்பின்னல் இருந்தது என்ற விஷயமானது அதை அழிவை நோக்கித் தள்ளிய பிரிட்டிஷாரின் ஆவணங்கள்

மூலம்தான் நமக்குத் தெரியவும் வந்திருக்கிறது. மதராஸ், வங்காள பிரஸிடென்ஸிகளில் அந்தக் கல்வி மையங்கள் எப்படி வேகமாக அழிவைச் சந்தித்தன, பின்னாளில் பம்பாய் மற்றும் பஞ்சாபில் அவை எப்படி நசிந்தன என்பவை பற்றிய தெளிவான விவரங்கள் எல்லாம் பிரிட்டிஷ் ஆவணங்களில் இருந்துதான் நமக்குத் தெரிய வந்திருக்கின்றன. பிரிட்டிஷ் ஆவணங்களில் இருக்கும் தரவுகள் தனித்தனியானவையாக இருக்கின்றன; ஒருங்கிணைப்பு பெற்றதாக இல்லைதான். ஆனால், அந்த தரவுகளுமேகூட மிகத் தெளிவான சித்திரத்தைத் தரப்போதுமானதாகவே இருக்கின்றன.

1850களுக்குப் பின்னர் நாம் தொடர்ந்து பின்பற்ற முடியாமல் போன நமது பாரம்பரியக் கல்வி மற்றும் பிரிட்டிஷ் காலகட்டத்துக்கு முந்தைய நம் சமூக வாழ்க்கை பற்றிய பல அரிய கோட்டுச் சித்திரங்களை அந்த ஆவணங்கள் தருகின்றன. நமது சமூகம் உடைக்கப்பட்டு, அடக்கி ஆளப்படத்தொடங்கியபின் எப்படி நமக்கு முற்றிலும் அந்நியமான கல்வியானது நம் மீது திணிக்கப்பட்டது; நமது முன்னோர்களின் எண்ணற்ற சாதனைகள் எல்லாம் நம் நினைவில் இருந்து எப்படி மறக்கடிக்கப்பட்டன என்பது பற்றிய விவரங்களையெல்லாம் அந்த ஆவணங்கள் நமக்கு அறியத் தருகின்றன.

வரலாறின் பயன்பாடு பற்றி தரம்பால் மிகவும் தெளிவான வெளிப்படையான பார்வை கொண்டவரே. அவர் சொல்கிறார்:

> அகழ்வாராய்ச்சி, கல்வெட்டியல் மற்றும் பிற வரலாற்று மூல ஆதாரங்கள் இவற்றையும் மக்களின் நினைவுகள், வாய் மொழிகள் இவற்றையும் நாம் விரிவாக, முழுமையாக ஆய்வு செய்யவேண்டும். அதன் மூலம் நமது கடந்த கால சமூக, கலாசார வாழ்க்கைமுறையை மறு உருவாக்கம் செய்யவும் இன்றைய நமது அரசையும் சமூகத்தையும் அதற்கு ஏற்ப மறு சீரமைப்பு செய்யவும் வழி பிறக்கும்.
>
> 1947-ல் சுதந்தரம் கிடைத்த பின்னர், நமது சுயம் மற்றும் சமூகத்தை நமது நலன்கள், முன்னுரிமைகள், மதிப்பீடுகள், பாரம்பரியம், கலாசாரம் ஆகியவற்றின் அடிப்படையில் மறுகட்டமைப்பு செய்ய வேண்டிய தேவை இருந்தது. ஆனால், நமது அறிஞர்கள், அரசியல்வாதிகள், அதிகாரவர்க்கத்தினர் எல்லாரும் இந்த அம்சத்தை முற்றாகக் கைவிட்டுவிட்டனர். நமது கடந்த காலத்தில் இருந்து, நமது அனுபவங்களில் இருந்து நமக்கான சுய அடையாளத்தை நமது நலன்சார்ந்தும் உலக நடப்புகள் சார்ந்தும் உருவாக்கிக் கொள்ள நாம் மறந்து

> விட்டோம். பிறருடைய சிந்தனைகள், பொருளாதாரப் பார்வைகள் இவற்றைச் சாராமல் ஒரு தேசமாக நாம் எதை விரும்புகிறோம்... நமக்கு எது தேவை... யாரோ அந்நியர் ஒருவருடைய குரலை ஒலிக்காமல் நாம் நமக்கான விஷயங்களை முன்வைக்க முடியாதா... நமக்கு புத்தி கூர்மை இருக்கிறதா இல்லையா... இந்தியர்களாகச் சொல்ல நமக்கு எதுவுமே இல்லையா..?

1965-66 வாக்கில் தனது மகத்தான பணியைத் தொடங்கியபோது, பிரிட்டிஷ் ஆவணங்கள் என்ன விஷயத்தைச் சொல்வதாக இருந்தாலும் எவ்வளவுதான் முழுமையற்றதாக அது இருந்தாலும் அவற்றை முறையாகப் பரிசீலித்தால் நிச்சயம் நமக்கு அது நன்மையையே தரும் என்று தரம்பால் நம்பினார். அதோடு இந்தியாவில் இருக்கும் பிற ஆவணங்களையும் முழுமையாக ஆராய்ந்தால் அது நிச்சயம் நமக்குப் பயனுள்ளதாகவே இருக்கும் என்று கருதினார். ஓரிரு தலைமுறைக்கு முந்தைய நபர்களுடைய நினைவுகளில் இருக்கும் கடந்த கால நினைவுகள், விஷயங்கள் ஆகியவற்றையும் தொகுத்து நமது கடந்த காலத்தை மறு கட்டமைப்பு செய்யவேண்டும். இன்றைய சமூகம், வாழ்க்கை ஆகியவற்றுடன் அவற்றை ஒருங்கிணைக்க வேண்டும். இந்தப் பணியை நாம் இன்னும் ஆரம்பிக்கவே இல்லை என்பது மிகவும் வருத்தத்துக்குரிய விஷயமே. தரம்பால் மேலும் எழுதுகிறார்:

> இன்று நாம் எதிர்மறை உணர்ச்சிகளினால் சூழப்பட்டிருக் கிறோம். நமது அறிவீனமான சிந்தனை மற்றும் செயல்களே அதற்குக் காரணமாக இருக்கின்றன. 1947 தொடங்கி நாம் நம்மை மேற்குலகின் நகல்களாகவே ஆக்கிவந்திருக்கிறோம். மேற்கத்திய அறிவு, மேற்கத்தியப் பொருட்களைச் சார்ந்து இருப்பது இப்போது அவசியமானதாக இருக்கலாம். ஆனால் இது தற்காலிகமானதாக மட்டுமே இருக்கவேண்டும். அதி விரைவிலேயே நமக்குப் பயனுள்ள மேற்கத்திய பொருட்கள், விஷயங்களை நமது பாணியில் நமது மூலப் பொருட்களைக் கொண்டு நமக்கு உகந்த வகையில் மாற்றியமைத்துக் கொண்டாகவேண்டும்.
>
> இதனிடையில் நாம் நமது எளிய மக்களை சுதந்தரமானவர் களாக்க வேண்டும். உள்ளூர் பொருட்கள், மூல ஆதாரங்கள், வளங்கள் இவற்றைப் பயன்படுத்தத் தடையாக இருக்கும் விஷயங்களை அப்புறப்படுத்தியாகவேண்டும். சிதைந்துபோன அவர்களுடைய உலகை அவர்களுக்கே உரிய வகைகளில்

மீட்டெடுக்க வழி செய்து தரவேண்டும் (நமது விமர்சனங்கள் ஆலோசனைகளை நாம் கொஞ்சம் நமக்குள்ளாகவே வைத்துக்கொண்டு, அவர்கள் செய்ய விரும்புபவற்றைத் தடுக்கும் சட்ட திட்டங்கள் ஏதேனும் இருந்தால் அதை நாம் பின்வாங்கிக் கொள்ளவேண்டும்). அப்போதுதான் பழங்கால உயிர்த்துடிப்பான அம்சங்கள் உயிர் பெற முடியும். சில குறிப்பிட்ட விஷயங்கள், சமூக நடத்தைகள், தொழில்கள் தொடர்பான நினைவுகள் அப்போதுதான் விழித்தெழ வைக்கப்பட முடியும். மறு உருவாக்கம் என்பது கடந்த காலத்தை அப்படியே நகலெடுப்பதாக ஆகாமல் இருக்க முடியும். அப்போதுதான் இந்திய சமூகமானது தனது ஆதார அம்சங்களில் கால் ஊன்றியபடியே மேற்கத்திய அல்லது பிற நவீன தொழில்நுட்பங்களைத் தேவையான விதத்தில் ஒருங்கிணைத்து புதிய பாதையில் பயணிக்க வழிபிறக்கும்.

இவையெல்லாம் நடக்கவேண்டுமென்றால், நமது மக்கள், நமது கடந்த காலம் ஆகியவை தொடர்பான நம்முடைய பார்வை முற்றாக மாறியாகவேண்டும். நமது மக்களைத் தன்னம்பிக்கை மிகுந்தவர் களாகவும், தமது திறமைகள் மீது மதிப்பு கொண்டவர்களாகவும் ஆக்கவேண்டும். தமது தனித்தன்மையையும் சமூக அந்தஸ்தையும் மீட்டெடுக்க முடிந்தவர்களாக ஆக்கவேண்டும்.

இது நடக்கவேண்டுமென்றால், மக்களுக்குக் குறிப்பாக சிறுவர்கள், இளைஞர்களுக்கு தமது பிராந்தியம், ஊர்களின் கடந்த காலம் பற்றிய நல்ல புரிதல் ஏற்பட்டாகவேண்டும். சுற்றியிருக்கும் விலங்குகள், தாவரங்கள், நதிகள், ஏரிகள், குளங்கள், மலைகள், காடுகள், மண் வளம் இவை பற்றியெல்லாம் நல்ல பரிச்சயம் ஏற்பட்டாகவேண்டும். அதுபோலவே ஒவ்வொரு ஊருக்கும் அதன் அருகில் இருக்கும் பகுதிகளுடன் மாநிலங்களுக்குப் பக்கத்து மாநிலங்களுடன், நாடுகளுக்கு அண்டை நாடுகளுடன், பூமிக்கு பிரபஞ்சத்துடன் இருக்கும் தொடர்புகள் குறித்த புரிதலையும் ஏற்படுத்தவேண்டும்.

ஊர்கள், பிராந்தியங்கள், நாடுகள், உலகம், பிரபஞ்ச உருவாக்கத்தின் தொடக்கம் அல்லது தொடக்கமின்மை பற்றி எல்லாம் புதிய வரலாறுகளை, செய்திகளை நாம் உருவாக்கியாக வேண்டும். அப்படியான அறிவும் விழிப்பு உணர்வும் நமது மக்களை தன்னம்பிக்கை மிகுந்தவர்களாகவும் விஷய ஞானம் மிகுந்தவர் களாகவும் ஆக்குவதோடு வாழ்க்கை, சுற்றுச்சூழல் குறித்த இந்தியப் புரிதலைக் கொண்டவர்களாக ஆக்கும்.

விவசாயம், கால்நடை வளர்ப்பு, காடு வளர்ப்பு, கைவினைக் கலைகள் ஆகியவற்றில் நிபுணர்களாக ஆக்குவதோடு வரலாறு, தத்துவம், இலக்கணம், மொழி ஆகியவற்றிலும் அவர்களை மேல் நிலையை அடையச் செய்யும். அப்படியாக நமது குழந்தைகள் ஆணும் பெண்ணும் *14* வயது வாக்கில் தத்தமது துறைகளில் ஆர்வமும் திறமையும் கொண்டவர்களாகவும் உயர் நிலைகளை நோக்கி உற்சாக நடை போட முடிந்தவர்களாகவும் ஆகிவிட முடியும்.

வரலாறு என்பது ஒருவகையான புனை கதையாடலே. மற்றவர்களால் எழுதப்பட்ட வரலாறுகளுக்கு நாம் நம்மை ஒப்புக் கொடுத்தால் அவர்கள் எழுதிய புனைவுகளுக்கும் நம்மை ஒப்புக் கொடுத்ததாகவே ஆகும். புனைகதைகளை உருவாக்குவதென்பது அதிகாரத்தின் வெளிப்பாடு. அடுத்தவர்கள் நம்மைப் பற்றி உருவாக்கிய புனைவுகளுக்கு அடிபணிவதென்பது நமக்கு அதிகாரம் இல்லை என்பதையே சுட்டிக்காட்டுகிறது. தரம்பாலின் வரலாற்றாய்வானது நமது இந்திய கடந்தகாலம் குறித்து உருவாக்கப்பட்ட புனை கதைகளின் தாக்கத்தை வெகுவாகக் குறைத்துவிட்டிருக்கிறது.

•

அழகிய நதி

18ம் நூற்றாண்டில் இந்திய விஞ்ஞானமும் தொழில்நுட்பமும்

தரம்பாலின் முன்னுரை

எட்டு பத்து தலைமுறைகளுக்கு முன்பு, அதாவது 1750 வாக்கில், இந்தியாவில் அரசுகள், சமூகங்கள் எப்படிச் செயல்பட்டன என்பதைப் புரிந்துகொள்ளும் நோக்கில் இந்தப் புத்தகம் எழுதப்பட்டிருக்கிறது. இந்தியா அந்தக் காலகட்டத்தில் ஐரோப்பியர்களின் ஆளுகைக்கு உட்பட ஆரம்பித்திருந்தது. முதலில் தமிழ், தெலுங்கு பேசும் பகுதிகளும் பின்னர் வங்காளம் போன்ற பிற பகுதிகளும் ஐரோப்பியர்களின் ஆதிக்கத்தின் கீழ் வர ஆரம்பித்தன. பிரிட்டிஷ் ஆவணக் காப்பகங்களில் ஆங்கில மொழியில் பதிவு செய்யப் பட்டிருக்கும் அரிய ஆவணங்களை மிகக் கவனமாகப் பரிசீலித்து இந்தப் புத்தகம் எழுதப்பட்டிருக்கிறது. விஞ்ஞானம், தொழில் நுட்பம் ஆகிய இரண்டு துறைகள் தொடர்பாக 18-ம் நூற்றாண்டு மற்றும் 19ம் நூற்றாண்டின் தொடக்க காலம் ஆகியவற்றின் முக்கியமான சில ஆவணங்களை இந்தப் புத்தகம் முன்வைக்கிறது.

பல தரப்பட்டவர்களால் இந்த ஆவணங்கள் உருவாக்கப் பட்டிருந்தன. இந்தியாவை ஆட்சி புரிந்த ஐரோப்பிய அரசாங்கங்களில் ராணுவ வீரர்களாக, மருத்துவர்களாக, ஆட்சிப் பணியாளர்களாக இந்தியாவுக்கு வந்து பணிபுரிந்த ஐரோப்பியர்கள்;

சில நேரங்களில் தன்னார்வத்துடன் தன்னிச்சையாக வந்த ஐரோப்பியப் பயணிகள்; பல நேரங்களில் செல்வந்தர்கள் சார்பில் அல்லது பாரிஸ், லண்டனில் நிறுவப்பட்ட ராயல் சொசைட்டிகள், லண்டன் சொசைட்டி ஆஃப் ஆர்ட்ஸ் போன்ற அமைப்புகளின் சார்பில் வந்த ஐரோப்பியர்கள்; பல்வேறு கிறிஸ்தவ மத அமைப்புகளின் சார்பில் வந்த யேசு சபைப் பணியாளர்கள் எனப் பல தரப்பட்டவர்களால் இந்த ஆவணங்கள், தரவுகள் எழுதப் பட்டிருக்கின்றன.

அந்தக் காலகட்ட ஐரோப்பிய அறிஞர் குழாமைப் பொறுத்த வரையில், இந்த நபர்கள் எல்லாருமே அவரவர் துறையில் நிபுணர்களாக இருந்தவர்கள். தாங்கள் பார்த்த அல்லது படித்த விஷயங்கள் சார்ந்து துல்லியமான, தெளிவான அறிக்கைகளை அளிக்க வல்லவர்களாக மதிக்கப்பட்டவர்கள். இந்தப் பட்டியலில் இடம்பெற்றிருப்பவர்களில் பெரும்பாலானவர்கள் இந்தியாவில் பல்வேறு பகுதிகளில், தங்கள் வாழ்வின் செயல் ஊக்கம் மிகுந்த காலத்தைக் கணிசமான அளவில் கழித்தவர்கள்.

ஐரோப்பா அல்லாத உலகின் பிற பகுதிகளில் இருக்கும் விஞ்ஞானம், தொழில்நுட்பம் ஆகியவை பற்றித் தெரிந்துகொள்ள வேண்டும் என்ற தேடல் 17-18-ம் நூற்றாண்டுகளில் ஐரோப்பியர் களுக்கு இருந்தது. ஐரோப்பா அல்லாத நாடுகளின் விஞ்ஞான, தொழில்நுட்பத் தகவல்கள் தொடர்பாக உலகுக்குக் கிடைத்திருக்கும் ஆவணங்கள் எல்லாம் (இந்தப் புத்தகத்தில் இடம்பெற்றிருப்பவை உட்பட) அந்தத் தேடலின் விளைவாகத் தொகுத்து உருவாக்கப்பட்டவையே. காலப்போக்கில் அந்தத் தேடல் பரந்துபட்டதாகவும் சிக்கலானதாகவும் மாறியது. ஆரம்பகட்ட ஐரோப்பியப் பயணிகள், ஐரோப்பிய அரசாங்கங்களின் பணியாளர்கள், விஞ்ஞானிகள், தொழில்நுட்ப நிபுணர்கள் போன்றவர்களின் கவனத்தை முழு வடிவம் பெற்றிருந்த ஒரு சில நுகர்வோர் பொருட்கள் அல்லது தங்கம், வைரம் போன்றவையே பெரிதும் கவர்ந்திருந்தன. இதற்கு ஒரு காரணம் அவர்கள் இந்தியாவில் ஒரு குறிப்பிட்ட பகுதியில், குறுகிய காலத்தை மட்டுமே செலவிட்டனர். ஆனால், மிக முக்கியமான காரணம் என்னவென்றால், ஐரோப்பா அல்லாத பகுதிகளில் இருந்த நடைமுறைகள், தொழில்நுட்பங்கள் ஆகியவை பற்றிய புரிதல் அந்த ஐரோப்பிய நிபுணர்களிடையே இருந்திருக்கவில்லை. இந்தப் புரிதல் குறைபாடு பிரிட்டிஷாரிடையே வெளிப்படையாகத் தெரியும்வகையில் மிகவும் அதிகமாக இருந்தது. 1800 வரையில் கூட

ஐரோப்பாவின் பிற பல பகுதிகளில் இருந்த அளவுக்கான விஞ்ஞான, தொழில்நுட்ப வளர்ச்சிகள்கூட பிரிட்டனில் இருந்திருக்கவில்லை; சுமார் ஐம்பது ஆண்டுகாலம் பிற ஐரோப்பியப் பகுதிகளைவிடப் பின் தங்கியதாகவே பிரிட்டன் இருந்தது.

பெரியம்மை நோய்க்கான தடுப்பு முறை, விதைக் கலப்பை என்ற இரண்டு விஷயங்கள் தொடர்பாக பிரிட்டிஷாருக்கு இருந்த புரிதலின்மை இதற்கான மிகச் சிறந்த எடுத்துக்காட்டுகள். துருக்கிக்கான பிரிட்டிஷ் தூதருடைய மனைவி 1720 வாக்கில் தன் குழந்தைகளுக்கு பெரியம்மை தடுப்பு ஊசி போடப்பட்டதைத் தொடர்ந்து அதை பிரிட்டனிலும் முதல் முறையாக அறிமுகப்படுத்தியிருக்கிறார்.[1] அதற்கு முன்புவரை பிரிட்டனின் மருத்துவத்துறையில் அது பற்றிய ஞானம் எதுவுமே இருந்திருக்கவில்லை. அந்தத் தடுப்பு ஊசி முறையினால் நல்ல பலன் விளைந்தபோதிலும் பிரிட்டனின் மருத்துவ உலகமும் ஆக்ஸ்ஃபோர்டில் இருந்த மதக் கல்வி நிபுணர்களும் அதைக் கடுமையாக எதிர்த்திருக்கிறார்கள்.[2] மெள்ள மெள்ள அந்தத் தடுப்பூசி முறையின் பரவலான, நல்ல பலனைப் பார்த்ததைத் தொடர்ந்தும், உலகின் பல பகுதிகளுக்கு சென்று வந்த மருத்துவர்களின் முயற்சியினாலும் மெதுவாக அது பிரிட்டனில் ஏற்றுக்கொள்ளப்பட்டது. ‘அழகிய நதி’ புத்தகத்தில் இது தொடர்பாக இடம்பெற்றிருக்கும் தரவுகள் எல்லாம் பிரிட்டிஷாருக்குப் பயன் தரும் வகையில் உலகின் பிற பகுதிகளில் இருக்கும் தொழில்நுட்பங்கள், அறிவியல் அம்சங்கள் தொடர்பான தேடலின் மூலம் 1720-களுக்குப் பிறகு சேகரிக்கப்பட்டவையே.

அதுபோல் பிரிட்டிஷாருக்குத் தெரிந்திராத இன்னொரு முக்கியமான விஷயம் இந்திய விதைக் கலப்பைத் தொழில்நுட்பம். ஐரோப்பாவில் விதைக்கலப்பையை 1662-ல் கொரிந்தியாவின் ஜோசஃப் லொகாடெலி என்பவர் முதன் முதலில் பயன்படுத்தியதாக ஆவணப்படுத்தப்பட்டுள்ளது.[3] இங்கிலாந்தில் 1730 வாக்கில் இது அறிமுகப்படுத்தப்பட்டுள்ளது. எனினும் பரவலாகப் பயன்பாடுக்கு வர மேலும் ஐம்பது ஆண்டுகள் பிடித்திருக்கிறது. ஆனால், இந்தியாவில் அந்தக் கலப்பை எப்போது என்று கணிக்க முடியாத பன்னெடுங்காலத்தில் இருந்தே வழக்கத்தில் இருந்து வந்திருக்கிறது. இது பிரிட்டிஷரில் மிகுந்த தேடல் மனம் கொண்டவர்களின் கண்ணில் பட்டபிறகே அதாவது 18-ம் நூற்றாண்டின் கடைசிப் பகுதியில்தான் இந்தியாவில் இது பயன் படுத்தப்படுவது பற்றி அவர்களுக்குத் தெரியவந்திருக்கிறது.

ஆரம்பகட்டங்களில் ஐரோப்பியர்களின் இந்தத் தேடல் மிகவும் குறுகிய வட்டத்துக்குள்ளேயே இருந்திருக்கிறது. ஐரோப்பா அல்லாத பகுதிகளில் தங்கி வசித்த அல்லது சுற்றித் திரிந்த ஐரோப்பியர்களிடம் அவர்களுடைய புரவலர்கள் அல்லது அவர்களை அனுப்பிய நிறுவனங்கள் கேட்ட கேள்விகள், தெரிந்து கொள்ள விரும்பிய விஷயங்கள் எல்லாம் மிகவும் எளிமையானவை யாகவே இருந்தன. காலப்போக்கில் அறிவு சேகரமாக ஆக, புதிய விஷயங்கள் ஐரோப்பாவில் வரத் தொடங்கவே இந்தத் தேடலின் எல்லை மெள்ள அதிகரித்தது; பல விஷயங்கள் பற்றித் தெரிந்துகொள்ளும் ஆர்வம் அதிகரித்தது. இந்தியாவில் உற்பத்தி செய்யப்படும் பனிக்கட்டி; மெட்ராஸ் சாந்து (சிமெண்ட்); இந்திய எஃகு மற்றும் இரும்பு உற்பத்தி; வாரணாசியில் இருந்த வான் ஆராய்ச்சிக் கூடம் (அது அன்றைய காலகட்டத்தில் உலகில் இருந்த மிகச் சிறந்த ஐந்து வான் ஆராய்ச்சிக் கூடங்களில் ஒன்று என்று 1823 என்சைக்ளோபீடியா பதிப்புகள் வரை குறிப்பிடப்பட்டிருக்கிறது); புதிய வேதிப் பொருட்கள், சாயங்கள் ஆகியவை தொடர்பான தேடல்கள்; கப்பல்களின் அடிப்பாகத்தில் பூசப்படும் மரப்பிசின் - நீர்புகாத் தொழில்நுட்பம் (இது தொடர்பான ஏராளமான தரவுகள் பிரிட்டிஷ் ராயல் சொசைட்டியின் தலைவருக்கு அதன் இந்திய பிரதிநிதியால் 1790களில் அனுப்பப்பட்டிருக்கிறது) போன்றவை யெல்லாம் பெருகிவந்த நவீன காலத் தேவைகள், குறிப்பாக ஐரோப்பிய நலன் சார்ந்த நோக்கில் பார்த்துக் கேட்டுப் பதிவு செய்துகொள்ளப்பட்டன.

இப்படியாக பரந்து விரியத் தொடங்கிய அறிவுத் தேடலின் விளைவாகவும் புதிய பொருட்கள், தொழில்நுட்பங்கள் ஆகியவற்றின் உடனடித் தேவைகள் பெருகியதாலும் (18-ம் நூற்றாண்டின் பெரும்பகுதி வரையிலும் ஐரோப்பியர்கள் தொடர்ந்து போரில் ஈடுபட்டுவந்ததும் இதற்கு ஒரு முக்கியக் காரணம்) மேலே இடம்பெற்ற தொழில்நுட்பங்கள் தொடர்பான ஆவணங்கள், தரவுகளைத் தத்தமது புரவலர்களுக்கும் நிறுவனங்களுக்கும் ஐரோப்பியப் பயணிகள் தொகுத்துக் கொடுத்தனர். 1720களில் தொடங்கி 1820கள் வரையான காலகட்டத்தில் பதிவு செய்யப்பட்ட இத்தகைய ஐரோப்பிய ஆவணங்களில் இருந்துதான் ஐரோப்பா அல்லாத நாடுகளின் அறிவியல், தொழில்நுட்பம், சமூகப் பிரிவுகள், சமூக அமைப்புகள், பழக்க வழக்கங்கள், சட்ட திட்டங்கள் போன்றவைபற்றி நாம் தெரிந்துகொள்ள முடிகிறது. இந்தக் காலகட்டத்துக்கு முன்புவரை உலகின் பிற பகுதிகளைப்பற்றிப் புரிந்துகொள்ளும் திறன் ஐரோப்பியர்களுக்குக் குறைவாகவே

இருந்திருக்கிறது. 1820களுக்குப் பிறகோ ஐரோப்பாவின் தேவைகள், பிரச்னைகளுக்கு உலக நாடுகளின் இந்தப் புதிய அம்சங்களால் எந்தப் பெரிய பலனும் இல்லை என்ற நிலை உருவாகிவிட்டது.

ஐரோப்பியர்கள் கால் வைத்த பிறகு உலகின் பிற பகுதிகளின் சமூக அமைப்புகள், அறிவியல், தொழில்நுட்பங்கள் எல்லாம் அதற்கு 50-100 வருடங்களுக்கு முன்பிருந்ததைப்போல் தொடரவும் முடிந்திருக்கவில்லை. அந்த நாடுகளின் அரசாட்சியும் இறையாண்மையும் சுதந்தரமும் பறிக்கப்பட்டதைப் போலவே இந்த அறிவியல், தொழில்நுட்ப அமைப்புகளும் வீழ்ச்சியைச் சந்தித்தன. ஐரோப்பா அல்லாத இந்த சமூகங்கள் எல்லாமே 'பின்தங்கியவை யாகவும் காட்டுமிராண்டித்தனம் மிகுந்தவையாகவுமே' 1820 வாக்கில் ஐரோப்பிய சிந்தையிலும் பெரும்பாலான வரலாற்றுப் படைப்புகளிலும் குறிப்பிடப்படத் தொடங்கிவிட்டன. நிஜத்தில் அவை அப்படி இருந்திருக்கவில்லை.

ஆனால், ஐரோப்பா அல்லாத நாடுகளின் 'பின்தங்கிய, காட்டு மிராண்டித்தனமான' சித்திரமானது வெறும் 1820களில் அல்லது அதையொட்டிய காலகட்டத்தில் திடீரென்று முளைத்த விஷயம் அல்ல. அது நீண்ட காலமாக மெள்ள மெள்ள உருத்திரண்டு வந்து 1780களுக்குப் பிறகு வேகம் பிடிக்கத் தொடங்கிய சிந்தனைப் போக்குதான். 1780களுக்கு பிந்தைய ஆவணங்களில் இந்தப் போக்கின் தடயங்களை நன்கு காண முடியும்.

பனாரஸ் வான் ஆராய்ச்சிக்கூடம், இந்திய வான சாஸ்திரம் ஆகியவை பற்றி 1780களுக்குப் பிந்தைய காலகட்டத்தில் எழுதப் பட்டிருக்கும் படைப்புகளில், பெரும்பான்மையோரிடம் இருந்த (படித்த, விஷயம் தெரிந்தவர்களிடையேயும் கூட) ஐரோப்பிய மையவாத சிந்தனைப் போக்கு இருப்பதை நன்கு புரிந்துகொள்ள முடியும். பேராசிரியர் ஜான் ப்ளேஃபெயர் எடின்பர்க் பல்கலையில் கணிதவியல் துறையில் பேராசிரியராக இருந்தவர். மிகச் சிறந்த கல்விமான். இந்திய வான சாஸ்திரம் பற்றி எழுதுகையில் ஐரோப்பிய மையவாத சிந்தனையுடனே அதைப் பதிவு செய்திருக்கிறார். கிறிஸ்து பிறப்பதற்கு 3102 ஆண்டுகளுக்கு முந்தைய காலகட்டத்து இந்தியர்களின் வான சாஸ்திரக் கணிப்புகளானது அனைத்து வகையான விஞ்ஞானபூர்வ சோதனைகளாலும் சோதித்துப் பார்த்து சரியென்று நிரூபிக்கப்பட்டிருக்கிறது.

இப்படியான துல்லியமான கணிப்புகள் சாத்தியமாக இரண்டு காரணங்கள் இருக்கக்கூடும். ஒன்று இந்தியர்களுக்கு அதி சிக்கலான வான சாஸ்திரக் கணக்குகள் தெரிந்திருக்கவேண்டும். அல்லது கி.மு.

3102-ல் அவற்றை வெறுமனே நேரடியாகப் பார்த்துப் பதிவு செய்திருக்கவேண்டும். பேரா. ஜான் ப்ளேஃபெயர் இரண்டாவது காரணம்தான் உண்மையாக இருக்கும் என்ற முடிவுக்கே வருகிறார். ஏனென்றால் முதலாவது காரணத்தை உண்மை என்று எடுத்துக் கொள்வதென்றால், அதாவது இந்தியர்களுக்கு அப்போதே அதி சிக்கலான வான சாஸ்திரக் கணக்குகள் தெரிந்திருந்தது என்று சொன்னால் ''விண்வெளியின் அதி தொலைவுகளை மட்டுமல்ல; காலவெளியின் அதீத இடைவெளிகளையும் இணைக்கும் உலகளாவிய கோட்பாடுகளைக் கணித்துச் சொல்லும் வகையில் பிராமணர்கள் மத்தியில் அன்றே ஒரு நியூட்டன் தோன்றிவிட்டதாக ஒப்புக்கொள்ளவேண்டியிருந்திருக்கும்'.[4] இந்திய வான சாஸ்திரத்தின் மேதமையையும் அதன் பின்னால் இருந்த விஞ்ஞான நிபுணத்துவத்தையும் அங்கீகரிப்பதைவிட அதன் தொன்மையை அங்கீகரிப்பது அவருக்கு எளிதாக இருந்தது.

ஆனால், இந்திய வான சாஸ்திர ஞானத்தின் தொன்மையை அங்கீகரித்துப் புகழ்வது கூட குறுகிய காலத்துக்கு மட்டுமே நீடித்தது. அடிப்படைவாத, இவாஞ்சலிக்கல் கிறிஸ்தவ சிந்தனைகள் வலுப்பெறத் தொடங்கியதைத் தொடர்ந்து இந்த அங்கீகாரம் கிறிஸ்தவத்துக்கு எதிரான செயலாகப் பார்க்கப்பட்டது. பழைய ஏற்பாட்டை அடிப்படையாகக்கொண்டு உருவாக்கப்பட்ட ஐரோப்பிய வரலாற்றுக் கருதுகோள்களின் அடிப்படையில் கி.மு.2348-ல் நடந்ததாகச் சொல்லப்படும் 'ஊழிப் பெரு வெள்ளத்தில்' தப்பிப் பிழைத்ததாகச் சொல்லப்பட்டவை நீங்கலாக வேறு எதையும் ஏற்றுக்கொள்ள அவர்கள் தயாராக இல்லை. கி.பி. 1814 வாக்கிலும்கூட 'எடின்பர்க் ரிவ்யூ' போன்ற பத்திரிகைகளில் இந்திய சாதனைகள் அரைமனதுடன் நியாயப்படுத்தப்பட்டன என்றாலும் பின்னாளில் இந்திய வான சாஸ்திரத்தின் தொன்மை மதிப்புகூட முழு ஐரோப்பிய நிராகரிப்பைச் சந்திக்க நேர்ந்தது.

குவியரின் 'தி தியரி ஆஃப் எர்த்'[5] பற்றிய விமர்சனக் கட்டுரையில் (குவியர் தன் படைப்பில் இந்திய வான சாஸ்திர அட்டவணைகளின் தொன்மையைக் கேலி செய்து, நிராகரித்திருந்தார்) எடின்பர்க் ரிவ்யூ ஐரோப்பாவுக்கும் பிற பகுதிகளுக்கும் இடையிலான தொடர்புகள், மனோபாவம் ஆகியவற்றில் ஏற்பட்ட மாற்றத்தைப் புரிந்து கொண்டுபின்வரும்வகையில் எழுதியிருந்தது: 'கீழைத்தேய நாடுகளின் அறிவியல் துறைகளின் தொன்மைக்கு எதிராக ஏராளமான வாதங்கள் முன்வைக்கப்பட்டபோதிலும் வானவியல் வரலாற்றாசிரியரின் (அதாவது பெய்லியின்) முக்கியமான

வாதங்களை மறுக்கும்வகையில் எவையும் இதுவரை முன்வைக்கப்படவில்லை'.

மோசஸ் காலக் கருத்துகள், கிறிஸ்தவ நம்பிக்கை ஆகியவற்றுக்கும் இந்திய வான சாஸ்திர அட்டவணைகளின் தொன்மைக்கும் இடையிலான முரண்பாட்டை தீர்க்க இது முயற்சி செய்கிறது. இந்திய வான சாஸ்திரக் கணிப்புகள் மிகவும் தொன்மையானவையாக இருக்கின்றன. பைபிளில் சொல்லப்பட்ட ஊழிப்பெரு வெள்ளத்துக்கும் முந்தையதாக இருக்கின்றன. உண்மையில், இந்திய வானவியல் அறிவென்பது பெருவெள்ளத்தையும் தாண்டி எஞ்சி நிற்கும் மிச்சங்களாகவே இருக்கக்கூடும்'. இப்படியான பதிலைச் சொல்வது அதன்பின் எந்தப் பலனையும் அளிக்கப்போவதில்லை. அல்லது ஐரோப்பிய நூற்றாண்டாக ஆகிவிட்ட ஒன்றில் ஐரோப்பிய மேதைகளுக்கு அது தேவையானதாக இருந்திருக்கவும் இல்லை.

பேரா. ப்ளேஃபெயர் போல் இந்திய வானவியலின் தொன்மையை அங்கீகரித்தபோதிலும்கூட 18-ம் நூற்றாண்டில் இந்தியாவில் இருந்த வான சாஸ்திர நிபுணர்களுக்கு அந்தத் துறையில் ஏதேனும் உருப்படியாகத் தெரிந்திருந்தது என்பதை ஒப்புக்கொள்ள ஐரோப்பியர்களுக்கு மிகவும் சிரமமாகவே இருந்திருக்கிறது. 'பதினெட்டாம் நூற்றாண்டு இந்திய வானவியலாளருக்கு அந்தக் கோட்பாடுகள், விதிகள் தொடர்பான அடிப்படைகள் எதுவும் தெரிந்திருக்கவில்லை' என்றே பேராசிரியர் ப்ளேஃபெயர் குறிப்பிட்டிருக்கிறார்.[6]

இந்திய வானவியலாளர்களுடன் பேசிப் பார்ப்பதன் மூலமே இந்திய வானவியல் பற்றி ஐரோப்பியர்களுக்கு தெரிய வர வாய்ப்பு இருந்தது. 1769-ல் இந்தியா வந்த எம்.லெ.ஜெண்டில் அப்படிப் பேசி, பரிமாறி இந்திய வானவியல் பற்றித் தெரிந்துகொண்டார். அவர் இந்துஸ்தானில் தங்கியிருந்தபோது பிராமணர்கள் அவருடைய வானவியல் அறிவு காரணமாக பிற ஐரோப்பியர்களிடம் பழகியதை விட அவருடன் நெருக்கமாகக் கலந்துரையாடினர். அப்படியாக அவருக்கு இந்திய வான சாஸ்திரம் பற்றிக் கூடுதலாகத் தெரிந்து கொள்ள வாய்ப்புக் கிடைத்தது. இதன் பயனாக, 1772-ல் அகடமி ஆஃப் சயின்ஸில் இந்திய வான சாஸ்திர கணிப்புகள், விதிகள், அட்டவணைகள் பற்றி அவரால் எழுதி வெளியிட முடிந்தது.[7]

18-ம் நூற்றாண்டு இந்தியாவில் இருந்த அறிஞர்களுக்கும் பல்வேறு துறைகளில் நிபுணத்துவம் பெற்ற ஐரோப்பியர்களுக்கும் இடையில் தெளிவான தகவல் பரிமாற்றம் நடக்க வாய்ப்பு இல்லாமல்

இருந்தது. அதற்கு இரண்டு முக்கிய காரணங்கள்: இந்திய அறிஞர்கள் பொதுவாகவே தமது ஞானத்தைப் பிறருடன் பகிர்ந்துகொள்ளத் தயாராக இருந்திருக்கவில்லை. இரண்டாவதாக, அவர்களுடைய கோட்பாடுகளின் நுட்பமும் சிக்கலான தன்மையும் அவர்களைப் பொறுத்தவரையில் ஐரோப்பியர்களால் புரிந்து கொள்ளமுடியாது என்று (சரியாகவோ தவறாகவோ) நினைத்தனர்.

இந்தியாவில் இருந்த தொழில்நுட்பங்களும் அறிவியல் துறைகளும் 1750 வாக்கில் வீழ்ச்சியடையத் தொடங்கியிருந்தன. அதற்கு முந்திய நூற்றாண்டுகளிலும் இப்படியான நிலையே இருந்துவந்தது. எனினும் 'அழகிய நதி' புத்தகத்தில் குறிப்பிடப்பட்டிருக்கும் தொழில்நுட்பங்கள், செயல்முறைகள், கோட்பாடுகள், சூத்திரங்கள், உருவாக்கங்கள் எல்லாமே அன்றைய காலகட்டத்தில் அந்தந்த இடங்களில் நிஜத்தில் இருந்தன என்பதில் எந்த சந்தேகமும் தேவையில்லை. இந்த விஷயங்கள் எல்லாம் இந்தியாவின் எல்லா இடங்களிலும் பயன்பாட்டில் இருந்தனவா; கற்றுத் தரப்பட்டனவா; பிற பகுதிகளில் பரிமாறிக்கொள்ளப்பட்டனவா என்பது தொடர்பாக, விரிவான ஆய்வுகள் இன்னும் மேற்கொள்ளப்பட வேண்டியிருக்கிறது. ஆங்கிலத்தில் எழுதப்பட்டிருக்கும் ஆவணங்களில் மட்டுமல்ல; இந்தியப் பழங்காலம் குறித்துப் பிற அந்நிய மொழிகளில் எழுதப்பட்டிருப்பவற்றையும் ஆராய்ந்தாக வேண்டியிருக்கும். 18-ம் நூற்றாண்டின் மத்திய பகுதியில் இந்தியாவில் இருந்த அறிவியல் தொழில்நுட்பங்களை அதற்கு முந்தைய காலகட்டத்தில் இந்தியாவில் இருந்த தொழில் நுட்பங்களுடன் ஒப்பிட்டும் ஆய்வு மேற்கொள்ளப்பட்டாக வேண்டும்.

18-ம் நூற்றாண்டின் பிற்பகுதியில் இருந்த ஐரோப்பிய மையவாத சிந்தனைகள் வேறு பரிமாணங்களையும் கொண்டிருந்தன. பிற பகுதிகளில் இருக்கும் விஷயங்களின் வேர்கள் எல்லாம் இந்தியாவில் இருப்பதாகக் கருதப்பட்டன. இவற்றிலிருந்து மாறுபட்டு, ஹிந்து மதத்தின் வேர்கள் பிரிட்டிஷ் தீவுகளில் இருப்பதாகக்கூடச் சொல்லப்பட்டன[8] (ஹிந்து புராண இதிகாசங்களில் ஸ்வேத த்வீப் - வெள்ளைத் தீவு என்று சொல்லப் படுவது பிரிட்டனே என்றுகூடச் சொல்லப்பட்டது!). திட்டமிட்டுச் செய்யப்பட்டனவோ இல்லையோ இப்படியாக மாறுபட்ட யூகங்கள், கருத்தாக்கங்கள் எல்லாம் ஐரோப்பா அல்லாத பகுதிகளை மட்டம் தட்டி ஓரங்கட்டுவதிலேயே போய்முடிந்தன. ஐரோப்பாவைத் தவிர உலகின் பிற பகுதிகளில் வாழ்பவர்கள் எல்லாம் காட்டுமிராண்டிகள், மூடர்கள் என்பதை நேரடியாக

முன்வைப்பவையாக அந்தப் படைப்புகளில் பெரும்பாலானவை இருந்தன. மற்ற நாட்டினர் ஐரோப்பியர்களுடைய எள்ளிநகை யாடலுக்கும் வெறுப்புக்கும் எளிய இலக்குகளாகிப்போயினர்.

2

'அழகிய நதி' புத்தகத்தில் இடம்பெற்றிருக்கும் நான்கு ஆவணங்கள் வான சாஸ்திரம் பற்றிக் குறிப்பிடுகின்றன. இரண்டு ஆவணங்கள் கணிதம் பற்றிக் குறிப்பிடுகின்றன. 1772-ல் வந்து பார்த்த பிறகு சர் ராபர்ட் பார்கர் ஆவணப்படுத்தியிருக்கும் வாரணாசி வான் ஆராய்ச்சிக்கூடம் இன்றும் உருக்குலையாமல் அப்படியே இருக்கிறது. இப்போது அது 'மன் மந்திர்' என்று அழைக்கப் படுகிறது. 'தசவமேதா காட்'-க்கு சில நூறு அடி தொலைவில் அது இருக்கிறது. எந்தவிதப் பெரிய சிதிலமும் அடையாமல் இருக்கும் நிலையிலும் இன்று அது மிகவும் புறக்கணிக்கப்பட்ட நிலையில் இருக்கிறது. உலக அளவில் புகழ் பெற்றிருந்த ஐந்து வான் ஆராய்ச்சிக்கூடங்களில் ஒன்றாகவும் இந்தியாவில் மிகப் பெரிய அளவில் புகழ் வாய்ந்ததாகவும் இருந்த அது இன்று இப்படி இருப்பது வருத்தத்துக்குரிய விஷயம்தான். பிரிட்டனிலும் ஃப்ரான்ஸிலும் இருக்கும் இது போன்ற பழமையான வான் ஆராய்ச்சிக்கூடங்கள் பெரிய அளவில் மதித்துப் பாதுகாக்கப் பட்டுவருகின்றன. மன் மந்திர் போன்ற இடங்கள் இந்தியாவுக்கும் இந்தியர்களுக்கும் அதே அளவு முக்கியத்துவம் வாய்ந்தவையே; அதே அளவுக்குப் போற்றிப் பாதுகாக்கப்படவேண்டியவையே.

இரண்டு நூற்றாண்டுகளுக்கு முன்பு ஆவணப்படுத்தப்பட்டபோது எப்படி இருந்ததோ அதைவிட மோசமான நிலையில் ஆங்கிலத்திலும் ஹிந்தியிலும் வான் ஆராய்ச்சி யந்திரங்கள் (கருவிகள்) பற்றிய ஓரிரு அறிவிப்புப் பலகைகள் மட்டுமே தொங்கிக் கொண்டிருக்கின்றன. வேறு இரண்டு அறிவிப்புப் பலகைகள் அந்தக் கட்டடம் கட்டப்பட்ட காலத்தையும் வான் ஆராய்ச்சிக்கூடம் நிறுவப்பட்ட காலத்தையும் குறிப்பிடுகின்றன. அந்தக் கட்டடம் 16-ம் நூற்றாண்டில் கட்டப்பட்டதாகவும் வான் ஆராய்ச்சிக்கூடமோ 18-ம் நூற்றாண்டின் முன் பகுதியில்தான் கட்டப்பட்டதாகவும் அவை தெரிவிக்கின்றன.

காலக்குறிப்புகளில் இப்படியான தந்திரமான குறிப்பு இருப்பதன் பின்னால் ஒரு பெரிய கதை இருக்கிறது. பார்க்கரின் ஆவணக்

குறிப்புகள் 1777-ல் பிரிட்டிஷ் ராயல் சொசைட்டியின் டிரான்சாக்ஷன் தொகுப்பில் இடம்பெற்றிருக்கிறன. அது அந்த வான் ஆராய்ச்சிக் கூடமானது அதற்கு இரண்டு நூற்றாண்டுகளுக்கு முன்னதாக கட்டப் பட்டதாகத் தெரிவிக்கிறது. ராயல் சொசைட்டியின் வேண்டு கோளுக்கு இணங்க ஜே.எல். வில்லியம்ஸ் 1792-ல் வேறொரு ஆவணத் தொகுப்பை பதிவுசெய்திருக்கிறார். அது 1793-ல் டிரான்சாக்ஷனில் இடம்பெற்றிருக்கிறது.[9]

அந்த இரண்டாவது ஆவணம் போகிற போக்கில் சொல்வதுபோல் முன்வைக்கும் முக்கியமான விஷயம் என்னவென்றால் அந்த வான் ஆராய்ச்சிக்கூடம் 1777-ல் பெங்கால் கமாண்டர் இன் சீஃப் குறிப்பிட்டதுபோல் 16-ம் நூற்றாண்டில் உருவாக்கப்படவில்லை. ஐம்பது - 60 வருடங்களுக்கு முன் அதாவது 18-ம் நூற்றாண்டின் ஆரம்பகட்டத்தில் உருவானதுதான் என்று குறிப்பிட்டிருக்கிறது. இந்தக் கூற்றை நியாயப்படுத்த இரண்டு காரணங்களை அது முன்வைக்கிறது. ஒன்று பனாரஸ் இந்திய மெஜிஸ்டிரேட் சொன்னதாகச் சொல்லும் ஒரு வாக்குமூலம் மற்றும் பனாரஸ் பிராமணர் ஒருவருடைய கூற்று ஆகியவற்றை முன்வைக்கிறது. அந்த மாஜிஸ்டிரேடும் அவருடைய சகாக்களும் காரன்வாலிஸ் கொண்டுவந்த நீதித்துறை ஒழுங்குபடுத்தல் மூலம் பதவி நீக்கம் செய்யப்பட்டவர்கள். அந்த மாஜிஸ்டிரேட்டின் கூற்றுப்படி, அந்தக் கட்டடம் ராஜா மான்சிங்கால் கட்டப்பட்டிருந்தாலும் துறவிகள், புனிதப்பயணிகளின் உறைவிடமாகவே முதலில் கட்டப் பட்டிருந்தது. வான் ஆராய்ச்சிக்கூடமானது ராஜா ஜெய் சிங்கால் பின்னர்தான் கட்டப்பட்டது என்று அந்த ஆவணம் குறிப்பிடுகிறது.

அந்த வான் ஆராய்ச்சிக் கூடம் 1794 சம்பத் ஆண்டு (கி.பி.1737) ஆரம்பிக்கப்பட்டு அடுத்த இரண்டு ஆண்டுகளில் கட்டிமுடிக்கப் பட்டது. ராஜா ஜெய்சிங் சம்பத் ஆண்டு 1800-ல் (கி.பி. 1743) இறந்தார் என்றும் அது தெரிவிக்கிறது. மாஜிஸ்டிரேட் சொன்ன இந்தக் கூற்றுக்கு வலுச் சேர்க்கும் வகையில் அந்தப் புதிய வான் ஆராய்ச்சிக் கல்லூரியில் பேராசிரியராக இருக்கும் வாரணாசி பிராமணர் ஒருவருடைய கூற்றும் அந்த ஆவணத்தில் குறிப்பிடப் பட்டிருக்கிறது. அவர் என்ன சொல்கிறார் என்றால், ‘இந்த வான் ஆராய்ச்சிக்கூடம் அதற்கு முன்புவரை பயன்பாட்டில் இருந்திருக்க வில்லை. நுட்பமான எந்தவித ஆய்வும் செய்யும்வகையில் அதில் எந்த வசதி வாய்ப்பும் இருந்திருக்கவில்லை. அது துறவு சார்ந்த நோக்கத்துக்காகக் கட்டப்பட்டிருந்ததே தவிர எந்தவித பயனுள்ள அறிவியல் ஆய்வுக்காக அமைக்கப்பட்டிருக்கவில்லை’.

இந்த இரண்டு கூற்றுகள் நீங்கலாக, அந்த ஆவணத்தில் அந்த கட்டடத்தில் இருந்த பல்வேறு கருவிகளின் அளவுகளைப் பற்றி விரிவாகக் குறிப்பிடப்பட்டிருக்கிறது. 'வானவியல் விஷயங்களில் போதுமான பரிச்சயம் இல்லையென்பதால் இந்தப் பல்வேறு கருவிகள் பற்றியும் அவற்றின் பயன்கள் குறித்தும் தெளிவாக எதுவும் சொல்ல என்னால் முடியவில்லை. ஆனால், அந்த கருவிகள் அளவுகள் தொடர்பாக குறிப்பிடப்பட்டிருப்பவை எல்லாம் அதி துல்லியமாகக் கணக்கிடப்பட்டிருக்கின்றன என்று உறுதியாகச் சொல்ல முடியும்' என்று அந்த ஆவணத்தில் குறிப்பிடப் பட்டிருக்கிறது.

பனாரஸ் வான் ஆராய்ச்சிக்கூடம் பற்றி 1798-ல் இன்னொரு குறிப்பு வில்லியம் ஹண்டர் மூலம் இடம்பெற்றிருக்கிறது. மராத்தா ப்ரஸிடென்ஸியின் தலைநகரான பூனாவில் இருந்த பிரிட்டிஷ் பிரதிநிதியின் உதவியாளரான அவர், 'ஜெயநகர் மன்னர் ஜெங் சிங்கின் வான் ஆராய்ச்சிப் பணிகள்' என்ற தலைப்பில் ஒரு கட்டுரை எழுதியிருக்கிறார். அதில் ராஜா ஜெய்சிங்கின் வானவியல் ஈடுபாடு பற்றிக் குறிப்பிடப்பட்டுள்ளது. தேசப் பெருமிதம், மதப் பெருமிதம், கல்வி தொடர்பான முன்முடிவுகள் இவற்றை மீறி ராஜா ஜெய்சிங் தனது தேசத்தை அந்நிய தேசங்களில் இருந்து கிடைத்த அறிவியல்பூர்வ உண்மைகளின் அடிப்படையில் வளப்படுத்த விரும்பினார். அந்நிய தேசமென்பது இங்கு ஐரோப்பாவைக் குறிக்கிறது.

இந்த ஆவணப்பதிவை எழுதியவர் தனது நோக்கத்தை நேரடியாகவும் மிகவும் வெளிப்படையாகவும் முன்வைத்திருக்கிறார். 'கீழைத்தேய நாடுகளுக்கு நமது அரசியல் மற்றும் ராணுவ வலிமையை உணரவைத்த பிறகு நமது ஐரோப்பிய அறிவியல் பார்வையை அவர்களிடையே புகுத்துவதைவிட வேறெதுவும் நம் தேசத்தின் பெருமிதத்தைப் பறைசாற்ற உதவாது என்றே திடமாக நம்புகிறேன். எனவே, அந்த இலக்கை நிறைவேற்றும் நோக்கில் நாம் இந்தியர்களில் ஐரோப்பிய துல்லியத்தையும் உன்னதமான அறிவியல் பார்வையையும் புரிந்துகொள்ளும் திறன் உடையவர்களை நாம் ஊக்குவித்தாகவேண்டும்.'[10]

18-ம் நூற்றாண்டின் ஆரம்பகட்டத்தில்தான் பனாரஸ் வான் ஆராய்ச்சிக்கூடம் நிறுவப்பட்டது என்ற கூற்றைப் பலப்படுத்த வேறொரு முயற்சியையும் மேற்கொண்டது; ஸீஜ் மொஹமத் ஷாஹி என்றழைக்கப்படும் நூலை இதற்கு ஆதாரமாக மேற்கோள் காட்டியது (இப்படி ஒரு நூல் இப்போதும் இருக்கிறதென்றால் அந்த

18-ம் நூற்றாண்டு மத்திய கால படைப்பானது யாரால் எழுதப் பட்டது; எந்த ஆண்டில் எழுதப்பட்டது; எந்த அமைப்பின் சார்பில் எழுதப்பட்டன என்பதையெல்லாம் ஆராய்ந்து பார்க்கவேண்டும்.) இந்த ஆவணத்தைப் பொறுத்தவரையில், 'பிராமண, இஸ்லாமிய, பண்டிதர்கள், வான ஆராய்ச்சியாளர்கள், வடிவ கணிதவிய லாளர்கள் மற்றும் ஐரோப்பிய வான் ஆராய்ச்சியாளர்கள் ஆகியோரை ஒருங்கிணைத்து ராஜா ஜெய் சிங் இங்கு (தில்லி) வான் ஆராய்ச்சிக் கருவிகளைக் கொண்டுவந்து நிறுவி ஓர் வான் ஆராய்ச்சி மையத்தை அமைத்தார்.'

இந்த வான் ஆராய்ச்சி மையம் கண்டு சொல்லும் வானவியல் உண்மைகளை உறுதிப்படுத்திக்கொள்ளும் நோக்கில் ஜெய்பூர், மதுரா, பனாரஸ், உஜ்ஜயினி ஆகிய இடங்களிலும் அதே போன்ற வான் ஆராய்ச்சிக் கருவிகளைக் கொண்டு வான் ஆராய்ச்சிக் கூடங்களை அமைத்தார். ஸீஜ் மொஹமத்ஷாஹியில் இருந்து மேற்கோள்காட்டியது நீங்கலாக வேறு ஆதாரம் எதுவும் அந்த ஆவணத்தில் இடம்பெறவில்லை. 'சர் ராபர்ட் பார்கரும் திரு வில்லியம்ஸுூம் பனாரஸ் வான் ஆராய்ச்சிக்கூடம் பற்றிச் சொல்லியிருப்பது பற்றி எனக்குக் கூடுதலாகச் சொல்ல எதுவும் இல்லை'[11] என்று கூறிய இந்த ஆய்வாளர் அந்தக்கருவிகளின் அளவுகள் பற்றி சில விஷயங்களைக் குறிப்பிட்டிருக்கிறார்.

19-ம் நூற்றாண்டின் ஆரம்ப காலகட்டத்தில் பல்வேறு பிரிட்டிஷார்கள் பனாரஸ் வான் ஆராய்ச்சிக்கூடம் பற்றி அறிக்கைகள் சமர்ப்பித்திருக்கிறார்கள். அதைத் தொடர்ந்து சட்டென்று அந்த விஷயம் பொது வெளி உரையாடல்களில் இருந்து மறைந்துபோனது. 1920 வாக்கில், இந்திய அகழ்வாராய்ச்சி மையம் (ஏ.எஸ்.ஐ.) வெளியிட்ட 'எ கைடு டு தி ஓல்ட் அப்சர்வேஷன்ஸ்'[12] என்ற படைப்பில் இதுபற்றி மீண்டும் குறிப்பிடப்பட்டது. மன் மந்திர் அதாவது பனாரஸ் வான் ஆராய்ச்சிக் கூடம் 17-ம் நூற்றாண்டின் தொடக்க கட்டத்தில் உருவாக்கப்பட்டதாக அது குறிப்பிட்டிருக்கிறது. கி.பி. 1737 வாக்கில் ராஜா ஜெய் சிங் ஆட்சியின்போது வான் ஆராய்ச்சிக் கருவிகள் நிறுவப்பட்டன. இது பற்றிய காலக் கணக்குகள் துல்லியமாகத் தெரியவில்லை. ஒவ்வொரு ஆய்வாளரும் ஒவ்வொரு காலகட்டத்தைக் குறிப்பிடுகிறார்கள் என்று அது தெரிவிக்கிறது.

அந்த ஆவணம் மேலும் கூறுகையில், 'பிரின்செப் என்ன சொல்கிறாரென்றால், அந்தக் கட்டடம் ராஜா ஜெய் சிங்கால் கி.பி. 1680-ல் வான் ஆராய்சிக்கூடமாக ஆக்கப்பட்டது' என்று தெரிவிக்கிறது.

அதோடு தாவெர்னியரின் கூற்றையும் மேற்கோள்காட்டுகிறது. வான் ஆராய்ச்சிக்கூடம் அமைக்கப்பட்ட காலம் பற்றிய பிற அறிக்கைகளை எல்லாம் புறந்தள்ளிவிட்டு வில்லியம்ஸ் கூறியிருக்கும் காலமான கி.பி. 1737 தான் உண்மையானதாக இருக்கும். இதுதான் எல்லாவித பகுப்பாய்வுகளிலும் உண்மை என்று நம்பத்தகுந்ததாக இருக்கிறது. அந்தக் கருவிகளின் அளவுகள் பற்றி வில்லியம்ஸ் கூறியிருப்பவை மிகவும் துல்லியமானவையே என்று ஹண்டர் கூறியிருப்பதாகவும் தெரிவிக்கிறது.[13]

அப்படியாக பனாரஸ் வான் ஆராய்ச்சிக்கூடம் 18-ம் நூற்றாண்டில்தான் நிறுவப்பட்டது என்ற விஷயமானது 1793, 1798 ஆகிய இரண்டு ஆண்டுகளில் வெளியான கட்டுரைகளில் இருந்து முன்வைக்கப்படுகிறது. முதலாவது குறிப்பு ராயல் சொசைட்டியின் நல்கை பெற்ற ஒருவரால் முன்வைக்கப்பட்டிருக்கிறது. இரண்டாவது நீண்ட குறிப்பானது கீழைத்தேயர்களுக்கு ஐரோப்பிய விஞ்ஞானத்தின் மேன்மையைப் புரியவைக்கும் நோக்கிலும் '(ஐரோப்பிய)தேசத்தின் பெருமையை முன்னெடுத்துச் செல்லும் நோக்கிலும்' எழுதப்பட்டிருந்தது.

தாவர்னியர் தனது ஆவணமான 'டிராவல்ஸ்'ஸில் என்ன குறிப்பிட்டிருக்கிறாரென்றால், 'இந்த மாபெரும் கோவிலுக்கு அருகில் மேற்குப் பக்கத்தில் ஒரு கல்லூரி இருக்கிறது. மொகலாய ஆட்சிகாலத்தில் அதிகாரத்தில் இருந்த உருவ வழிபாட்டாள மன்னர்களிலேயே மிகவும் வலிமை மிகுந்தவரான ராஜா ஜெய்சிங்கினால் கட்டப்பட்டது. வசதி வாய்ப்புகள் மிகுந்த இளைஞர்களின் கல்விக்காக இதைக் கட்டியிருக்கிறார்'. [14]

தாவெர்னியர் 1655-56-ல் பனாரஸ் வந்திருக்கிறார். அமேர் பகுதியை ஆண்ட பல மன்னர்களுக்கு ஜெய சிங் என்ற பெயர் இருந்திருக்கிறது. ஆண்டிருக்கிறார்கள். இதனால்தான் பனாரஸ் ஆய்வுக்கூடம் நிறுவப்பட்ட காலமாக பல்வேறு ஆண்டுகள் குறிப்பிடப்படுகின்றன.

பனாரஸ் வான் ஆராய்ச்சிக்கூடத்தின் காலத்தைக் கணிப்பதில் வேறு சில சுவாரசியமான தகவல்களும் கிடைத்திருக்கின்றன. பியர்ஸ் மற்றும் ஏ.கேம்பலுடன் பார்க்கர் 1772-ல் இந்த வான் ஆராய்ச்சிக் கூடத்தைப் பார்வையிட்டிருக்கிறார். 1737-ல் தான் இந்த வான் ஆராய்ச்சிக்கூடம் கட்டப்பட்டிருந்தது என்பது உண்மையென்றால், 1772-ல் 35 வருடங்கள் மட்டுமே ஆகியிருக்கும். ஆனால், அவர்கள் மிகத் தெளிவாக அந்த ஆராய்ச்சிக்கூடம் இரண்டு நூற்றாண்டு களுக்கு முன்பிருந்தே அங்கிருப்பதாகக் குறிப்பிட்டிருக்கிறார்கள்.

அந்த ஆராய்ச்சிக்கூடம் 35 ஆண்டுகளுக்கு முன்னர்தான் கட்டப்பட்டிருந்தால் அது கட்டப்பட்டபோது இருந்தவர்களை அவர்கள் நேரில் பார்த்துப் பேசியிருப்பார்கள்.

1772-ல் ஐரோப்பிய ஆராய்ச்சியாளர்கள் பார்த்தபோது வான் ஆராய்ச்சிக்கூடம் நிறுவப்பட்ட ஆண்டு குறித்து எந்தவித காலக் குழப்பமும் இருந்திருக்கவில்லை என்பதால் அந்த ஆராய்ச்சியாளர்கள் சந்தித்துப் பேசியவர்கள் தவறான தகவல் தந்திருப்பார்கள் என்று நம்ப எந்த முகாந்தரமும் இல்லை. இரண்டு நூற்றாண்டுகளுக்கு முன் கட்டப்பட்ட ஆராய்ச்சிக்கூடத்தை 35 ஆண்டுகளுக்கு முன் கட்டப்பட்டதாக மாற்றிச் சொன்னதுதான் பிந்தைய கணிப்புகளில் அதிக கவனத்துடன் நாம் கவனிக்கவேண்டிய முக்கிய அம்சமாக இருக்கிறது.

அடுத்ததாக அந்த வான் ஆராய்ச்சிக்கூடம் பற்றிய மிக முக்கியமான ஆவணம் ஜான் ப்ளேஃபயர் 1789-ல் எழுதிய ‘பிராமணர்களின் வானவியல் ஆய்வுகள் பற்றிச் சில குறிப்புகள்’ என்ற கட்டுரைதான். கீழைத்தேய நாடுகளுடன் ஆரம்பகட்டத் தொடர்பு ஏற்பட்டபோது சில ஐரோப்பிய ஆராய்ச்சியாளர்களுக்குக் கிடைத்த வானவியல் அட்டவணைகள் பற்றிக் குறிப்பிடுகிறார். சில அட்டவணைகள் சியாம் பகுதியில் இருந்து கிடைத்துள்ளன. அவை குறிப்பிடும் காலகட்டம் 21, மார்ச், கி.பி.638. என்று குறிப்பிட்டிருக்கிறார். ஆனால் அந்த அட்டவணைகளின் ஆதார மெரிடியன் சியாமுக்கானது அல்ல; பனாரஸினுடையது!

இந்தியாவில் இருந்து கிடைத்திருக்கும் அட்டவணைகள் பலவற்றிலும் ஒரு பொது அம்சம் காணப்பட்டது. அது குறிப்பிடும் காலகட்டம் கி.மு. 3102-ல் தொடங்கியதாகச் சொல்லப்படும் கலியுகம் என்ற காலக்கணிப்புடன் ஒத்துப் போவதாக இருந்தது. அந்த யுகம் உண்மையா கற்பனையா என்ற ஆய்வை பிளேஃபெயர் ஆராய்ந்து பார்த்திருக்கிறார். அதாவது அப்போது இருந்த வான கிரகங்களின் நிலை பற்றிக் குறிப்பிடப்பட்டிருப்பது உண்மையிலேயே அப்போதே கண்ணால் பார்த்துக் குறிக்கப்பட்டவையா நவீன கால அட்டவணைகளில் இருந்து பின்னோக்கிய கணக்கீடுகளின் மூலம் அந்தப் புராண கலியுகத்தின் காலம் குறிக்கப்பட்டுள்ளதா என்று அவர் ஆராய்ந்து பார்த்தார்.

பிற்காலத்தில் உருவான தொகை நுண்கணிதம் (இண்டக்ரல் கால்குலஸ்), புவியீர்ப்புக் கோட்பாடு ஆகியவை இல்லாமல் இப்படி 46 நூற்றாண்டுகளுக்கு முந்தைய கிரக நிலைகளைத்

துல்லியமாகக் கண்டு சொல்வதென்பது என்னதான் வானவியல் மேதமையை பிராமணர்கள் பெற்றிருந்தாலும் சாத்தியமே இல்லை என்று அவர் குறிப்பிட்டிருக்கிறார்.

இந்திய பாரம்பரிய வான சாஸ்திர அட்டவணைகளில் குறிப்பிடப் பட்டிருக்கும் கிரஹ நிலைகள் எல்லாம் நவீன தொகை நுண்கணிதம், புவியீர்ப்பு விசைக் கோட்பாடு ஆகியவற்றின் அடிப்படையில் பின்னோக்கிக் கணக்கிட்டுக் கிடைக்கும் விடைகளுக்கு மிகவும் நெருக்கமாக மிகுந்த ஒத்திசைவுடன் இருப்பதையும் பேரா. பிளேஃபெயர் கண்டறிந்திருக்கிறார். சால்தியன் அல்லது எகிப்திய அல்லது கிரேக்க வானவியல் கோட்பாடுகளின் அடிப்படையில் கிடைத்த முடிவுகள் இந்த அளவுக்கு ஒத்திசைவுடன் இருந்திருக்கவே இல்லை. இந்துக்கள் அந்தக் கோட்பாடுகளை ஒருவேளை பயன்படுத்தியிருக்ககூடும் அல்லது தமது வானவியல் கோட்பாடுகளின் அடிப்படையிலேயே கூட அந்த முடிவுகளைக் கண்டடைந்திருக்கக்கூடும்.

எனவே, அவர் என்ன தீர்மானமான முடிவுக்குவருகிறாரென்றால், ‘பிராமணர்கள் இந்த கிரஹ நிலைகளைக் கண்ணால் கண்டு குறித்திருக்கவேண்டும்’. இத்தனை பழமையான காலகட்டத்தி லேயே எப்படி அப்படி ஒரு விஷயத்தைச் செய்ய முடிந்திருந்தது என்று அவருக்கு ஆச்சரியமாகத்தான் இருக்கிறது. அந்த அட்ட வணைகளைப் பார்க்கும்போது அதை உருவாக்கியவர்களுக்கு ஜியாமெட்டரி, எண் கணிதம், திரிகோணமிதிக்கு இணையான கால்குலஸ் போன்றவையெல்லாம் நன்கு தெரிந்திருக்கவேண்டும் என்றும் தெரியவருவதாக பேராசிரியர் ப்ளேஃபெயர் குறிப்பிட்டிருக்கிறார்.

கர்னல் ட்டி.டி.பியர்ஸ் லண்டனில் இருந்த ராயல் சொசைட்டிக்கு ஓர் ஆவணம் அனுப்பியிருந்தார். அதில் வியாழனுக்கு இருக்கும் நான்கு நிலவுகள், சனி கிரஹத்துக்கு இருக்கும் ஏழு நிலவுகள் பற்றியும் பழங்கால இந்தியர்களுக்குத் தெரிந்திருந்தது என்று குறிப்பிடப்பட்டிருக்கிறது. இவ்வளவு நுட்பமான விஷயங்கள் எல்லாம் தெரிந்திருக்கிறதென்றால் ‘அந்தக்கால இந்தியர்களிடம் நிச்சயம் சக்தி வாய்ந்த ஏதோவொரு தொலைநோக்குக் கருவி இருந்திருக்கவேண்டும்’ என்று பியர்ஸ் குறிப்பிட்டிருக்கிறார்.

‘பியர்ஸின் ஆய்வுக் கட்டுரைகள்’ (Pearse's memoirs) என்ற கட்டுரையை எழுதியவர் இதே தகவலைச் சற்றே மாறுபட்ட தொனியில் எழுதியிருக்கிறார்:

'பியர்ஸ் குறிப்பிடப்பட்டிருக்கும் இந்த விஷயத்தைப் பற்றி எதுவும் சொல்லாமல் நாம் தாண்டிவிடமுடியாது. வியாழன் கிரகத்தைச் சுற்றி நான்கு பெண்கள் நடனமாடிக் கொண்டிருப்பதாக இந்திய பாரம்பரிய நூல்களில் குறிப்பிடப்பட்டிருப்பதாக அவர் கூறியிருக்கிறார். பியர்ஸைப் பொறுத்தவரையில் 'பிராமணர்கள் அப்படிக் குறிப்பிட்டிருப்பதில் இருந்து இந்துக்களுக்கும் அராபியர்களுக்கும் அபாரமான வானவியல் அறிவு இருந்திருப்பது தெரியவருகிறது' என்ற முடிவுக்கு வருகிறார். நான்கு நடனப் பெண்கள் வியாழன் கிரகத்தின் நான்கு நிலவுகளைக் குறிப்பிடுகின்றன என்கிறார்.

வியாழன் கிரஹத்தைச் சுற்றிவரும் அந்த நான்கு துணைக் கோள்களானது ஐரோப்பியர்களுக்கு 1609-க்கு முன்புவரை தெரிந்திருக்கவில்லை. சர்கம்ஜோவியல் துணைக்கோள்கள் என்று நவீன வானவியலாளர்களால் அவை குறிப்பிடப்படுகின்றன. அவற்றின் சுற்றுப்பாதையில் அவை வளைந்து நெளிந்து நடனமாடுவதுபோல் சுற்றுவதால் அந்தப் பெயரிடப்பட்டது. வானம் தெளிவாக இருக்கும் நாட்களில் மிகவும் அரிதாகவே இந்த நான்கில் மூன்றாவது, நான்காவது நிலவுகளைப் பார்க்க முடியும். அதோடு, சனி கிரஹமானது பழங்கால இந்து வானவியல் மரபில் ஏழு கரங்கள் கொண்டவராகச் சித்திருக்கப்பட்டிருப்பது உண்மையிலேயே ஆர்வமூட்டக்கூடிய விஷயம்தான்.

ராயல் சொசைட்டிக்கு பியர்ஸ் தனது ஆய்வறிக்கையை அனுப்பிய காலகட்டத்தில் சனி கிரஹத்தின் ஆறாவது நிலவு கண்டுபிடிக்கப்பட்டிருக்கவில்லை. ஹெர்சல் (Herschel) 40 அடி குவிய தூரம் கொண்ட தொலைநோக்கியை உருவாக்கியபோது, அதாவது 1789- ஆகஸ்ட் 28-ல் தான் அதைக் கண்டுபிடித்தார். சனி உருவத்தின் (சனீஸ்வரரரின்) ஏழாவது துணைக்கோளானது ஹெர்சலால் 1789 செப் 17 அன்றுதான் கண்டுபிடிக்கப்பட்டது. இந்து மரபில் சனீஸ்வரருக்கு ஏழு கைகள் என்று குறிப்பிடப்பட்டிருப்பது அந்த கிரஹத்துக்கு ஏழு நிலவுகள் இருப்பதைத்தான் குறிக்கிறது என்பதில் எந்த சந்தேகமும் இல்லை. சனி கிரஹத்தின் இந்த நிலவுகள் எல்லாமே மிகவும் சிறியவை. அதோடு அந்தக் கிரஹமோ பூமியில் இருந்து வெகு தொலைவில் இருக்கிறது. வலிமை மிகுந்த தொலைநோக்கிகள் இருந்தால் மட்டுமே பார்க்க முடியும். 'ஏழாவது கரம் அந்த வளையத்தைப் பற்றியிருப்பதாகச்' சித்திரிப்பதில் இருந்து அந்தக் குறியீடு வளைய வடிவிலான அந்தச் சுற்றுப்பாதையைத்தான்

சித்திரிக்கிறது என்பதையே உணர்த்துகிறது அல்லவா? பழங்கால இந்திய வானவியலாளர்களிடம் நவீன கால வான் தொலைநோக்குக் கருவிகளில் இருந்து மாறுபட்ட ஆனால், மிகவும் சக்தி வாய்ந்தவை இருந்திருக்கும் என்பதில் எந்த சந்தேகமும் இல்லை.'

பியர்ஸின் ஆய்வுக் கட்டுரைகள் பற்றி எழுதியவர், 'கர்னல் பியர்ஸ் குறிப்பிட்டிருக்கும் இந்த விஷயம் பற்றி ராயல் சொசைட்டியின் எந்தவொரு பிற வெளியீட்டிலும் நம்மால் பார்க்க முடியவில்லை. ஆனால், ஹெர்சல் இந்த ஆய்வறிக்கையைப் படித்திருக்கக்கூடும். அந்த வானவியல் மேதையின் அபாரமான ஒப்புமையற்ற ஆய்வுகளுக்கு இந்தத் தகவல் கூடுதல் உந்துதலாக இருந்திருக்கக்கூடும் என்று நம்ப இடமிருக்கிறது' என்றும் குறிப்பிட்டிருக்கிறார்.[15]

ரூபென் பரோ கல்கத்தாவில் பணிக்கு வந்த சிறிது காலத்தில் பிரிட்டிஷ் கவர்னர் ஜெனரல் வாரன் ஹேஸ்டிங்குக்கு ஓர் ஆய்வறிக்கை அனுப்பியிருந்தார். அது நூலாக வெளியாகியிருக்கவில்லை. அதில் அவர் குறிப்பிட்டிருந்தவை பெரிதும் யூகத்தின் அடிப்படையில் அமைந்திருந்தது. அதோடு 18-ம் நூற்றாண்டு ஐரோப்பிய சிந்தனைப் போக்கை அப்படியே அடியொற்றியதாகவும் இருந்தது. அந்தச் சிந்தனை மரபு இன்றுவரையிலும் கூடத் தொடர்கிறது. காலம் செல்லச் செல்ல ஐரோப்பிய மையத்தன்மை அதிகரித்துக்கொண்டே வந்திருக்கும் அந்தச் சிந்தனைப்போக்கின்படி '19-ம் நூற்றாண்டின் பிற்பகுதியில் என்ன சொல்லப்பட்டதென்றால், இயற்கையின் கறாரான விதிகள் நீங்கலாக கிரேக்க வேர்கள் இல்லாத எதுவும் இந்த உலகில் இல்லை என்று மைன் தெரிவித்திருந்தார்'. அவர் பிரிடிட்ஷ் இந்திய கவர்னர் ஜெனரல் கவுன்சிலில் சட்ட உறுப்பினராக இருந்திருக்கிறார்.

ரூபென் பரோவின் ஆய்வறிக்கை உண்மைத் தரவுகளைத் தரவில்லை. இன்று நமக்குத் தவறென்று தெரியவந்திருக்கும் பல தவறான தீர்மானங்களை முன்வைத்திருந்தார் (அதைப் பின்னர் பார்க்கலாம்). ஆனால் அவர் யூகத்தின் அடிப்படையில் சொல்லி இருந்த சில விஷயங்கள் கணிதம் தொடர்பாக இந்திய அறிவுத் துறை சார்ந்து ஐரோப்பியர்களுக்குக் கூடுதல் ஆர்வம் ஏற்பட வழிவகுத்தது.

'இந்துக்களுக்கு பைனாமியல் தியரம் (ஈருறுப்புத் தேற்றம்-இருபடித் தேற்றம்) தெரிந்திருந்தது' என்று பரோ குறிப்பிட்டிருந்தார் ('ஹிந்து அல்ஜீப்ரா' என்பது பற்றி ஹெச்.ட்டி.கோல்ப்ரூக் பின்னாளில் குறிப்பிட்டிருந்தார்.

பிரம்மகுப்தர், பாஸ்கரர் ஆகியோரின் 'எண் கணித, அளவியல் கணிப்புகளுடன் அல்ஜீப்ரா' என்ற மொழிபெயர்ப்புப் புத்தகத்தின் முன்னுரையில் இப்படிக் குறிப்பிட்டிருக்கிறார்). இப்படியான யூகங்களை அந்த ஆய்வறிக்கை முன்வைத்திருந்தது. என்சைக்ளோ பீடியா பிரிட்டானிகா (எட்டாவது பதிப்பு) அல்ஜீப்ரா பற்றிய கட்டுரையில், ஐரோப்பியர்களுடைய பார்வைக்கு இந்திய அல்ஜீப்ராவைக் கொண்டுவந்ததற்காக ரூபென் பரோவுக்கு நன்றி தெரிவித்திருந்தது:

> 'இந்த ஆர்வமூட்டும் துறை (அல்ஜீப்ரா) தொடர்பான ஆரம்பகாலத் தகவல்களை ஐரோப்பிய சமுதாயத்துக்குக் கொண்டுவந்ததற்கு திரு ரூபென் பரோவுக்கு நாம் நன்றிக்கடன்பட்டிருக்கிறோம். கணிதவியல் வரலாறு தொடர்பான அவருடைய ஆர்வத்தினால் கீழைத்தேய ஆவணங்களைத் தொகுத்து ஆராய்ந்திருக்கிறார். அவற்றில் சில பாரசீக மொழியில் இருந்திருக்கின்றன. சிலவற்றை மொழிபெயர்த்து, தன் நண்பரும் ராயல் மிலிட்டரி கல்லூரியைச் சேர்ந்தவருமான திரு டால்பியிடம் கொடுத்தார். 1800 வாக்கில் அந்தத் துறை சார்ந்து ஆர்வத்துடன் கற்க வந்தவர்களுக்கு அவர் அதைக் கற்றுக்கொடுத்திருக்கிறார்.'[16]

இருபடித் தேற்றம் பற்றிய கட்டுரை கல்கத்தாவில் 1790-ல் வெளியிடப்பட்டது. அதுவரையிலும், ஏன் இருபதாம் நூற்றாண்டு என்சைக்ளோபீடியா போன்ற பிரிட்டிஷ் அறிவுக் களஞ்சியப் புத்தகங்களில்கூட, நியூட்டன்தான் அந்தத் தேற்றத்தை உருவாக்கியதாகச் சொல்லப்பட்டிருந்தது. [17]

பரோவின் ஆய்வறிக்கைக்கு முப்பது வருடங்கள் கழித்து 'அராபியர்களுக்குத் தெரிந்த இருபடித் தேற்றம் குறித்த கட்டுரை'[18] என்றொரு கட்டுரை வெளியானது. ரூபென் பரோ எழுதியதன் இரண்டாம் பாகமாக இருந்தது. 'ஐரோப்பாவின் நிலை என்ன என்று தெரியவில்லை; ஆனால், பிரிக்ஸ் பேராசிரியராக இருந்த வெகுகாலத்துக்கு முன்பே அராபியர்கள் இருபடித் தேற்றத்தில் நல்ல பரிச்சயம் பெற்றிருந்தார்கள்' என்று அது குறிப்பிட்டிருக்கிறது (நியூட்டனுக்கு நூறு வருடங்களுக்கு முன்பே 1600 வாக்கில் பிரிட்டனின் முதல் ஜியாமெட்டரி பேராசிரியராக இருந்தவர் ஹென்றி பிரிக்ஸ்).

இரண்டாவது கட்டுரையை எழுதியவர் ஐரோப்பாவில் இருபடித் தேற்றத்தின் தோற்றம் குறித்து டாக்டர் ஹட்டன் குறிப்பிட்டிருப்பதை மேற்கோள்காட்டி காட்டியிருந்தார். டாக்டர் ஹட்டன் எழுதிய நீண்ட கட்டுரையில் கீழ்க்கண்ட பகுதியை இங்கு குறிப்பிடுவது மிகவும் சரியாக இருக்கும்.

‘1470 வாக்கில் கன மூலம் (cube root) கணக்கீட்டை அதே கெழுக்களைக் (coefficients) கொண்டு லூகாஸ் டி பர்கோ கண்டறிந்திருந்தார். பிரிக்ஸ்தான் முதன் முதலாக இருபடிக் கணக்கீட்டில் ஒன்றிலிருந்து அடுத்தது என கெழுக்களுக்கான விதிகளை கற்றுக் கொடுத்திருக்கிறார். 1600களிலேயே பேராசிரியர் பிரிக்ஸால் தெளிவாகக் கற்றுக்கொடுக்கப் பட்டிருக்கும் ஒன்றை பிற்காலத்திய நியூட்டன்தான் கண்டு பிடித்ததாக டாக்டர் வாலிஸ் போன்ற மிகுந்த வாசிப்புப் பழக்கம் கொண்ட மேதைகூடக் குறிப்பிட்டிருப்பது ஆச்சரியமாக இருக்கிறது. ஆனால், பிரிக்ஸ் கற்றுக்கொடுத்தவை பற்றி நியூட்டனுக்குத் தெரிந்திருக்காது என்று நம்புகிறேன். ஏனென்றால், நியூட்டன் இயல்பான மேதமையும் ஆழ்ந்த சிந்தனைப் போக்கும் கொண்டவர் என்றாலும் அவருக்கு வாசிப்புப் பழக்கம் பெரிதாகக் கிடையாது. அவர் பிரிக்ஸ் எழுதிய எதையும் படித்திராமல் தன்னளவில் தானாகவே அந்தக் கண்டுபிடிப்பை நிகழ்த்தியிருப்பார் என்பதில் எனக்கு எந்த சந்தேகமும் இல்லை’.[19]

ரூபென் பரோ, எஃப்.வில்ஃபோர்ட், எஸ்.டேவிஸ், எட்வர்ட் ஸ்ட்ராச்சி, ஜான் டெய்லர் போன்றோர் முன்னெடுத்த ஆய்வுகள் மூலமாகவும் தன்னுடைய தனிப்பட்ட தேர்ந்த அறிவின் மூலமும் ஹெச்.ட்டி.கோல்ப்ரூக் ஐரோப்பாவிலும் இந்தியாவிலும் கணிதத் துறையில் நடந்துவரும் முன்னேற்றங்கள் குறித்து நன்கு அறிந்து வைத்திருந்தார். அதனால்தான் அவர் ‘ஹிந்து அல்ஜீப்ரா’ என்ற பதத்தை முன்வைத்தார். ஆனால், இந்திய அல்ஜீப்ரா போன்றவை மேற்குலகைச் சாராமல் தன்னளவில் அடைந்துவரும் முன்னேற்றங்கள் அவருக்கு ஒருவித சங்கடத்தையே அளித்தன. எனவே, பரோ முன்வைத்த யூகங்களைச் சற்றே ஒதுக்கிவைத்துவிட்டு, ‘கிரேக்கர்களின் அல்ஜீப்ரா’ ஹிந்துக்களுக்கு கிரேக்க அறிஞர்கள் மூலம் உயர்நிலை வானவியல் ஆய்வு சார்ந்து கற்றுத் தரப்பட்டிருக்கும்’ என்று குறிப்பிட்டிருக்கிறார். அந்நாளைய கிரேக்க அல்ஜீப்ரா பல போதாமைகள் கொண்டது என்று அவரே வேறொரு இடத்தில் குறிப்பிட்டிருக்கிறார். எனினும் இந்தியர்கள் கிரேக்கர்களிடமிருந்து தான் கற்றுக்கொண்டிருப்பார்கள் என்றும் குறிப்பிட்டிருக்கிறார்.

ஆனால், நவம்பர் 1817 எடின்பர்க் ரிவ்யூ இதழில் ‘எண் கணிதம் மற்றும் அளவியலுடனான அல்ஜீப்ரா’ என்ற நூல் பற்றிய மதிப்புரையில் இந்திய அல்ஜீப்ரா நிச்சயம் கிரேக்க அறிஞர்களிடமிருந்து பெறப்பட்டதல்ல’ என்று தெளிவாகக் குறிப்பிடப்பட்டிருக்கிறது:

'இந்திய அல்ஜீப்ராவானது கிரேக்க டைபந்தஸ்ஸின் அல்ஜீப்ராவை விட அபாரமான படிமுறைத் தீர்வு (algorithm) கொண்டதாகவும் பல மடங்கு உயர்ந்த நிலையில் இருப்பதாகவும் இரண்டையும் ஒப்பீட்டாய்வு செய்த திரு ஹெச்.ட்டி.கோல்ப்ரூக் குறிப்பிட்டிருக்கிறார். இருந்தும் அல்ஜீப்ரா கணக்கீடுகளானது கிரேக்கத்தில் இருந்தே இந்தியாவுக்கு வந்திருக்கும் என்று நம்பவே அவர் விரும்புகிறார். இந்தத் தீர்மானத்தை நாங்கள் சந்தேகிக்கிறோம். இந்தியர்களுக்குக் கற்றுத் தரும்படியாக கிரேக்கர்கள் இந்தத் துறையில் எதுவும் இருந்திருக்கவில்லை. கோல்ப்ரூக் அந்த முடிவுக்கு எந்த அடிப் படையில் வந்தார் என்பதை எங்களால் புரிந்துகொள்ளமுடிய வில்லை'. அல்ஜீப்ராவின் வரலாற்றை ஆராய்ந்து பார்த்தால் இந்த தீர்மானத்துக்கு வரும்படியாக எந்த ஆதாரமும் இல்லை. ஆனால், பெருந்தன்மையும் தாராளமனப்பான்மையும் கொண்டவராக இருக்க விரும்பிய அவர், இந்து அறிஞர்களின் மேதமையை வைத்துப் பார்க்கும்போது கிரேக்கத்தில் ஆரம்பகட்டத்தில் இருந்த அந்த அல்ஜீப்ரா இந்தியாவில் வெகுவாகச் செழுமையடைந்து முழு வடிவம் பெற்றத் தனி கணிதவியல் துறையாகப் பரிணமித்தது என்று நம்ப இடமுண்டு என்று குறிப்பிட்டிருக்கிறார்.[20]

3

இந்திய அறிவியல் துறைகள் சார்ந்து 18-ம் நூற்றாண்டு ஐரோப்பாவில் மேற்கொள்ளப்பட்ட விவாதங்களைப்போல் இந்திய தொழில்நுட்பம் சார்ந்து பெரிதாக விவாதங்கள் எதுவும் எழுந்திருக்கவில்லை. இப்படியான போக்கு சாத்தியமும் இல்லை; அதற்கான தேவையும் இருந்திருக்கவில்லை. ஏனென்றால், அவை எந்தவொரு ஐரோப்பிய அடிப்படை நம்பிக்கையையும் கருது கோளையும் எந்தவகையிலும் பாதிப்பதாக இருந்திருக்கவில்லை.

தொழில்நுட்ப சாதனைகளின் பலன்கள் அனைவருடைய பயன் பாட்டுக்கும் புரிதலுக்கும் உகந்ததாக நேரடியானவையாக இருந்தன. அதோடு இந்தியத் தொழில்நுட்பங்கள் பற்றிய ஐரோப்பியர்களின் அக்காலகட்ட முழு அறியாமையும் இப்படி இந்தியத் தொழில்நுட்பம் சார்ந்து எந்தப் பெரிய விவாதமும் எழாமல் போனதற்குக் காரணமாக இருக்கக்கூடும்.

இந்திய மருத்துவத்துறையினர் (18-ம் நூற்றாண்டுவாக்கில் அவர்கள் எந்தப் பெயரில் அழைக்கப்பட்டிருந்தாலும்) இந்தியாவில்

பல்வேறு பகுதிகளில் அறுவை சிகிச்சைத் தொழில் நுட்பத்தைத் திறம்படப் பின்பற்றியிருந்திருக்கிறார்கள். கர்னல் கிட் (Colonel Kyd) இதுபற்றிக் கூறுகையில், அறுவை சிகிச்சைத்துறையில் (இந்தியர்கள் அதில் நம்மைவிட மிகவும் பின்தங்கியதாகக் கருதுகிறோம்) வயிற்றுப் புண்களைக் குணப்படுத்துதல், மிக மோசமான கொப்பளங்கள் (பெரியம்மை போன்றவை) போன்றவற்றையெல்லாம் நமது அறுவை சிகிச்சை மருத்துவர்களே ஆச்சரியப்படும்வகையில் இந்தியர்கள் குணப்படுத்துகிறார்கள். நாம் மேற்கொள்ளும் வழிமுறைகளுக்கு நேர்மாறாக, ஒருவருடைய உடலில் கொப்பளங்களை செயற்கையாக உருவாக்கி நோய் எதிர்ப்பு சக்தியைப் பெருக்கிக் குணப்படுத்துகிறார்கள். இதை அவர்கள் வெகு பழங்காலத்தில் இருந்தே செய்துவந்துமிருக்கிறார்கள்.[21] டாக்டர் ஹெச்.ஸ்காட் இந்தியாவின் மேற்குப் பகுதி நகரங்களில் உடல் உருமாற்று சிகிச்சை (plastic surgery) மேற்கொள்ளப்பட்டதாக லண்டன் ராயல் சொசைட்டிக்கு 1872-ல் அனுப்பிய ஆவணத்தில் குறிப்பிட்டிருக்கிறார்:

> ‘மருத்துவத்துறையில் இவர்களை (இந்தியர்களை) நான் பெரிதாகப் புகழ முடியாது. மிகவும் நுட்பமான அந்த அறிவுத்துறையானது போர், ஒடுக்குமுறை, சாம்ராஜ்ஜிய வீழ்ச்சிகள் இவற்றைத் தாக்குப் பிடிக்கும் திறன் இல்லாதது. இந்த இடத்தில் ஒரு விஷயத்தை நான் பாராட்டியாகவேண்டும். விழித்திரை லென்ஸின் ஒளி ஊடுருவும் திறன் குறைவுபடும் போது அதைச் சரி செய்து பார்வைத்திறனை மீட்டெடுக்கிறார்கள். சிறுநீரகக் கல்லை நீக்க வயிற்றில் தற்போது ஐரோப்பாவில் எந்த இடத்தில் அறுவை சிகிச்சை செய்கிறார்களோ அதே இடத்தில் இந்தியர்களும் செய்கிறார்கள். இதை அவர்கள் காலகாலமாகச் செய்து வருகிறார்கள். இந்த வழிமுறைகள் நமக்கு முன்பே தெரியாதவை.[22]

இரண்டு வருடங்கள் கழித்து அனுப்பிய ஆவணத்தில், ‘மூக்கு அறுபட்டவர்களுக்கு (புதிய) மூக்கைப் பொருத்துகிறார்கள்’ என்று குறிப்பிட்டிருக்கிறார். அதோடு அதற்குப் பயன்படும் ‘உடைந்த உடல் பாகங்களை ஒன்று சேர்க்கும்’[23] பசையைக் கொஞ்சம் லண்டனுக்கு அனுப்பியும் வைத்திருக்கிறார்.

பெரியம்மை நோயைத் தடுப்பதற்கான தடுப்பு ஊசி முறை (Inoculation - variolotion) இந்தியா முழுவதிலும் இருந்ததென்று சொல்ல முடியாது. எனினும் 1802-03 வாக்கில் வங்காள பிரஸிடென்ஸியில் கல்கத்தாவிலும் பிற பகுதிகளிலும் தடைசெய்யப்பட்டதற்கு

முன்புவரை வட தென் இந்தியாவின் பெரும்பாலான பகுதிகளில் நடைமுறையில் இருந்திருக்கிறது.

'மனிதாபிமான' நோக்கில்தான் அது பிரிட்டிஷ் அரசால் தடை செய்யப்பட்டது என்பதில் எந்த சந்தேகமும் இல்லை. *1798*-ல் டாக்டர் ஈ.ஜென்னர் நோய்வாய்ப்பட்ட பசுக்களின் உடலில் இருந்து எடுத்த திரவத்தின் மூலம் உருவாக்கிய வேக்ஸின் பெரியம்மை நோயைக் குணப்படுத்தியதைத் தொடர்ந்து வேக்ஸின் மருந்துத் துறையின் சூப்பரிண்டெண்டெண்ட் ஜெனரல் அதைப் பரிந்துரைத்தார் (வேக்ஸின் என்பதன் வேர்ச்சொல்லான வேக்கா என்ற லத்தீன் சொல்லுக்கு பசு என்று பொருள்). அதைத் தொடர்ந்து வேக்ஸினைப் பயன்படுத்தும் சிகிச்சை முறைக்கு வேக்ஸின் தடுப்பு முறை என்று பெயர் வந்தது. அது அதற்கு முன்பு வரை இந்தியாவில் பின்பற்றப்பட்டுவந்த வழிமுறைக்குப் பதிலாகப் பயன்படுத்த ஆரம்பிக்கப்பட்டது. *1804*- மார்ச்சில் அனுப்பப்பட்ட அவருடைய அறிக்கையில் அந்தப் பெயர் பயன்படுத்தப்பட்டது. [24]

இந்தியாவில் பெரியம்மை நோய்த் தடுப்பு சிகிச்சை பற்றி ஜே.இஸட்.ஹோல்வெல் லண்டன் மருத்துவ கல்லூரிக்கு விரிவான ஆவணம் ஒன்றை *1767*-ல் அனுப்பியிருக்கிறார்.

இந்தியாவில் அது எப்படிச் செய்யப்பட்டது என்பது பற்றி விரிவாக எழுதியவர் மேலும் கூறுகையில், 'இந்த வழிமுறை மிகவும் கறாராக முறையாகப் பின்பற்றப்பட்டபோது அதிசயம் என்று சொல்லத் தக்கவகையில் லட்சத்தில் ஒருவருக்குத்தான் நோய் எதிர்ப்பு சக்தி உருவாகாமல் போயிருக்கிறது அல்லது பலனளிக்காமல் போயிருக்கிறது' என்று குறிப்பிட்டிருக்கிறார்.

1804-ல் நியமிக்கப்பட்ட சூப்பர் இண்டெண்டென்ட் ஜெனரல் ஆஃப் வேக்ஸின் தந்த விரிவான தரவுகளைப்போல் இது துல்லியமாக இருந்திருக்கவில்லை. சூப்பரிண்டெண்ட் ஆஃப் வேக்ஸின் குறிப்பிட்டபடி, பெரியம்மை நோய்க்கு இந்திய பாரம்பரிய முறையில் நோய்த் தடுப்பு சிகிச்சை தரப்பட்டவர்களில் 200 பேருக்கு ஒருவர் இறந்ததாகவும் இதே சிகிச்சையைப் பெற்ற ஐரோப்பியர் களில் (கல்கத்தா மற்றும் பிற பகுதிகளில் இருந்தவர்கள்) அறுபது எழுபது பேரில் ஒருவர் இறந்ததாகவும் குறிப்பிட்டிருக்கிறார்.[25] இந்த வழிமுறையில் வேறொரு பெரிய சிக்கல் என்னவென்றால், என்ன காரணத்தினாலோ இப்படியான நோய்த்தடுப்பு பெறாதவர்களுக்கு நோய்த் தடுப்பு பெற்றவர்களிடமிருந்து இந்த நோய் வெகுவாகத் தொற்றுவதாக இருந்தது.

இந்தியாவில் சில பகுதிகளில் இந்த மாதிரியான தடுப்பு முறை புழக்கத்தில் இருந்திருக்கவில்லை. இது ஏன் என்பதை ஆராய வேண்டும். ஆனால் இந்த வழிமுறை பின்பற்றப்படும் பகுதிகளில் இருக்கும் அனைவருமே இந்த சிகிச்சை பெறுகிறார்கள். வங்காளம், பிஹார், ஒரிஸா, மதராஸ் பிரஸிடென்ஸி போன்ற இடங்களில் பிரிட்டிஷ் ஆட்சி அமல்படுத்தப்பட்டதைத் தொடர்ந்து இந்த நிலைமை மாறத் தொடங்கியிருக்கிறது. சூப்பரிண்டெண்டெண்ட் ஆஃப் வேக்ஸின் கூறுகிறார்: 'மக்களில் ஒரு சிலர் ஏழ்மை காரணமாகவோ மதக் கொள்கை காரணமாகவோ இந்தப் பாரம்பரியத் தடுப்பு சிகிச்சையை ஏற்க முன்வருவதில்லை (ஏறத்தாழ *1800* வாக்கில்).[26] மதக் காரணங்களினால் இந்தத் தடுப்பு முறையை ஏற்க மறுப்பது கல்கத்தா மற்றும் பிற பகுதிகளில் இருக்கும் ஐரோப்பியர்களே. கிறிஸ்தவ மதக் கொள்கைகள் இதுபோன்ற நோய் தடுப்பு முறைகளை எதிர்ப்பதே அதற்கு முக்கிய காரணம். முன்பே சொன்னதுபோல், அவர்களில் இறப்பு விகிதம் அதிகமாக அதாவது அறுபது எழுபது பேரில் ஒருவர் இறக்க அதுவும் ஒரு காரணமாக இருக்கக்கூடும்'. [27]

'ஏழ்மை காரணமாக இந்த நோய் தடுப்பு முறையை ஏற்காதவர்கள்' என்பது இந்தியர்களைக் குறிக்கிறது. பள்ளி ஆசிரியர்கள், மருத்துவர்கள், மத நிறுவனங்கள், வழிபாட்டு மையங்கள், கிராம அமைப்புகள் எனப் பலரும் பலவும் உள்ளூர் நிதி ஆதாரங்களை நம்பியே இருந்தது போலவே பெரியம்மை நோய்த் தடுப்புக்கான சிகிச்சையளிப்பவர்களும் அதையே நம்பி இருந்திருக்கிறார்கள். பிரிட்டிஷ் ஆட்சி அமலாக்கப் பட்டதைத் தொடர்ந்து பல்வேறு துறைகளின் நிபுணர்கள் வாழ்வாதாரத்தை இழந்து நடுத்தெருவில் நிற்க நேர்ந்ததைப்போல் இவர்களும் தங்கள் நலன்களைத் தாங்களே பார்த்துக்கொள்ளும் நெருக்கடிக்கு ஆளானார்கள். இதனாலும் இந்திய மக்களிடையே அதிகரிக்கத் தொடங்கிய ஏழ்மையினாலும் பலரால் இந்த பாரம்பரிய நோய்த் தடுப்பு சிகிச்சையைப் பெற முடியாமல் போனது. இந்தச் சூழ்நிலையின் காரணமாகவும் ஐரோப்பியர்கள் வேக்ஸின் தடுப்பு முறையை ஏற்கத் தயங்கியிருக்கலாம். ஏற்கெனவே அவர்களுக்கு இந்த சிகிச்சை பெற்றுக் கொள்வதில் தயக்கம் இருந்திருக்கிறது.

எனவே *18*-ம் நூற்றாண்டின் பிற்பகுதியில் இந்தியாவின் பெரும் பாலான பகுதிகளில் ஒப்பீட்டளவில் பெரிய அளவில் நோய்த் தொற்றுகள் எதுவும் இல்லாமல் (ஏனென்றால் எல்லாருக்குமே இதே பாணியில் பெரியம்மை நோய்த் தடுப்பு சிகிச்சை செய்யப் பட்டிருக்கிறது) திறம்பட நோயைக் குணப்படுத்திவந்த ஒரு

வழிமுறை 1800 வாக்கில் கல்கத்தாவில் இருந்த ஐரோப்பியர்களுக்குப் பெரும் சிரமத்தைத் தந்ததாக ஆகிவிட்டிருக்கிறது.

பிரிட்டிஷ் அரசின் தடைகள், தடுப்புகள் ஆகியவற்றையும் மீறி கல்கத்தாவிலும் பிற ஊர்கள், நகரங்களிலும் இந்திய பாரம்பரிய சிகிச்சை முறையே நடைமுறையில் இருந்து வந்தது. வேக்ஸின் வழியிலான தடுப்பு சிகிச்சையின் பரவல் மிக மெதுவாகவே இருந்தது. இதற்கு, பிரிட்டிஷ் அரசு போதிய நிதி ஆதாரங்கள் வழங்காதது அல்லது முழு அலட்சியம் காரணமாக இருந்திருக்கக்கூடும்.

அல்லது வட மேற்கு பிராந்தியத்தின் சூப்பர் இண்டெண்ட் ஜெனரல் ஆஃப் வேக்ஸினேஷன் சொல்லியிருப்பதுபோல், 'குளிர் மிகுதியான காலகட்டத்தில் பிரிட்டிஷ் வேக்ஸினேஷன் தடுப்பு முறையைவிட இந்திய பாரம்பரியத் தடுப்புமுறை மிகவும் செயல் திறம் மிகுந்ததாக இருந்தது' என்பதும் வேக்ஸின் முறை பரவலான செல்வாக்கு பெறாமல் போனதற்குக் காரணமாக இருக்கக்கூடும்.[28]

எது காரணமாக இருந்தாலும் 1870 வரையிலும்கூட இந்திய பாரம்பரியத் தடுப்புமுறையே பெருமளவில் பின்பற்றப்பட்டு வந்திருக்கிறது. கல்கத்தாவுக்கு அருகில் இருந்த பகுதிகளில் அப்படியான தடுப்பு சிகிச்சை பெறாதவர்களின் எண்ணிக்கை 10%மாக மட்டுமே இருந்தது. பனாரஸ் பகுதியில் 36%மாக இருந்தது.[29]

19 மற்றும் 20-ம் நூற்றாண்டுகளின் தொடக்க காலகட்டத்தில் இந்தியாவின் பிற பகுதிகளில் பெரியம்மை நோய் பெருமளவில் அழிவை ஏற்படுத்தியதற்கு இரண்டு காரணங்கள் இருக்கக்கூடும். முதலாவதாக, அனைவருக்கும் வேக்ஸின் தடுப்பு சிகிச்சை தரப் போதிய ஏற்பாடுகளை அரசு செய்யாதது ஒரு காரணமாக இருக்கக்கூடும். இரண்டாவதாக, இந்திய பாரம்பரிய சிகிச்சை முறைக்குத் தேவையான ஆதரவை விலக்கிக் கொண்டதோடு நில்லாமல் அதைப் பின்பற்றுவதைக் கடுமையாக தடை செய்ததால் அந்த வழிமுறை மிகவும் ரகசியமாகவே செய்யப்படவேண்டியிருந்தது இன்னொரு காரணமாக இருக்கக்கூடும்.

திரு ஹோவெல் குறிப்பிட்டிருப்பதில் இருந்து தெரியவரும் இன்னொரு முக்கியமான விஷயம் என்னவென்றால், பெரியம்மை நோய்க்கான அந்தத் தடுப்பு சிகிச்சையை மேற்கொண்ட 18-ம் நூற்றாண்டு மத்திம கால இந்திய மருத்துவர்களிடையே பாக்டீரியா தொற்றினால் இந்த நோய் ஏற்படுகிறது என்ற புரிதல் இருந்தது தெரியவருகிறது.

அவர்களைப் பொறுத்தவரையில், 'பெரியம்மை நோயானது பெருமளவிலானவர்களை ஒரே நேரத்தில் தாக்கும் தொற்று நோய். அது தீவிரமானதாகவோ மிதமானதாகவோ இருப்பதென்பது காற்றில் அந்த நுண்கிருமி (அதாவது பாக்டீரியா) எந்த அளவுக்குப் பரவுகிறது என்பதைப் பொறுத்தது. மேலும் அந்தக் கிருமிகள் கொழுப்பு, எண்ணெய் பதார்த்தங்கள், மீன் உணவு, பால் போன்றவற்றில் பெருமளவில் நிறைந்தும் காணப்படுகிறது. இப்படிக் காற்றில் மிதக்கும் இந்த நுண்கிருமிகளே பெரும்பாலான தொற்று நோய்களுக்குக் காரணம்; குறிப்பாக பெரியம்மை நோய்க்கு அவையே முக்கிய காரணம்.

விலங்குகள் மூச்சை இழுக்கும்போது அவற்றின் உடலுக்குள் செல்கின்றன. அவை மூச்சை வெளியே விடும்போது பிறவற்றுக்குத் தொற்றுகின்றன. விலங்குகளில் இவை எந்த தீங்கையும் விளைவிப்பதில்லை. மனிதர்களுடைய சுவாசத்தில் கலந்து உடலில் ஊடுருவுவதனாலும் எந்த நோயும் ஏற்படுவதில்லை. ஆனால், உணவின் மூலமாக உடலில் கலக்கும்போது நிலைமை வேறு. அப்போது அந்தக் கிருமிகள் ரத்தத்தில் கலந்துவிடுகின்றன. அந்தக் கிருமிகள் உடலில் ஒருவித கெட்ட திரவங்களை உற்பத்தி செய்கின்றன. அதனால் தோலில் கொப்பளங்கள் ஏற்படுகின்றன'.[30]

இதுபோலவே விவசாயம் தொடர்பாகவும் பல சுவாரசியமான தரவுகள் கிடைத்துள்ளன. 'நீர்ப்பாசனம், விவசாயம் எல்லாம் இந்தியாவுக்கு மட்டுமே சொந்தமான விஷயங்கள் அல்லதான். ஆனால், இந்தியாவில் மேற்கொள்ளப்படும் அளவுக்கு விரிவாகவும் தொழில் நேர்த்தியுடனும் உலகில் வேறு எங்குமே பின்பற்றப்படவில்லை' என்று குறிப்பிட்டிருக்கிறார் அலெக்ஸாண்டர் வாக்கர்.[31]

18-ம் நூற்றாண்டு இந்தியாவில் மழைப்பாசனம் போன்ற இயற்கைப் பாசனம் நீங்கலாக மனித முயற்சிகளாலான செயற்கையான நீர்ப்பாசன வழிமுறைகள் ஒப்பீட்டளவில் பெருமளவில் இருந்திருக்கவில்லை'[32] என்று இன்றைய நம் பாடப்புத்தகங்களில் இடம்பெற்றுள்ள குறிப்புக்கு முற்றிலும் மாறானதாக இது இருக்கிறது.

இந்திய விவசாய வழிமுறைகள், எப்படி இந்தியாவின் வெவ்வேறு பகுதிகளில் மாறுபட்டதாக இருந்தன; உலகின் பிற பகுதிகளான சீனா, எகிப்து, ஐரோப்பா போன்றவற்றில் இருந்து எப்படி வேறுபட்டிருந்தது என்பதையெல்லாம் விரிவாக ஒப்பிட்டுப் பார்த்தபிறகே இது தொடர்பாக ஒரு முடிவுக்கு வரமுடியும்.

ஒப்பீட்டளவில் இந்திய விவசாயி எதிர்கொண்ட பிரச்னைகள் தொடர்பாக விரிவாக ஆய்வு மேற்கொண்டாகவேண்டும்.

செயற்கையான நீர்ப்பாசன வசதிகள் குறைந்ததென்பது 18-ம் நூற்றாண்டின் பிற்பகுதியில் இருந்துதான் தொடங்கியிருக்கும். அவை பிரிட்டிஷ் அரசாட்சியினால் ஏற்பட்ட நேரடி விளைவாகவே இருக்கும். ஆனால், செயற்கையான நீர்ப்பாசன வசதிகள் நாடு முழுவதிலும் இருந்ததோடு, பயிர் சுழற்சி, உரங்கள், விதை கலப்பைநடவு, பல்வேறு திறமையான விவசாய வழிமுறைகள் போன்றவையும் பெருமளவில் பரவலாக இருந்துள்ளன. இயற்கைச் சூழல்கள், மண்ணின் தன்மை போன்றவை மலபார் போன்ற பகுதிகளில் நன்கு புரிந்துகொள்ளப்பட்டிருந்தன.

குறிப்பிட்ட சில நெல்வகைகள் விதைக் கலப்பை நடவு முறையில் (Drill Plough) பயிரிடப்பட்டன. விதைக் கலப்பை மற்றும் பல வழிமுறைகளை ஒவ்வொரு பகுதி விவசாயியும் வெவ்வேறு வகையில் மேற்கொண்டனர். ஏழை விவசாயிகளுக்கு விதைக் கலப்பை போன்ற கருவிகளும் காளைகளும் வாங்குவது சிரமமாக இருந்தது. பிற்காலத்தில் பயிர் வகைகள் குறைந்துபோயின; விவசாயக் கருவிகள், பயன்பாடுகள் அருகிப் போயின. இவற்றுக்கு 18-19-ம் நூற்றாடுகளில் பிரிட்டிஷ் அரசு முன்னெடுத்த பல்வேறு சட்ட திட்டங்கள், விதிமுறைகளே காரணம்.

நில வருவாயில் ஐம்பது சதவிகிதம் வரியாகப் பிடுங்கப்பட்டன. 1850களில் ரயத்வாரி முறை அமலில் இருந்த மதராஸ் பிரஸிடன்ஸியில் மூன்றில் ஒரு பங்கு நிலத்தில் விவசாயம் கைவிடப்பட்டது. ஏனென்றால், அந்தப் பகுதியில் நில வரியாகத் தரவேண்டியிருந்த தொகையானது அந்த நிலங்களில் இருந்து கிடைக்கும் வருவாய்க்கு ஏறத்தாழ சமமாக இருந்தது. சில நேரங்களில் விளைச்சலைவிட அதிக வரிகொடுக்கவும் வேண்டியிருந்தது.

‘மெட்ராஸ் சாந்து கலவை’ மிகவும் ஆர்வமூட்டும் பொருளாக இருந்தது. 18-ம் நூற்றாண்டிலும் இந்தியாவில் காகிதம் தயாரிக்கப் பட்டிருக்கிறது. அது கிட்டத்தட்ட இயந்திரமின்றித் தயாரிக்கப்படும் இன்றைய கைவினைக் காகித தயாரிப்பு போலவே இருந்திருக்கிறது. பழங்காலத்தில் மேற்கொள்ளப்பட்ட பனிக்கட்டி தயாரிக்கும் வழிமுறை இவற்றையெல்லாம்விட மிகவும் ஆர்வமூட்டக் கூடியது. 1775-ல் லண்டனில் வெளியான கட்டுரையில் அது விரிவாக விவரிக்கப்பட்டிருக்கிறது. இந்த விஷயமும் இந்தியாவில்

பனிக்கட்டி தயாரிக்கப்படும் இந்த வழிமுறையும் பல்வேறு பிரிட்டிஷார்களால் அதற்கு முன்பேயும் பார்க்கப்பட்டிருக்கிறது. இந்திய விஞ்ஞானம் குறித்த ஆர்வத்தை இங்கிலாந்தில் அது தூண்டியிருந்தது என்பதும் தெரியவருகிறது. அதுவரையில் பிரிட்டிஷாருக்கு செயற்கை முறையில் பனிக்கட்டிகள் தயாரிக்கப் படுவது பற்றித் தெரிந்திருக்கவில்லை (பிற ஐரோப்பியர்களுக்கும் தெரிந்திருக்கவில்லை என்றே தோன்றுகிறது).

நீரைக் கொதிக்கவைப்பது அதை உறைய வைக்க மிகவும் அவசியம் என்ற இந்தியர்களின் புரிதல் சர் ராபர்ட் பார்க்கரிடம் மிகுந்த ஆர்வத்தைத் தூண்டியது. இந்தக் கட்டுரையை எழுதிய அவர், இப்படிச் சூடாக்குவது பற்றிக் குறிப்பிட்டு, இது எந்த அளவுக்கு விஞ்ஞானபூர்வமாக சரியானது என்று சந்தேகமாக இருந்திருக்கிறது; அதனால், எடின்பர்க் பல்கலையில் வேதியியல் பேராசிரியரான அவர் பல்வேறு பரிசோதனைகள் செய்துபார்த்துவிட்டுக் கீழ்க்கண்ட விளக்கத்தைத் தந்திருக்கிறார் :

> ‘சுட வைக்கப்பட்ட நீரும் சாதாரண பச்சைத் தண்ணீரும் வெவ்வேறானவை. சாதாரண நீரை உறை நிலைக்கு சில டிகிரிகள் குறைவான வெப்பநிலையில் இருக்கும் காற்றுபடத் திறந்து வைத்தால் காற்றின் அந்த வெப்பநிலைக்கு அந்த நீரைக் குளிரவைத்துவிடமுடியும். எனினும் நீர்மமாகவே இருக்கும். ஆனால், சூடாக்கப்பட்ட நீரானது இப்படியான சூழலில் நீர்மமாகத் தொடர்ந்து இருக்காது. குளிரவைக்கப்படும்போது அந்த நீரின் ஒரு பகுதி பனிக்கட்டியாக மாறிவிடும். தொடர்ந்து குளிர்ந்த காற்றை அதன் மீது பட வைக்கும்போது மொத்த நீரும் பனிக்கட்டியாகிவிடும். இதிலிருந்து பனிக்கட்டி தயாரிக்க நீரை ஏன் சூடாக்குகிறார்கள் என்பதை ஒருவர் நன்கு புரிந்துகொள்ள முடியும்’.[33]

●

டாக்டர் ஹெச் ஸ்காட் ‘டை’ (வார்ப்பு) தயாரிப்பதுபற்றியும் அது தொடர்பான பிற வேதிபொருட்கள் பற்றியும் குறிப்பிட்டிருக்கிறார். கப்பல்களின் அடிப்பாகத்தை நீர் புகாமல் தடுக்கும் பசுமரப்பிசின் (கீழைத்தேய நாடுகளில் வெகு பரவலாகப் பயன்படுத்தப்படும் பசை[34]) அப்படியானவற்றுள் ஒன்று.

ஆனால், 1790களில் பிரிட்டிஷாரின் விஞ்ஞான தொழில் நுட்பத் தேடலைப் பெரிதும் கவர்ந்த பொருள் ஊட்ஸ் ஸ்டீல்! டாக்டர் ஸ்காட் பிரிட்டிஷ் ராயல் சொசைட்டியின் தலைவரான

சர் ஜே பேங்க்ஸுக்கு அந்த எஃகின் சிறு துண்டு ஒன்றை அனுப்பிவைத்திருந்தார். பல நிபுணர்கள் அதைப் பரிசோதித்துப் பார்த்தார்கள்.[35] பிரிட்டனில் அப்போது தயாரிக்கப்பட்ட அதி உயர்ந்த எஃகின் தரத்துக்கு இணையாக அது இருந்தது. ‘பிரிட்டனில் இரும்புப் பொருள் உற்பத்தியாளர்களுக்கு மிகவும் பயனுள்ளதாக இருக்கும்’[36] என்று அதைப் பயன்படுத்திய ஒருவர் கூறினார். அதிலும் குறிப்பாக, ‘அறுவைசிகிச்சை போன்றவற்றுக்குப் பயன்படும் நுட்பமான கூர்மையான எஃகுப் பொருட்கள் தயாரிக்க இந்தியாவில் இருந்து கொண்டுவரப்பட்ட எஃகு பெரிதும் உதவிகரமாக இருக்கும்’ என்று குறிப்பிட்டிருக்கிறார்.

1794-ல் மாதிரி துண்டு அனுப்பப்பட்டு அதே ஆண்டின் கடைசிப் பகுதியிலும் 1795-லும் அதை வைத்து பரிசோதனைகள் செய்து முடிக்கப்பட்ட பிறகு அந்த எஃகின் கிராக்கி பிரிட்டனில் அதிகரிக்கத் தொடங்கியது. முன்பு கூறிய அந்தப் பயனாளர், 18 ஆண்டுகள் கழித்து என்ன சொன்னாரென்றால், ‘இப்போது எனக்கு இந்திய எஃகு மிகவும் தாராளமாகக் கிடைக்கிறது. நான் அதை வைத்துப் பல பொருட்கள் தயாரித்து வருகிறேன். இதைவிடச் சிறந்த எஃகு கிடைத்தால் நான் நிச்சயம் அதைப் பயன்படுத்தத் தொடங்குவேன். ஆனால், இதுவரையில் நான் பார்த்தவற்றிலேயே இந்திய எஃகுதான் மிகவும் சிறந்தாக இருக்கிறது’.[37]

19-ம் நூற்றாண்டின் தொடக்க காலகட்டம் வரையிலும் பிரிட்டனில் குறைவான எஃகுதான் தயாரிக்கப்பட்டது. ஸ்வீடன், ரஷ்யா போன்ற நாடுகளில் இருந்து இறக்குமதி செய்துவந்தது. பிரிட்டனில் கிடைத்த இரும்புத் தாதுக்களின் தரம் மிகவும் குறைவாக இருந்தது. இரும்பை உருக்க கரியையே பயன்படுத்தியது. இதுபோன்ற காரணங்களினால் எஃகு உற்பத்தியில் பிரிட்டன் பின் தங்கியிருந்தது (‘பிரிட்டன் தனது இரும்புத் தேவைகளுக்கு அயல் நாடுகளையே பெரிதும் நம்பியிருக்கிறது என்பது அனைவருக்கும் தெரிந்த விஷயம்தான்.

எஃகுத் தயாரிப்புக்கு மட்டும் கடந்த ஆண்டு இறக்குமதி செய்தது 12,000 டன் இருக்கும். தொழில் வளர்ச்சிக்கான துறை ஆண்டு தோறும் தரமான இங்கிலாந்து இரும்பைத் தயாரிக்க ஊக்கத்தொகை தர முன்வருகிறது. ஆனால், அதை யாரும் வாங்க முன்வருவதில்லை. இங்கிலாந்தில் இருக்கும் தரம் குறைந்த இரும்புக் கனிமச் சுரங்கங்களையும் எரிபொருட்களின் தரமின்மையையும் பார்க்கும் போது அதை யாரும் பயன்படுத்த முன்வரமாட்டார்கள் என்றே தோன்றுகிறது’ - மதராஸ் பப்ளிக் ப்ரொசீடிங்ஸ், ஜன 1825). தரமான

எஃகு தயாரிக்கும் தொழில்நுட்பமானது பிரிட்டிஷாருக்குத் தெரியாமல் இருந்ததும் இப்படியான பின்னடைவுக்கு ஒரு காரணமாக இருந்திருக்கும்.

பிற ஐரோப்பிய நாடுகளில் இந்திய எஃகு தயாரிப்பு பற்றிய கருத்து என்னவாக இருந்திருந்தாலும் பிரிட்டிஷாரைப் பொறுத்தவரை, அவர்கள் இந்திய எஃகை ஆராய்ந்து பார்த்தபோது என்ன முடிவுக்கு வந்தார்களென்றால் 'அந்தத் தரமான எஃகு நேரடியாக சுரங்கத்தில் இருந்து கிடைத்ததாகவே நினைத்தார்கள். அது தேனிரும்பு நிலையில் இருந்திருக்கவே இல்லை' என்றே நினைத்தனர்.[38] அப்படியாக இந்திய எஃகின் உயர் தரத்துக்கான காரணத்தை கனிமச் சுரங்கத்துக்குக் கொடுத்துவிட்டனர். இந்திய எஃகு உற்பத்தியாளர்கள் மேற்கொண்ட தொழில்நுட்பங்களுக்கு எந்தவித அங்கீகாரமும் தந்திருக்கவில்லை. அதோடு அந்த எஃகு பாளங்கள் ஒவ்வொன்றும் ஒவ்வொருவிதமான குண நலன்களுடன் இருந்ததை வைத்து இந்திய எஃகுத் தொழில்நுட்பத்தின் நேர்த்தியின்மையே அதற்குக் காரணம் என்றும் நினைத்தனர்.

சுமார் முப்பது ஆண்டுகளுக்குப் பிறகே இந்த எண்ணமானது மாற்றிக்கொள்ளப்பட்டது. இதற்கு முன்பாகவே இந்தப் புரிதல் வர வாய்ப்பு இருந்திருக்கவில்லை. இரும்பானது மூடிய கலனில் கரியுடன் (கார்பன்) சேர்த்து உருக்கப்படும்போது எஃகு உருவாகும் என்ற உண்மை பிரிட்டிஷாரால் அப்போது கண்டுபிடிக்கப் பட்டிருக்கவில்லை. 1825-ல்தான் ஒரு பிரிட்டிஷ் எஃகு தயாரிப்பாளர் அதைச் செய்துவிட்டு அதன் காப்புரிமையையும் பெற்றுக் கொண்டிருந்தார்.

'இரும்பை எஃகாக மாற்ற அதை ஒரு மூடிய கலனில் அதி உயர் வெப்பத்தில் கரி ஏற்றம் பெற்ற ஹைட்ரஜன் வாயுவைச் செலுத்தி வினைபுரியச் செய்யவேண்டும். இப்படிச் செய்தால் ஒரு சில மணி நேரங்களிலேயே இரும்பானது உயர் தர எஃகாக ஆகிவிடும். முந்தைய வழிமுறையில் இப்படிச் செய்ய 14-20 நாட்கள் ஆகும்' என்று அவர் கண்டுபிடித்திருந்தார்.[39]

'இந்திய இரும்பு மற்றும் எஃகு கம்பெனி'யை நிறுவிய ஜே.எம்.ஹீத் பின்னாளில் ஷெஃபீல்ட் பகுதியில் எஃகு தொழிற்சாலை வளர்ச்சி அடையக் காரணமாகவும் இருந்தார். அவரைப் பொறுத்தவரையில் இந்திய எஃகுத் தொழில்நுட்பமானது 19-ம் நூற்றாண்டு பிரிட்டனில் மேற்கொள்ளப்பட்ட இரண்டு வழிமுறைகளின் கலவையாக இருந்ததாகக் குறிப்பிட்டிருக்கிறார். அவர் மேலும் கூறுகையில்:

'மேலே கூறப்பட்டிருக்கும் இரண்டு வழிமுறைகளின் அடிப்படையையும் இந்திய எஃகு உற்பத்தித் தொழிலில் பின்பற்றுகிறார்கள். இரும்பு, விறகு, பசுமையான இலைகள் இவற்றை ஒரு கலனில் ஒன்றாகப் போட்டு எரிக்கும்போது விறகு, இலைகளில் இருந்து கார்பனேற்றம் பெற்ற ஹைட்ரஜன் வாயு உருவாகும். அந்தப் புகையானது கலனில் இருந்து வெளியேற முடியாமல் ஒரு மூடியால் தடுக்கப்படும்போது அது இரும்புடன் வினைபுரியும். அதி உயர் வெப்பத்தில் கார்பன் வாயுவாகவே இரும்புடன் வினைபுரியும். இதனால் விரைவிலேயே தரமான எஃகு உருவாகிவிடும். திடமான கரியுடன் இரும்பைக் கலந்து உருக்கும்போது இன்னும் அதிக வெப்பமும் அதிக நேரமும் தேவைப்படும்'.[40]

'இரண்டரை மணி நேரத்தில் இந்தியாவில் இரும்பை எஃகாக மாற்றிவிடுகிறர்கள். நம் நாட்டில் அத்தனை கால அளவுக்குள் தரமான எஃகைத் தயாரிக்க முடிவதில்லை. ஷஃபீல்டில் குறைந்தது நான்கு மணி நேரமாவது இரும்பை நன்கு வடிவமைக்கப்பட்ட ஊது உலையில் உருக்கினால்தான் எஃகு கிடைக்கிறது. பிரிட்டனில் எஃகு தயாரிக்கப்படும் கலனானது இரும்பைப் போடும் போது அதி உயர் வெப்பத்தில் இருக்கும். இந்தியாவிலோ இரும்பைப் போடும்போது கலன் குளிர்ச்சியாகவே இருக்கும்' என்றும் அவர் குறிப்பிட்டிருக்கிறார்.[41]

இந்த பிரிட்டிஷ் பிரமுகர், இந்தியர்களுக்கு அவர்கள் செய்யும் செயலின் விஞ்ஞான அடிப்படை தெரிந்திருந்தது என்பதை ஒப்புக் கொள்ளவில்லை. 'இந்தியர்கள் பின்பற்றிய வழிமுறை விஞ்ஞான அடிப்படைகொண்டதாகத் தெரியவில்லை. அதற்கு நவீன வேதியல் தெரிந்திருக்கவேண்டும்.[42] அது இல்லாத நிலையில் இந்தியர்கள் இந்தத் தொழில்நுட்பத்தைக் கண்டுபிடித்தார்கள் என்று சொல்வது சரியல்ல' என்று கூறியிருக்கிறார். அதன் பிறகு அவர் வேறு நடைமுறை சார்ந்த விஷயங்களைப் பேசப் போய்விட்டார்.

இது தொடர்பாக பிரிட்டிஷார் எழுதிய வேறு சில ஆவணங்கள் (சில விரிவாகவும் சில மேலோட்டமாகவும்) இந்தியா முழுவதிலும் அதாவது சுமார் 100 மாவட்டங்களில் இரும்பு-எஃகு தயாரிப்பு நடைபெற்றதைத் தெரிவிக்கின்றன. சில ஆவணங்கள் 1790களில் எழுதப்பட்டிருக்கின்றன. என்றாலும் பெரும்பாலானவை 1820-1855 காலகட்டத்தில் எழுதப்பட்டவை. அவற்றில் சில பல்வேறு நாடுகளில் நடந்த எஃகு உற்பத்தியோடு ஒப்பிட்டு விவரிக்கின்றன. இந்தியாவில் இரும்பு, எஃகு உற்பத்தி பற்றி பிற ஐரோப்பிய

மொழிகளிலும் 17-ம் நூற்றாண்டின் பிற்பகுதியில் ஓரளவுக்கு விரிவாக எழுதப்பட்டிருக்கின்றன.[43]

'அழகிய நதி' புத்தகத்தின் பிற்பகுதியில் இடம்பெறவிருக்கும் இந்திய எஃகு தயாரிப்பு உலைகளின் வடிவமைப்பு, அளவுகள், பிற கருவிகள் ஆகியவை பற்றி நிபுணர்களின் கருத்துகள் கேட்டறியப்பட வேண்டும். ஆனால், மேலோட்டமாக இவற்றைப் பார்க்கும் எவருக்கும் கனிமச் சுரங்கங்களில் இருந்து எவ்வளவு இரும்புத்தாது எடுக்கப்பட்டது; எஃகாக மாற்ற எவ்வளவு கரி தேவைப்பட்டது போன்றவற்றை ஸ்வீடன்போன்ற நாடுகளின் இரும்பு எஃகு உற்பத்தியோடு எளிதில் ஒப்பிட்டுப் பார்க்க முடியும்.

இந்தியாவின் பல்வேறு பகுதிகளில் இந்த தாது, கரிப் பயன்பாடு எல்லாம் மாறுபட்டதாக இருந்தன. காலப்போக்கில் நடந்துவந்த சீர்கேடுகளினால் எஃகு தயாரிக்கத் தேவைப்பட்ட கரியின் அளவு வெகுவாக அதிகரித்தது. இந்தக் காரணத்தைனால்தானோ என்னவோ மகாதேவ் கோவிந்த ரானடே (1890களில்) 'இந்திய எஃகு தயாரிப்பு முறையில் ஒரு டன் எஃகு தயாரிக்க சுமார் 14 டன் கரி தேவைப்பட்டது. இதனால் மிகுதியான இழப்பு ஏற்பட்டது' என்று குறிப்பிடநேர்ந்தது. 'அயல் நாட்டுப் போட்டி நீங்கலாக இந்திய எஃகு தொழில்துறை வீழ்ச்சியடைய எரிபொருள் தட்டுப்பாடும் ஒரு முக்கிய காரணம்' என்று குறிப்பிட்டார்.[44]

பதினைந்தாம் அத்தியாயத்தில் உள்ள ஆவணத்தின்படி[45] ஜபல்பூரில் 140 சேர் கரியைப் பயன்படுத்தி 70 சேர் கச்சா இரும்பு உற்பத்தி செய்யப்பட்டதாகத் தெரியவருகிறது. அதே மாவட்டத்தில் ஜோவ்லி பகுதியில் 165 சேர் கரியைப் பயன்படுத்தி 77 சேர் இரும்பு பிரித்தெடுக்கப்பட்டுள்ளது. கச்சா இரும்பை எஃகாக மாற்ற எவ்வளவு கரி தேவைப்பட்டது என்ற விவரம் அந்த ஆவணத்தில் இல்லை. எனினும் இரும்புத்தாதுவில் இருந்து இரும்பைப் பிரித்தெடுக்க ஐரோப்பிய நாடுகளில் இதே அளவு கரியைத்தான் பயன்படுத்தியிருக்கிறார்கள். எனவே, இரும்பில் இருந்து எஃகு தயாரிக்கவும் இந்தியாவிலும் அதே அளவு கரியே பயன் படுத்தியிருப்பார்கள் என்று யூகிக்கலாம்.

18-ம் நூற்றாண்டு வாக்கில் இந்தியாவில் எத்தனை உலைகள் பயன்பாட்டில் இருந்தன என்பதைக் கணிப்பது எளிதல்ல. 18-ம் நூற்றாண்டின் மத்தியில் எழுதப்பட்ட சில ஆவணங்கள் சில மாவட்டங்கள், தாலுக்காக்களில் பயன்பாட்டில் இருந்த உலைகளின் எண்ணிக்கை ஒவ்வொரு பகுதியிலும் சில நூறுகளில் இருந்ததாகத் தெரிவிக்கின்றன. எனவே 18-ம் நூற்றாண்டின்

பிற்பகுதியில் இந்தியாவில் பயன்பாட்டில் இருந்த இரும்பு-எஃகு உலைகளின் எண்ணிக்கை சுமார் பத்தாயிரமாக இருந்திருக்கும்.

'அழகிய நதி' புத்தகத்தில் இடம்பெற்றிருக்கும் ஆவணத்தின்படி ஒவ்வொரு உலையிலும் வாரத்துக்கு அரை டன் இரும்பு உற்பத்தி செய்யப்பட்டதாகத் தெரியவருகிறது. வருடத்துக்கு ஓர் உலை சுமார் 35-40 வாரங்கள் செயல்பாட்டில் இருந்ததாக எடுத்துக்கொண்டால், ஆண்டுக்கு ஒவ்வொரு உலையும் சுமார் 20 டன் இரும்பை உற்பத்தி செய்திருக்கும்.

இந்த உலைகளில் பயன்படுத்தப்பட்ட கருவிகள், பொருட்கள் எல்லாம் ஒவ்வொரு ஊருக்கும் ஒவ்வொருவிதமாக இருந்திருக் கின்றன. இரும்புத் தாதுவை நொறுக்கிப் பிரிக்கும் பணிக்கு குமாவோன் மற்றும் கர்வால் பகுதியில் பஞ்சகி (நீர் - சுழற்சி சக்கரம்) பயன்படுத்தப்பட்டுள்ளது. ஜே.டி.ஹெர்பர், ஜே மான்சன் ஆகியோர், 'கனிமத் தாதுவைப் பிரிக்க தன்பூர் சுரங்கப் பணியாளர்கள் பஞ்சகி - நீர் சுழற்சி எந்திரத்தைப் பயன்படுத்து கிறார்கள். நீர் தாராளமாகக் கிடைக்கும்போது இரும்புத் தாதுவைப் பிரிக்க அதைவிட சிறந்த வழி இல்லை' என்று குறிப்பிட்டிருக்கிறார்கள். [46]

இங்கு விவரிக்கப்பட்டிருக்கும் உலோகவியல் தொழில்நுட்பம் பற்றிப் பல கேள்விகள் எழுகின்றன. இந்தியர்களுக்கு இந்த வழிமுறைகளுக்குப் பின்னால் இருந்த வேதியல் விஞ்ஞானம் தெரிந்திருந்ததா என்ற ஐரோப்பியக் கேள்வி அதில் ஒன்று. இப்படியான எண்ணங்கள் ஐரோப்பிய மையவாத சிந்தனைகளில் இருந்தும் மனச்சாய்வுகளில் இருந்தும் உருவாகிறவையே. எந்த விஷயத்தைப் பற்றிப் பேசுகின்றனவோ அவற்றில் இருந்து உருவாகிறவை அல்ல.

இந்த வாக்கியங்கள் அதனளவில் முக்கியமானவையே. அவற்றைச் சரியா என்று கேள்விக்குட்படுத்த வேண்டிய அவசியமில்லை. ஆனால், ஒரு தொழிலைப் பல ஆண்டுகால பயிற்சிக்குப் பிறகு கற்றுக்கொள்ளும் ஒருவர் முன்பு ஒரு வேலை எப்படிச் செய்யப் பட்டதோ அதைவிடத் திறமையாக அதைச் செய்யும் பயிற்சியையே பெறுவார். அவருக்கு அந்த தொழில்நுட்பம், செயல்பாட்டின் விஞ்ஞான அடிப்படைகள் தெரிந்திருக்கவேண்டிய அவசியம் இல்லை. அப்படியான கோட்பாட்டுப் புரிதல், அது தொடர்பான ஆய்வுகள், புதிய கண்டுபிடிப்புகள், அறிவுகள், செழுமைப் படுத்தல்கள், வளர்ச்சி ஆகியவை எல்லாம் தனியாக வேறொரு

பிரிவினரால்தான் மேற்கொள்ளப்படும். அப்படியான கோட்பாட்டு விஞ்ஞானிகளுக்கும் தொழிலில் ஈடுபடுபவர்களுக்கும் இடையில் மிகத் தெளிவான பிரிவு தற்போது முன்பை விட மிகவும் அதிகமாக இருக்கிறது.

அப்படியான அறிவியல் புரிதல் கொண்ட ஆய்வாளர்களுக்கும் தொழில்நுட்பத்தைப் பயன்படுத்தும் தொழிலாளர்களுக்கும் இடையிலான தொடர்பு இந்தியாவில் 18-ம் நூற்றாண்டு வாக்கில் வெகுவாக அறுந்துவிட்டிருந்தது. முழுவதுமாக அறுந்திருக்கா விட்டாலும் பல நூற்றாண்டுகளுக்கு முன்பிருந்தே இந்த வீழ்ச்சி ஆரம்பித்திருக்கும். இதற்கான காரணத்தை வெறும் யூகங்களின் அடிப்படையில் முன்வைப்பது சரியல்ல. ஏனென்றால் அந்தத் தொழில்நுட்பங்கள் 19-ம் நூற்றாண்டுவரை பல நூற்றாண்டுகளாக மிகச் சிறப்பாகப் பின்பற்றப்பட்டுவந்திருக்கின்றன.

ஆய்வாளர்களுக்கும் தொழிலாளர்களுக்கும் இடையிலான தொடர்பு அறுந்த நிலையிலும் அந்தத் தொழில் நுட்பம் தொடர்ந்து மேற்கொள்ளப்பட்டுவந்த நிலையில் எஞ்சியிருக்கும் அறிஞர் களையும் தொழிலில் ஈடுபட்டுவந்தவர்களையும் இணைக்கும் கண்ணிகளை 18-ம் நூற்றாண்டின் ஆரம்பகட்டத்தில் நிச்சயம் மீட்டெடுத்திருக்க முடியும். புதிதாக ஒரு வலுவான வலைப்பின்னலை உருவாக்கி இருக்கவும் முடியும்.

இது தொடர்பாக எழும் இன்னொரு கேள்வி என்னவென்றால், அப்படி அதி உயர் தரமான எஃகு உற்பத்தித் தொழில்நுட்பம் இந்தியா முழுவதிலும் பின்பற்றப்பட்டுவந்திருக்கும் நிலையில் அது ஏன், எப்படி திடீரென்று அழிந்துபோனது? இந்தியாவில் அது பரவலாக நடைமுறையில் இருந்தது என்பது தொடர்பாகவுமே நம்மிடம் குறைவான ஆதாரங்கள்தான் இருக்கின்றன. எனவே, இந்தக் கேள்விக்கு உறுதியான பதில் எதையும் நம்மால் சொல்லிவிட முடியாது. இந்திய தொழில்களுக்குச் சாதகமற்ற பிரிட்டிஷ் அரசின் அணுகுமுறையே இந்த வீழ்ச்சிக்கு முக்கிய காரணமாக இருந்திருக்கும்.

1800கள் தொடங்கி இந்தியர்கள் பிரிட்டிஷ் பொருட்களின் நுகர்வோர் களாகவே நடத்தப்பட்டனர். எனினும், அப்போதும் இந்தியாவில் பெருமளவில் இரும்பு, எஃகு உற்பத்தி செய்ய பல பிரிட்டிஷார்கள் முன்வந்திருக்கிறார்கள். பிரிட்டனின் எஃகுப் பொருட்களின் உற்பத்தியையும் அவற்றுக்கான இந்தியச் சந்தையையும் பாதிக்காத வகையில் இந்திய எஃகுத் தயாரிப்புப் பணிகளை முன்னெடுக்க மிகுந்த கவனம் மேற்கொள்ளப்பட்டுள்ளன. இப்படியான

முன்னெச்சரிக்கையுடன் இந்திய உலைகளை அனுமதிப்பதுகூட அவர்களுக்கு ஒருகட்டத்தில் ஏற்பில்லாமல் போனது. வங்காளத்தில் இப்படி ஒரு ஆலை தொடங்குவது தொடர்பாக பிரிட்டிஷ் அரசுக்கு விண்ணப்பித்தபோது, 'இதுபோன்ற முயற்சிகளை ஊக்குவிப்பது தொடர்பாக எங்களுக்கு மிகுந்த தயக்கங்கள் இருக்கின்றன. இனிமேல் இதுபோன்ற முயற்சிகளை முன்னெடுக்கவேண்டாம்' என்று பிரிட்டிஷ் அரசு பதில் அனுப்பியது. [47]

4

பிரிட்டிஷ் ஆவணங்களில் குறிப்பிடப்படாத பல்வேறு தொழில் நுட்பங்கள், அறிவுத்துறைகள் பற்றியும் பின்வரும் பக்கங்களில் பார்க்கலாம். நெசவுத்துறை, நகைகள், தோட்டக்கலை, விலங்குப் பண்ணைகள் போன்றவை அதில் அடங்கும். படகுகள் மற்றும் கடல் பயணம் மேற்கொண்ட கலன்களின் தயாரிப்பும் குறிப்பிடப்பட வில்லை. 'லெ ஹிந்தூஸ்' என்ற பெயரில் கடல் ஓவியர் சால்வியன்ஸ் எழுதிய நூலில் இதுபற்றிக் குறிப்பிடப் பட்டிருக்கிறது. அதில் 1790களில் வட இந்தியாவில் பார்த்த சுமார் நாற்பது வகை படகுகள், ஆறுகளில் பயணம் செய்யப் பயன்படுத்திய கலன்களுடைய ஓவியங்களை வரைந்திருந்தார். மேலும் அந்த நூலில், 'கடல் பயணக் கலன்கள் தயாரிப்பில் மிகுந்த ஆர்வம் கொண்ட ஆங்கிலேயர்கள் இந்துக்களிடமிருந்து ஏராளமான விஷயங்களைக் கற்றுக்கொண்டு தமது கப்பல் துறையில் பெரும் வெற்றியைப் பெற்றிருக்கிறார்கள்'[48] என்று குறிப்பிட்டிருக்கிறார். 18-ம் நூற்றாண்டு வாக்கில் இந்தியா வந்த வேறொருவர் இந்தியர்கள் படகைச் செலுத்தும் விதம் பற்றிக் குறிப்பிட்டிருக்கிறார்: 'நமது வழிமுறைகளில் இருந்து வித்தியாசமான முறையில் இந்தியப் படகோட்டிகள் படகுகளைத் துழாவுகிறார்கள். காலால் துடுப்புகளை இயக்குகிறார்கள். கைகளில் இருப்பவற்றைக் கொண்டு படகின் திசையைத் திருப்புகிறார்கள்'.[49]

'அழகிய நதி' புத்தகத்தில் இடம்பெறும் ஆவணங்கள் எல்லாம் முன்பே யாருக்கும் தெரியாதவை அல்ல. வான சாஸ்திரம், கணிதம் போன்றவை தொடர்பாக இங்கு இடம்பெறுபவை அந்தந்தத் துறை சார்ந்த அறிஞர்களுக்கு நன்கு தெரிந்திருக்கும். காகிதத் தயாரிப்பு, மதராஸ் சாந்து, ராமநாயக்கன்பேட்டை பகுதியில் நடந்த இரும்பு உலைப்பணிகள் பற்றியவையெல்லாம் இன்னும் கூடுதல் நபர்களுக்கு நன்கு தெரிந்தவையாகவே இருக்கும்.

பெரியம்மை நோய்க்கான தடுப்புமுறை இந்தியாவில் பன்னெடுங் காலத்தில் இருந்தே பலருக்கும் தெரிந்ததாகவே இருந்திருக்கிறது. பதினோராம் நூற்றாண்டில் இருந்து சீனாவில் மேற்கொள்ளப்பட்ட பெரியம்மை நோய்த் தடுப்பு சிகிச்சை இந்தியாவில் இருந்து கற்றுக்கொள்ளப்பட்டதாகத் தெரிகிறது[50] என்று ஒரு நவீன கால ஆராய்ச்சியாளர் குறிப்பிட்டிருக்கிறார். மதராஸ் பிரஸிடன்ஸியின் துணை சர்வேயர் ஜெனரல் கேம்பல் எழுதிய ஆவணங்களின் மூலம் தெரியவந்திருக்கும் சேலம் பகுதியில் நடந்த இரும்பு, எஃகு தயாரிப்பும் பலருக்கும் தெரிந்த விஷயமே. காலம் சரியாகத் தெரியவில்லையே தவிர மகாதேவ ரானடேக்கு இந்திய எஃகு இங்கிலாந்து உள்ளிட்ட நாடுகளுக்கு ஏற்றுமதியான விவரம் தெரிந்திருந்தது.

ஆனால், அறிஞர்களுக்கும் இந்தியப் பொருளாதாரம், தொழில் நுட்பம் பற்றி எழுதிவரும் முக்கியமான எழுத்தாளர்களுக்கும் தெரிந்திருக்கும் இந்த உண்மைகள் இந்திய அறிவியல் மற்றும் தொழில்நுட்பம் பற்றிய கல்விப்புலத்தில் எந்தவொரு தாக்கத்தையும் ஏற்படுத்தியிருக்கவில்லை. அல்லது 'இந்திய வரலாற்றில் 18-ம் நூற்றாண்டு இருண்ட காலமாக இருந்தது'[51] என்று இன்றும் நம்பப்படும் புனைவைக் கேள்விக்கு உட்படுத்தியிருக்க வில்லை. இந்திய கடந்த காலம் குறித்த உண்மைகளைப்பற்றி போதிய விழிப்புணர்ச்சி இல்லாமல் ஒருவித அலட்சியம் நிலவுவதற்குப் பல காரணங்கள் உண்டு. இந்தியப் பாரம்பரியம் தொடர்பான எந்தவொன்றைப் பற்றியும் அலட்சியம் ஏன் ஒருவித ஏளனமும் இருந்துவரும் சுதந்தர இந்தியாவின் கல்வித் துறைக்கு இதில் முக்கிய பங்கு உண்டு.

இந்திய பாரம்பரிய அம்சங்கள் தொடர்பாக 18-ம் நூற்றாண்டு வாக்கில் தொடங்கிய இந்த அலட்சியம் மற்றும் ஏளனப்பார்வையை என்சைக்ளோபீடியா பிரிட்டானிகாவின் எட்டாவது பதிப்பில் *(1850)* வெளியான அல்ஜீப்ரா பற்றிய கட்டுரை மிகத் தெளிவாகப் படம்பிடித்துக் காட்டுகிறது. இந்திய அல்ஜீப்ரா தொடர்பான அந்தக் கட்டுரை கோல்ப்ரூக் 'இந்திய அல்ஜீப்ரா' பற்றி எழுதியதை பேராசிரியர் ஜான் ப்ளேஃப்யர் குறிப்பிட்டிருப்பதை மேற்கோள் காட்டுகிறது:

> *1817-ல் வெளியான இந்தக் கட்டுரை ஹிந்து கணிதவியல் வரலாறு பற்றி எழுதப்பட்ட மிகவும் அருமையான, வெளிப்படையான, நேர்த்தியான ஆய்வுத் தரம் மிகுந்த கட்டுரைகளில் ஒன்று. இந்தக் கட்டுரையில் இந்திய வானவியல் சாஸ்திரத்தைப் பற்றி பெய்லி*

கூறியதன் மீதான நம்பிக்கை குறைந்துவிட்டிருப்பதைப் பார்க்க முடிகிறது. இந்திய கணிதவியல் துறைகளின் அதி தொன்மை தொடர்பான அவருடைய (கோல்ப்ரூக்கினுடைய) முந்தைய நம்பிக்கை தொடர்பாகவும் கொஞ்சம் சந்தேகத்துடன் பேச ஆரம்பித்திருக்கிறார். இந்திய வானவியல் துறையின் பழம் பெருமை தொடர்பாக நம் நாட்டிலும் (பிரிட்டன்) கண்டத்திலும் (ஐரோப்பா) பெரும் சந்தேகங்கள் எழுப்பப்பட்டுள்ளன. குறிப்பாக லாப்லேஸும் 'ஹிஸ்டொரே தெ லா அஸ்ட்ரானமெ அன்சினே', 'ஹிஸ்டொரே தெ லா அஸ்ட்ரானமே து மேயென் ஏஜ் டிஸ்கோர்ஸ் ப்ரிலிமினரே' நூல்களை எழுதிய தெலம்ப்ரேயும் இந்திய அல்ஜீப்ராவின் பழம் பெருமையை மட்டுப்படுத்தியே பேசியிருக்கிறார்கள்.

அந்தக் கட்டுரை மேலும் குறிப்பிடுகையில், பேரா லெஸ்லி தனது அறிவார்ந்த நூலான 'தி ஃபிலாசஃபி ஆஃப் அரித்மெடிக்', பக் 225-226-ல் லீலாவதி என்ற இந்தியக் கணித நூலானது மிகவும் சுமாரானது. 'மனனம் செய்யப்பட்டுவந்த பூடகமான செய்யுள்களில் ஒரு சில அடிப்படைக் கணித விதிகள் இடம்பெற்றிருக்கின்றன. அவ்வளவுதான்' என்று குறிப்பிட்டிருப்பதைச் சுட்டிக்க ாட்டியிருந்தது.

ப்ளேஃபெயரின் கருத்துகள் லெஸ்லியின் கருத்தில் இருந்து மாறுபட்டிருந்தது. எனினும் இந்தியர்களின் கணிதவியல் மேதைமை தொடர்பான அறிவார்ந்த சந்தேகங்களை முன்வைத்தது.

இந்த பழங்கால அறிவுத்துறை அம்சங்களைப் பற்றிய ஆய்வுகள் பல ஆச்சரியங்களை நமக்குத் தருகின்றன. முதலாவதாக இந்தியாவில் மிகப் பெரும் பழங்காலத்திலேயே அல்ஜீப்ரா பற்றித் தெரிந்திருக்கிறது. சுமார் 1200 ஆண்டுகளுக்கு மேலாக எந்தவித புதிய சேர்க்கைகளோ முன்னேற்றங்களோ இல்லாமல் அப்படியே இருந்தும் வந்திருக்கிறது. பழங்கால ஆசிரியர் களுடைய கண்டுபிடிப்புகளுக்கு உரைகள் எழுதப்பட்டிருக் கின்றன. மிக எளிமையாக, அருமையாகப் புரியும்படி விளக்கப் பட்டிருக்கின்றன. ஆனால் புதிதாக எதுவும் கண்டுபிடிக்கப்பட்டிருக்க வில்லை. புதிய விதிகள், கோட்பாடுகள் உருவாக்கப்பட்டிருக்க வில்லை.

அதி உயர் ஆய்வு நோக்குகள் தேவைப்படும் மிகக் கடுமையான கணிதக் கேள்விகளுக்கான விடைகள் பாஸ்கரருக்குத் தெரிந்தது போலவே பிரம்மகுப்தருக்கும் தெரிந்திருக்கிறது. இருவரையும்

விட சில நூற்றாண்டுகளுக்கு முந்தைய ஆரியபட்டாவுக்கும் தெரிந்திருந்தது. வேறு பல கணித மேதைகளின் படைப்புகளில் துல்லியமும் அறிவுக்கூர்மையும் வெளிப்படுகின்றன. ஆனால், அவர்களில் ஒருவர் கூட முந்தையவர்கள் வரைந்த கோட்டைத் தாண்டி ஓர் அடி கூட எடுத்துவைக்கவில்லை. தேர்ந்த கல்வியும் அறிவும் மிகுந்தவர்களுமேகூட அந்த வரையறுக்கப்பட்ட எல்லைக்குள்ளாகவே தம்மைக் குறுக்கிக்கொண்டிருக்கிறார்கள். எல்லாமே கடக்க முடியாததாகவே இருந்திருக்கிறது. சரியும் தவறும் நிரந்தரமாக ஒரே மாதிரியானதாகவே நீடித்து வந்திருக்கின்றன. அரசியல், சட்டம், மதம், விஞ்ஞானம், சமூகப் பழக்க வழக்கங்கள் எல்லாமே வரலாற்றுக்கு முந்தைய ஆதி காலத்தில் எப்படி இருந்தனவோ அப்படியே நீடித்துவருகின்றன. இதற்கு என்ன காரணம்? ஓரளவுக்கு நாகரிகத்தையும் ஓரளவுக்கு மேம்பட்ட விஞ்ஞானத்தையும் ஹிந்துக்களுக்குக் கற்றுக் கொடுத்த சக்தியானது அதன் பிறகு செயலற்றுப் போய்விட்டதா அல்லது எதிர்க்க முடியாத ஏதோ ஒரு தடையினால் முடக்கப்பட்டுவிட்டதா? அல்லது ஹிந்துக்களிடம் தற்போது இருக்கும் கண்டுபிடிப்புகள் எல்லாம் வேறு ஏதோவொரு தேடல் மிகுந்த பழங்கால சமூகத்திடமிருந்து பெறப்பட்டவையா. அந்த முன்னோர்களைப் பற்றி வேறு எந்தத் தகவல்களும் கிடக்காமல் போய் அறிவியல் துறைகளில் அவர்கள் கண்டுபிடித்தவை மட்டுமே இப்போதும் இருக்கின்றனவா?'[52]

1850-ல் வெளியான என்சைக்ளோபீடியா பதிப்பில் அந்நேரத்திய ஐரோப்பிய சிந்தனைபோக்கைப் பிரதிபலிக்கும் நோக்கிலேயே இந்தப் பத்தி இடம்பெற்றது. எடின்பர்க் ரிவ்யூ- நவ 1817-ல் எழுதியவர் பெயரின்றி இடம்பெற்ற 24 பக்க கட்டுரையில் இருந்துதான் இந்தப் பத்தி எடுத்தாளப்பட்டது. ஆனால், அந்தக் கட்டுரை வேறு பல விஷயங்கள் பற்றியும் பேசியது. அதே கட்டுரையில் ப்ளேஃப்யர் வேறொரு இடத்தில் கூறுவது:

(அல்ஜீப்ரா பற்றி இரண்டாம் பாஸ்கரர் எழுதிய) பீஜகணிதம் பற்றி 1602-ல் எழுதப்பட்ட விளக்கவுரையானது அல்ஜீப்ரா பற்றி பல்வேறு கோட்பாடுகள், சூத்திரங்கள், விதிகள் பற்றிய விரிவான தெளிவான விளக்கங்களைக் கொண்டிருக்கிறது. 1621-ல் வேறொரு மேதை அந்த நூல் பற்றி இன்னும் விரிவாக வேறொரு நூலை எழுதியிருக்கிறார். இன்றைய இந்துக்களுக்கு அவர்களுடைய கடந்த கால அறிவுத் துறை சார்ந்த புத்தகங்கள் பற்றி எதுவும் தெரியவில்லை என்பது உண்மையென்றால் அந்த

அறிவுப் பாரம்பரியம் வெகு விரைவில் வீழ்ச்சி அடைந்திருப்பதாகவே அர்த்தம். ஏனென்றால், இன்றிலிருந்து 200 ஆண்டுகளுக்கு முன்பாக இந்தியாவில் அறிவுத் துறைகள் கணிசமான ஒளியுடன் பிரகாசித்திருக்கும் என்பதில் எந்த சந்தேகமும் இல்லை.

பீஜ கணிதம் நூலிலும் சில கணித ஆய்வு நோக்குகள் குறைவாகவே இருக்கின்றன. என்றாலும் பிரம்மகுப்தர் மிகவும் கடினமான கணிதக் கோட்பாடுகள் தேரவியலா கணக்குகளுக்குத் (Indeterminate Problems) தீர்வுகளை முன்வைத்திருக்கிறார் என்று குறிப்பிட்டிருக்கிறார். மேலும் கூறுகையில், மிகவும் சிக்கலான கணிதக் கேள்விகளுக்கு 1200 வருடங்களுக்கு முன்பே இந்திய அல்ஜீப்ரா நிபுணர் விடை கண்டுபிடித்திருக்கிறார்கள். 18-ம் நூற்றாண்டில் கூட ஐரோப்பாவில் அவர்களுக்கு இணையான திறமையும் தேடலும் கொண்ட கணித மேதைகள் இருந்திருக்கவில்லை' என்றும் குறிப்பிட்டிருக்கிறார்.

பிரம்ம குப்தர் அந்த விடையை குத்து மதிப்பாக தற்செயலாகக் கண்டுபிடித்திருப்பார் என்ற விமர்சனத்தை ப்ளேஃபெயர் மறுக்கிறார். 'திறமையும் அறிவும் குறைவான நபர்கள் தற்செயலாக அதிர்ஷ்டவசமாக மிகப் பெரிய சாதனைகளைச் செய்வதென்பது உலகில் சில துறைகளில் நடந்திருக்கிறது. ஆனால் கணிதத் துறையில் அது சாத்தியமில்லை. 'தேடல்' குணம் இல்லாத ஒருவரால் எதையும் இந்தத் துறையில் 'கண்டுபிடிக்க' முடியாது. தீர்க்கமான சிந்தனை, பொறுமையான ஆய்வு இவற்றுக்கு மட்டுமே இங்கு பரிசுகள், கண்டுபிடிப்புகள் கிடைக்கும்'.

ப்ளேஃப்யர், லாப்லாஸ், டாலம்ப்ரே போன்ற துறை சார் வல்லுநர்கள், இந்தியாவில் பணியில் இருந்த பிரிட்டிஷார் மத்தியில் பெருகத் தொடங்கியிருந்த 'கீழைத்தேயவியல் அறிஞர்கள்' (மிஷனரிகளில் இருந்தவர்களும் அடங்குவர்) ஆகியோருக்கு இந்திய அறிவுத்துறையின் மேதைமை குறித்து சந்தேகமும் கீழான எண்ணமும் இருந்துவந்தது. இந்நிலையில் இந்திய அறிவியல், தொழில்நுட்பம் ஆகியவை பற்றி மெக்காலேயின் கறாரான தீர்ப்பு தவிர்க்க முடியாததாகவே ஆகிவிட்டிருந்தது. மெக்காலே மட்டும்தான் இந்திய அறிவுத் துறை சார்ந்த தனது ஏளனமான பார்வையை நாடகீயமான முறையில் தடாலடியாக முன்வைத்தார். ஆனால், 1835, பிப், 2 அன்று நடந்த கூட்டத்தில் அவர் சொன்ன அந்த வார்த்தைகளுக்கு இந்தியாவின் அப்போதைய பிரிட்டிஷ் கவர்னர் ஜெனரலான பெண்டிக் பிரபு மட்டுமல்லாமல் ('நான் இந்தக் கூட்டத்தில் பேசப்பட்ட அனைத்துக்கும் என் மனப்பூர்வமான சம்மதத்தைத் தெரிவிக்கிறேன்') கூட்டத்தில் பங்கெடுத்த கற்றறிந்த,

செல்வாக்கு மிகுந்த அனைத்து ஐரோப்பியர்களிடமும் முழு அங்கீகாரம் கிடைத்தது.

கீழைத்தேயவியல் அறிஞர்கள் பற்றிக் குறிப்பிடுகையில் மெக்காலே சொன்னார்:

> இந்திய, அராபிய அறிவுத்துறைகளில் எழுதப்பட்டிருப்பவை அனைத்துமே ஐரோப்பிய நூலகத்தின் ஒரே ஒரு அலமாரியில் வைக்கப்பட்டிருக்கும் புத்தகங்களுக்குகூட ஈடாகாது. இந்த உண்மையை மறுதலிக்கக்கூடிய ஒரே ஒரு கீழைத்தேயவியல் அறிஞரைக்கூட நான் இதுவரை பார்த்ததில்லை. மேற்கத்திய படைப்புகளின் உள்ளார்ந்த மேலாண்மையை கீழைத்தேய பாணி கல்விக்கு ஆதரவு தரும் இந்த அவையின் (பொதுக் கல்வித் துறை) உறுப்பினர்களும் முழுவதும் அங்கீகரிக்கவே செய்கிறார்கள்.
>
> கீழைத்தேய எழுத்தாளர்கள் செய்யுள் இலக்கியத்தில் மிகவும் சிறந்து விளங்குகிறார்கள் என்பதை யாரும் மறுக்கமாட்டார்கள் என்று நம்புகிறேன். எனினும் அராபிய, சமஸ்கிருத இலக்கியங்கள் எல்லாம் மாபெரும் ஐரோப்பிய தேசங்களின் படைப்புகளோடு ஒப்பிடத் தகுந்தவை என்று சொல்லும் ஒரு கீழைத்தேயவியல் அறிஞரையும் நான் இதுவரை சந்தித்த தில்லை. இலக்கியங்கள் அல்லாமல் தரவுகள் பதியப்பட்டும் கோட்பாடுகள் ஆய்வுக்கு உட்படுத்தப்பட்டும் மேற்கொள்ளப் படும் விஞ்ஞான தொழில்நுட்பத்துறைகளில் மேற்கத்தியர்களின் மேன்மையானது அளவிடமுடியாதது. அனைத்து சமஸ்கிருத நூல்களில் எழுதப்பட்டிருப்பவற்றை ஒன்று சேர்த்தால் கூட இங்கிலாந்தில் ஒரு ஆரம்பப்பள்ளியில் கற்றுத் தரப்படுபவற்றை விட அவை முக்கியத்துவம் குறைந்தவையாகவே இருக்கும் என்று சொன்னால் அது மிகையில்லை. அறிவியல் துறை யானாலும் மத, தத்துவத்துறையானாலும் இரு தேசங்களின் இடமும் இரண்டிலும் ஒன்றே'.

இந்தியப் பாரம்பரியக் கல்விக்கு எந்த ஆதரவும் தரவே முடியாது என்று சொன்ன அவர்,

> 'ஒருவேளை இந்த அரசானது இந்தியக் கல்வி அமைப்பு அப்படியே தொடரவேண்டும் என்று விரும்பினால் இந்தக் குழுவின் தலைவர் பதவியில் இருந்து விலகிக் கொள்ள எனக்கு அனுமதி தரவேண்டும் என்று பணிவுடன் கேட்டுக் கொள்கிறேன். என்னால் அரசுக்கு எந்தப் பலனும் கிடைக்காது.

எந்தவொரு முக்கியத்துவமும் இல்லை என்று நான் திடமாக நம்பும் ஒரு கல்வி முறைக்கு நான் ஆதரவு கொடுத்ததாக ஆகிவிடும். உண்மையான அறிவின் வளர்ச்சிக்கு இன்றைய இந்தியக் கல்வி முறை எந்தவகையிலும் பயனளிக்காது. தானாகவே மரிக்கப் போகும் ஒன்றின் மரணத்தைத் தள்ளிப் போடும் செயலை மட்டுமே அதனால் செய்ய முடியும். பொது கல்வி இயக்கம் என்ற வகையில் அப்படியான ஒரு செயலைச் செய்ய நமக்கு எந்த அதிகாரமும் கிடையாது. இந்தியப் படைப்புகளைக் கொண்ட புத்தகங்களை அச்சிட்டால் வெற்றுக் காகிதமாக இருந்தால் என்ன மதிப்பு இருக்குமோ அதைவிடக் குறைவான மதிப்புதான் அந்தப் புத்தகங்களுக்கு இருக்கும். அப்படியான புத்தகங்களை அச்சிட்டால் அரசுப் பணத்தை வீணடித்தவர்களாவோம். அபத்தமான வரலாறு, அபத்தமான தத்துவவியல், அபத்தமான இயற்பியல், அபத்தமான இறையியல் ஆகியவற்றுக்கு வலிந்து ஆதரவு கொடுத்ததுபோல் ஆகும்.

இந்தக் கல்வியைப் பெறுபவர்களுக்கு அது ஒரு பெரிய சுமையாக, கறையாகவே இருக்கும். கல்விபெறும்போது அரசாங்கச் செலவில் வாழ்க்கையை ஓட்டுவார்கள். அவர்களுக்கு அந்தக் கல்வியால் எந்தவொரு பலனும் கிடைக்காது. கல்வியை முடித்த பிறகு ஒன்று பட்டினி கிடப்பார்கள் அல்லது அரசாங்கத்தின் தயவிலேயே காலத்தைக் கழித்தாக வேண்டியிருக்கும். இந்தியப் பாரம்பரியக் கல்வி முறையைப் பயனற்றது என்று மட்டுமல்ல மிகவும் கெடுதலானது என்றும் கருதுகிறேன். இந்த எண்ணங்கள் கொண்ட நான் அந்தக் கல்வி முறையை அடியோடு மாற்றி அமைக்காத ஒரு கல்விக் குழுவில் எந்தவொரு பங்கும் வகிக்க விரும்பவில்லை'.[53]

மேலே குறிப்பிடப்பட்டிருக்கும் இப்படியான கூற்றுகள், கணிப்புகள், மிரட்டல்கள், முழக்கங்கள் எல்லாம் சேர்ந்துதான் இந்தியாவைப் பற்றிய சித்திரத்தை உருவாக்கின. அந்த மனப்பான்மை இன்றும் ஏறத்தாழ அப்படியே தொடர்ந்துவருகிறது. மெக்காலேயும் அவருக்கு முந்தைய அவரைவிட செல்வாக்கு மிகுந்த (இந்தியாவில் அதிகம் அறியப்பட்டிராத) வில்லியம் வில்பர்ஃபோர்ஸ், ஜேம்ஸ் மில் போன்றோராலும் வழி நடத்தப்பட்ட திசையிலேயே இன்றும் விஷயங்கள் நடந்து வருகின்றன.[54] அறியாமை, அலட்சியம், 18-ம் நூற்றாண்டு இந்தியாவைப் பற்றி மட்டுமல்ல; ஐரோப்பாவின் சமூக வாழ்க்கை

குறித்த முழுக்க முழுக்க குழப்பமான மனநிலை இவையே இப்படியான எழுத்துகளுக்குக் காரணமாக இருந்தன.

இந்திய அறிவுத் துறைகள் குறித்த சந்தேகங்கள், பிழையான பார்வைகள் (ப்ளேஃபெயர், லாப்லேஸ், மெக்காலே போன்றவர்களுடையவை) போன்றவற்றுக்கெல்லாம் வெறும் அறியாமை, அலட்சியம் மட்டுமே காரணமல்ல. அரசு, சமூகம் பற்றிய மாறுபட்ட முரண்பட்ட கருத்தாக்கங்களைக் கொண்டவர்களிடையே இப்படியான சிந்தனை உருவாவது இயல்பே. 17-18-19-ம் நூற்றாண்டுகளில் சமூகம், அறிவியல், தொழில்நுட்பங்கள், அரசியல் பற்றிய ஐரோப்பியர்களின் பார்வையெல்லாம் ஐரோப்பா அல்லாத உலக நாடுகள் அந்த அம்சங்கள் பற்றிக் கொண்டிருந்த பார்வையில் இருந்து நேர் எதிராக இருந்தன.

ஐரோப்பா அல்லாத நாடுகளின் அறிவியல், தொழில்நுட்பத் துறைகளின் தேடல்கள், வளர்ச்சிகள் எல்லாம் ஐரோப்பிய நாடுகளில் இருந்து வேறுபட்டிருந்தன. மேலும் இந்தியா போன்ற நாடுகளில் மையம் அழிக்கப்பட்ட அரசியல் அமைப்பு இருந்தது. எனவே அங்கு இருந்த சமூக அமைப்பு அதிகாரக் குவிப்புக்கு எதிரான அந்த அரசாங்கத்துக்கு இசைவானதாக இருந்தது. எனவே அவர்களுக்கு தங்களுடைய தொழில் பட்டறைகள் பிரமாண்டமானதாகவும் தொழில் கருவிகள் ராட்சஸத் தனமாகவும் இருந்தாகவேண்டிய அவசியம் இருந்திருக்கவில்லை. இரும்பு, எஃகு உலைகள், விதைக் கலப்பைகள் போன்ற தொழில்நுட்பங்கள் எல்லாம் எளிமையானதாகவும் சிறியதாகவும் இருந்ததென்பது அவர்களின் சமூக, அரசியல் விழிப்புணர்வினால் உருவானவையே. அதோடு அந்தத் தொழில்நுட்பங்கள் பற்றிய அறிவியல் கோட்பாடுகள், விதிமுறைகள் ஆகியவை தொடர்பான நல்ல புரிதலும் அவர்களுக்கு இருந்தது. 18-ம் நூற்றாண்டில் இந்தியாவில் இருந்த தொழில்நுட்பங்கள், தொழில் கருவிகள் எல்லாம் அறிவியல் கோட்பாட்டளவிலும் கலையம்சத்திலும் தரத்திலும் உயர் தரத்தினதாக இருந்தன.

இதனால்தான் வோல்டர் போன்றவர்கள் இந்தியாவை 'அரச நிர்வாகத்துக்காகவும் அறிவுத்துறைகளின் மேன்மை'க்காகவும் புகழ்பெற்றது என்று சொன்னார்கள். இந்தியாவில் 'அபரிமிதமான வளம் கொழிப்பதாக' (தேச அளவிலும் தனி நபர் அளவிலும்) ஐரோப்பியர்கள் நம்பவும் காரணமாக அதுவே அமைந்தது. வளங்களைக் கைப்பற்றும் தாகமானது சுரண்டல், கொள்ளையடிப்பு என வால்டரின் காலகட்டத்திலேயே அதிகரிக்கத் தொடங்கின. அதனால்தான் அவர், 'தார்த்தாரியர்களுக்கும் நமக்கும்

(பிரிட்டிஷார்-ஐரோப்பியர்) இந்தியர்களைப்பற்றித் தெரிய வந்திருக்காவிட்டால் இந்த உலகிலேயே இந்தியர்கள்தான் மிகவும் சந்தோஷமானவர்களாக இருந்திருப்பார்கள்'[55] என்று சொல்ல நேர்ந்தது. அவர் இப்படி எழுதியதன் பிறகு நடந்தவற்றைப் பார்க்கும்போது அவருடைய கணிப்பு மிகவும் சரியானது என்பது உறுதியாகியுள்ளது. ஆனால், அப்படியான தொடர்புகள் நடக்காமல் இருந்திருந்தால் அரசியல், சமூக அமைப்புகளில் மட்டுமல்ல அறிவியல் தொழில்நுட்பங்களிலும் இப்போதிருப்பதிலிருந்து ஒட்டுமொத்த உலகமும் மாறுபட்டதாகவே இருந்திருக்கும். அந்த மாறுதல் எப்படியானதாக இருந்திருக்கும் என்று கற்பனை செய்வது ஆர்வமூட்டும் விஷயம்தான். என்றாலும் அது 'அழகிய நதி' நூலுக்கு அப்பாற்பட்டது.

இப்போதும் ஒரு கேள்வி எஞ்சியிருக்கிறது. எட்டு பத்து தலைமுறைகளுக்கு முன்புவரை உயிர்த்துடிப்புடன் இருந்த ஒரு அறிவியல் தொழில்நுட்பப் பாரம்பரியம் முற்றிலும் மற(றை)க்கப்பட்டுப் போனது ஏன்? மறைவுக்கான காரணங்கள் மிகவும் சிக்கலானவை. இந்திய அறிவியல் துறைகள், தொழில்நுட்பங்கள், சமூகம் ஆகியவை தொடர்பான, முறையான, விரிவான ஆய்வுகள் மேற்கொள்ளப்படாததுவரை அந்தக் காரணங்கள் யூகத்தின் அடிப்படையில் சொல்லப்படுபவையாகவே இருக்கும். அவற்றில் சிலவற்றை இங்கு குறிப்பிடுகிறேன்.

1750-1900 களில் நடந்தேறிய இந்திய பொருளாதார வீழ்ச்சி தொடர்பான காரணங்கள்.

விவசாய, உற்பத்தித் துறை சார்ந்து நடந்த சுரண்டல் எப்படி எந்த அளவுக்கு நடந்தது என்பது பற்றியோ இந்தியாவில் இருந்து சுரண்டப்பட்ட அந்த பணமும் பொருட்களும் (விவசாயத்தில் வசூலிக்கப்பட்ட ஐம்பது சதவிகித வரி ஒரு சரியான உதாரணம்) எங்கு போயின... எப்படிப் பயன்படுத்தப்பட்டன என்பது பற்றியோ நம்மிடையே மாறுபட்ட கருத்துகள் இருக்கலாம். ஆனால், இந்திய பொருளாதாரத்தில் ஏற்பட்ட நசிவு மிக மோசமானதாகவும் அனைத்துத் துறைகளையும் பாதித்ததாகவும் இருந்தது என்பதில் எந்த மாற்றுக்கருத்தும் இருக்க வாய்ப்பில்லை. இப்படியான ஒரு மோசமான தாக்குதல் நடக்கும்போது எந்தவொரு விஞ்ஞானமும் தொழில்நுட்பமும் தாக்குப்பிடிக்க வழியே இல்லை.

இரண்டாவது காரணம், ஐரோப்பியர்கள் இந்தியாவில் புதிய அரசுப் பொருளாதாரத்தை அமல்படுத்தியபோது அது முந்தைய இந்திய பாரம்பரிய அரச நிர்வாக அமைப்பில் (அல்லது அமைப்புகளில்)

இருந்து மாறுபட்டதாக இருந்தது. இந்திய பாரம்பரிய பொருளாதார நிர்வாகம் என்பதில் அரசானது தனக்குக் கிடைத்த வருமானத்தில் பெரும்பகுதியை உள்ளூர் நிர்வாக அமைப்புகளுக்குக் கொடுத்தது.

பிரிட்டிஷார் உருவாக்கிய பொருளாதார நிர்வாக அமைப்பு அரசாங்கத்தின் வருவாயை இருமடங்கு மும்மடங்கு அதிகரித்தது. அனைத்து மக்களையும் ஒரே அமைப்பின் கீழ் கொண்டுவந்து சுரண்டியது. அரசு பணியாளர்களுக்கும் நகர்ப்புற பெரு சமஸ்தானங்களுக்கும் அனைத்து வருவாயையும் திருப்பிவிட்டது. என்னைப் பொறுத்தவரையில் இந்திய பாரம்பரிய அறிவியல், தொழில் நுட்பங்கள் எல்லாம் இந்திய சமூகத்தில் இருந்துமட்டுமல்ல; இந்திய மனங்களில் இருந்தும் முற்றாக மறைந்து போனதற்கு இதுவே முக்கிய காரணம் என்று தோன்றுகிறது.

இறுதியாக, இந்தப் பாரம்பரிய அறிவியல், தொழில்நுட்பங்கள் எல்லாம் முற்றாக அழிந்துவிடவும் இல்லை. அவற்றின் எச்சங்கள் இன்றும் பயன்தந்தபடி நீடித்து இருக்க வாய்ப்பு உண்டு. என்ன, அவையெல்லாம் புறக்கணிக்கப்பட்டு பரிதாபகரமான நிலையில் இருக்கும். காங்கரா, ஜுனாகத் பகுதிகளில் பாரம்பரிய உரு மாற்று அறுவை சிகிச்சை மிக சமீப காலங்கள் வரையிலும் நடைமுறையில் இருந்ததாகச் சொல்லப்பட்டது.[56]

சமூக வளர்ச்சி வீழ்ச்சிகள் பற்றி பல்வேறு கோட்பாடுகள் சொல்லப் பட்டுள்ளன. அல்லது ஒரு சமூகம் என்னென்ன படிநிலைகளைக் கடந்து செல்லும் என்று சொல்லப்பட்டுள்ளன. இந்திய சமூகத்தை ஆராயும்போது சொல்லப்படும் கோட்பாடான சிதைந்து அழியும் கோட்பாடு அவற்றில் ஒன்று. இந்திய சமுதாயத்தின் உருவாக்கம், வளர்ச்சி, வீழ்ச்சி ஆகியவற்றை விவரிக்க அந்தக் கோட்பாடு ஓரளவுக்கு உதவுவதாகவே இருக்கிறது. எனினும் யூகங்கள், கணிப்புகள் இவை அல்லாமல் கிடைத்திருக்கும் தரவுகளை வைத்துப் பார்க்கும்போது 18-ம் நூற்றாண்டில் இந்திய சமூகத்தில் விஞ்ஞானமும் தொழில்நுட்பமும் ஏற்கெனவே வீழ்ச்சியை அடைந்திருந்தன என்ற சிதைவுக் கோட்பாட்டை மறுதலிப்பதாகவே இருக்கின்றன. சில தொழில்நுட்பங்கள் அப்படியான அழிவின் விளிம்பில் இருந்திருக்கக்கூடும். ஒட்டுமொத்தமாக அப்படி எதுவும் சொல்லிவிடவே முடியாது. சமூக வளர்ச்சி-வீழ்ச்சிபற்றிய வேறு பல கோட்பாடுகளும் இந்திய சமூகத்துக்கு நேர்ந்தவற்றை விவரிக்கத் தேவைப்படும்.

இந்திய சமூக வளர்ச்சி-வீழ்ச்சிபற்றி சிதைந்து அழியும் கோட்பாடு அல்லது வேறு ஐரோப்பிய வேர்களைக்கொண்ட கோட்பாடுகள்

என்ன சொன்னாலும் 18-ம் நூற்றாண்டுக்கு முன்பாகவே இந்தியாவில் அறிவியல், தொழில்நுட்பங்கள் ஒருவித சம நிலையையும் தேவையான உயர் நிலையையும் எட்டிவிட்டிருந்தன என்றே தோன்றுகிறது. இந்திய கலாசார, சமூகத் தேவைகள், மதிப்பீடுகள், தேடல்கள் அடிப்படையில் (அவற்றின் மூலம் உருவான அரச அமைப்பு, பிற நிர்வாக அமைப்புகள் ஆகியவற்றின் அடிப்படையில்) பார்க்கும்போது அன்றைய இந்திய சமுதாயத்தில் இருந்த அறிவியல் தொழில்நுட்பங்களானது அழிவின் விளிம்பில் இருந்திருக்கவில்லை. இந்திய சமுதாயத்துக்குத் தேவையான பணிகளை, தேவையான வகையில் செய்வதாகவே இருந்தன. இந்தியச் சூழலுக்குத் தொடர்பில்லாமல் 18-ம் நூற்றாண்டு ஐரோப்பாவில் இருந்து வந்து சேர்ந்த அடிப்படைகள், தீர்மானங்கள், கோட்பாடுகள் எல்லாம் இந்திய அறிவியல், தொழில்நுட்பச் செயல்பாடுகளைச் சிதைத்து அழித்துள்ளன.

5

அரசாங்க-ராணுவக் கட்டமைப்பு நோக்கில் இந்தியா கொஞ்சம் பலவீனமானதுதான். என்றாலும் இந்தியாவின் அரசியல், சமூகக் கட்டமைப்பு ஆகியவற்றின் அடிப்படைகள் (அதன் சட்ட திட்டங்கள், நிர்வாக வழிமுறைகள், அறிவியல், தொழில் நுட்பங்கள் போன்றவையெல்லாம்) ஐரோப்பியர்களின் வருகைக்கு முன்பாகவே ஒருவித பக்குவநிலையையும் சமநிலையையும் அடைந்துவிட்டிருந்தன. அந்தக் காலகட்டத்தில் இந்தியாவின் சமூக, அரசியல் கட்டமைப்பானது இன்றைய ஐரோப்பியக் கட்டமைப்பில் இருந்து மாறுபட்டதுதான். எனினும் அன்றைய இந்தியக் கட்டமைப்பானது இன்றைய ஐரோப்பிய நாடுகளில் இருப்பது போலவே சுதந்தரம், வளமான வாழ்க்கை, சமூகப் பாதுகாப்பு ஆகியவற்றை வழங்கியதாகவே இருந்தது.

ஆட்சியாளர்-ஆளப்படுபவர் தொடர்பான இன்றைய கோட்பாடுகள், பிரச்னைகளைத் தீர்ப்பதற்கான வழிமுறைகள், சட்டபூர்வமான தண்டனைகள், பாலியல் விழுமியங்கள், அதிகார மையத்துக்கு எதிரான போராட்டங்கள் போன்றவைபற்றியெல்லாம் இதேவிதமான சிந்தனைகள் அன்றே இந்தியாவில் இருந்திருக்கின்றன என்றே தோன்றுகிறது. இவையெல்லாம் மொத்தமாகப் பார்க்கும்போது பொதுவாகக் கூடுதல் சுதந்தரமும் சமத்துவமும் தந்த அதே வேளையில் மையம் அழிக்கப்பட்ட அரசியல் ராணுவ

கட்டமைப்புடன் இருந்ததால் அந்நியப் படையெடுப்புகளைச் சமாளிக்க முடியாததாக இருந்திருக்கிறது.

12 மற்றும் 17ம் நூற்றாண்டுகளுக்கு இடையில் இப்படியான தாக்குதல்கள் மிக அதிகமாக இருந்தன. இந்திய சமூகம் ஒரு வகையில் அந்தத் தாக்குதல்களை உள்ளிழுத்துக்கொண்டு அவற்றைத் தனக்குள் கலக்க அனுமதித்துவிட்டிருக்கிறது. காலப் போக்கில் அது ஏற்கெனவே இருந்த இந்திய அரசியல், ராணுவக் கட்டமைப்பின் பலவீனத்தை மேலும் அதிகரித்துவிட்டது. அதோடு, இந்தியாவின் பல்வேறு குலக்குழுக்களின் ஒத்திசைவான வாழ்க்கைக்குத் தேவையான ஆன்மிக, அறிவார்ந்த இணைப்புக் கண்ணிகளை வழங்கி, பல்வேறு குழுக்களை ஒருங்கிணைத்து வாழ வகுத்த அம்சங்களைச் சிதைத்தும்விட்டன. எனினும் என்னதான் சிதைக்கப்பட்டாலும் என்னதான் வலுவிழந்துவிட்டிருந்தாலும் அந்த இந்தியப் பாரம்பரிய அமைப்பின் முக்கியமான அடிப்படைகள் எல்லாம் பௌதிகரீதியிலும் ஆன்மிக, சமூக அளவிலும் இந்தியர்களின் தேவைகளைப் போதுமான அளவில் பூர்த்திசெய்துதான் வந்தன.

இந்திய பாரம்பரியக் கட்டமைப்புகள் ஒருவகையில் மறு உருவாக்கம் பெறத் தொடங்கியிருந்தபோதுதான் ஐரோப்பியர்களுடைய தாக்குதல் தொடங்கின. மறு உருவாக்கமானது சில நம்பிக்கைகளைப் பலப்படுத்தியபோதிலும் ராணுவக் கட்டமைப்பையும் அரசியல் நிர்வாக அமைப்பையும் வலுவிழக்கச் செய்துவிட்டிருந்தது. ஐரோப்பியர்களின் ஆதிக்கம் அதிகரிக்கத் தொடங்கியதும் இந்திய மறு மலர்ச்சியானது பொருளாதார வீழ்ச்சியில் ஆழ்ந்து, நம்ப முடியாத அளவுக்கு சீர்குலைவை அடைந்தது.

18-ம் நூற்றாண்டின் மத்தியில் பெருகிய அந்நியத் தாக்குதலைப் போலவே அதற்கு முன்பேயும் இந்தியா அந்நியத் தாக்குதலுக்கும் ஆக்கிரமிப்புக்கும் உள்ளாகித்தான் இருந்தது. எனினும் இப்போது வந்து சேர்ந்த ஐரோப்பியர்கள் இந்தியாவுடன் முற்றிலும் தொடர்பில்லாத வேறொரு உலகத்தைச் சேர்ந்தவர்களாக இருந்தனர். நீண்ட நெடும் நிலப்பிரபுத்துவ கால அதிகாரக் கட்டமைப்புகளின் வலிமைகளைத் தன்னுள் கொண்டிருந்த அவர்கள் இந்தியாவில் அப்படியான ஒரு கட்டமைப்பை அடுத்த இருநூறு முன்னூறு ஆண்டுகளுக்கு உருவாக்கும் வேலையில் ஈடுபட்டிருந்தனர். அவர்களிடம் அரசியல், ராணுவ ரீதியாகத் தோல்வியைச் சந்தித்தது இந்திய சமூகம். அதைத் தொடர்ந்து

இந்தியாவில் நடைமுறைப்படுத்தப்பட்ட ஐரோப்பிய மதிப்பீடுகள், கோட்பாடுகள் எல்லாம் இந்திய அறிவியல், தொழில்நுட்பம், சமூகக் கட்டமைப்புகள் ஆகியவற்றை முற்றாகச் சிதைத்தன.

இந்தியாவில் அறிவியல் தொழில்நுட்பத்துறைகளில் சென்ற நூற்றாண்டில் குறிப்பாக 1947க்குப் பிறகு பெரும் வேகத்துடனும் நடந்தேறியிருப்பவையெல்லாம் ஐரோப்பிய நாடுகளில் கண்டுபிடிக்கப்பட்ட சில தொழில்நுட்பங்களின் பாதிப்பில் உருவானவையே. கோட்பாடுகள் விஷயத்தில் மட்டுமல்ல தொழில் நுட்பங்களின் நகர்வு, ஆராய்ச்சிகளின் முன்னெடுப்பு எல்லாமே ஐரோப்பாவின் பிரதிபிம்பமாகவே நடந்தேறியுள்ளன. இப்படி ஐரோப்பிய சிந்தனைகளின் பதியனிடுதலாகவே, நகலாகவே விஷயங்கள் நடந்தேறியதால், இந்திய விஞ்ஞானிகள், இந்தியத் தொழில்நுட்பங்கள் எல்லாம் ஐரோப்பியர்களுடையதைப் போலவே படைப்பூக்கமும் தேடலும் மிகுந்தவையாக இருந்தபோதிலும் அவற்றின் தாக்கம் இந்திய சமூகத்தில் மிகவும் குறைவாகவே இருக்கின்றன. ஒருவகையில் இந்திய அறிவியல், தொழில்நுட்பம் போன்றவைதான் அரசு நிர்வாகம் மற்றும் அதன் அரசியல் செயல்பாடுகள் ஆகியவற்றைவிட கொஞ்சம் மேம்பட்ட இந்தியத் தன்மையுடன் இருந்துவருகின்றன.

பிற நாடுகள், சமூகங்களிடமிருந்து கருத்துகள், நடைமுறைகளைக் கடன் வாங்குவதென்பது இந்தியாவின் வளர்ச்சிக்கோ படைப் பூக்கத்துக்கோ தடையாக இருக்கத் தேவையில்லைதான். கடந்த நூற்றாண்டுகளில் இந்தியா பிற நாடுகளில் இருந்து பல விஷயங்களைக் கடன் வாங்கிக் கொண்டுதான் இருந்திருக்கும். அரபு நாடுகள் போன்றவற்றில் இருந்து ஐரோப்பிய நாடுகள் பெற்றுக் கொண்டதுபோலவும் இந்தியாவிடமிருந்து அரபு நாடுகளும் பிற நாடுகளும் பெற்றுக்கொண்டது போலவே இந்தியாவும் எந்தவித அந்நியத் தாக்குதலுக்கும் ஆக்கிரமிப்புக்கும் ஆளாகாமல் இருந்திருந்தாலும் பெற்றுக் கொண்டிருக்கும். புதிய கண்டுபிடிப்பு களுக்கும் படைப்பூக்கச் செயல்பாடுகளுக்கும் அவை பக்கபலமாக இருந்திருக்கும் நிலையில் அவற்றை தாராளமாக வரவேற்கவே செய்திருக்கலாம். ஆனால், துரதிஷ்டவசமாக, ஐரோப்பிய அறிவியல் தொழில்நுட்பங்களைக் கண்மூடித்தனமாக இந்தியாவில் அப்படியே திணித்ததன் மூலம் இந்தியப் பாரம்பரிய படைப்பூக்கம், தேடல் போன்றவை வேரோடு பெயர்க்கப்பட்டுவிட்டன.

இந்தியாவின் மற்றும் 18-19ம் நூற்றாண்டு ஐரோப்பிய ஆதிக்கத்துக்கு உட்பட்ட உலகின் பல நாடுகளின் இன்றைய பிரச்னை

என்னவென்றால், பாரம்பரியப் படைப்பாற்றலையும் தேடல் முயற்சிகளையும் எப்படி மீட்டெடுப்பது என்பதுதான். அப்படி யானவை வலுவான விரிவான பாரம்பரிய அடித்தளம் இருந்தால் மட்டுமே சாத்தியம். இந்தியா போன்ற நாடுகளில் அப்படியான பாரம்பரிய அறிவியல், தொழில்நுட்பங்களின் ஆதரவுத் தளமானது இன்னும் கண்டடையப்பட்டு வளர்த்தெடுக்கப்படவில்லை. மேல்கட்டுமானமானது அதற்கு ஏற்ப மாற்றப்பட்டு அடித்தளத்துடன் இணைக்கப்படவில்லை. அவையெல்லாம் நடக்கவேண்டுமென்றால், பாரம்பரிய அமைப்புகள் ஐரோப்பிய ஆதிக்கத்துக்கு முன்பாக எப்படி இயங்கின என்பது பற்றி தெளிவாக, விரிவாகப் புரிந்துகொண்டாகவேண்டும். ஐரோப்பிய அறிவியல், தொழில்நுட்பங்களை ஆக்கபூர்வமான முறையில் உள்வாங்கிக் கொள்ளவும் தத்தமது பாரம்பரிய அறிவுகளோடு அவற்றைத் தொடர்புபடுத்தி வளர்த்துக்கொள்ளவும் இந்த காலனிய நாடுகள் அனைத்துமே அவற்றின் பூர்விக, பாரம்பரிய அறிவுத்துறைகள் பற்றி நன்கு தெரிந்துகொண்டாகவேண்டும்.

•

அடிக்குறிப்புகள்

1. லேடி மேரி வொர்ட்லி மாண்டேகு : மெமாயர்ஸ்
2. பிரிட்டிஷ் மியூசியத்தில் உள்ள 18-ம் நூற்றாண்டு மத்திம பகுதி ஆவணம்: ட்ராக்ட்ஸ் ஆன் இனாகுலேஷன்.
3. என்சைக்ளோபீடியா பிரிட்டானிகா 1910-11 பதிப்பு, விதை நடுதல் பற்றிய கட்டுரை.
4. பார்க்க அத்தியாயம் 2
5. எடின்பர்க் ரிவ்யூ, தொகுதி 22, ஜன, 1814, பக் 474-75.
6. பார்க்க அத்தியாயம் 2
7. என்சைக்ளோபீடியா பிரிட்டானிகா 1823 பதிப்பு, ஹிந்துக்கள் பற்றிய கட்டுரை; தொகுதி 10, பக் 477.
8. எடின்பர்க் ரிவ்யூ, தொகுதி பத்து (1810). மேற்குலகின் சேக்ரட் ஐலண்ட்கள் பற்றிய கட்டுரை, ஃப்ரான்சிஸ் வில்ஃபோர்ட், ஏசியாட்டிக் ரிசர்ச்சஸ், தொகுதி 8 (1808), பக் 246-47
9. ஃபிலாசபிகல் டிரான்சாக் ஷன்ஸ், தொகுதி 83 (1793) ஜான் லாய்ட் எழுதிய கட்டுரை, பக் 45-49.

10. ஏசியாட்டிக் ரிசர்ச்சஸ், தொகுதி 5 (1798), ஹண்டர் எழுதிய கட்டுரை, பக் 177-211

11. அதே

12. ஜி.ஆர்.கை (இந்திய அகழ்வாராய்ச்சித்துறையின் கௌரவ கரெஸ்பாண்டண்ட், கல்கத்தா, அரசு அச்சகம், 1920.

13. அதே புத்தகம்

14. ஜே.பி.தாவர்னியர், டிராவல்ஸ் இந்தியா, கல்கத்தா, 1905, ப் 425.

15. பெங்கால் : பாஸ்ட் அண்ட் ப்ரசண்ட், தொகுதி 6, பக் 279-80

16. என்சைக்ளோபீடியா பிரிட்டானிகா, எட்டாவது பதிப்பு (1850), அல்ஜீப்ரா பற்றிய கட்டுரை.

17. என்சைக்ளோபீடியா பிரிட்டானிகா, 11-வது பதிப்பு (1910-11), பைனாமியல் தியரம் பற்றிய கட்டுரை.

18. ஆசியாட்டிக் ரிசர்ச்சஸ், தொகுதி 13 (1820), ஆர்.டைட்லர் எம்.டி., பக்கம் 456-67.

19. அதே புத்தகம்

20. பார்க்க அத்தியாயம் 6

21. இந்தியா ஆஃபீஸ் ரெக்கார்ட்ஸ் : *MSS Eur F/95/I,* ஹூக்ளி நதியின் மேற்குப் பகுதியில் இருக்கும் மண் மற்றும் அங்கு நடக்கும் விவசாயம், ff.81r.

22. பார்க்க அத்தியாயம் 17.

23. பார்க்க அத்தியாயம் 17.

24. வங்காளத்தில் மேற்கொள்ளப்பட்ட தடுப்பு ஊசி சிகிச்சை பற்றிய அறிக்கை, கல்கத்தா

25. அதே அறிக்கை பக் 27-28.

26. அதே அறிக்கை பக் 94.

27. பார்க்க: ட்ராக்ட்ஸ் ஆன் இனாகுலேஷன். 18-ம் நூற்றாண்டில் தடுப்பு ஊசி சிகிச்சைக்கு பிரிட்டனில் எழுந்த மத நோக்கிலான எதிர்ப்பு.

28. இந்தியா ஆஃபீஸ் ரெக்கார்ட்ஸ் : பனாரசில் தடுப்பூசி போடப்பட்ட விதம், சூப்பரிண்டெண்ட் ஆஃப் வேக்ஸினேஷன் அரசுக்கு அனுப்பிய அறிக்கை, N.W.P., 6, ஜூன், 1870, பக் 77.

29. அதே புத்தகம், ஆர்.எம்.மில்னே, சூப்பரிண்டெண்ட் ஆஃப் வேக்ஸினேஷன் அரசுக்கு அனுப்பிய அறிக்கை, 1, ஏப், 1870, பக் 72.

30. பார்க்க அத்தியாயம் 8,

31. பார்க்க அத்தியாயம் 12.

32. ரமேஷ் சந்திர மஜூம்தார், ஹெ.சி. ராய் சவுத்ரி, கலிகின்கர் தத்தா, என் அட்வான்ஸ்ட் ஹிஸ்டரி ஆஃப் இந்தியா, மூன்றாம் பதிப்பு (1967) பக் 564.

33. ஃபிலாசபிகல் டிரான்சாக் ஷன்ஸ், தொகுதி 65 (1775) ஜோசப்ஃப் பிளாக், எம்.டி., பக் 124-28.

34. பார்க்க அத்தியாயம் 17, பக் 258.

35. ஃபிலாசபிகல் டிரான்சாக் ஷன்ஸ், தொகுதி 85 (1795) பம்பாயில் உற்பத்தி செய்யப்பட்ட எஃகின் தரம் தொடர்பான பரிசோதனைகள்: இரும்பின் பல்வேறு நிலைகள் குணங்கள் பற்றிய ஒப்பீடு : ஜார்ஜ் பியர்ஸன் எம்.டி., எஃப்.ஆர்.எஸ். பக் 322-346. மேலும் பார்க்க : டி. மஷேத் இந்திய எஃகு அல்லது ஊட்ஸ் ஸ்டீல் மீதான ஆய்வுகள் (பிரிட்டிஷ் மியூசியம், கே.3. 727, பக் 650-62)

36. பி.ஹெய்னுக்கு ஸ்டோடர்ட் எழுதிய கடிதம். ஹெயின் தான் எழுதிய ட்ராக்ஸ் ஆன் இந்தியா நூலில் மேற்கோள்காட்டியிருக்கிறார்., 1814, பக் 363. ராபர்ட் ஹேட்ஃபீல் ஸ்டோடர்ட் பற்றிச் சொல்லியிருப்பது: மைக்கேல் ஃபாரடேக்கு ஸ்டீல் பொருட்கள் செய்துகொடுத்த தே மிஸ்டர் ஸ்டோடர்ட் இவர்தான் என்று தோன்றுகிறது (ஜர்னல் ஆஃப் அயர்ன் அண்ட் ஸ்டீல் இன்ஸ்டிட்யூட், தொகுப்பு 85). ஹெய்னைப் பொறுத்தவரையில் ஸ்டோடர்ட் ஒரு மிக சிறந்த எந்திர உற்பத்தியாளர். பியர்ஸனைப் பொறுத்தவரையில் 1794095-ல் ஊட்ஸ் எஃகில் பரிசோதனை செய்ய உதவிய ஸ்டோடர்ட் 'ஒரு சிறந்த தொழில் கலைஞர்'.

37. அதே புத்தகம் பக் 364.

38. ஃபிலாசபிகல் ட்ரான்சாக் ஷன், தொகுதி 85, பியர்சனின் பரிசோதனைகள்.

39. ஜே.எம்.ஹீத்: இந்திய இரும்பு மற்றும் ஸ்டீல் .

40. அதே புத்தகம்

41. அதே புத்தகம்.

42. அதே புத்தகம் பக் 669,671

43. பார்க்க டி ஹோவர்ட்டின் ரைஸ் அண்ட் டிக்லைன் ஆஃப் கோரமண்டல் (முதலில் டச்சு மொழியில் வெளியாஅது, 1692, அல்லது 1693) பக் 291-94, 401-03, மெக்கன்ஸி எம்.எஸ்.எஸ். (ப்ரைவேட்) தொகுதி 88, இந்தியனாபீஸ் ரெக்கார்ட்ஸ்.

44. எம்.ஜி. ரானடே, எஸேஸ் ஆன் இந்தியன் எக்கானமிக்ஸ், மூன்றாம் பதிப்பு, 1916, பக் 155.

45. பார்க அத்தியாயம் 15.

46. இந்திய தேசிய ஆவணக்காபகம், ஹோம். ஆவணங்கல் தொகுதி 437. இமயமலையின் கனிமவளங்கள் குறித்த ஆய்வு, 1826, பக் 627.

47. இந்தியன் ஆபீஸ் ரெக்கார்ட்ஸ், வங்காள அரசுக்கு அனுப்பப்பட்ட அறிக்கை, ஜூலை, 29, 1814, பத்தி 9

48. ஃப்ரான்காய்ஸ் பால்ட்சர் சோல்வைன்ஸ்: லெ ஹிந்தூஸ், 4 தொகுதி, 1802-12.

49. ஃபிலாசபிகல் டிரான்சாக் ஷன்ஸ், தொகுதி 18, ஃபாதர் பாபின், பெங்கால், டிசம்பர் 1968, 1709, பக் 226.

50. குர்ட் போலக் : தி ஹீலர்ஸ் : தி டாக்டர், தென் அண்ட் நௌ, ஆங்கில வடிவம் 18,1968, பக் 37-8.

51. மஜூம்தார் அண்ட் அதர்ஸ் ஏன் அட்வான்ஸ்திஸ்டரி ஆஃப் இந்தியா, பக் 561.

52. என்சைக்ளோபீடியா பிரிட்டானிகா : 8ம் பதிப்பு, அல்ஜிப்ரா பற்றிய கட்டுரை.

53. இந்திய தேசிய ஆவணக்காப்பகம் : இந்தியா பப்ளிக் ப்ரிசீடிங்கஸ், மார்ச், 7, 1835, பொது கல்வி பற்றிய குறிப்பு.

54. ஸ்பீச்சஸ் ஆஃப் வில்பர் ஃபோர்ஸ் ஆன் இந்தியா இன் தெ பிரிட்டிஷ் ஹவுஸ் ஆஃப்காமன்ஸ், 1813 மற்றும் ஜேம்ஸ் மில் எழுதிய ஹிஸ்டரி ஆஃப் பிரிட்டிஷ் இந்தியா, 1817, குறிப்பாக தொகுதி 1.

55. வோல்டர் : கலெக்டட் வொர்க்ஸ், தொகுதி 38,(BM 1341 d 8), பக். 83-4, 87.

56. பார்க்க:எஸ்.சி. ஹிஸ்டர் அண்ட் எவல்யூஷன் ஆஃப் இந்தியன் மெதட் ஆஃப் ரினோப்ளாஸ்டி, பிளாஸ்டிக் சர்ஜரிதொடர்பான நான்காவது மாநாடு, ரோமாபுரி, 1967, எக்ஸர்ப்டா மெடிக்கா ஃபவுண்டேஷன், ஆம்ஸ்டெட்டாம், 1969.

அழகிய போராட்டம்

காந்திக்கு முன்பான இந்தியாவில் ஒத்துழையாமை இயக்கம்

ஜெயபிரகாஷ் நாராயணின் முன்னுரை

இந்தியாவில் பழங்காலத்தில் இருந்தவர்கள் 'தன்னை அறிதலே மிக உயர்ந்த ஞானம்' என்று கருதினார்கள். தன்னை அறிபவர் அனைத்தையும் அறிபவராக, அனைத்தையும் அடைபவராகக் கருதினர். தனிநபர்களுக்கு மட்டுமல்லாமல் இது தேசங்களுக்கும் பொருந்தும். தேசம் என்பதை ஒருவர் எப்படி வேண்டுமானாலும் வரையறுக்கலாம். அப்படி வரையறுப்பது எளிய விஷயம் ஒன்றும் அல்ல. எதுவாக இருந்தாலும் அதனுடைய ஆன்மாவானது வெளிப்புற அம்சங்களில் அல்ல. அந்த தேசத்தில் இருப்பவர்களின் மனதில் உள்ளார்ந்திருக்கும் உலகத்திலேயே இருக்கிறது. அந்த உள்ளார்ந்த அக உலகின் அம்சங்களில் மிக முக்கியமானது சுய அடையாளமே. ஒரு தேசத்தில் இருப்பவர்கள் தம்முடைய மற்றும் தம்முடைய முன்னோர்களின் சுய பிம்பமாக, அடையாளமாக எதைக் கருதுகிறார்களோ அதுவே மிகவும் முக்கியம்.

பிரிட்டிஷ் நம்மை ஆண்டபோது ஏகாதிபத்திய ஆட்சியின் தேவைகள், விருப்பு வெறுப்புகள் ஆகியவையே நம்மை வழி நடத்தின. லோகாதாயம், நல்லொழுக்கம், அறிவு ஆகியவற்றில் நாம் எல்லோரும் மிகவும் கீழானவர்கள் என்று அவர்கள் நம்மை சித்தரித்தனர். இந்திய தேசத்தை இப்படியாகத் திட்டமிட்டு

அவமதித்ததற்கு முக்கியமான காரணங்களில் ஒன்று, தனது கலாச்சாரத்திலிருந்து முற்றிலும் மாறுபட்ட ஒன்றை அந்த அந்நியர்களால் சரியாகப் புரிந்து கொள்ள முடியவில்லை என்பதுதான். எனவே, காலப்போக்கில் அரசியல் ஆதிக்கம் முழு வலிமை பெற்றதும் நாம் நம்மைப்பற்றி பிரிட்டிஷார் தீட்டிய இழிவான சித்திரமே நமது உண்மை உருவம் என்று ஏற்றுக்கொண்டு விட்டோம். பிரிட்டிஷார் காட்டிய கண்ணாடியில் தெரிந்த நமது அவலமான முகமே நமது உண்மையான முகம் என்று நினைத்து விட்டோம்.

சமஸ்கிருத இலக்கியம், இந்திய தத்துவம், கலை, அறிவியல் ஆகியவை பற்றி மேற்கத்திய அறிஞர்களில் சிலர் புகழ்ந்து சொன்ன விஷயங்கள் எதையுமே நமது சுதந்திரப் போராட்டத்துக்கு நாம் பயன்படுத்திக் கொள்ளவில்லை. சில நேரங்களில் நமது கடந்த கால சாதனைகள் எல்லாம் மிகப் பெரிய அளவில் பூதாகரப்படுத்தப்பட்டு புதிதாக உருவாகி வந்த தேசிய மதிப்பீடுகளுக்கு உதவும் வகையில் பயன்படுத்தப்பட்டன.

சுதந்திரம் கிடைத்ததைத் தொடர்ந்து சில காலம் நீடித்த பெருமித மயக்கங்களைத் தொடர்ந்து தன்னைத் தானே இழிவுபடுத்திக் கொள்ளும் சுய இழிவு மனப்பான்மை ஆரம்பமானது. குறிப்பாக மேற்குலகக் கல்வி பெற்றவர்கள் இந்தப் போக்கை முன்னெடுத்துச் சென்றனர். நவீனமயமாக்கம், அறிவியல் சிந்தனை என ஏதாவது ஒரு வழியில் இந்திய அடையாளங்கள், அம்சங்கள் ஆகியவற்றை ஓரங்கட்டினார். இந்தப் போக்கு இன்றும் முடிவுக்கு வந்துவிட வில்லை. இந்திய சமுதாயத்தில் அல்லது வரலாற்றில் இருந்த தவறுகள், தீமைகள் இவற்றை நாம் மூடி மறைத்துவிட வேண்டும் என்று நான் சொல்ல வரவில்லை. ஆனால் மாரில் அடித்துக் கொண்டு அழுதல், தன்னை தானே இழிவுபடுத்திக் கொள்ளுதல் போன்றவையெல்லாம் தேச நிர்மாணத்துக்குத் தேவையான மன உறுதியை, உந்துதலை ஒருபோதும் தரப்போவதில்லை. அடிமைத் தனமாக அந்நியர்களை நகலெடுப்பதும் எந்த வகையிலும் நமக்கு உதவப் போவதில்லை.

நம்முடைய இந்த துரதிஷ்ட மனநிலைக்குப் பல காரணங்கள் இருக்கின்றன. அவற்றில் ஒன்று நமது வரலாற்றைப் பற்றி, குறிப்பாக நமது முன்னோர்களின் சமூக, பொருளாதார, அரசியல் வாழ்க்கை குறித்த போதிய புரிதல் இல்லாததுதான். நமது முன்னோர்களின், பல வகைகளில் முக்கியமானது வரலாறு குறித்த தெளிவான சிந்தனை இல்லாததும் வரலாற்றுத் தரவுகளை

புராணங்கள் ஆக்கும் மனச்சாய்வு கொண்டிருந்ததும்தான். இதன் விளைவாக இந்தியாவிலும் பிற நாடுகளிலும் நவீன வரலாற்று ஆய்வுகள் பெருமளவுக்கு முன்னெடுக்கப்பட்ட நிலையிலும் நமது வரலாற்று அறிவானது மிகவும் மட்டுப்பட்டதாகவே இருக்கிறது. குறிப்பாக சமூக வரலாற்றுப் பிரிவில் நாம் மிகவும் பின்தங்கியே இருக்கிறோம்.

அதோடு நமது கடந்த காலத்தில் ஏராளமான இடைவெளிகள், இருண்ட காலங்கள் பல இருக்கின்றன. அவை பற்றி நமக்குப் பெரிதாக எதுவுமே தெரியாது. அவற்றில் முக்கியமானது முகலாயப் பேரரசின் வீழ்ச்சிக்கும் ஐரோப்பிய வணிக நிறுவனங்களின் வருகை, பிரிட்டிஷ் ஆட்சி அதிகாரம் ஆகியவற்றுக்கும் இடைப்பட்ட காலகட்டத்தில் என்ன நடந்தது என்பது நமக்குத் தெளிவாகத் தெரியாது. அந்தக் காலகட்டம் உண்மையிலேயே அரசியல்ரீதியாக நாம் பிரிந்து சிதையத் தொடங்கியிருந்த காலகட்டம் என்பதில் எந்த சந்தேகமும் இல்லை. ஆனால், ஸ்ரீ தரம்பால் ஆய்வு செய்து தொகுத்து வெளியிட்டிருக்கும் படைப்புகள் அரசுக்கு எதிராக மகத்தான போராட்டத்தை முன்னெடுத்த எளிய மக்களைப் பற்றி நமக்கு எடுத்துக்காட்டுகிறது. இரும்புக் கொல்லர்கள், மேஸ்திரிகள், ஜோலகிர்கள், ஹஜாம்கள், தர்சிகள், காகர்கள், பேரர்கள் என அனைத்து பாட்டாளி வகுப்பினரும் ஆட்சி அதிகாரம் எல்லை மீறிச் செல்வதாக உணர்ந்து கிளர்ந்து எழுந்துவிட்டனர் என்று 1810-ல் பனாரஸில் இருந்த நீதிபதி குறிப்பிட்டிருப்பதை இங்கு சுட்டிக்காட்டுவது பொருத்தமாக இருக்கும்.

பிரிட்டிஷ் ஆட்சிக்காலத்தில் இந்தியாவில் இருந்த 500க்கு மேற்பட்ட சமஸ்தானங்களில் இருந்த மன்னர்கள் மேற்கொண்ட ஆட்சியைப் பற்றிச் சொல்லும்போது ‘இந்து அரசு என்பது சர்வாதிகாரம் மிகுந்தது. வானளாவிய அதிகாரம் கொண்டது. அதனுடைய மக்கள் அடிமைகளாக அடங்கி ஒடுங்கிக்கிடந்தனர்’ என்று பொதுவாகச் சொல்லப்படுவதுண்டு. ஆனால் அந்நிய மற்றும் இந்திய ஆராய்ச்சியாளர்கள் பலர் எழுதியிருப்பதைப் பார்க்கும் போது நிலைமை முற்றிலும் வேறாக இருந்ததைப் பார்க்க முடியும். சில நேரங்களில் மக்கள் ஒன்று திரண்டு திறமையற்ற அரசரைப் பதவியில் இருந்து நீக்கியது கூட நடந்திருக்கிறது. ஆனால் அவையெல்லாம் ஏதோ லட்சியவாதப் புனைவுகள் என்றும் நடைமுறையில் அப்படி எல்லாம் இல்லை என்றும் சொல்பவர்களும் உண்டு.

இந்து சாஸ்திரங்களின் அடிப்படையில் பார்த்தால் அரசர் என்பவர் ஒருநாளும் சர்வ அதிகாரம் பெற்றவராக இருந்திருக்கவில்லை.

தர்மத்துக்குக் கட்டுப்பட்டு அவர் ஆட்சி புரிய வேண்டி இருந்திருக்கிறது என்பது உண்மைதான். ஆனால் காலகாலமாக உருவாகிவந்த கடமைகள், பொறுப்புகள், சலுகைகள் ஆகியவற்றை அடிப்படையாகக்கொண்ட தர்ம மதிப்பீடுகளை, சம்பந்தப் பட்ட யாரும் முறையாகப் பின்பற்றியிருக்கவில்லை. தர்ம சாஸ்திரங்களை மீறி நடந்த சர்வாதிகார மன்னர்கள் இது விதிவிலக்கு என்பது போலல்லாமல் அதுதான் வழிமுறை என்பதாக நடந்து கொண்டிருக்கிறார்கள் என்று சொல்வதுண்டு.

ஸ்ரீ தரம்பால் 'அழகிய போராட்டம்' நூலில் முன் வைத்திருக்கும் விஷயங்கள் வேறுவிதமான உண்மைகளை வெளிச்சத்துக்குக் கொண்டு வருகின்றன. பனாரஸ், பாட்னா, சரூண், முர்ஷிதாபாத், பகல்பூர் போன்ற பகுதிகளில் வீடுகள் மற்றும் கடைவீதிகளை மூடி விதிக்கப்பட்ட புதிய வரிகளை எதிர்த்து மக்கள் முன்னெடுத்த ஒத்துழையாமை இயக்கம் பற்றிய தகவல்கள் அப்போதைய பிரிட்டிஷ் அதிகாரிகளின் ஆவணங்களில் இருந்து முன்வைக்கப் பட்டுள்ளன. வருடத்தைக் கொஞ்சம் 110-120 வருடங்களுக்கு முன்னதாக மாற்றி, வரியின் பெயரை மாற்றி வேறுசில மேலோட்டமான மாற்றங்கள் செய்து கொண்டால் போதும். 1920கள் 30களில் ஒத்துழையாமை இயக்கப் போராட்டங்களில் என்ன நடந்தனவோ அவை அப்படியே அந்த நூறு வருடங்களுக்கு முன்பாக நடந்திருக்கின்றன என்று ஸ்ரீ தரம்பால் சொன்னது முற்றிலும் சரியே. இந்தப் புத்தகத்தில் இடம்பெற்றிருக்கும் பிரிட்டிஷ் ஆவணங்களில் இடம்பெற்றுள்ள விவரங்கள் சமகாலத்தில் இப்போது நடந்த நிகழ்வுகளுக்கு இணையாகவே இருக்கின்றன.

'அழகிய போராட்டம்' நூலில் மறுபிரசுரம் செய்யப்பட்டிருக்கும் ஆவணங்களைப் பார்த்தால் இந்திய வரலாற்றில் ஆட்சியாளர் களுக்கும் ஆளப்பட்டவர்களுக்கும் இடையில் இரு தரப்பின் உரிமைகள் பொறுப்புகள் தொடர்பான ஒரு தெளிவான புரிதல் இருந்து வந்துள்ளது தெரிய வருகிறது. எப்போதெல்லாம் இந்தப் பாரம்பரியமான வழிமுறைகளில் சர்வாதிகார ஆட்சியாளர்களினால் நெருக்கடிகள் ஏற்பட்டுள்ளனவோ அப்போதெல்லாம் குடிமக்கள் அமைதியான முறையில் ஒத்துழையாமை மூலமாகத் தமது எதிர்ப்பைப் பதிய வைத்துள்ளனர். எப்போதெல்லாம் அப்படியான எதிர்ப்பு தெரிவிக்கப்பட்டிருக்கிறதோ, ஆட்சியாளர்கள் அதை சட்டவிரோதமாக, கலகக்குரலாகவோ, அவிசுவாசம் என்றோ எதிர்த்திருக்கவில்லை. அந்த எதிர்ப்பை எந்த வழியிலாவது அடக்கிய ஆகவேண்டும் என்று நினைத்திருக்கவில்லை. அந்தப்

போராட்டத்தை மிகவும் சரியான வழிமுறை என்று மதித்து பிரச்னைக்கு உடனடியாக, சுமுகமான தீர்வுக்கான முயற்சியை எடுத்திருக்கிறார்கள்.

இங்கு விவரிக்கப்பட்டிருக்கும் அமைதியான மக்கள் போராட்டமானது திடீரென்று முளைத்துவிடவில்லை. நன்கு நிலைபெற்ற சமூக அரசியல் பாரம்பரியத்தில் அவற்றின் வேர்கள் கடந்த காலத்தில் அழுத்தமாக ஊன்றி இருந்திருக்க வேண்டும். இஸ்லாமியர்களின் மிகக் கொடூரமான சர்வாதிகார ஆட்சியானது பலகாலம் நீடித்திருந்த நிலையிலும், 19ஆம் நூற்றாண்டிலும் இந்த அமைதியான போராட்ட வழிமுறையானது நீடித்து வந்திருப்பதைப் பார்க்கும்போது இந்தப் பழம்பெரும் பாரம்பரியத்தின் வலிமையும் முக்கியத்துவமும் நன்கு புரிய வருகிறது.

இந்த அற்புதமான பழம்பெரும் போராட்ட வழிமுறையை பிரிட்டிஷார் எப்படி துல்லியமாகத் திட்டமிட்டு அழித்தார்கள் என்பதைப் பின்வரும் பக்கங்களில் ஸ்ரீ தரம்பால் வேதனையுடன் விவரிக்கிறார். பிரிட்டிஷார் இந்தியாவில் தனது ஆட்சி அதிகாரத்துக்கு மிகப் பெரிய தொடர்ச்சியான தடைக்கல்லாக இந்த வழிமுறையைப் பார்த்திருக்கிறார்கள். ‘அரசின் கவுரவத்தை காப்பது’, ‘பொது சமூகத்தில் அமைதியை நிலைநாட்டுவது’, ‘அரசாங்கத்தின் மீது மக்கள் சமூகம் வைத்திருக்கவேண்டிய மரியாதையை தக்கவைப்பது’ ஆகிய நோக்கங்களின் அடிப் படையில் பார்த்தால் இப்படியான எதிர்ப்புகளுக்கு எந்த இடமும் தரக்கூடாது என்று அவர்கள் நினைத்தார்கள்.

இந்தப் போராட்டங்களைப் பார்த்து பிரிட்டிஷார் பெருமளவுக்கு பயந்தார்கள் என்று இதுதொடர்பாக ஸ்ரீதரம்பால் சொல்வதை நான் முழு மனதுடன் அங்கீகரிக்கிறேன். மக்கள் எந்தக் கேள்வியும் கேட்காமல் அடங்கி ஒடுங்கி இருந்தால்தான் நமக்கு மிகவும் நல்லது என்று அவர்கள் நினைத்தார்கள். இந்தப் பாதுகாப்பு உணர்வை அடைவதற்காக அவர்கள் ராணுவ பலத்தையே நம்பினார்கள். பிரிட்டிஷாரின் இந்த அணுகுமுறையே நம் நாட்டினரின் ஆன்ம பலத்தை அழித்து ஒழித்தது. 1930-ல் காங்கிரஸ் செயற்குழு சுதந்திர பிரகடனத்தை வெளியிட்டபோது பொருளாதாரம், அரசியல், கலாசாரம், ஆன்மிகம் நான்கு தளங்களிலும் பிரிட்டிஷ் ஆட்சியினால் நம் தேசத்துக்கு ஏற்பட்ட அழிவு பற்றிக் குறிப்பிடும்போது இந்த விஷயத்தையே அது குறிப்பிட்டது. அதன் பின்னான ஒவ்வொரு ஆண்டும் ஜனவரி 26 அன்று ஆயிரக்கணக்கான பொதுக் கூட்டங்களில் இந்த விஷயமே பிரதானமாக முன்னிறுத்திப்

பேசப்பட்டது. மக்களை நிராயுதபாணிகளாக ஆக்கி, அந்நிய ராணுவத்தின் ஆக்கிரமிப்பின் மூலமும் அவற்றின் கொடூரமான தாக்குதலின் மூலம் மக்கள் மனதில் எழும் போராட்ட குணத்தை அழித்து ஒழித்தார்கள். அதுவே தேசத்தின் ஆன்ம பலத்தை அழியச் செய்தது.

'அழகிய போராட்டம்' புத்தகத்தின் சுவாரசியமும் மதிப்பு மிகுந்த முன்னுரையில் ஸ்ரீ தரம்பால், காந்திஜியின் சத்யாகிரக சிந்தனைகளின் வேர்களைப் பற்றி அலசிப் பார்த்து அதுபற்றிப் புதிய ஒளிகளைப் பாய்ச்சி இருக்கிறார். காந்திஜியின் சத்யாகிரகக் கொள்கையின் அடிப்படையான அம்சமாக இருந்தது என்பது காலகாலமாக நம் தேசத்தில் ஆட்சியாளர்களுக்கும் ஆளப்பட்ட மக்களுக்கும் இடையில் இருந்த தொடர்புதான். அந்தத் தொடர்பு காந்திக்கும் நன்கு தெரிந்திருந்தது. காந்திஜி, தான் எழுதிய 'இந்து ஸ்வராஜ்யம்' நூலிலேயே தனது சத்யாகிரக சிந்தனைகளுக்கு நம் தேசத்தின் அந்தப் பழங்கால பாரம்பரியமே முக்கிய காரணம் என்று வெளிப்படையாகவே குறிப்பிட்டிருக்கிறார். இருந்தும் அவருடைய வாழ்க்கை வரலாற்றை எழுதியவர்களும், அவரைப் பற்றி பிற நூல்கள் எழுதியவர்களும் அந்த சத்யாகிரகத்துக்கான வேர்களை எங்கெல்லாமோ தேடினார்களே தவிர காந்தியடிகளின் வார்த்தைகளுக்கு எந்த முக்கியத்துவமும் கொடுத்திருக்கவில்லை.

காந்திஜியின் கூர்மையான அவதானிப்பு நீங்கலாக அந்தப் பழம் பெரும் போராட்ட வடிவத்தின் தடயங்கள் எதுவுமே இருந்திருக்க வில்லை என்பதால் ஒருவேளை இப்படி நடந்திருக்கலாம் ('இந்து ஸ்வராஜ்' நூலில் சௌராஷ்ட்ராவில் இருக்கும் ஒரு குக்கிராமம் பற்றிக்கூட காந்திஜி விவரித்திருப்பார். அவருடைய பார்வை அவ்வளவு கூர்மையானது). அல்லது, பரந்து விரிந்ததேசம் முழுவதிலும் அப்படியான சாத்விகப் போராட்டமானது வாழ்வின் எல்லாத் தளங்களிலும் முன்னெடுக்கப்பட்டதற்குப் போதுமான வரலாற்று ஆதாரங்கள் கிடைத்திருக்கவில்லை. அல்லது ஆட்சியாளர்கள் நமக்கு நெருக்கடி தரும் செயல்களைச் செய்யும் போது அவர்களை எதிர்க்கும் மனநிலையை நாம் இழக்கத் தொடங்கி விட்டதாலோ என்னவோ அந்தப் பழம்பெரும் ஒத்துழை யாமைப் போராட்டம் பற்றி காந்தி சொன்ன சில மேலோட்டமான வாக்கியங்களை வழக்கம்போல் அவர் கடந்த காலத்தை பற்றிச் சொல்லக் கூடிய லட்சியவாத, யுட்டோப்பியக் கனவு வார்த்தைகள் என்று புறமொதுக்கிவிட்டார்கள் போலிருக்கிறது.

காந்திஜி ஒரு வரலாற்று ஆராய்ச்சியாளர் அல்ல. எனினும் பெரும்பாலான வரலாற்று ஆய்வாளர்களைவிட மிக அழுத்தமான

உள்ளொளி கொண்டவர். மக்கள் தலைவராக அவர் அபாரமான வெற்றி பெற்றதற்கு இந்த உள்ளுணர்வுதான் மிக முக்கியமான காரணங்களில் ஒன்றாக இருந்திருக்கிறது.

சுதந்தரத்துக்குப் பிந்தைய, ஜனநாயக இந்தியாவில் சத்யாகிரகத்துக்கு இருக்கும் இடம் பற்றிய ஸ்ரீ தரம்பாலின் சிந்தனைகளும் மிகவும் முக்கியமானதும் சுவாரசியமானதும் ஆகும்.

சுதந்திர இந்தியாவில் இருக்கும் ஆட்சியைப் பற்றி அடிக்கடிச் சொல்லப்படும் விமர்சனம், என்னவென்றால் காலனிய சக்திகள் பொருளாதாரச் சுரண்டலுக்கும் அதிருப்திகளை ஒடுக்குவதற்கும் எந்த அதிகாரவர்க்கத்தைப் பின்பற்றினார்களோ அதுவே எந்தவித மாற்றமும் இல்லாமல் இப்போதும் பின்பற்றப்பட்டு வருகிறது. அந்த அதிகார வர்க்கத்தின் மிக மோசமான எதிர்பார்ப்புகளில் ஒன்று என்னவென்றால் 'மக்களின் முதல் கடமை அடங்கி ஒடுங்கி நடப்பதுதான்'. அதன் பிறகே எதிர்ப்பை வெளிப்படுத்தலாம் என்ற பிரிட்டிஷ் ஏகாதிபத்திய சிந்தனையே இப்போது நிலவுகிறது.

அதோடு இப்போது இருக்கும் அதிகார வர்க்கம் அந்நிய அரசின் கட்டுப்பாட்டில் உள்ளது அல்ல; ஜனநாயகரீதியாக நம் மக்களால் தேர்ந்தெடுக்கப்பட்ட தேசிய அரசுதான் என்ற வாதமும் அந்த அதிகார வர்க்கத்தின் தவறுகளை நியாயப்படுத்தப் பயன்படுத்தப் படுகின்றன. எனவே எப்போதாவது அரசை எதிர்த்து யாராவது உண்ணாவிரதம் இருந்தாலோ, ஒத்துழைக்க மறுத்தாலோ வேலை செய்யாமல் இருந்தாலோ அவர்கள் அந்தப் போராட்டத்தைக் கைவிடும் வரை அல்லது அரசால் அடக்கி ஒடுக்கப்படும் வரை அரசு எந்திரம் பேச்சுவார்த்தைக்கு முன்வருவதில்லை. பிரச்னையைத் தீர்க்க எந்த நடவடிக்கை எடுப்பதும் இல்லை. இதன் விளைவாக பாதிக்கப்பட்ட மக்கள் வன்முறையைக் கையில் எடுக்கிறார்கள். அதன் பிறகு அரசாங்கம் அவர்களுக்கு அடிபணிகிறது. சமரசத்துக்கு முன்வருகிறது.

சத்யாகிரக முயற்சிகள் முன்னெடுக்கப்பட்டு சிற்சில அரசியல் ஆதாயங்கள் பெறப்படுகின்றன என்பது உண்மைதான். ஆனால், சுதந்திர இந்தியாவின் அரசாங்கம் மட்டும் மக்கள் தங்களுக்கு எதிரானதாகவும் அதிருப்திகரமாகவும் இருக்கும் விஷயங்களை எதிர்க்கவும் அமைதியான முறையில் போராடவும் அனுமதித் திருந்தால் கடந்த 25 ஆண்டுகளில் மக்களின் போராட்டச் செயல் பாடுகளிலும் சில நியாயமான கட்டுப்பாடுகளை, ஒழுக்கங்களைக் கொண்டுவந்திருக்கும். அதேபோல் அரசாங்கத்தின் அணுகு முறையிலும் நியாயமான மாற்றத்தைக் கொண்டுவந்திருக்கும்.

ஜனநாயக அமைப்பில் மக்கள் விரோத அரசுகளை அடுத்து வரும் தேர்தலில் அப்புறப்படுத்தும் அதிகாரம் மக்கள் வசமே உண்டு என்று பொதுவாகச் சொல்லப்படும் விஷயத்துக்கு ஆச்சார்ய கிருபளானி ஒரு தெளிவான விளக்கத்தை கொடுத்திருக்கிறார். ஸ்ரீ தரம்பால் அதை முன்னுரையில் குறிப்பிட்டிருக்கிறார்:

எல்லா பிரச்னைகளுக்கும் தீர்வு காண்பதற்காக அடுத்த தேர்தல் வரும் வரையில் அல்லது ஒரு ஆட்சியை தூக்கி எறியும் வரையில் காத்திருக்க வேண்டிய அவசியம் இல்லை. ஒரு சிலருக்கு அந்தப் பிரச்னையானது உடனே தீர்த்தாகவேண்டிய வாழ்வா சாவா பிரச்னையாக இருக்கக்கூடும். சத்தியாகிரக வழியில் போராடும் உரிமையை மறுப்பது என்பது நீண்ட காலத்துக்கு, சர்வாதிகார சக்திக்கு எந்தவித எதிர்ப்பும் இல்லாமல் அடங்கி ஒடுங்கியிருக்க வேண்டும் என்று சொல்வதற்கு இணையானது.

•

தரம்பாலின் முன்னுரை

பொதுவாக இந்திய மக்கள் தனிநபர் என்ற வகையிலும் ஒட்டுமொத்த சமூகமாகவும் அரசு மற்றும் அரசாங்கத்தை எப்படி அணுகினார்கள். ஒரு சில விதிவிலக்குகள் நீங்களாக இந்திய மக்கள் மந்தமாக, அடங்கி ஒடுங்கி, சாதுவாக நடந்து கொண்டிருக்கிறார்கள்; பெற்றோர்கள் மீது குழந்தைகள் எப்படியான பய உணர்வுடன் இருப்பார்களோ அதுபோலவே இந்திய மக்கள் தம்மை ஆட்சி செய்தவர்களுக்கு அடி பணிந்தே இருந்தனர் என்றுதான் பலரும் நம்புகிறார்கள். இப்படியாக இந்திய வரலாறு பற்றி எழுதப்பட்ட நூல்கள் ஏராளம்.

கடந்த 50 ஆண்டுகளாக நடந்து வருபவை இந்தியர்கள் அப்படி அடிமைகளாக அடங்கி ஒடுங்கி இருந்திருக்கவில்லை என்பதையே காட்டுகின்றன. இப்படியான 'புதிய' மாற்றத்தை சிலர் வருத்தத்துடன் பார்க்கின்றனர். ஆனால் ஒருவர் எதிர்த்தாலும், வரவேற்றாலும் அந்தப் போராட்ட மனோபாவத்தை ஐரோப்பிய சிந்தனைகளின் பரவலால் ஏற்பட்டதாகச் சொல்கிறார்கள். மேலும் இந்திய பொதுவெளியில் இந்த மனோபாவம் வெளிப்படுவதற்கு மகாத்மா காந்தியே காரணம் என்றும் தவறாமல் குறிப்பிடுகிறார்கள்.

ஐரோப்பிய சிந்தனைகள், மற்றும் காந்திய சிந்தனைகள் ஆகியவற்றிலிருந்து இந்திய மக்களை விலக்கி வைக்க முடிந்தால் இந்திய மக்கள் அமைதியாக, அடங்கி ஒடுங்கித்தான் கிடப்பார்கள் என்று கருதுகிறார்கள்.

அரசாங்கத்தின் அநீதி, சுரண்டல், அடக்குமுறை (நிஜமான மற்றும் கற்பிதமான) ஆகியவற்றுக்கு எதிராக இருபதாம் நூற்றாண்டில் இந்திய மக்களின் எதிர்ப்பானது இரண்டு வழிகளில் வெளிப் பட்டுள்ளன. ஒன்று ஆயுதங்கள் மூலமான எதிர்வினை. இன்னொன்று ஆயுதங்கள் இல்லாத எதிர்வினை. ஆயுதப் போராட்ட மானது ஒரு சிலர் அல்லது கடுமையான ஒழுங்குக்கு உட்பட்ட சிறிய குழுக்கள் மூலமே முன்னெடுக்கப்பட்டு இருக்கிறது. அரவிந்தர், சாவர்க்கர், பகத்சிங், சந்திரசேகர ஆசாத் போன்றோர் அவர்களுடைய காலத்தில் ஆயுதப் போராட்டத்துக்கான மகத்தான எடுத்துக்காட்டுகளாகத் திகழ்ந்திருக்கிறார்கள். ஆயுதங்கள் இல்லாத அமைதிப் போராட்டமானது ஒத்துழையாமை இயக்கம், சட்ட மறுப்பு இயக்கம், சத்யாகிரகம் போன்ற பெயர்களில் அழைக்கப் படுகின்றன. இரண்டாவதாகச் சொல்லப்பட்டிருக்கும் அகிம்சைப் போராட்டமானது இருபதாம் நூற்றாண்டில் ஆரம்பிக்கப்பட்டது. காந்தியால் ஆரம்பிக்கப்பட்டு வளர்த்தெடுக்கப்பட்டது.

காந்தியால் முன்னெடுக்கப்பட்ட அகிம்சைப் போராட்டமானது முதலில் தென் ஆப்பிரிக்காவில் தொடங்கப்பட்டது. அதன்பின் இந்தியாவில் முன்னெடுக்கப்பட்டது. ஒரு சிலருடைய கூற்றின்படி காந்தியடிகள் அந்த அகிம்சைப் போராட்டத்தை தொரேயூ, டால்ஸ்டாய், ரஷ்கின் போன்றோரிடம் இருந்தே கற்றுக் கொண்டிருக்கிறார். வேறு சிலர் என்ன சொல்கிறார்கள் என்றால் ஒத்துழையாமை இயக்கமும் சட்டமறுப்பு இயக்கமும் காந்தியடிகளின் மகத்தான சுயமான கண்டுபிடிப்பு. அவருடைய மேதமையினாலும் ஆன்மிக உயர் சிந்தனையினாலும் கண்டுபிடிக்கப்பட்டது என்று சொல்கிறார்கள்.

மகாத்மா காந்தியின் ஒத்துழையாமை இயக்கச் சிந்தனைகளின் வேர்கள் ஐரோப்பாவில் அல்லது அமெரிக்காவில்தான் உள்ளன என்ற கூற்று பலரால் முன்வைக்கப்பட்டுள்ளது. தொரோ பற்றி எழுதிய ஒருவர், 'அரசு நியாயமற்ற முறையில் நடந்து கொண்டால் மக்கள் எப்படி எதிர்ப்பைத் தெரிவிக்கவேண்டும் என்பது தொடர்பாக தொரோ எழுதிய 'ரெசிஸ்டென்ஸ் டு சிவில் கவர்மெண்ட்' கட்டுரைதான் இந்திய ஒத்துழையாமை இயக்கத்தின் அஸ்திவாரமாகத் திகழ்கிறது'[1] என்று குறிப்பிட்டிருக்கிறார்.

சமீபத்தில் எழுதிய வேறொரு எழுத்தாளர், 'தொரோவிடமிருந்து காந்தி ஒத்துழையாமை தொடர்பான உந்துதலை பெற்றார். ரஸ்கினிடமிருந்து அரசுடன் எப்படி ஒத்திசைவுடன் செயல்பட்டுப் போராட வேண்டும் என்பதை கற்றுக் கொண்டார்'[2] என்று குறிப்பிட்டிருக்கிறார். இன்னொரு எழுத்தாளர் குறிப்பிடுகையில் 'தொரோ, வில்லியம் லாய்ட் கேரிஸன், டால்ஸ்டாய் ஆகியோரிடமிருந்து கற்றுக்கொண்டதை சீலேயின் கருத்துகளுடன் ஒப்பிட்டு காந்தி வடிவமைத்துக் கொண்டார். பிரிட்டிஷ் அரசுக்கு இந்தியர்கள் தந்து வரும் ஆதரவை விலக்கிக்கொண்டால் பிரிட்டிஷாரின் ஆட்சி கவிழ்ந்துவிடும் என்பதை அவர்களிடம் இருந்துதான் தெரிந்து கொண்டார்'[3] என்று குறிப்பிட்டிருக்கிறார்.

காந்தி ஒத்துழையாமை இயக்க வழிமுறையை சுயமாகவே கற்றுக்கொண்டார் என்ற இரண்டாவது கோட்பாட்டை முன்வைப்ப வர்களும் மிக அதிகமாகவே இருக்கிறார்கள். அவர்களில் விஷய ஞானம் மிகுந்தவர்கள் பிரகலாதனிடம் தொடங்கி பழங்காலத்தில் இருந்த பலரிடமிருந்து காந்தி அதைக் கற்றுக் கொண்டதாக சொல்கிறார்கள். ஆர்.ஆர்.திவாகர் என்ன சொல்கிறாரென்றால், பிரகலாதன், சாக்ரடீஸ் ஆகியோரிடமிருந்து மகாத்மா காந்தி, மனிதர்கள் அன்றாட வாழ்க்கையில் எதிர்கொண்ட பிரச்னைகளுக்கு முழு வடிவம் பெறாத, பாதி அளவுக்கு மத நம்பிக்கை சார்ந்த ஒரு தீர்வை முன்வைத்தார். தீமை மற்றும் அநீதிக்கு எதிராக அகிம்சை முறையில் போராடுவதற்கான ஒரு ஆயுதத்தை மனித இனத்துக்கு உருவாக்கிக் கொடுத்தார். தர்ணா, ஹர்த்தால், தசத்யாகா (கைவசம் இருக்கும் அனைத்தையும் துறந்துவிட்டுச் செல்லுதல்) போன்ற இந்திய பாரம்பரிய வழிமுறைகளைச் சொல்லிக்காட்டி, 'இந்தியர்கள் அன்றாட லௌகிக விஷயங்கள் தாண்டியே சிந்தித்தனர். தனிநபர் முக்தி சார்ந்தே சிந்தித்தனர். ஒரு குழுவாக சமூகமாக அவருடைய தேவைகள் சார்ந்து எதையும் முன்னெடுக்க வில்லை. இன்றைய காலம் போன்ற நீண்ட நாட்கள் ஹர்த்தால்[4] செய்வது போன்ற தொழில் முடக்கங்கள் எல்லாம் இந்திய வரலாற்றில் முன்னெப்போதும் இருந்திருக்கவில்லை' என்று குறிப்பிட்டிருக்கிறார்.

மகாத்மா காந்தியின் அரசியல் தத்துவத்தை ஆராய்ந்து எழுதி இருக்கும் ஒருவர், 'காந்தி முன்னெடுத்த அகிம்சைப் போராட்ட மானது மனித சுதந்திரப் போராட்ட வரலாற்றில் முன்னெப் போதும் இருந்திராத ஒன்று. மிகவும் புதுமையானது'[5] என்று குறிப்பிட்டிருக்கிறார். மகாத்மா காந்தியை ஆய்வுசெய்த

இன்னொருவர், 'ஒத்துழையாமை இயக்கம், சட்ட மறுப்பு இயக்கம் போன்றவையெல்லாம் மகாத்மா காந்தியின் சமூகச் சூழலிலிருந்து இயல்பாக மலர்ந்த சிந்தனையே' என்று குறிப்பிட்டிருக்கிறார்.[6]

இந்த இரண்டு பார்வைகளுமே 'ஆன் த ட்யூட்டி ஆஃப் சிவில் டிஸ்ஒபீடியன்ஸ்' என்ற தொரோவின் கட்டுரைக்கான அறிமுகப் பகுதியில் குறிப்பிடப்பட்டுள்ளன. அந்த நூலாசிரியர் அந்த முன்னுரையில் கீழ்க்கண்டவாறு குறிப்பிட்டிருக்கிறார்:

> தொரோவின் ஒத்துழையாமை பற்றிய கட்டுரையானது அகிம்சை வழியிலான போராட்டங்களில் மாற்றத்தைக் கொண்டு வந்தது. தொரோவுக்கு முன்பாக, தீமைகள் நிறைந்த உலகில் தமது மத நம்பிக்கைகளுக்கு விசுவாசமாக இருக்க விரும்பிய சில தனிநபர்கள் மற்றும் குழுக்களினால் மட்டுமே முன்னெடுக்கப் பட்டது. சமூக, அரசியல் மாற்றங்களைக் கொண்டு வருவதற்காக அரசை எதிர்த்து அகிம்சை வழியில் போராடுதல் என்பதற்கு எந்த ஆர்வமும் காட்டப்பட்டிருக்கவில்லை. அறுபது ஆண்டுகள் கழித்து மகாத்மா காந்தியின் மூலமாக மக்கள் போராட்ட இயக்கமாக அரசியலில் அக்கறை கொண்டு முன்னெடுக்கப் பட்டது. அன்று ஏற்றுக்கொள்ளப்படவில்லை என்றாலும் முதல் அணுகுமுறையிலிருந்து இரண்டாவது அணுகுமுறை நோக்கிய நகர்வுக்கு தொரோதான் முக்கிய காரணகர்த்தாவாக விளங்கி இருக்கிறார்.[7]

காகா கலேல்கர்[8], ஆர்.பைன்[9] போன்றவர்கள் காந்தியடிகளின் ஒத்துழையாமை இயக்கத்துக்கும் இந்தியாவின் பழங்கால வழிமுறைகளுக்கும் இடையிலான தொடர்பு பற்றி லேசாகக் குறிப்பிடுகிறார்கள். எனினும் கலேல்கர் சொல்வதுபோல், 'மனித குலத்துக்கு மஹாத்மா காந்தி உருவாக்கிக் கொடுத்த போராட்ட வழிமுறை என்றே கருதுகிறார்கள். த்ராகா (traga -நவீன எழுத்தாளர்களில் பாரதத்தின் பழம் பெரும் த்ராக வழிமுறை பற்றிக் குறிப்பிட்டிருப்பது கேல்கர் மட்டுமே), தர்ணா, பாஹர்வாடியா என மகாத்மா காந்தி வாழ்ந்த சௌராஷ்டிரா பகுதியில் நிலவிய வழிமுறைகள் மகாத்மாவின் மனதில் தாக்கத்தைச் செலுத்தி இருக்கக்கூடும்' என்பதைப் பற்றியும் லேசாகத் தொட்டுக் காட்டியிருக்கிறார்.[10]

பழங்கால இந்திய அரசாட்சி, மன்னர்கள் அல்லது பிற ஆட்சியாளர்களின் கடமைகள், உரிமைகள் பற்றி எழுதப் பட்டிருக்கும் சமீபகாலப் படைப்புகள் எல்லாம் இந்திய மக்கள் ஆட்சியாளர்களுக்கு அடங்கி ஒடுங்கி நடந்துகொண்டார்கள் என்ற

சமீபத்திய கருத்தாக்கத்தைக் கேள்விக்கு உள்ளாகின்றன. ராஜா என்றாலே மக்களை திருப்திப்படுத்துபவர் என்றுதான் அர்த்தம். அப்படி என்றால் அந்த ராஜா மக்களை திருப்திப்படுத்தும் நோக்கில் சில குறிப்பிட்ட கடமைகளை செய்தாகவேண்டும். அதைச் செய்ய வில்லையென்றால் அந்த ராஜாவைப் பதவியிறக்கம் செய்து விடுவார்கள் என்று சில நூலாசிரியர்கள் குறிப்பிட்டிருக்கிறார்கள். மகாபாரதத்தில் இடம் பெற்றிருக்கும் ஒரு பகுதியை இங்கு மேற்கோள் காட்டுகிறேன்.

> தனது ஆட்சிக்கு உட்பட்ட மக்களைப் பாதுகாக்காமல், வரியை வசூலித்து, மக்களின் செல்வத்தைக் கொள்ளை அடித்துத் தீயவனாக நடந்துகொள்ளும் ஒரு மன்னனை மக்கள் வெகுண்டெழுந்து கொன்றுவிட வேண்டும். தலைமைப் பண்பு இல்லாத அப்படியான மன்னன் தீமை மற்றும் அழிவின் அதாவது கலியின் அவதாரம். 'மக்களை காப்பேன்' என்று வாக்குறுதி கொடுத்துவிட்டு அவர்களை காப்பாற்றவில்லை என்றால், பைத்தியம் பிடித்த நாயைக் கொள்வதுபோல் அந்த மன்னரை மக்கள் ஒன்று கூடிக் கொன்றுவிட வேண்டும்.[11]

பழங்காலத்தில் ஆட்சியாளர்களுக்கும் மக்களுக்கும் இடையிலான உறவு என்னவிதமாகக்கூட இருந்திருக்கலாம். துருக்கியர்கள் அல்லது முகலாயர்களின் ஆட்சியில், 17ஆம் 18ஆம் நூற்றாண்டில் எப்படி வேண்டுமானாலும் இருந்திருக்கலாம். ஜேம்ஸ் மில் இதுபற்றிக் கூறும்போது, 'இந்தியாவில் மன்னர்களை மக்கள் பயத்துடனும் பக்தியுடனுமே பார்த்தார்கள்'.[12] மேலும், காந்தியடிகளைப் பொறுத்தவரையில், 'மக்கள் நல்லதோ கெட்டதோ சட்டத்தை மதித்து நடக்கவேண்டும். முற்காலத்தில் அப்படி இருக்கவில்லை. அப்போதெல்லாம் மக்கள் தங்களுக்கு பிடிக்காத சட்டங்களை மதித்து நடக்கவில்லை'.[13] அமைதி வழியிலான போராட்டத்தைப் பற்றி மேலும் விவரித்துச் சொல்கையில் காந்தி சொல்கிறார்:

> இந்தியாவில் வாழ்க்கையின் அனைத்துத் தளங்களிலும் அமைதியான போராட்டம் முன்னெடுக்கப்பட்டிருக்கிறது. மன்னர்கள் மக்களுடைய விருப்பங்களைப் பூர்த்தி செய்யாத போது மக்கள் மன்னர்களுக்கு ஒத்துழைப்பு தர மறுத்திருக் கிறார்கள். இதுவே அகிம்சைப் போராட்டம்.[14]

தனக்குத் தெரிந்து நடந்த ஒத்துழையாமைப் போராட்டம் ஒன்று பற்றியும் காந்தி குறிப்பிடுகிறார்:

ஒரு சிறிய சமஸ்தானத்தில் மன்னர் கொண்டுவந்த ஒரு விஷயம் சில கிராமத்தினருக்குப் பிடிக்கவில்லை. உடனே அந்த கிராமத்தை விட்டுக் கிளம்பிவிட்டார்கள். அந்த மன்னர் மிகுந்த பதற்றத்துக்கு உள்ளானார். தனது மக்களிடம் மன்னிப்பு கேட்டு, தான் கொண்டுவந்த புதிய சட்டத்தை பின் வாங்கிக் கொண்டார். இப்படியான பல சம்பவங்கள் இந்தியாவில் இதற்கு முன் நடந்துள்ளன. (காந்தியடிகள் சொல்லியிருக்கும் இந்த நிகழ்வு, 1810-11-ல் முர்ஷிதாபாத்தில் நடந்ததாகக் குறிப்பிட்டிருப்பது போன்ற கிராமத்தை விட்டு வெளியேறும் நிகழ்வுகள் எல்லாம் பிந்தைய காலத்தில் நடந்ததுதான். 'அழகிய போராட்டம்' புத்தகத்தில் இடம்பெற்றிருக்கும் ஒத்துழையாமை இயக்கப் போராட்டங்கள் பற்றிய விவரங்கள் அதற்கு முந்தைய காலத்தில் நடந்தவை. ஊரை விட்டு வெளியேறுதல் என்பது போன்ற எதிர்ப்புகள் எல்லாம் ஆட்சியாளரிடம் இருந்து மக்கள் வெகுவாக அந்நியப்பட்டுப் போவதையே காட்டுகின்றன. இப்படி அவர்கள் சென்றுவிடுவதால் மன்னருடைய அதிகாரம் கணிசமாக வலுவிழந்துவிடுகிறது. இப்படியான நிகழ்வுகள் எல்லாம், மக்கள் மன்னர்களை பயபக்தியுடன் பார்த்தார்கள் என்ற கூற்றுக்கு முற்றிலும் மாறாக இருக்கின்றன. இப்படியான அதீத எதிர்ப்பு நிலையானது இந்திய ஆட்சியாளர்கள் இருந்தபோது செல்லுபடியாக இருக்கலாம்; ஏனென்றால், அந்த மன்னர்கள் எல்லாம் பிரிட்டிஷாரைப்போல் மக்களிடமிருந்து அந்த அளவுக்கு அந்நியமானவர்கள் கிடையாது. எனவே, அந்த வழிமுறையை முற்றிலும் அந்நியர்களான பிரிட்டிஷாருக்கு எதிராகப் பயன்படுத்தும்போது அதன் தாக்கம் மிகக் குறைவாகவே இருந்திருக்கும்).[15]

காந்தி இந்தியப் பாரம்பரிய வழிமுறைகளில் இருந்தே ஒத்துழையாமை இயக்கத்துக்கான விடுதலை பெற்றார் என்று நிறுவுவதற்கு இதற்கு மேலும் எதுவும் சொல்லத் தேவையில்லை என்றே நினைக்கிறேன். அது அவருக்குள்ளாக இருந்து இயல்பாகவே வெளிப்பட்டது. ஐரோப்பாவில், அமெரிக்காவில் அந்தப் போராட்ட வழிமுறை சொற்ப அளவில் பயன்படுத்தப் பட்டது என்பது காந்தியின் மனதில் ஏற்கனவே இருந்த அந்த விஷயத்தை மேலும் வலுப்படுத்தி இருக்கக்கூடும். எனினும் தனது தலைமையின் கீழ் இந்தியாவில் மிகப் பெரிய அளவில் ஒத்துழையாமை இயக்கத்தை முன்னெடுத்ததற்கு இந்தியாவில் அப்படியான போராட்ட வழிமுறை முன்பாகவே வேரூன்றி இருந்ததுதான் முக்கியமான காரணம்.

மகாத்மா காந்தியும், ஜேம்ஸ் மில் ஆகிய இருவரும் முறையான வரலாற்று ஆசிரியர்களைவிட இந்தியாவில் ஆட்சியாளருக்கும் ஆளப்பட்டவர்களுக்கும் இடையிலான உறவு பற்றி மிகத் தெளிவாகவே புரிந்து வைத்திருந்திருக்கிறார்கள். ரொம்பவும் பின்னால் எல்லாம் போக வேண்டியது இல்லை. 18-19ஆம் நூற்றாண்டுகளில் இந்திய, பிரிட்டிஷ் வரலாற்றாசிரியர்கள் எழுதியிருப்பவற்றை முறையாக ஆராய்ந்து பார்த்தாலே போதும். மகாத்மா காந்தியும் ஜேம்ஸ் மில்லும் எவ்வளவு துல்லியமாக இந்திய வரலாற்றைப் புரிந்துகொண்டிருக்கிறார்கள் என்பது நன்கு தெரிந்துவிடும். அதுபோலவே சட்டமறுப்பு, ஒத்துழையாமை ஆகியவையெல்லாம் நியாயமற்ற அரசுக்கு எதிராக இந்திய மக்கள் முன்னெடுத்த போராட்ட வழிமுறைகளில் மிகவும் முக்கியமானவை என்பதையும் தெரிந்துகொண்டுவிடமுடியும். மிகவும் மேலோட்டமாக ஆய்வு செய்து பார்த்தால்கூட ஒத்துழையாமைப் போராட்டம் தொடர்பான பல உதாரணங்கள் எளிதில் கிடைக்கும். பிரிட்டிஷ் அதிகாரவர்க்கத்தினரின் கடிதப் பரிமாற்றங்களில் இதற்கான ஆவணங்கள் தெளிவாகக் காணக் கிடைக்கின்றன. உதாரணமாக, மதராஸில் இருந்த பிரிட்டிஷ் கவர்னர் அண்ட் கவுன்சிலின் கடிதப் பரிமாற்றத்தில் நவம்பர் 1680 தேதியிட்ட ஆவணம் ஒன்று, 'மதராசப்பட்டணத்தில் அதிருப்தியுற்ற சில மக்கள்' பிரிட்டிஷாரின் தவறான செயல்பாடாக அவர்கள் கருதியதற்கு காட்டிய எதிர்வினை பற்றிக் கீழ்க்கண்டவாறு குறிப்பிடுகிறது.

> வண்ணம் பூசுபவர்களும் பிறரும் செயின்ட் தாமஸ் சர்ச்சுக்கு அருகில் ஒன்றுகூடினர். டவுனில் இருந்த வேறு சில இந்து ஜாதியினருக்குக் கடிதங்களும் அனுப்பியிருந்தனர். துபாஷிகளாக கம்பெனியில் பணிபுரிந்தவர்கள், தலைமைப் ப்யூன்கள், துணி துவைப்பவர்கள் என பலருக்கும் கடிதங்கள் அனுப்பியிருந்தனர். அவர்களுக்கு உதவியாக வரவில்லை என்றால் கொன்றுவிடுவேன் என்று வேறு சிலரை மிரட்டியும் இருந்தனர். அப்படியாக ஒன்று திரண்டு அனைவரும் டவுனுக்குள் வரும் உணவுப் பொருள் வண்டிகளைத் தடுத்தனர். நாங்கள் பெத்த வெங்கடாத்ரி மூலம் பக்கத்து டவுனில் இருந்து வாடகைக்கு பிடித்திருந்த வண்டிகள் அனைத்தையும் வரவிடாமல் தடுத்தனர். சென்னபட்டணம் அல்லது மதராசபட்டினத்துக்கு உணவுப் பொருட்கள், விறகு போன்றவையோ எதுவுமே கொண்டு செல்லக்கூடாது என்று முரசறைந்து தெரிவித்தனர். எங்களுக்காக சுண்ணாம்பு

> தயாரித்துத் தந்தவர்களின் வீடுகள் முற்றுகை இடப்பட்டன. மேற்கொண்டு விறகு எரித்து எதுவும் தயாரித்துத் தர முடியாதபடியும் சுண்ணாம்பு சிப்பிகளை சேகரிக்க முடியாமலும் தடுத்தனர்.[16]

இந்த மோதல் சில நாட்கள் நீடித்தது. 'கருப்பு போர்ச்சுகீசியர்' பலரை பிரிட்டிஷார் படையில் நியமித்தனர். மிதமாக இருந்தவர்களைத் தீவிரமாகப் போராடியவர்களுக்கு எதிராகத் தூண்டிவிட்டனர். போராட்டத்தில் ஈடுபட்டவர்களின் மனைவி குழந்தைகளைச் சிறைபிடித்து வைத்தனர். நூற்றுக்கும் மேற்பட்ட போராட்டக்காரர்களுக்கு மிகக் கடுமையான தண்டனை தரப்படும் என்று எச்சரித்தனர். இறுதியில் ஒருவித சமரசத்துக்கு பின் அந்த மோதல் முடிவுக்கு வந்தது.

1830-31 வாக்கில் கனரா பகுதியில் விவசாயிகள் போராட்டத்தில் ஈடுபட்டனர். அதுகுறித்துத் துணை கலெக்டர் எழுதியது:

> இங்கு நிலைமை மோசமாகிக் கொண்டுவருகிறது. இங்கு மக்கள் அமைதியாகத்தான் இருந்தனர். திடீரென்று சில நாட்களில் கூட்டம் கூட ஆரம்பித்துவிட்டனர். நாளுக்கு நாள் எண்ணிக்கை அதிகரித்து வருகிறது. எண்ணூர் பகுதியில் 11,000 பேர் போராட்டத்தில் ஈடுபட்டிருந்தனர். ஒரு மணி நேரத்துக்கு முன்னதாக 300 ரயத்கள் கூட்டமாக வந்தனர். தாசில்தாரின் கச்சேரி அலுவலகத்துக்குள் நுழைந்தனர். ஒரு பைசாகூடக் கொடுக்க முடியாது. முழு வரியையும் நீக்கித்தான் ஆக வேண்டும் என்றனர். தாசில்தார், பயிர் விளைச்சல் நன்றாக இருக்கிறது; ஜமாபந்தி இதமாகத்தான் நடந்துகொண்டிருக்கிறது என்று எடுத்துரைத்தார். போராட்டக்காரர்கள், 'எங்களுக்கு இவை எல்லாம் பிரச்னை இல்லை. அரசாங்கத்தின் செயல்பாடு பொதுவாகவே சரியாக இல்லை. நீதிமன்றம், அரசு எல்லாம் அவர்களை ஒடுக்குகிறது. ஸ்டாம்ப் ரெகுலேஷன், உப்பு, புகையிலை மீதான ஏகாபோக உரிமை, இவற்றையெல்லாம் நீக்கியாகவேண்டும்' என்று சொன்னார்கள்.[17]

தாசில்தாருக்கு கலெக்டர் என்ன சொன்னார் என்பது பற்றியும் அவரே குறிப்பிட்டிருக்கிறார்:

> தினமும் கூடிக்கொண்டிருக்கும் கூட்டத்தை எல்லா வழிகளையும் பயன்படுத்தித் தடுக்கும்படி அனைத்து அதிகாரிகளுக்கும் உத்தரவு கொடுக்கும்படி கேட்டுக் கொண்டேன். பல்வேறு தாலுகாக்களுக்குப் போராட்ட உணர்வைத் தூண்டியபடி

எழுதப்பட்டுக் கொண்டு செல்லப்படும் கடிதங்களை வழியில் பறிமுதல் செய்யச் சொன்னேன்.[18]

மேலும் அவர் குறிப்பிடுகையில்...

ரயத்கள் தங்களைத் தண்டிக்கமுடியாதென்று சொல்கிறார்கள். கிஸ்தியைக் கொடுக்க முன்வந்த ஒரு விவசாயியை அவர்கள் ஊர் விலக்கம் செய்துவிட்டனர். போராட்டம் பரூர் வரை வந்து விட்டது. சீக்கிரமே கடம்பூரையும் எட்டி விடும். ஜமாபந்தி தணிக்கைகள் கடுமையாக இருப்பதால் அல்ல இந்த அதிருப்தி. பிரிட்டிஷ் அரசின் மீது ஒட்டுமொத்தமாகவே அவர்களுக்கு ஒரு அதிருப்தி எழுந்துள்ளது. மிக விரைவாகவே இந்த அதிருப்திக் கனலை அணைத்தாகவேண்டும். இந்த மாவட்டத்தில் ஒரே ஒரு கூலித் தொழிலாளியைக்கூட பணிக்கு வர வைக்க முடியவில்லை. தாசில்தார் மிகுந்த சிரமத்துக்குப் பின்னரே நேற்று இங்கு என்னை வந்து சந்தித்தார்.[19]

இந்தப் போராட்டங்கள் சில நேரங்களில் வன்முறையை நோக்கி நகர்ந்தன. ஆனால் பெரும்பாலான நேரங்களில் த்ராகா, கூர் என்றெல்லாம் அழைக்கப்பட்ட ஒரு வழிமுறையை, அதாவது போராட்டக்காரர்கள் தம்மைத்தாமே துன்புறுத்திக் கொள்ளுதல் என்பதாகவே இருந்தன. அரசு வன்முறையை கையில் எடுத்த போதுதான் அதைத் தடுத்துக் கொள்ளும் முகமாகவே மக்கள் வன்முறையில் இறங்கினார்கள். 1820-40களில் மகராஷ்டிராவில் நடந்த 'பந்த்' போராட்டங்களில் அப்படித்தான் நடந்தது.[20] *(எந்த விதமான அரசின் வன்முறைக்கு எதிராக மக்கள் வன்முறையைக் கையில் எடுத்தனர் என்பது தனியாக ஆராய்ந்து பார்க்கவேண்டிய விஷயம்.)*

(நவீனகால ஒத்துழையாமை இயக்கங்களில் வன்முறை வெடிக்கின்றன. அதை ஒடுக்குவதற்கு அரசும் மிகப் பெரிய வன்முறையில் ஈடுபடுகிறது. இந்த விஷயத்தையும் நாம் தனியாக விரிவாக அலசிப் பார்க்கவேண்டும். 'கலெக்டிவ் வயலன்ஸ் இன் ஐரோப்பியன் பெர்ஸ்பெக்டிவ்' என்ற படைப்பில் சார்லஸ் டிலி சொல்கிறார்: சட்டவிரோதமான ஆனால் அகிம்சை வழியிலான போராட்டங்களைத் தடுக்கும் நோக்கில் அரசு எப்போது தீவிரமாகக் களமிறங்குகிறதோ அப்போதுதான் பெரிய அளவிலான வன்முறை நிகழ்வதை எங்களுடைய ஆய்வுகள் தெளிவாக எடுத்துக் காட்டியுள்ளன. மிகப் பெரிய அளவிலான படுகொலைகள், காயங்கள் எல்லாம் அரசுத் தரப்பு படைகள் மற்றும் காவலர்களால்தான் நிகழ்த்தப்பட்டுள்ளன. கலகக்காரர்களாலோ போராட்டக்காரர்களோ செய்யப்பட்ட வன்முறையைவிட அரசின்

வன்முறையே மிகவும் அதிகமாக இருந்திருக்கிறது. இதுபற்றி மைக்கேல் வால்சர் குறிப்பிடுகையில், அமெரிக்காவிலும் இதுதான் நிலைமை என்று குறிப்பிட்டிருக்கிறார். 'ஒப்ளிகேஷன்ஸ் : எஸ்ஸேஸ் ஆன் டிஸொபீடியன்ஸ், வார் அண்ட் சிட்டிசன்ஷிப், 1970, பக் 32)

ஒட்டுமொத்தமாகப் பார்த்தால் புதிய பிரிட்டிஷ் ஆட்சியாளர்களுக்கு எதிரான ஒத்துழையாமை இயக்கப் போராட்டங்களில் எதுவுமே வெற்றி பெறவில்லை ('அழகிய போராட்டம்' புத்தகத்தில் சொல்லப்பட்டிருக்கும் போராட்டம் உட்பட). அதற்குப் பல காரணங்கள் உண்டு. ஆட்சியாளர்களுக்கும் மக்களுக்கும் இடையில் பொதுவான, ஏற்றுக்கொள்ளத்தக்க மதிப்பீடுகள் இருந்தால்தான் இத்தகைய போராட்டங்கள் வெற்றி பெற முடியும். இந்திய ஆட்சியாளர்களை அப்புறப்படுத்திய பிரிட்டிஷ் ஆட்சியாளர் களுக்கும் இந்திய மக்களுக்கும் இடையில் அப்படியான எந்த ஒரு பொதுவான மதிப்பீடுகளும் இருந்திருக்கவில்லை. 18-19ம் நூற்றாண்டைச் சேர்ந்த பிரிட்டிஷ் ஆட்சியாளர்கள் இந்திய மக்களின் ஒழுக்கம், மனோபாவம், சிந்தனை ஆகியவற்றிலிருந்து முற்றிலும் மாறுபட்டவர்களாகவே இருந்தனர். ஜேம்ஸ் மில் குறிப்பிட்ட, 'ஒடுக்குமுறைக்கு எதிரான போராட்டம் என்பது இயல்பான விஷயம்தான்' என்ற பார்வையானது மெள்ள மெள்ள மாறி 'மக்கள் எந்தக் கேள்வியும் கேட்காமல் அரசாங்கத்துக்குக் கட்டுப்பட்டு ஆகவேண்டும்'[21] என்பதாக மாறிவிட்டது. 1900களின் ஆரம்ப கட்டத்தில் கோபாலகிருஷ்ணன் கோகுலே குறிப்பிட்டதுபோல், 'மக்களின் வேலையே அடிபணிந்து கிடப்பதுதான்' என்ற மனோபாவமே பிரிட்டிஷாரிடம் இருந்தது.[22]

2

நாம் மேற்கொண்டு இதுபற்றி பார்ப்பதற்கு முன்பாக, 18-ம் நூற்றாண்டின் பிற்பகுதியிலும்,19-ம் நூற்றாண்டின் ஆரம்ப கட்டங்களில் பிரிட்டிஷ் இந்திய நிர்வாகம் எப்படியாக இருந்தது என்பதைப் பற்றிப் பார்ப்போம்.

பொதுவாக நம்பப்பட்டு வருவதற்கு மாறாக, 1784 வாக்கிலிருந்து (அதற்கு முன்பாக இல்லை என்று வைத்துக்கொண்டாலும்) இந்தியா தொடர்பாக இங்கிலாந்தில் எடுக்கப்பட்ட தீர்மானங்களில் கிழக்கிந்திய கம்பெனிக்குப் பெரிய பங்கு எதுவுமே இருந்திருக்க வில்லை. தீர்மானங்கள் மட்டுமல்ல; பல நேரங்களில் ஆரம்பகட்ட

செயல்திட்ட வரைவுகள் கூட 1784களுக்குப் பின்னர் இந்திய விவகாரங்களைக் கவனித்துக்கொள்ளும் கமிஷனர்கள் குழுவிடம் ஒப்படைக்கப்பட்டிருந்தது. அந்தக் குழுவானது பிரிட்டிஷ் நாடாளு மன்றத்தில் ஒரு சட்டம் மூலமாக உருவாக்கப்பட்டிருந்தது. பிரிட்டிஷ் அரசாங்கத்தின் உறுப்பினர்கள்தான் அந்தக் குழுவில் இடம்பெற்றிருந்தனர். 1858 வரையிலும் அந்தக் குழுவே இந்தியா தொடர்பான அனைத்துத் தீர்மானங்களையும் எடுத்தன. 1858 வாக்கில் பிரிட்டிஷ் ராணியின் நேரடிக் கட்டுப்பாட்டின் கீழ் இந்திய நிர்வாகம் கொண்டுவரப்பட்டதன்பது, அதுவரையில் கிழக்கிந்திய கம்பெனி செய்துவந்த குமாஸ்தா வேலையில் இருந்து அதை அப்புறப்படுத்தியது மட்டுமே. அனைத்து முடிவுகளும் எடுத்துவந்த முந்தைய குழுவை செக்ரட்டரி ஆஃப் ஸ்டேட் இந்தியா என்று பெயர் மாற்றம் செய்வது மட்டுமே நடந்தது.

பெங்கால் பிரஸிடென்ஸியின் பிரிட்டிஷ் நிர்வாகத்தின் தலைமைப் பொறுப்பில் இருந்தவர் கவர்னர் ஜெனரல் இன் கவுன்சில். அவருக்குக் கீழே பல்வேறு அரசுத் துறைகள் இருந்தன. அந்தத் தலைமைப் பதவியானது இந்தியாவுக்கான கமிஷனர்கள் குழுவினால் 1785-ல் உருவாக்கப்பட்டது. அரசாங்கத்துறை, ராணுவம், பொது நலத்துறை, வருவாய்த்துறை, நீதித்துறை, உளவுத்துறை போன்ற முக்கியமான துறைகள் எல்லாம் வில்லியம் ஃபோர்ட்டில் (கல்கத்தா) இருந்து செயல்பட்டன. கவர்னர் ஜெனரல் இன் கவுன்சில் (கவர்னர் ஜெனரல் இல்லாதபோது, கமாண்டர் இன் சீஃப் தலைவராகச் செயல்படுவார்).

வாரத்தில் சில நாட்கள் ஒன்றுகூடி குறிப்பிட்ட அரசாங்கத் துறை செய்ய வேண்டிய விஷயங்கள் குறித்த வழிகாட்டுதலை அளிக்கும். இங்கிலாந்தில் எடுக்கப்பட்ட தீர்மானங்கள், உத்தரவுகள் ஆகிய வற்றை சம்பந்தப்பட்ட அரசுத்துறைகள் அல்லது தனிநபர்களுக்கு அந்தந்தத் துறையின் செகரட்டரி தெரியப்படுத்துவார். அவர் கவுன்சில் நடத்தும் கூட்டங்களில் பங்குபெற்று அது தொடர்பான ஆவணங்களைப் பதிந்து வைத்திருப்பார். இவை அல்லாமல் 1785-ல் கொண்டுவரப்பட்ட வழிகாட்டிக் குறிப்புகள் மூலமாக கவர்னர் ஜெனரல் இன் கவுன்ஸிலுக்குக் உதவியாக பல்வேறு துணை அமைப்புகளை உருவாக்கியிருந்தது. அந்த கவுன்ஸிலின் உறுப்பினர்களே அந்தத் துணை அமைப்புகளுக்குத் தலைவராக இருந்து அரசின் பரந்துபட்ட செயல்பாடுகளை மேற்பார்வையிட்டு வழிகாட்டி நடத்தினர். அந்தத் துணை அமைப்புகளில் ராணுவத் துறையும், வருவாய்த் துறையும்தான் மிகவும் முக்கியமானவை

(மதராஸ் பிரஸிடென்ஸி, பம்பாய் பிரஸிடென்ஸியிலும் இது போன்ற ஏற்பாடுகள் 1785-லேயே உருவாக்கப்பட்டன).

இந்தக் காலகட்டத்தில் மாவட்ட 'கலெக்டரின்' பணி என்பது வருவாய் மதிப்பீடு, வரி சேகரிப்பு என்பதாகவே இருந்தது (வங்காளம், பனாரஸ், பீஹார் போன்ற பகுதிகளில்). காவல்துறை நிர்வாகம், நீதி நிர்வாகம் போன்ற பிற பணிகள் எல்லாம் 'மேஜிஸ்ட்ரேட்' என்ற பதவியை வகித்தவரின் பொறுப்பில் விடப்பட்டிருந்தன. பொதுவாக, கலெக்டர் என்பவருக்கான உத்தரவுகள் வருவாய்த் துறையிலிருந்து தரப்பட்டன. மாறாக மேஜிஸ்ட்ரேட் என்பவர் கவர்னர் ஜெனரல் இன் கவுன்சிலில் நீதித்துறையின் தலைவரிடமிருந்து உத்தரவுகளைப் பெற்றுச் செயல்பட்டார். கலெக்டரும், மேஜிஸ்ட்ரேட்டும் அவர்களுடைய ஆளுகைக்கு உட்பட்ட பகுதியில் தனித்தனி அதிகார வர்க்கமாக உயர்நிலை அதிகாரம் கொண்டவர்களாக இருந்தனர். எனினும் அவர்களையும் விட உயர்நிலையில் இருந்த அதிகாரிகளுடன் கொண்ட தொடர்பின் அடிப்படையில் பார்த்தால் கலெக்டரை விட மேஜிஸ்ட்ரேட் ஒரு படி கூடுதல் அதிகாரம் பெற்றவராக இருந்தார். பனாரஸ் மற்றும் வேறு சில மாவட்டங்களில் கூடுதலாக வேறு இரண்டு தனியான, உயர் நிலை அதிகாரிகள் இருந்தனர். ராணுவ நிர்வாகம், மேல் கோர்ட் என இரண்டு தனி பதவிகள் இருந்தன. இந்தப் பதவிகளுக்கு இடையிலான சில தொடர்புகள், அணுகு முறையில் இருந்து வித்தியாசம் போன்றவை இந்தப் புத்தகத்தில் இடம்பெற்றுள்ள ஆவணங்களில் இருந்து நன்கு தெளிவாகின்றன.

பல்வேறு அரசு அதிகாரிகளுக்கு இடையிலான கடிதப் பரிமாற்றமாக 'அழகிய போராட்டம்' நூலில் இடம் பெற்றிருக்கும் ஆவணங்கள் முழுவதுமாக மறந்துவிட்ட ஒத்துழையாமை இயக்கப் போராட்டம் பற்றித் தெளிவாக விவரிக்கின்றன. 1810-11 வாக்கில் பிரிட்டிஷ் ஆட்சியாளர்களுக்கு எதிராக பனாரஸ், பாட்னா, சரண், முர்ஷிதாபாத், பகல்பூர் ஆகிய பகுதிகளில் முன்னெடுக்கப்பட்ட அகிம்சைப் போராட்டம் பற்றி விவரிக்கின்றன. காந்திய ஒத்துழையாமை இயக்கம், சட்டமறுப்பு இயக்கம் ஆகியவற்றுக்கு முன்பாக முன்னெடுக்கப்பட்ட ஒத்துழையாமை இயக்கம் தொடர்பாக நமக்கு கிடைத்திருக்கும் மிகவும் தெளிவான, ஆதார பூர்வமான ஆவணம் இதுவே. எனவே அதுபற்றி வரும் பக்கங்களில் சற்று விரிவாகவே பார்ப்போம்.

1810 வாக்கில், இங்கிலாந்து தலைமையிடம் இருந்து கிடைத்த வழிகாட்டுதலின் பேரில் வங்காள அரசு (கல்கத்தா ஃபோர்ட்

வில்லியமில் இருந்தது) வங்காளம், பீகார், ஒரிசா, பனாரஸ் போன்ற பகுதிகளிலும் புதிதாகக் கைப்பற்றிய பகுதிகளிலும் (இவை பின்னாளில் உத்தரபிரதேசத்தின் பகுதிகளாகின) பல புதிய வரிகளை விதித்தது. நிதிக்குழு பரிந்துரைத்த விதிகளில் ஒன்று வீடுகளுக்கும் கடைகளுக்கும் வரி விதிக்க வழிவகுத்தது. இந்த வரி அக்டோபர் 6, 1810-ல் ரெகுலேஷன் XV, 1810 மூலம் அமல்படுத்தப்பட்டது. இந்தப் புதிய சட்டம் என்ன சொன்னதென்றால், இந்த புதிய ரெகுலேஷன் அரசின் நிதி ஆதாரத்தைப் பெருக்குவதற்காக கல்கத்தா நகரில் இருக்கும் வீடுகளுக்கு வரி விதிக்கத் தீர்மானித்திருக்கிறது. வங்காளம், ஒரிசா, பனாரஸ் போன்ற பகுதிகளில் இருக்கும் முக்கிய நகரங்களில் உள்ள வீடுகளுக்கு விரிவுபடுத்தப்படும். இந்த வரி குறிப்பிட்ட காலகட்டத்துக்கு விதிக்கப்படவேண்டும் என்று குறிப்பிட்டது.

இந்த ரெகுலேஷன், 'எதைக்கொண்டு கட்டப்பட்டிருந்தாலும் அனைத்து குடியிருப்பு வீடுகளும் (சில விதிவிலக்குகள் நீங்கலாக) ஆண்டு வாடகையில் ஐந்து சதவிகிதத்தை அரசுக்கு வரியாக செலுத்த வேண்டும் என்று சொன்னது. அனைத்துக் கடைகளும் ஆண்டு வாடகையில் 10 சதவிகிதத்தை வரியாகச் செலுத்த வேண்டும். ஒரு வீடு அல்லது கடை வாடகைக்கு விடப்படாமல் உரிமையாளரே அனுபவிப்பதாக இருந்தால் அக்கம்பக்கத்தில் அதே அளவில் இருக்கும் வீடுகள், கடைகள் ஆகியவற்றுக்கு என்ன வரி விதிக்கப்படுகிறதோ அதையே இந்த உரிமையாளர்களும் கொடுக்கவேண்டும்' என்று சொன்னது.

ராணுவத்தினர் வசிக்கும் வீடுகள், பங்களாக்கள், கட்டடங்கள் ஆகியவற்றுக்கு இந்த வரி கிடையாது. மத வழிபாட்டுக் கட்டடங்கள், வீடுகளுக்கு இந்த வரி கிடையாது. ஆட்கள் குடியிருக்காத வீடுகள், வியாபாரம் நடக்காத கடைகள் ஆகிய வற்றுக்கும் வரி கிடையாது. மூன்று மாதங்களுக்கு ஒரு முறை வரி வசூலிக்கப்பட வேண்டும். உரிய தொகையை செலுத்தப்பட வில்லை என்றால் அந்த வீடு அல்லது கடை விற்கப்பட்டு வரி பாக்கித்தொகை அதிலிருந்து எடுத்துக்கொள்ளப்பட வேண்டும். அப்போதும் அந்த வரி பாக்கி முழுவதுமாக கிடைக்கவில்லை என்றால் அந்த உரிமையாளரிடம் இருக்கும் பொருள்கள், கால்நடைகள் ஆகியவற்றை விற்று அந்த பணத்தைப் பெற்றுக் கொள்ளலாம். முறைகேடான வரிவிதிப்பு தொடர்பாக நீதி மன்றத்தில் முறையிடலாம் என்று சொல்லப்பட்டிருந்தாலும், அப்படியான விண்ணப்பங்களை முடக்கும் நோக்கில், தவறான விண்ணப்பங்களுக்கு அபராதம் விதிக்கும் அதிகாரம்

மேஜிஸ்ட்ரேட்க்கு உண்டு என்றும் சொல்லப்பட்டிருந்தது. அந்த விண்ணப்பங்களை ஆய்வு செய்து பார்க்கும்போது ஆதாரமற்ற குற்றச்சாட்டுகளாக இருந்தால் சூழ்நிலைக்கு ஏற்ப அபராதம் விதிக்கலாம் என்றும் சொல்லியிருந்தது.

இப்படிக் கிடைக்கும் மொத்த வரி வருவாயில் 5 சதவிகிதம் மாவட்ட கலெக்டருக்கு கமிஷனாகத் தரப்பட்டது. அந்தக் காலகட்டத்தில் பிரிட்டிஷ் நிர்வாகத்தில் இது மிகவும் சகஜமான விஷயமாகவே இருந்தது. மொத்த நில வருவாயிலும் ஒரு குறிப்பிட்ட சதவிகிதம் அவர்களுக்கு ஏற்கனவே கமிஷனாகத் தரப்பட்டு வந்தது.

இந்த புதிய வரியின் மூலம் ஆண்டுக்கு மூன்று லட்ச ரூபாய் அரசுக்கு கிடைக்கும் என்று எதிர்பார்க்கப்பட்டது. ஒருவகையில் இதே பெரிய தொகைதான். அதே காலகட்டத்தில் கொண்டுவரப்பட்ட புதிய வரிகள் அல்லது ஏற்கனவே இருந்த வரிகளுடன் சேர்க்கப்பட்டவை இவற்றின் மூலமாகக் கிடைத்த ஒட்டுமொத்த வருவாயில் இந்த வீட்டு வரிகள் வெறும் 10% மட்டுமே இருந்தன பெங்கால் பிரஸிடென்ஸியில் 1810-11 ஆண்டுக்கான மொத்த வரி வசூல் 10.68 கோடியாக இருந்தது. அதில் பெரும்பகுதி கிராமப்புறங்களில் இருந்தே கிடைத்தது. இந்த வீட்டு வரி அதனோடு ஒப்பிடும்போது மிகவும் குறைவானதுதான். ஆனால் அந்தக் காலகட்டத்தில் விதிக்கப்பட்ட வேறு பல விதிகளோடு சேர்த்துப் பார்க்கும்போது நகரப்பகுதிகளில் புதிய வரிகள் கூடுதலாக விதிக்கப்பட்டிருந்தன. அதுதொடர்பான அதிருப்திகள் எல்லாம் ஒன்று குவியும் புள்ளியாக இந்த வீட்டு வரி இருந்தது.

பனாரஸ் நிகழ்வுகள்

பனாரஸில் முதலில் போராட்டம் ஆரம்பித்தது. வட இந்தியாவில் அப்போது இருந்த நகரங்களிலேயே மிகவும் பெரியது அதுதான். பாரம்பரிய அமைப்புகள் பாதுகாக்கப்பட்டு, செயலூக்கத்துடன் இருந்ததும் இங்குதான். எனவே அங்கு போராட்டம் ஆரம்பித்தது என்பது மிகவும் இயல்பான விஷயமே. அதோடு அங்கிருந்த பிரிட்டிஷ் அதிகாரிகள் வீட்டு வரி சட்டத்தை மிகவும் தீவிரமாக அமல்படுத்த முயன்றதும் போராட்டத்துக்கு ஒரு காரணமாக இருந்தது.

அந்த வரிக்கு எதிராக முன்வைக்கப்பட்ட வாதங்கள் எல்லாம் பிரிட்டிஷ் அதிகாரிகளின் கடிதப் பரிமாற்றங்கள், பனாரஸ் வாசிகள் நீதிமன்றத்தில் தொடுத்த வழக்கு (அதில் எழுதப்பட்டிருந்த வாக்கியங்களும் பாணியும் ‘மரியாதை குறைவாக’ இருந்ததாகச்

சொல்லப்பட்டு அந்த வழக்கு ரத்து செய்யப்பட்டது) ஆகிய வற்றிலிருந்து நமக்கு தெரிய வருகின்றன.[23]

1. முந்தைய சுல்தான்கள் வீடுகளின் மீது வரி விதித்திருக்கவே இல்லை. அவர்களுடைய ஆளுகைக்கு உட்பட்ட பகுதியில் வாரிசுரிமை மூலமாகவோ விலைக்கு வாங்கியதன் மூலமாகவோ ஒருவருக்கு கிடைத்த வீட்டுக்கு முந்தைய அரசுகள் எதுவுமே வரி விதித்திருக்கவில்லை. சொத்துக்களை விற்கும் போதும் உரிமையாளர்கள் விற்பனை வரியில் இருந்தும் விலக்கு அளிக்கப்பட்டிருந்தனர். எனவே இந்தப் புதிய வரியானது ஒட்டுமொத்த சமூகத்தின் உரிமையில் குறுக்கிடுவதாக இருக்கிறது. நீதி பரிபாலனத்தின் முக்கிய குறிக்கோள்களை மீறுவதாக இருக்கிறது.

2. இந்த வீட்டு வரியானது காவல்துறையினரின் செலவுகளைச் சமாளிப்பதற்காகக் கொண்டு வரப்பட்டிருக்கிறது என்பது நன்கு தெரிகிறது. வங்காளத்திலும் பீகாரிலும் காவல்துறையின் செலவுகள் ஸ்டாம்ப் டியூட்டி, மற்றும் பிற வரிகளின் மூலமாக ஈடுகட்டப்படுகிறது. பனாரஸில் காவல்துறையின் செலவு களானது நில வருவாயிலிருந்து (Malgoozaree) ஈடு கட்டப் படுகிறது. அப்படி என்றால் இந்த புதிய வரி எதன் அடிப்படையில் கொண்டு வரப்பட்டிருக்கிறது?

3. சாஸ்திரங்களின் படி பார்த்தால் பனாரஸ் முழுவதுமே புண்ணிய பூமி. வழிபாட்டுக்கு உரியது. ரெகுலேஷன் 15, 1810 -ன்படி வழிபாட்டு மையங்களுக்கு வரி கிடையாது.

4. பனாரஸில் சுமார் 50,000 வீடுகள் உள்ளன. இதில் மூன்றில் ஒரு பங்கு ஹிந்துக்கள், முஸ்லிம்கள், மற்றும் பிற சமயப் பிரிவினர் ஆகியோரின் வழிபாட்டு இடங்களாகத் திகழ்கின்றன. ஹிந்துக்களும் முஸ்லிம்களும் தானமாகக் கொடுத்த வீடுகள் அவை. எஞ்சிய வீடுகளில் இருந்து கிடைக்கும் சொற்ப வரியை வைத்து பதுக்பந்தி (Phatuckbundee) செலவுகளை மட்டுமே ஈடுகட்டமுடியும். இப்படியான நிலையில் இந்தப் புதிய வரியானது பலர் மீது மிகுந்த நெருக்கடியை உருவாக்குவதோடு அரசின் நல்லெண்ணத்துக்கு விரோதமாகவுமே இருக்கப் போகிறது.

5. பல வீட்டு உரிமையாளர்கள் தங்கள் வீடு பழுதுபட்டால் அதைச் சரி செய்யவோ புதிதாகக் கட்டவோ முடியாத நிலையிலேயே இருக்கிறார்கள். மேலும் பலரோ அந்த வீடுகளில் இருந்து

கிடைக்கும் வாடகையை வைத்துதான் தங்கள் குடும்பத்தையே கஷ்டப்பட்டு ஓட்டி வருகிறார்கள். அப்படியானவர்கள் எப்படி இந்த வரியைக் கொடுக்க முடியும்?

6. இந்த நலிவடைந்த விண்ணப்பதாரர்களின் நலனையும் மகிழ்ச்சியையும் வளர்த்தெடுப்பதற்கு பதிலாக எங்களுக்குத் தொடர்ந்து பல நெருக்கடிகள் தரப்படுகின்றன. பல்வேறு சலுகைகளிலிருந்து விலக்கப்பட்டிருக்கிறோம். ஆதாயங்களை ஈட்டிக்கொள்வதில் இருந்து தடுக்கப்பட்டிருக்கிறோம். அதோடு பல்வேறு கடுமையான கெடுபிடிகள் எங்கள் மீது சுமத்தப்படுகின்றன. காலப்போக்கில் அது மேலும் மேலும் அதிகரிக்கப்பட்டு வருகின்றன.

7. வாழ்வாதாரங்களைக் கவனித்துக் கொள்ளுதல் சிரமமாகி வருகிறது. முத்திரைப் பதிவு வரிகள், கோர்ட் வரிகள், பத்து மடங்கு பெருக்கப்பட்டிருக்கும் நகராட்சி வரிகள் போன்றவை எல்லாம் ஏழை பணக்காரர் என வித்தியாசம் இல்லாமல் அனைவரையும் பாதித்து வருகின்றன. இந்தப் புதிய வரியானது காயத்தின் மீது உப்பை தடவுவது போல் இருக்கிறது. ஹிந்துக்கள் முஸ்லிம்கள் இரு தரப்பினருக்குமே பெரும் வேதனையைத் தருகின்றது. இதுபோன்ற வரிவிதிப்புகளினால் அத்தியாவசியப் பொருள்களின் விலையானது கடந்த 10 ஆண்டுகளில் பதினாறு மடங்கு அதிகரித்துவிட்டிருக்கிறது. இதை நீங்கள் கணக்கில் கொள்ளவேண்டும். வேறு வாழ்வாதாரம் இல்லாத நாங்கள் இந்த வரியை எப்படிக் கொடுக்க முடியும்?

பனாரஸில் இருந்த பிரிட்டிஷ் அதிகாரிகள்தான் முதன்முதலில் இந்த வரியை அமல்படுத்த முன்வந்திருக்கிறார்கள். நகர நிர்வாக அமைப்பும் ராணுவக் கட்டமைப்பும் வலுவாக இருந்ததனால் அங்கு இது சாத்தியமாகியிருக்கும். பனாரஸ் கலெக்டர் அந்த ரெகுலேஷனைக் கொண்டு வந்த ஏழே வாரத்துக்குள் அதிவிரைவாக அதை அமல்படுத்த அந்த அதிகாரிகள் முன் வந்ததற்கு எது வேண்டுமானாலும் காரணமாக இருந்திருக்கலாம். ஆனால் அதிகாரிகள் வரி விதிப்பு, வசூலிப்புப் பணிகளை மிக விரிவாக ஆரம்பித்துவிட்டிருந்தனர். நவம்பர் 26 அன்று கலெக்டர், தான் செய்யவிருந்தவை பற்றி மேஜிஸ்ட்ரேட்டுக்கு கடிதம் அனுப்பி இருந்தார். ஒவ்வொரு வீட்டுக்கும் எவ்வளவு வரி கட்ட வேண்டும் என்பதைக் கணக்கிட ஆரம்பிக்கப்போவதாகவும், பல்வேறு தானாக்களில் இந்தச் சட்டம் தொடர்பான நகலைப் பொதுமக்களின்

பார்வைக்கு வைக்கும்படியும் கேட்டுக்கொண்டிருந்தார். மொஹல்லாக்களில் தனது பணியாளர்கள் சென்று வீடுகளின் வரி மதிப்பீட்டைச் செய்யும்போது காவலர்களின் உதவி தேவை என்றும் அதற்கான ஏற்பாடுகளைச் செய்துதரும்படியும் மேஜிஸ்ட்ரேட்டிடம் கேட்டுக்கொண்டிருந்தார்.

டிசம்பர் 6 அன்று கலெக்டர், கூடுதல் விவரங்களைத் தந்ததோடு, தானாதாரர்களிடமிருந்து உடனடி உதவிகள் கிடைக்க வழி செய்யும்படி மேஜிஸ்ட்ரேட்க்கு இன்னொரு கடிதம் அனுப்பி இருந்தார். உதவி மேஜிஸ்ட்ரேடாக இருந்தவர் டிசம்பர் 11 அன்று கலெக்டருக்கு அனுப்பிய கடிதத்தில் தான் எடுத்திருக்கும் நடவடிக்கைகள் பற்றித் தெரிவித்திருந்தார். அதோடு வரி மதிப்பீடு செய்யப் போகிறவர்களுக்குக் காவலர்களின் உதவி இப்போதைக்குத் தேவைப்படாது என்றும் தெரிவித்திருந்தார். அதேநேரம், ‘உங்களுடைய பணியாளர்கள் சட்டபூர்வமான செயல்களைச் செய்யும்போது வீட்டு உரிமையாளர்கள் யாரேனும் எந்த வகையிலாவது தடங்கல்கள் ஏற்படுத்தினால், அது பற்றிய தகவலை எங்களுக்கு அனுப்பி வையுங்கள். நான் உடனே உங்களுக்கு உதவும்படி காவல்துறை அதிகாரிகளுக்கு உரிய உத்தரவிடுகிறேன்’ என்றும் தெரிவித்திருந்தார்.

வரிவிதிப்பு தொடர்பான மதிப்பீட்டுப் பணிகள் ஆரம்பமாகின. அதைத் தொடர்ந்து எதிர்ப்புகளும் உடனே கிளம்பின. உதவி மேஜிஸ்ட்ரேட் கல்கத்தா பிரஸிடென்ஸிக்கு டிசம்பர் 25 -ல் கடிதம் எழுதினார்:

> மாண்புமிகு கவர்னர் ஜெனரல் இன் சீஃபுக்கு இந்தத் தகவலைத் தெரிவிக்கவில்லையென்றால் நான் தவறுசெய்தவனாகி விடுவேன். ரெகுலேஷன் 15, 1810 அமலாக்கப்படுவதைத் தொடர்ந்து இந்த நகரத்தின் அனைத்து தரப்பு மக்களும் பெரும் அதிருப்தி அடைந்திருக்கிறார்கள். நிலைமை மிகவும் மோசமாகி வருகிறது.

இந்தப் போராட்டத்தின் பின்னணி பற்றிய தகவல்களைக் கொடுத்த பின்னர் மேலும் எழுதுகிறார்:

> மக்கள் பெரும் கூச்சலிடுகிறார்கள். கடைகள் அனைத்தையும் மூடிவிட்டார்கள். தமது பணிகளை நிறுத்திவிட்டார்கள். பெருமளவிலான எண்ணிக்கையில் கூட்டமாகக் கூடி அவர்களுடைய கோரிக்கைகளை நிறைவேற்றவேண்டும் என்று என்னை வறுபுறுத்துகிறார்கள். கலெக்டருக்கு உத்தரவிட்டு வரி

மதிப்பீட்டுப் பணிகளை நிறுத்தச் சொல்லும்படிக் கேட்கிறார்கள். அவர்களுடைய கோரிக்கை நியாயமானதாக எனக்குத் தோன்ற வில்லை. அவர்கள் தரும் கோரிக்கை மனுவை அரசுக்கு அனுப்பி வைக்கிறேன் என்றும் அரசிடமிருந்து உத்தரவு வரும்வரை வரி மதிப்பீட்டுப் பணிகள் தொடரட்டும் என்றும் சொன்னேன். அப்படி அந்தப் பணிகளை யாரேனும் தடுத்தால் அவர்களை எதிர்த்து நடவடிக்கை எடுப்பேன் என்றும் எச்சரித்தேன். அவர்களுடைய கோரிக்கைகளுக்குச் செவி சாய்த்தால், நாளை அரசு அந்த வரியை ரத்து செய்யாமல் போகும்போது இப்போது இருக்கும் அதிருப்தியோடு அதுவும் பல மடங்கு நெருக்கடிகளையே உருவாக்கும்.

மூன்று நாட்களுக்குப் பின்னர், 28 அன்று வேறொரு அறிக்கை சமர்ப்பித்தார்:

இந்தக் கலகக் குழுவினர் 20ம் தேதி மாலையில் இருந்து பல்வேறு இடங்களில் இருந்து வந்து குழுமியிருக்கிறார்கள். படை வீரர்களின் தலைகளைப் பார்த்ததும் அனைவரும் கலைந்து சென்றுவிட்டனர். 26 காலை வரை யாரும் மீண்டும் வரவில்லை. எனவே, அனைவரும் அமைதியாகத் தத்தமது பணிகளுக்குத் திரும்பிவிடுவார்கள் என்று நம்பினேன்.

ஆனால், அன்று மதியமே மீண்டும் கூட்டம் கூடியது. ஹிந்துக்கள், முஸ்லிம்கள், அனைத்து வகுப்பினரும் ஒரே குரலில் உறுதியுடன் நின்றனர். நான் கலெக்டருக்கு உத்தரவிட்டு வரி மதிப்பீட்டுப் பணியாளர்களை அந்தப் பணியில் இருந்து நிறுத்திவைக்கவேண்டும்; அந்த வரியானது ரத்துசெய்யப்படும் என்ற உத்தரவாதத்தை நான் அவர்களுக்குத் தரவேண்டும் என்று அவர்கள் கோரிக்கை விடுத்தனர். அவர்கள் அப்படிக் கூக்குரலிட்டு ஒரே இடத்தில் குழுமி நின்று சதி வேலையில் ஈடுபடுவதால் நான் அவர்களுடைய கோரிக்கைகளுக்குச் செவிசாய்த்துவிடுவேன் என்று நினைக்கிறார்கள். இரும்புக் கொல்லர்கள், வீட்டு வேலைக்காரர்கள், ஹஜாம்கள், தர்சீக்கள், காகர்கள், பேரர்கள் என அனைத்து தொழிலாளர் வர்க்கமும் ஒரே மனதுடன் இந்தச் சதி வேலையில் ஈடுபட்டிருக்கிறார்கள். 26ம் தேதியன்று எரிப்பதற்குக் கொண்டுவரப்பட்ட பிணங்கள் கூட கங்கைக் கரையில் அநாதையாகக் கைவிடப்பட்டுக் கிடந்தன. இறுதிச் சடங்குப் பணிகளைச் செய்வதற்கு உரியவர்கள் யாரும் அதற்கு முன்வரவில்லை. பல்வேறு வர்க்கங்களைச் சேர்ந்த மக்கள், நகரின் ஒரு இடத்தில் கூடிவிட்டிருக்கிறார்கள் . நான்

அவர்களுடைய கோரிக்கையை நிறைவேற்றினாலொழிய அங்கிருந்து நகரமாட்டோம் என்று உறுதியாகத் தெரிவித்து விட்டார்கள்.

டிசம்பர் 31 அன்று உதவி மேஜிஸ்ட்ரேட் வேறொரு கடிதம் அனுப்பியிருந்தார்:

ஆயிரக்கணக்கான மக்கள் பகலும் இரவுமாகக் குறிப்பிட்ட இடத்தில் வந்து குழுமியவண்ணம் இருக்கிறார்கள். இந்தக் கூட்டத்தில் சேர மறுப்பவர்களுக்கு அவர்கள் அபராதம் விதிக்கிறார்கள். புதிய வரிக்கு எதிரான இந்த எதிர்ப்பானது எந்த அளவுக்குப் போயிருக்கிறதென்றால் யாரேனும் ஒரு தனி நபர் இந்த சதி வேலையில் இருந்து விலகத் தீர்மானித்தால் அனைவராலும் அவமானப்படுத்தப்படுவதோடு ஜாதியில் இருந்து விலக்கியும் வைக்கப்பட்டுவிடுகிறார்.

இந்த 'சதி வேலையானது' அதிகாரிகள் பல முயற்சிகள் எடுத்த பின்னரும் நிற்காமல் தொடர்ந்து நடந்தது. இதனிடையில் உதவி மேஜிஸ்ட்ரேட் கலெக்டருக்கும் மூத்த நீதிபதி ஒருவருக்கும் கடிதம் எழுதினார். தமது பயணத்தை முடித்துக்கொண்டு உடனே வரும்படி அவர்களைக் கேட்டுக் கொண்டார். அந்த மூத்த நீதிபதிக்கு பனாரஸின் மன்னரிடமும் அந்த நகரத்தின் முக்கிய நபர்களிடமும் நல்ல செல்வாக்கு இருந்தது. கலெக்டர் ஜனவரி, 1, 1811 அன்று தனது பயணத்தை முடித்துக்கொண்டு கல்கத்தா பிரஸிடன்ஸியின் தலைமைப் பொறுப்பில் இருந்தவரைச் சந்திக்க வந்தார். உதவி மேஜிஸ்ட்ரேட் கீழ்க்கண்டவாறு அறிக்கை சமர்ப்பித்தார்:

வீட்டு வரிக்கு எதிரான கும்பலானது நாளுக்கு நாள் அதிகரித்து வருகிறது. மிக மோசமான நிலைமையை இப்போது எட்டி விட்டது. மக்கள் நகரங்களையும் பணியையும் விட்டுவிட்டு அந்த இடத்தில் குழுமுகிறார்கள். அரசிடமிருந்து சாதகமான பதில் கிடைக்கும்வரை அங்கேயே இருக்கத் திட்டமிட்டிருக்கிறார்கள். நானும் அந்தப் பகுதியின் பிற அரசு அதிகாரிகளும் என்னதான் சமாதானம் சொன்னாலும் எந்தப் பலனும் இல்லை.

இந்தக் கும்பலின் செல்வாக்கு அந்தப் பிராந்தியம் முழுவதிலும் பரவுவதாக நம்ப இடம் இருக்கிறது. வேறொரு கோரிக்கையை முன்வைத்து அணிதிரண்ட இரும்புக் கொல்லர்கள் இந்தச் சதியில் முன்னணி இடத்தை எடுத்துக்கொண்டுள்ளனர். அந்தப் பிராந்தியத்தில் இருந்த அனைத்து ஊர்களில் இருந்தும் அனைத்து கொல்லர்களும் இங்கு வந்துவிட்டனர். இதன் காரனமாக

ரயத்துகளுக்கு விவசாயப் பணிகளில் மிகப் பெரிய கஷ்டங்கள் வரத் தொடங்கியிருக்கிறது. அதிருப்தியாளர்களின் என்னிக்கை அதிகரித்துக் கொண்டே செல்கிறது. அதே நேரம், பனாரஸில் நடக்கும் போராட்டத்துக்கு ஆதரவாக இந்தப் பிராந்தியத்தில் வசிப்பவர் அனைவருமே அணிதிரண்டு கொண்டிருக்கிறார்கள்.

அதே நாளில் கலெக்டரும் நடந்தவை பற்றி விரிவாக ஒரு அறிக்கை சமர்ப்பித்திருக்கிறார்.

எனக்குக் கிடைத்த தகவலின் படி சுமார் 20,000 பேர் ஒன்றாகக் கூடி அமர்ந்து போராட்டம் (தர்ணா என்று அதை அழைக்கலாம்) செய்கிறார்கள். புதிய வரி ரத்து செய்யப்படாததுவரை அந்த இடத்தைவிட்டு அகலமாட்டோம் என்று சொல்லிவிட்டார்கள். பக்கத்து மஃப்சல்களில் இருந்து ஒவ்வொரு ஜாதியினரும் சக ஜீவிதர்களை இந்தப் போராட்டத்தில் பங்கெடுக்கும்படிக் கேட்டுக்கொள்வதால் எண்ணிக்கை நாளுக்கு நாள் அதிகரித்து வருகிறது. இந்தப் போராட்டக்காரர்களில் எந்தக் குழு மிகவும் தீவிரமாக இருக்கிறது; எந்த ஒரு குழு மற்றவர்களைவிட அதிக அத்துமீறலைச் செய்கிறது என்று பார்த்தால் இரும்புக் கொல்லர்கள் குழுவைத்தான் சொல்லவேண்டும். அவர்கள்தான் அக்கம்பக்கத்தில் தமது ஆட்களை அணி திரட்டி இந்தப் போராட்டத்தை முதலில் ஆரம்பித்தனர். அதோடு நில்லாமல் இந்தப் பிராந்தியத்தில் பல்வேறு பகுதிகளில் இருந்த அனைத்து இரும்புக் கொல்லர்களையும் இந்தப் போராட்டத்தில் இறங்க வைத்துள்ளனர். விவசாய அறுவடைப் பணிகளையெல்லாம் (அறுவடைக் காலம் நெருங்கிக் கொண்டிருக்கிறது) முடக்கத் திட்டமிட்டுள்ளனர். இதனால் ஜமீந்தார்களும் ரயத்களும் நேரடியாகவோ மறைமுகமாகவோ இந்த வரியை ரத்து செய்யும் படி நம்மை நிர்பந்திக்கும் நிலைக்கு ஆளாகி இருக்கிறார்கள்.

இந்த இரும்புக் கொல்லர்களும் பிற அனைத்து ஜாதியினரும், அனைத்து வகுப்பினரும் பரஸ்பரம் ஒருவருக்கொருவர் மிகுந்த பிணைப்புடன் இந்த இலக்கில் உறுதியாக நிற்கிறார்கள்.

வெளிப்படையான வன்முறை செயல்களில் ஈடுபடுவது என்பது இப்போதைக்கு அவருடைய இலக்காக இல்லை. ஆயுதங்களைக் கையில் எடுக்காமல் இருப்பதன் மூலம் தங்களுக்கு ஒருவித பாதுகாப்பு கிடைக்கும்; இப்படியான அமைதியான போராட்டக்காரர்களை அரசு பயங்கரமான ஆயுதங்கள் கொண்டு நிச்சயம் தாக்காது என்று நம்புபவர்

களாகவே இருக்கிறார்கள். அந்த நம்பிக்கையினால் நாளுக்கு நாள் அவருடைய எண்ணிக்கை பெருகிக் கொண்டே செல்கிறது.

பிற டவுன்களுக்கும் இந்தப் போராட்டத்துக்கும் இடையிலான தொடர்பு பற்றிக் கீழ்க்கண்டவாறு தெரிவித்திருக்கிறார்:

> நம்பகமான நபர்களிடமிருந்து எனக்குத் தெரியவந்திருக்கும் விஷயம் என்னவென்றால், பாட்னாவில் வசிப்பவர்கள் 'நாங்கள் என்ன செய்யவேண்டும் என்று வழிகாட்டுங்கள்' என்று கேட்டு பனாரஸ் போராட்டக்காரர்களுக்குக் கடிதம் அனுப்பி இருக்கிறார்கள். அது பனாரஸைவிடப் பெரியது. பனாராஸ் காரர்களுக்கு தமது கோரிக்கையை வலுவாக முன்னெடுக்க வழிபிறந்துவிடும். அஸிமாபாத்தும் இந்தப் போராட்டத்தில் கலந்துகொண்டால் அவர்களுக்கும் வீட்டு வரியை ரத்து செய்யவேண்டிவந்துவிடும். பனாரஸ் மட்டும் கேட்டுக் கொண்டால் பாட்னா உடனே இதுபோல் போராட்டத்தில் இறங்கிவிடும்.

ஜனவரி நாலாம் தேதி வாக்கில் நிலைமை கொஞ்சம் நிதானமானது போல் இருந்தது. நகரின் 'முக்கியமான நபர்கள்' சிலரிடம் இருந்து கிடைத்த உதவிகளின் மூலம் இரும்புக் கொல்லர்கள் அனைவரையும் பணிக்குத் திரும்ப அழைக்கும்படி நில உடமை யாளர்களுக்கு அழுத்தம் கொடுக்க உதவி மேஜிஸ்ட்ரேட்டினால் முடிந்திருந்தது. எனினும் அவர் :

> நிலைமை கொஞ்சம் நிதானமடைந்திருக்கிறது. என்றாலும் பெரிதாக எதையும் நம்பிவிடமுடியாது. இந்த மக்களின் மத கட்டமைப்பு, முக்கிய, மரியாதைக்குரிய நபர்கள் எல்லாரும் தமது தீர்மானத்தில் உறுதியுடன் இருக்கிறார்கள். என்னவிதமான அச்சுறுத்தலுக்கும் சமாதனத்துக்கும் இடம்கொடுக்காமல் இருக்கும்படி இந்தக் குழுவினரை வழிநடத்திவருகிறார்கள். ஒவ்வொரு வர்க்கத்தின் முக்கிய நபர்கள் எல்லாம் இந்தக் கூட்டத்தில் இருந்து விலகிச் செல்ல விரும்பும் நபர்களை அவரவர் ஜாதியில் இருந்து வெளியேற்றியாக வேண்டி இருக்கிறது. ஊர் முழுவதும் தமது ஒற்றர்களை அனுப்பி இந்தக் கும்பலில் இருந்து வெளியேறுபவர்களைப் பிடித்து இழுத்து வருகிறார்கள். நான் அப்படியான செயலில் ஈடுபடுபவர் களுக்குக் கடுமையான தண்டனைகள் தந்தேன். இருந்தும் மற்றவர்கள் அப்படியான தவறுகளைச் செய்வதில் இருந்து அது தடுக்கவில்லை.

ஜனவரி எட்டாம் தேதியன்று, நிலைமை வெகுவாக மாறியது. 'அரசுக்கு எதிராக இப்படியான கலகத்தை இனியும் தொடர்ந்து முன்னெடுத்தால் என்னவிதமான பின்விளைவுகள் ஏற்படும் என்று இந்த நகரவாசிகள் மெள்ள உணர ஆரம்பித்தனர்' என்று உதவி மேஜிஸ்ட்ரேட், 'மிகுந்த மன நிறைவுடன்' ஒரு அறிக்கை அனுப்பினார். 'அபாயகரமான சூழலை' விவரித்துவிட்டு தான் அதை வெற்றிகரமாகச் சமாளித்துவிட்டதாக நினைத்த அவர் கீழ்க்கண்டவாறு குறிப்பிட்டிருக்கிறார்:

> அனைத்துத் தரப்பு மக்களும் நகரத்தில் ஒரு பகுதியில் ஒன்று கூடி, தமது கோரிக்கை நிறைவேற்றப்பட்டாலொழிய அந்த இடத்தை விட்டு நகரக்கூடாது என்று உறுதிமொழி எடுத்திருந்தனர். நாள்தோறும் அவர்களின் எண்ணிக்கை அதிகரித்துக்கொண்டே வந்தது. ஒவ்வொரு கிராமத்துக்கும் தூதுவர்களை அனுப்பி போராட்டச் செய்தியைக் கொண்டு சேர்த்தனர். வீட்டுக்கு ஒருவர் பனாரஸில் நடக்கும் போராட்டத்தில் பங்கெடுக்கும்படிக் கேட்டுக்கொண்டனர். ஆயிரக்கணக்கான இரும்புக் கொல்லர்கள், கூன்பிகள், கொரீயர்கள் தமது வீடுகளில் இருந்து புறப்பட்டு இந்தக் கூட்டத்தில் மிகுந்த ஆர்வத்துடன் கலந்துகொண்டனர். அதேநேரம், நகரத்தில் இருந்து பலர் வெளியேறவும் தொடங்கினர். பணிகளை முடக்க விரும்பாதவர்களை வற்புறுத்தி வேலையை நிறுத்த வைத்தனர். ஒவ்வொரு வர்க்கத்தைச் சேர்ந்தவர்களும் தங்களால் முடிந்த உதவிகளைச் செய்தனர். கணிசமான தொகை சேகரிக்கப்பட்டது. போராட்டத்தில் பங்கெடுத்தவர்களுடைய குடும்பத்தினருடைய தேவைகளை அந்தப் பணம் கொண்டு பூர்த்தி செய்தனர்.
>
> இப்படிக் கூட்டமாகக் கூடியவர்களுக்குப் போதுமான உணவுப் பொருட்கள் சமைப்பதற்கான விறகுகள் எல்லாம் தரப்பட்டன. நகரத்தில் தானியம் தவிர வேறு எதுவுமே வாங்க முடியாத நிலை இருந்தது. மத அமைப்புகள் தமது முழு சக்தியையும் பயன் படுத்தி, மக்கள் ஒற்றுமையாக தங்களுடைய முடிவுகளில் வலுவுடன் இருப்பதற்கு உதவி வந்தனர். அந்தக் கூட்டத்திலிருந்து விலகி வரும் தைரியம் பெற்றிருந்த ஒரு சிலரைக்கூட அவமானத்தில் இருந்தும், ஓரங்கட்டப் படுவதிலிருந்தும் காப்பாற்ற முடியாமல் காவலர்கள் தவித்தனர்.

போராட்டத்தில் பரிசல்காரர்களின் பங்குபற்றி கீழ்க்கண்டவாறு குறிப்பிட்டிருக்கிறார்:

இந்த சதி வேலையில் பரிசல்காரர்களும் ஈடுபட்டதால் பொதுமக்களுக்கு மிகப் பெரிய அளவில் நெருக்கடிகள் ஏற்பட்டுள்ளன. மறு கரையுடனான தொடர்புகள் முற்றாகத் துண்டிக்கப்பட்டுவிட்டன. படகுப் போக்குவரத்தை முடக்கி இருக்கும் நபர்களின் படகுகளை அரசாங்கம் பறிமுதல் செய்யும் என்று அறிவித்தேன். அதனால் பரிசல்காரர்கள் உடனே பணிக்குத் திரும்பிவிட்டார்கள். அதுபோல் காவல்துறையினர் கும்பல்கள் கூட்டுவதைச் செய்துவரும் பல்வேறு வகுப்புகளைச் சேர்ந்த சிலரைக் கைதுசெய்துள்ளனர். அவர்களுக்கு மிகக் கடுமையான தண்டனையும் தரப்பட்டுள்ளன. கூட்டத்தில் மேலும் அதிக ஆட்கள் சேர்வதைத் தடுக்கும் நோக்கில் இந்த நடவடிக்கைகள் எடுக்கப்படுகின்றன.

வேறு சில விஷயங்கள் பற்றியும் அதில் குறிப்பிட்டிருந்தார்:

அனைவருமே தளர்ந்தும் வறுமையில் ஆழ்ந்தும்விட்டிருக் கிறார்கள். 'கூட்டத்தினர் கலைந்து சென்றால்தான் அரசாங்கத்திடம் இருந்து சாதகமாக எதையாவது எதிர்பார்க்க முடியும் என்று நான் சொன்ன ஆலோசனை பலருக்குப் புரிய ஆரம்பித்திருக்கிறது. ஏற்கனவே குறையத் தொடங்கியிருக்கும் கூட்டமானது இன்னும் சில நாட்களில் முற்றாகக் கலைந்து போய்விடும்' என்று அவர் குறிப்பிட்டிருக்கிறார்.

முந்தைய பதற்றமான நிலை குறித்த அறிக்கைகள் கல்கத்தாவுக்குச் சென்று சேர்ந்திருந்தன. ஜனவரி 5ஆம் தேதி கவர்னர் ஜெனரல் இன் கவுன்சில் முதன்முதலாக இந்த விஷயத்தில் கவனம் செலுத்தினார். டிசம்பர் 31 தேதி வரையிலும் அனுப்பப்பட்ட அறிக்கைகள், பனாரஸில் இருந்த போராட்டக்காரர்களின் விண்ணப்பம் ஆகியவற்றையெல்லாம் படித்துப் பார்த்தபின் தனது முடிவைத் தெரிவித்தார். 'வீட்டு வரியை ரத்து செய்வதற்கு எந்த ஒரு நியாயமான காரணமும் இல்லை. மக்களுடைய போராட்டம் மற்றும் கூக்குரலைக் கேட்டு ஒரு வரியை விலக்கிக் கொள்வது என்பது புத்திசாலித்தனமான செயல் அல்ல. வேறு எந்தக் கொள்கை முடிவும் அந்த வரியை நீக்கும்படி வழிகாட்டவும் இல்லை' என்று அரசு தெரிவித்தது. மேஜிஸ்ட்ரேட் எடுத்த நடவடிக்கைக்ள் சரிதான் என்று சொன்ன அரசு மேலும் கீழ்க்கண்டவாறு தெரிவித்தது:

இனியும் அரசை எதிர்த்து இதுபோல் ஏதேனும் எதிர்ப்பைத் தெரிவித்தால் மிகக் கடுமையான பின்விளைவுகளைச் சந்திக்க நேரிடும் என்று இந்த சந்தர்ப்பத்தைப் பயன்படுத்திக் கொண்டு, எச்சரிக்கும்படிக் கேட்டுக்கொள்கிறோம். மக்களுடைய

> ஒவ்வொரு உரிமைகளையும் பாதுகாக்கும் நோக்கில் அனைத்து நியாயமான நடவடிக்கைககளையும் அரசு எடுக்கும். அதேநேரம் சட்டவிரோதமாகக் கூட்டமாக கூடி, கூச்சல்போட்டு பிற தவறான செயல்களைச் செய்து விண்ணப்பங்கள் கொடுத்தா லெல்லாம் கவர்னர் ஜெனரல் மசிந்துவிடமாட்டார்.

'நியாயமான நடவடிக்கைகள்' என்று சொன்னது என்னவென்றால் மக்கள் நுழைவாயில், வேலிகள் ஆகியவற்றைச் சரி செய்தல், ஊர்க்காவலர்களுக்கு சம்பளம் தருதல் ஆகியவற்றுக்காக மக்கள் தாமாகவே தமக்குள்ளாகவே சேகரித்துக் கொடுத்துவந்த 'பதுகபந்தி' தொகையை இனிமேல் தர வேண்டாம். அரசாங்கமே அவற்றையெல்லாம் இனிமேல் பார்த்துக் கொள்ளும். ராணுவ அதிகாரிகளுடன் பேசி முடித்த பின்பும், தேவையான பிற ஏற்பாடுகள் செய்த பின்பும் இந்தத் தகவல் மக்களுக்கு தெரிவிக்கப்படும் என்று தீர்மானமானது.

ஜனவரி 2ம் தேதி அனுப்பப்பட்ட அறிக்கையில் நிலைமை மோசமானதை பற்றித் தெரிவிக்கப்பட்டிருந்தது. அரசாங்கம் ஏழாம் தேதி அனுப்பிய பதிலில் ராணுவத்தைப் பயன்படுத்தும் வழிமுறை பற்றி தெரிவித்திருந்தது. மக்களை அமைதி நிலைக்குக் கொண்டுவர அரசாங்க அதிகாரி ஒரு உத்தரவு பிறப்பிக்க வேண்டும். இதுபோன்ற சட்டவிரோதமான செயல்களில் ஈடுபட்டால் என்னவிதமான மோசமான பின்விளைவுகள் ஏற்படும் என்பது பற்றியும் அவர்களுக்குப் புரிய வைக்க வேண்டும். 'புதிய வரியை நீக்குவதற்கு எந்த ஒரு நியாயமான காரணமும் இருப்பதாகக் கருதவில்லை' என்று அரசு தெரிவித்ததோடு அந்த வரி வசூலிப்பை முன்னெடுக்க மேஜிஸ்ட்ரேட்டுக்கும் கலெக்டருக்கும் தேவையான உதவிகளை ராணுவம் செய்துதர சம்பந்தப்பட்ட அதிகாரிகளுக்கு உத்தரவு பிறப்பிக்கப்பட்டுள்ளது' என்றும் தெரிவித்தது. மேலும்...

> கவர்னர் ஜெனரல் இன் சீஃப் மிகுந்த அக்கறையுடன் ஒரு எச்சரிக்கை விடவேண்டிய பொறுப்பு இருப்பதாக உணருகிறது. சமூகத்தில் குழப்பம் விளைவிக்கும் சக்திகள் இனிமேலும் இதைத் தொடர்ந்தால் கடுமையான தண்டனையை எதிர்கொள்ள வேண்டியிருக்கும். நியாயமான கோரிக்கைகள் பரிசீலிக்கப்படும். அனைத்து வகுப்பு மக்களுக்கும் உரிய பாதுகாப்பு தரப்படும். அதேநேரம் சட்டவிரோதமான கும்பல் கூடுதல், கூச்சல், குழப்பம் விளைவித்தல் போன்றவற்றை நியாயமான கடுமையான முறையில் ஒடுக்கும் பொறுப்பை அரசு ஒருபோதும் கைவிடாது.

ஜனவரி 7ம் தேதிக்கும் அரசாங்கம் தனது தீர்மானத்தை அறிவித்த ஜனவரி 11க்கும் இடையில் கவர்னர் ஜெனரலின் சீஃபுக்கு வேறொரு விஷயம்தோன்றியது. நிதானமாக ஆராய்ந்து பார்த்தபோது புதிய வரியில் சில மாறுதல்கள் தேவை. இந்த வரியினால் அதிகளவு பாதிக்கப்படவிருக்கும் மக்களுடைய கோரிக்கையில் இருக்கும் நியாயங்கள் கணக்கில் கொள்ளப்படும் என்று தெரிவித்தார். ஜனவரி நான்காம் தேதி மேஜிஸ்ட்ரேட்டிடமிருந்து கிடைத்த ஓரளவுக்கு நம்பிக்கையூட்டும் அறிக்கையைப் பார்த்தபின் 11 ஆம் தேதி அன்று இரண்டு கடிதங்கள் அனுப்பியது. அதில் பனாரஸில் இருந்த அதிகாரிகளுக்கு, மத வழிபாட்டு மையங்களுக்கு வரியிலிருந்து விலக்கு தந்தது போலவே, நலிவடைந்த நிலையில் இருக்கும் மக்களுடைய வீடுகளுக்கும் வரிவிலக்கு தரும்படி கேட்டுக் கொண்டது. அப்படியானவர்களுடைய வீட்டின் வரியானது அரசுக்குப் பெருமளவுக்கு முக்கியமானதாக இருக்க முடியாது என்று தெரிவித்தது. இந்தத் தீர்மானங்களை மக்களுக்கு தெரிவிப்பது தொடர்பாக அந்த அறிக்கையில் கீழ்க்கண்டவாறு சொல்லப் பட்டிருந்தது:

> இந்தத் தீர்மானங்களை மக்களுக்குத் தெரிவிப்பதற்கு முன்பாக அதை எப்படி இதமாகச் சொல்லலாம் என்று யோசித்துப் பார்க்கவும். அரசாங்கத்தின் அதிகாரத்தை விட்டுக் கொடுக்காமலும் அதனுடைய மரியாதையை இழக்காமலும் அந்த விஷயங்களை எடுத்துச்சொல்ல வேண்டும். மக்கள் மத்தியில் அரசின் மீது அப்படியான நம்பிக்கையும் மரியாதையும் இருப்பது மிகவும் அவசியம். குறிப்பாக இதுபோன்ற குழப்பங்கள் உருவாகி இருக்கும் நிலையில் அரசு தன் கௌரவத்தைக் கட்டிக்காத்தாக வேண்டும்.

அந்த அறிக்கை முடிவாக இப்படியாகச் சொன்னது:

> மக்கள் சமீபத்தில் முன்னெடுத்த சட்டவிரோதக் குற்றச் செயல் பாடுகளைக் கைவிட்டுவிட்டு அரசுக்கு முழுமையாக ஒத்துழைக்கவேண்டும். அதன்மூலமே அரசாங்கத்தின் நியாயமான, அக்கறையான நடவடிக்கைகளுக்குப் பொருத்த மானவர்களாக அவர்கள் ஆக முடியுமென்று லார்ட்ஷிப் இன் கவுன்சில் கருதுகிறது.

பனாரஸ்வாசிகள் கொடுத்த விண்ணப்பத்தை முழுவதுமாக நிராகரித்து ஜனவரி 5ஆம் தேதி அரசு அனுப்பிய தீர்மானமானது 13 ஆம் தேதி அன்று மக்களுக்குத் தெரிவிக்கப்பட்டது. 14ம் தேதியிலிருந்து ‘மக்கள் மீண்டும் கூட்டம் கூடத்

தொடங்கிவிட்டனர்'. ஜனவரி 7ஆம் தேதி அரசு அனுப்பிய அறிக்கையானது இதனிடையில் வந்து சேர்ந்தது. மக்களை அமைதி வழிக்குக் கொண்டு வர உதவும் என்ற நோக்கில் அதுவும் பொதுமக்களுக்குத் தெரிவிக்கப்பட்டது. பதினெட்டாம் தேதியன்று அரசுக்கு அனுப்பிய அறிக்கையில் மேஜிஸ்ட்ரேட் இதுபற்றிக் குறிப்பிட்டிருக்கிறார். 'லக்னோவில் இருந்து படைகள் வந்து சேராமல் எந்த நடவடிக்கையும் எடுக்க முடியாது என்று படைத் தளபதி தெரிவித்துவிட்டார். இதனிடையில் அரசு பதினோராம் தேதி என்று அனுப்பிய அறிக்கையும் பனாரசுக்கு வந்து சேர்ந்தது. ஆனால் மக்கள் இதுபோன்ற நியாயமற்ற நடவடிக்கைகளைத் தொடர்ந்து எடுக்கும் வரையில் அரசின் அன்புக்கு அவர்கள் தகுதியானவர்களே அல்ல. எனவே அரசு தீர்மானித்து இருக்கும் நல்ல முடிவுகளை மக்களுக்கு இப்போது சொல்ல முடியாது' என்று மேஜிஸ்ட்ரேட் கருதினார்.

இரண்டு நாட்கள் கழித்து 20 ஆம் தேதி அன்று, 'நிலமையில் சிறிது மாற்றம் இருப்பதாகவும், சாதகமான முடிவுகள் ஏற்பட வாய்ப்பு இருப்பதாகவும்' மேஜிஸ்ட்ரேட் அரசுக்குக் கடிதம் அனுப்பினார். கூடுதல் படைகள் வந்து சேரும் வரை காத்திருக்கலாம் என்று தீர்மானித்திருந்தார். 'அரசின் உத்தரவுகளை' தனக்குச் சரியென்று தோன்றிய வகையில் அமல்படுத்த விரும்பினார். 'கும்பல் கூடும் மக்களைக் கலைந்து போகச் செய்வது, சட்டவிரோதமான, கலகத்தனமான செயல்பாடுகளுக்கு முற்றுப்புள்ளி வைப்பது ஆகியவையே நாளுக்கு நாள் முக்கியமான விஷயமாகிவருகிறது' என்று தெரிவித்திருந்தார். மேலும் அந்தக் கடிதத்தில்

> அரசுக்கு எதிரான இப்படியான எதிர்ப்பை அனுமதிப்பது சரியல்ல. அரசின் வலிமை நாளுக்கு நாள் குறைந்துகொண்டே செல்கிறது. ஒரு நாட்டின் அரசின் மீது அதன் மக்கள் மரியாதை வைத்திருக்கவேண்டும். இது மிகவும் அவசியம்.

அதே கடிதத்தில் அவர் மேலும் தெரிவித்திருப்பது:

> ரெகுலேஷன் XV, 1810ஐ பின்வாங்க முடியாது என்று அரசு தெரிவித்தபின் அதை எதிர்த்து அனல் கக்கும் வார்த்தைகள் கொண்ட சுவரொட்டிகள் தெருக்களில் ஒட்டப்பட்டன. அவற்றின் இரண்டு நகல்களை உங்கள் பார்வைக்காக அனுப்பி வைத்திருக்கிறேன். அப்படியான செய்தியைக் கொண்ட காகிதங்களை வைத்திருப்பவர்களைப் பிடித்துக் கொடுத்தால் 500 ரூபாய் சன்மானம் தருவதாக அறிவித்திருக்கிறேன். நிலைமையின் தீவிரம் உங்களுக்குப் புரிந்திருக்கும் என்பதால்

> நான் செய்தது சரியானதுதான் என்று ஏற்றுக்கொள்ளப்படும் என்று நம்புகிறேன்.

அரசு எடுத்த கடுமையான முயற்சிகளினால் மக்களின் ஒற்றுமையும் தன்னம்பிக்கையும் வலுவிழக்க தொடங்கியது. மேஜிஸ்ட்ரேட் மீது வைத்த நம்பிக்கை பொய்த்துப் போனது. பனாரஸ் அதிகாரவர்க்கம் எடுத்த பல்வேறு முயற்சிகளின் விளைவுகள் ஒரு சில நாட்களிலேயே தெரிய ஆரம்பித்தன. கல்கத்தாவுக்கு பனாரஸ் மக்கள் புறப்பட்டுச் சென்று மனு கொடுப்பதென்று முடிவு செய்துள்ளனர். வீட்டு வரி தொடர்பாக ஒத்த சிந்தனை உள்ள ஊர்களின் ஊடாகச் செல்லத் தீர்மானித்துள்ளனர். ஒவ்வொரு வீட்டின் உரிமையாளர் அல்லது அவருடைய பிரதிநிதி வரவேண்டும். அல்லது கல்கத்தாவுக்குச் செல்லும் குழுவுக்குத் தேவையான பொருள் உதவியை தரவேண்டும் என்று தீர்மானிக்கப் பட்டிருப்பதாக மேஜிஸ்ட்ரேட் கடிதம் அனுப்பினார். மேலும் அந்தக் கடிதத்தில் அவர் கூறியிருந்தது:

> ஒரு சிலர் அந்தப் பயணத்துக்குத் தயாராகிவிட்டனர். வழியில் தடுக்கப்படுவார்கள் அல்லது அவர்கள் உறுதியாக நம்பக்கூடிய விஷயத்தில் தோற்றுப்போவார்கள் என்பது அவர்களுக்குத் தெரிந்திருக்கவில்லை.

இதனிடையில் பனாரஸ் மக்கள் இன்னொரு விண்ணப்பத்தை சமர்ப்பித்தனர்.

> ‘முறைகேடாக, விதிமுறைகளை மீறி ஒன்று கூடியிருந்த மக்களிடமிருந்து இந்த விண்ணப்பம் தரப்பட்டிருக்கிறது. இது மிகவும் தவறானது. அதோடு அதில் எழுதப்பட்டிருக்கும் வாக்கியங்களும் பாணியும் மிகவும் மரியாதைக் குறைவாக இருக்கிறது. அந்த விண்ணப்பத்தை ஏற்க முடியாது என்பதற்கு கூடுதல் காரணமாகத் இருக்கிறது’ என்று மேஜிஸ்ட்ரேட் அதைப் பற்றிக் குறிப்பிட்டிருக்கிறார்.

மேஜிஸ்ட்ரேட்டைப் பொறுத்தவரையில், இப்படியாக நடந்து வரும் விஷயங்களெல்லாம் ஒத்துழையாமையையே உருவாக்கு கின்றன. மக்கள் மத்தியில் மிகப் பெரிய ஒழுங்கின்மையையே கொண்டுவரும். இந்த நிலையில் சில வயதான மற்றும் விசுவாசமான பொது சேவைகள் நிலைமையை மேலும் மோசமாக்கும். அரசு தங்களுடைய கோரிக்கையை நிறைவேற்றித் தரச்சொல்லி பனாரஸ் ராஜா மூலமாக முயற்சிகள் எடுத்துள்ளனர். மக்கள் ஓரளவுக்கு அமைதிப்படுத்தப்பட்டுவிட்டிருக்கிறார்கள்.

எனினும் நிலைமை இன்னும் சீரடையவில்லை. உதவி மேஜிஸ்ட்ரேட் தனது ஜனவரி இருபத்தி எட்டாம் தேதி அறிக்கையில், ஒரு பொது மன்னிப்பு வழங்கலாம். இந்த நகரத்தின் மனிதர்கள் அனைவரும் அவர்களுக்கு சாதகமாக இருக்கிறார்கள். அரசாங்கத்தின் நலனுக்குத் தேவையானவை ஏற்கனவே செய்யப்பட்டுவிட்டது' என்று ஆலோசனை தெரிவித்திருக்கிறார்.

உதவி மேஜிஸ்ட்ரேட்டின் இந்த அறிக்கையைப் பெற்றுக்கொண்ட அரசு பிப்ரவரி 4ம் தேதி 'மக்கள் அமைதி நிலைக்குத் திரும்பியது குறித்து மிகுந்த சந்தோஷத்தைத்' தெரியப்படுத்தியது. உதவி மேஜிஸ்ட்ரேட்டின் செயல்பாடுகளை வெகுவாகப் பாராட்டியது. அரசுக்கு உதவியாக இருந்தவர்களுக்குச் சிறப்பு பட்டங்கள் தர முடிவு செய்யப்பட்டது. பதுகபந்தி வரியானது மாற்றப்படாமல் அப்படியே இருக்கட்டும். யாரெல்லாம் அதைச் செலுத்தி இருக்கிறார்களோ அதே அளவுக்கான தொகையை அவர்கள் செலுத்தும் வீட்டு வரியில் இருந்து திருப்பிக் கொடுத்துவிடலாம் என்ற மேஜிஸ்ட்ரேட் ஆலோசனையை அனைவரும் ஏற்றுக் கொண்டனர். ஆனால் அரசு, அவர் சொன்ன பொதுமன்னிப்பு ஆலோசனையை ஏற்றுக்கொள்ளவில்லை. அதுபற்றி அரசு கூறியது:

> சமீபகாலத்தில் பனாரஸ் மக்கள் ஈடுபட்ட சட்டவிரோதமான கலகச்செயல்களுக்கு பொதுமன்னிப்பு வழங்குவதில் எந்த ஒரு நியாயமான காரணமும் இருப்பதாக கவர்னர் ஜெனரல் இன் கவுன்ஸில் கருதவில்லை. மாறாக, நீதி நிலைநாட்டப்படவும் இதுபோன்ற கலகங்கள் இனிமேல் நடக்காமலும் இருக்க வேண்டுமென்றால் இந்தக் குழப்பங்களை முன்னின்று நடத்தியவர்கள் அந்த குற்றத்துக்காக நீதி விசாரணைக்கு உட்படுத்தப்பட வேண்டும் என்று லார்ட்ஷிப் இன் கவுன்சில் கருதுகிறார்.

அதேநேரம் பெருமளவிலான நபர்கள் தண்டிக்கப்படத் தேவையில்லை என்று மேஜிஸ்ட்ரேட்க்கு வழிகாட்டியிருந்தது.

இதனிடையில் பனாரஸ் மன்னர் மற்றும் 'விசுவாசமான' 'நம்பிக்கைக்குரிய பொது சேவகர்கள்' மூலமாக மக்களை அமைதிப் படுத்தும் முயற்சிகள் முன்னெடுக்கப்பட்டன. பனாரஸ் மன்னர் தமது மக்கள் சார்பில் முன்வைத்த விண்ணப்பத்தை பிப்ரவரி ஏழாம் தேதி அன்று, உதவி மேஜிஸ்ட்ரேட் அரசுக்கு அனுப்பிவைத்தார். 'இறுதி விண்ணப்பமாக' அதை அவர் குறிப்பிட்டிருந்தார். மக்கள் லார்ட்ஷிப் இன் கவுன்சில் முன்பாக கடைசி விண்ணப்பமாக மிகவும் பணிவுடன் அதை சமர்ப்பித்திருப்பதாகத்

தெரிவித்திருந்தார். 'மக்கள் மனதில் அரசுக்கு ஒத்துழைப்பு தரக்கூடாது என்ற எண்ணம் ஒருபோதும் இருந்ததில்லை' என்றும் அவர்கள் குறிப்பிட்டிருந்தனர். ஜனவரி 13ஆம் தேதி மேஜிஸ்ட்ரேட் சொன்னதை கேட்டு, 'அரசு நல்ல முடிவு எடுக்கும் என்று நம்பி விதி விட்ட வழி செல்வோம் என்று அவர்கள் அனைவரும் எழுந்து வீட்டுக்குச் சென்றுவிட்டதாக' தெரிவித்திருந்தார்.

எனினும், அரசானது ஜனவரி பதினோராம் தேதி தெரிவித்த தீர்மானங்களுக்கு மேலாக பனாரஸ் மக்களின் கோரிக்கைக்கு பெருமளவில் செவிசாய்க்க விரும்பியிருக்கவில்லை. அரசின் அந்தத் தீர்மானமும், முன்பு எடுக்கப்பட்ட சிறிய திருத்தங்களும் ஒரு வாரம் கழித்து பிப்ரவரி 23ஆம் தேதி அன்று மன்னருக்கும் பனாரஸ்ஸின் முக்கிய பிரமுகர்களுக்கும் மேஜிஸ்ட்ரேட் மூலம் தெரிவிக்கப்பட்டது. அவர் மக்களுக்குத் தெரிவித்த அறிக்கையில் இனிமேல் இந்த விஷயம் தொடர்பாக யாருக்கும் எந்த புகாரும் அதிருப்தியும் இருக்க வாய்ப்பில்லை என்று குறிப்பிட்டிருந்தார்.

ஆனால், பனாரஸ் மன்னர் மூலமாகக் கொடுத்த விண்ணப்பத்தில் 'விதிவிட்ட வழி செல்வோம்' என்று முடிவெடுத்ததாகச் சொன்ன மக்கள் மேஜிஸ்ட்ரேட் நினைத்தது போல் அடிபணிந்து போய்விட வில்லை. ஒரு வருடம் கழித்து 1811, டிசம்பர் 28 அன்று கலெக்டர் அனுப்பிய கடிதத்தில் கீழ்க்கண்டவாறு குறிப்பிட்டிருக்கிறார்:

> *யாருடைய வீடுகளின் வரி அளவுகள் எல்லாம் கணக்கிடப் பட்டுவிட்டனவோ அவரிடம் சென்று வரி வசூலித்து வரும்படி எனது உள்ளூர் அதிகாரிகளை அனுப்பி வைத்தேன். ஒவ்வொரு வீட்டுக்குமான வாடகை, அதற்கான வரி ஆகியவற்றைக் கணக்கிட்டு கொடுத்திருந்தேன். யாருக்காவது அந்த வாடகை மற்றும் வரி தொடர்பாக ஏதேனும் மாற்றுக்கருத்து இருந்தால் அதை எனக்குத் தெரியப்படுத்த வேண்டும். முறையான விசாரணைகள் நடத்தப்பட்டு சரியான முடிவுகள் எடுக்கப்படும் என்றும் அனைவருக்கும் தெரியப்படுத்தி இருந்தேன். அப்படியான அவர்களுடைய கருத்துகளைக் கேட்பதற்கு வாரத்தில் ஒரு குறிப்பிட்ட நாளை ஒதுக்கியிருந்தேன். வீட்டு உரிமையாளர்களுக்கும் வாடகைதாரர்களுக்கும் அந்த செய்தி சென்று சேர்ந்து இருக்கவில்லையோ என்னவோ எவர் ஒருவருமே வரி தொடர்பாக எந்த விண்ணப்பத்தையும் எதிர்ப்பையும் தெரிவித்திருக்கவும் இல்லை. இப்படியான நிலையில் பலரும் வரி மதிப்பீட்டாளர்கள் தங்கள் பணியைச் செய்ய மௌனமாக அனுமதித்தனர். அவர்கள் கேட்கும் எந்த ஒரு*

> தகவலையும் தராமலும் எந்த ஒரு கேள்விக்கும் பதில் சொல்லாமலும் இருந்தனர். மதிப்பீட்டாளர் என்ன சொன்னாலும் நாம் ஏற்றுக்கொள்ளப் போவதில்லை என்ற முடிவுடன் இருந்தனர். அதிகாரிகளைத் தடுக்க முடியாது. அதேநேரம் அவர்கள் சொல்வதைச் செய்யப் போவதுமில்லை என்ற முடிவுடன் இருந்தனர்.

இருந்தும் அதிகாரிகளுக்கு ஆறுதலாக ஒரு விஷயம் நடந்ததாக கலெக்டர் குறிப்பிட்டிருக்கிறார்.

> ஒரு சில விதிவிலக்குகளும் இருந்தன. அரசுப் பதவியில் இருந்த அல்லது அரசாங்க செயல்பாடுகளுடன் தொடர்பில் இருந்த அல்லது வேறு சில தனியான முக்கியமான பிரமுகர்கள் அரசுக்கு தமது விசுவாசத்தை, கீழ்படிதலைக் காட்ட முன்வந்தனர். அவர்கள் என்னை வந்து சந்தித்து தமது வீடுகள், கடைகள் தொடர்பான தகவல்களை தந்தனர். அவற்றுக்கான வாடகையைத் தெளிவாகக் குறிப்பிட்டனர். வரி தொடர்பான கணக்கீட்டை அங்கீகரித்து ஏற்றுக்கொண்டனர்.

எனினும் இப்படியான சொற்ப விதிவிலக்குகள் பெரிய திருப்தியை தந்திருக்கவில்லை. அந்த அறிக்கையை முடிக்கும்போது அவர் ஒரு விஷயத்தை அழுத்தமாக குறிப்பிட்டிருக்கிறார். 'முன்னெச்சரிக்கை நடவடிக்கையாக தற்போது இருப்பதைவிட மிகப் பெருமளவிலான ராணுவம் இங்கு வந்து சேர்ந்தால்தான் வரி வசூலிப்பு வேலைகள் முன்னெடுக்கப்பட முடியும்' என்று அழுத்தமாகத் தெரிவித்திருக்கிறார்.

இப்படியான எதிர்ப்பும் ஒத்துழையாமையும் பிப்ரவரி மாத ஆரம்பத்திலேயே வெளிப்பட்டிருக்கிறது. பனாரஸ்வாசிகளின் 'இறுதி விண்ணப்பத்தை' அரசுக்கு அனுப்பிய மேஜிஸ்ட்ரேட் கீழ்க்கண்டவாறு குறிப்பிட்டிருக்கிறார்:

> எந்த விகிதத்தில் வரி விதிக்கப்படும், வாடகைகள் மதிப்பிடப் படும் என்பது பற்றியெல்லாம் அவர்களுக்கு அக்கறையே இல்லை. வீட்டு வரிவிதிப்பு என்ற கோட்பாட்டையே அவர்கள் அடிப்படையில் எதிர்க்கிறார்கள். இப்படியான வரிவிதிப்பு இந்த தேசத்தின் சட்டதிட்டங்கள், விதிமுறைகள் ஆகியவற்றுக்கு முற்றிலும் மாறுபட்டது என்று கருதுகிறார்கள். இது மிகவும் நூதனமானதாக அவர்களுக்குத் தெரிகிறது. எந்த ஒரு அரசுக்கும் இப்படியான ஒரு வரியை விதிக்க அதிகாரம் இல்லை என்று அவர்கள் கருதுகிறார்கள். இந்த வரி விதிப்பை எதிர்க்கவில்லை

என்றால் நாளுக்கு நாள் இந்த வரி அதிகரித்தபடியே செல்லும் என்று கருதுகிறார்கள். அவர்களுக்குச் சொந்தமாக இருக்கும் அனைத்தின் மீதும் இது போன்ற வரிகள் விதிக்கப்பட்டு விடுமென்றும் அஞ்சுகிறார்கள். இப்படியான நிலையில் அவர்கள் எளிதில் வீட்டு வரி கொடுக்க சம்மதித்துவிடுவார்கள் என்று எனக்குத் தோன்றவில்லை.

பாட்னாவில் நடந்தவை

இப்போது வேறு நகரங்களில் நடந்ததைப் பார்ப்போம். ஜனவரி இரண்டாம் தேதி அன்று எழுதிய கடிதத்தில் பனாரஸ் கலெக்டர் குறிப்பிட்டதுபோல் பனாரஸில் நடந்தவற்றை பிற நகரத்தினர் கூர்மையாகக் கவனித்துவந்தனர். ஜனவரி 2 ஆம் தேதியன்று பாட்னா மேஜிஸ்ட்ரேட் வீட்டு வரி தொடர்பாக அந்த நகரவாசிகள் கொடுத்த 12 விண்ணப்பங்களை அரசுக்கு அனுப்பி வைத்தார். அரசு அவற்றில் எட்டு விண்ணப்பங்களை நிராகரித்தது. பனாரஸில் இது தொடர்பான விவாதங்கள் நடந்து வருவதால் 'பாட்னா நகரவாசிகள் கூட்டங்கள் கூட்ட விடாமல் அல்லது மேலும் பல விண்ணப்பங்கள் கொடுக்கவிடாமல் இதமாகவும் ஆறுதலாகவும் கையாளும்படி அரசு மேஜிஸ்ட்ரேட்க்கு ஆலோசனை வழங்கியிருந்தது. தனது அதிகாரவரம்புக்கு உட்பட்டு பல நடவடிக்கைகளை எடுக்கலாம் என்றும் ஏதேனும் சட்டவிரோதமான கடிதங்கள் எழுதப்பட்டாலோ குழப்பம் விளைவிக்கும் கூட்டங்கள் நடத்தப்பட்டாலோ உடனடியாக அந்தத் தகவலைத் தெரிவிக்கும்படியும் அரசு கேட்டுக் கொண்டிருந்தது.

சரூண் பகுதியில் நடந்தவை

ஒரு வாரம் கழித்து (ஜனவரி-9) சரூண் பகுதியின் மேஜிஸ்ட்ரேட் அரசுக்கு கடிதம் அனுப்பினார். அந்தப் பகுதி மக்கள் கொடுத்த விண்ணப்பங்களை அனுப்பிவைத்ததோடு கீழ்க்கண்டவாறு குறிப்பிட்டிருந்தார்.

> கலெக்டர் வரி மதிப்பீட்டுப் பணிகளைச் செய்வதற்கு ஆட்களை அனுப்பியபோது பெரும் பதற்றம் உருவானது. அனைத்து விதமான கடைகளும் மூடப்பட்டிருந்தன. மிக மோசமான சம்பவம் நடக்கப் போவதற்கான அறிகுறிகள் நன்கு தெரிந்தன.

வரி மதிப்பீட்டுப் பணிகளைத் தற்காலிகமாக நிறுத்திக் கொண்டதற்கான காரணங்களை விவரித்த பின்னர் கீழ்க்கண்டவாறு குறிப்பிட்டிருக்கிறார்.

> இந்தப் பகுதியில் ராணுவம் எதுவும் இல்லை. அரசின் மரியாதைக்குக் களங்கம் விளைவிக்கும் செயல்கள் நடக்க ஆரம்பித்திருப்பது எனக்கு நன்கு புரிகிறது. அரசாங்கத்திடம் இருந்து உத்தரவு வரும்வரை வரி மதிப்பீட்டுப் பணிகளை நிறுத்தி வைக்கும்படி கலெக்டரைக் கேட்டுக்கொண்டிருக்கிறேன்.

ஜனவரி 11 ஆம் தேதி அன்று மேற்கொள்ளப்பட்ட திருத்தங்கள் நீங்கலாக சரூண் பகுதி மக்களுக்கு எந்த வகையிலும் வரிவிலக்கு அளிக்கவேண்டாம் என்று அரசு உத்தரவிட்டது. இந்த உத்தரவு ஜனவரி பதினெட்டாம் தேதி அனுப்பி வைக்கப்பட்டது. அதில் அரசு மேலும் தெரிவித்திருந்தது:

> சரூண் இப்பகுதி மக்கள் வரி விதிப்புக்கெதிராக வெளிப் படையாக எந்த செயலிலும் ஈடுபடமாட்டார்கள் என்று நம்புவதாக கவர்னர் ஜெனரல் இன் கவுன்சில் நம்புகிறது.

இப்படியான நம்பிக்கை இருந்த நிலையிலும் அதைக் கீழ்க் கண்டவாறு குறிப்பிட்டிருந்தது:

> நிலைமை கை மீறிப் போனால் அரசின் உத்தரவுகள் மற்றும் விதிமுறைகளுக்கு ஏற்ப நடந்துகொள்ளும் அதிகாரிகளுக்கு உதவுவதற்காக தினாபூரில் இருக்கும் ராணுவத்தைத் துணைக்கு அழைத்துக் கொள்ளுங்கள்.

முர்ஷிதாபாத்தில் நடந்தவை

மார்ச் இரண்டாம் தேதி முர்ஷிதாபாத்துக்கு அனுப்பிய கடிதத்திலும் இதுபோன்ற உத்தரவுகள் இடம்பெற்றிருந்தன. ஆனால், இங்கு நிலைமை மேலும் மோசமாக இருந்தது. பிப்ரவரி 25 அன்று இரண்டு விண்ணப்பங்களை மேஜிஸ்ட்ரேட் அரசுக்கு அனுப்பிவைத்ததோடு கீழ்க்கண்டவாறு குறிப்பிட்டிருந்தார்:

> பிரதான வணிகர்கள் வரிவிதிப்பை எதிர்ப்பதற்குப் பதிலாக அதைத் தவிர்க்கும் நோக்கில் தங்கள் வீடுகளிலிருந்து வெளியேறிக் கூட்டமாக ஒரு இடத்தில் கூடி நிற்கத் திட்டமிட்டிருப்பதாக சில நாட்களுக்கு முன்பாக எனக்குத் தகவல் கிடைத்தது. சில முன்னணி பிரபலங்கள் அப்படிச் செய்யவும் செய்தனர். அவர்களை நான் வீடுகளுக்குச் சென்று விடும் படி பேசி அனுப்பினேன்.

நகரைவிட்டு வெளியேறிச் செல்லும் முடிவும் வலுப்பெற்று வருகிறது. எனக்கு வந்த விண்ணப்பங்களில் இடம்பெற்ற வாக்கியங்கள் விவகாரமானவை என்பதால் அவற்றை உங்களுக்கு

என்னால் அனுப்ப முடியவில்லை. வயலில் கூடியிருந்த சிலரை நான் பேசி வீடுகளுக்கு அனுப்பி வைத்தேன். விவகாரமான வாக்கியங்கள் கொண்ட விண்ணப்பம் கீழ்க்கண்டவாறு குறிப்பிட்டிருந்தது:

> இறைவனின் அருளால், இந்த பூமியில் வசிக்கும் எந்த ஒரு அரசரும் தனது மக்களைக் கொடுமைப்படுத்தியது கிடையாது. இது ஆங்கிலேய கனவான்களுக்கு நன்றி தெரியும். கடவுள் தனது படைப்புகளை எந்தவிதத் துன்பமும் வராமல் காத்து வருகிறார். ஆனால் சில ஆண்டுகளாக எங்களுடைய துரதிர்ஷ்டவசமான விதியினால் நாங்கள் அடக்குமுறைக்கும் ஒடுக்குமுறைக்கும் ஆளாகவேண்டிவருகிறது. தொடர்ந்து சில வருடங்களாக ஏற்பட்ட நோய்களினால் நகர மக்கள் தொகை வெகுவாகக் குறைந்திருக்கிறது. முந்தி இருந்ததில் பாதி பேர் தான் இப்போது இருக்கிறார்கள். நகராட்சி விதிக்கும் வரிகள் மிகவும் அதிகமாக இருக்கிறது. 100 ரூபாய் சொத்தை 200 ரூபாய் கொடுத்து வாங்க முடியாது. சுங்கவரியானது இரண்டு மடங்கு சில நேரங்களில் நான்கு மடங்குகூட அதிகரித்திருக்கிறது. நகரத்திலிருந்து வேறு இடத்துக்கு சொத்தை மாற்ற விரும்பினால் அதற்கும் தனியாக வரி செலுத்த வேண்டியிருக்கிறது. வீடுகளுக்கும் கடைகளுக்கும் கூட வரிகள் விதிக்கப்பட்டுள்ளன. அது புதிய ஒடுக்குமுறை. அரசின் இந்த உத்தரவானது எங்களை வெடி குண்டு வைத்து வெடித்தது போலிருக்கிறது.

அந்த அறிக்கையின் முடிவு மேஜிஸ்ட்ரேட் எழுதியிருந்தது: வீட்டு வரி தொடர்பாக எழுந்திருக்கும் அதிருப்தியானது மிகவும் ஆழமாக இருக்கிறது. அதோடு அனைத்துத் தரப்பு மக்கள் மனதிலும் அது இருக்கிறது. எனவே நிலைமை மோசமானால் என்ன செய்ய என்று அரசிடம் ஆலோசனை கேட்டிருந்தார்.

ஆனால் மேஜிஸ்ட்ரேட் பயந்ததுபோல் மூர்ஷிதாபாத்தில் பிரச்னை பெரிதாக வெடிக்கவில்லை. பகல்பூரில் நடந்த சம்பவங்களையும் வைத்துப் பார்க்கும்போது அடுத்த ஏழு மாதங்கள் வரையிலும் வரி வசூல் பணிகள் அங்கு நடக்கவில்லை என்பது தெரியவருகிறது. அக்டோபர் 19 அன்று வருவாய்த்துறையின் ஓய்வு பெறும் நிலையில் இருந்த மூத்த அதிகாரி ஒருவர் அரசுக்கு ஒரு கடிதம் அனுப்பினார். அவரே வருவாய்த்துறை மற்றும் நீதித்துறையின் செயலாளராக இருந்தார். அனைத்து உத்தரவுகள், ஆலோசனைகள் எல்லாம் அவருடைய கையொப்பத்தின் மூலவே வெளியிடப்பட்டன. வீட்டு வரி பற்றிக் குறிப்பிடுகையில் அவர் இப்படி எழுதியிருக்கிறார்:

கல்கத்தா நகரம் மற்றும் அதைச் சுற்றியிருக்கும் ஊர்களுக்கு அல்லாமல் வேறு இடங்களுக்கு இந்த வீட்டு வரியானது பொருட்படுத்தத் தகுந்த விஷயமாக அரசுக்கு இருக்காது என்று நினைக்கிறேன். பிற பகுதிகளில் இந்த வரிக்குக் கணிசமான அளவுக்கு எரிச்சல் நிலவுகிறது. அந்த எரிச்சல் முழுவதுமாக மறைய நீண்ட காலம் என்றே தோன்றுகிறது.

பெருவாரியான மக்களின் நன்மதிப்பைப் பெற ஒரு 2-3 லட்சரூபாயை விட்டுக் கொடுப்பதென்பது பெரிய விஷயமே இல்லை என்று அவர் தெரிவித்திருந்தார். அக்டோபர் 22 அன்று அரசு இந்த ஆலோசனையை ஏற்றுக்கொண்டு வருவாய் போர்டுக்கு அதைத் தெரிவித்தது.

ரெகுலேஷன் XV, 1810ன் மூலம் கொண்டுவரப்பட்ட வீட்டு வரியை நிறுத்தி வைப்பதில் வைஸ்பிரஸிடெண்ட் இன் கவுன்சில் மகிழ்ச்சியடைகிறது. எந்தப் பகுதிகளில் வரி மதிப்பீட்டுப் பணிகள் நடந்து முடியவில்லையோ அங்கு அதை அப்படியே நிறுத்தும்படியும், எங்கெல்லாம் வரி வசூலிப்பு ஆரம்பித் திருக்கிறதோ அந்த இடங்களிலும் அதை நிறுத்தும்படியும் அறிவுறுத்துகிறது. அதே நேரம் எந்த இடங்களில் எல்லாம் இது தொடர்பாக போராட்டங்கள் நடக்கின்றனவோ அங்கு மட்டும் இந்தக் காலகட்டத்துக்கு எதையும் நிறுத்தி வைக்கவேண்டாம்.

ஒவ்வொரு மாவட்ட கலெக்டர்களிடமிருந்தும் அவர்கள் மாவட்டத்தில் நிலைமை என்ன என்பது பற்றிய அறிக்கையை சமர்ப்பிக்கும்படி அரசு கேட்டுக்கொண்டது. அந்த அறிக்கைகள் கிடைத்ததும் வரியை ரத்து செய்வது தொடர்பாக அரசு உத்தரவு பிறப்பிக்கும். வெளிப்படையான எதிர்ப்புகள் இருக்கும் இடங்களில் மட்டும் முழுவதுமாக அல்லது பகுதியளவுக்கு வரி வசூலிக்கும் பணிகள் முன்னெடுக்கப்படும் என்று தெரிவித்தது.

பகல்பூரில் நடந்தவை

பகல்பூரில் வீட்டு வரிக்கு எதிராகப் பெரும் கிளர்ச்சி நடந்தது. அக்டோபர் 2 அன்று பகல்பூர் கலெக்டர் எழுதிய கடிதம்:

30, செப்டம்பர், முந்தா நாள் திங்கட்கிழமையாக இருந்ததால் வரி வசூலிப்பு ஆரம்பித்திருக்கவேண்டும். ஆனால் தாசில்தாரின் வருகையைக் கண்டதுமே மக்கள் தமது கடைகளையும் வீடுகளையும் மூடிக்கொண்டுவிட்டனர். நேற்றும் அரசாங்க அதிகாரிகளினால் எதுவும் செய்யமுடியவில்லை. மாலையில்

நான் வண்டியில் வெளியே போனபோது சாலையில் இரு மருங்கிலும் ஆயிரக்கணக்கானவர்கள் நின்றுகொண்டிருப்பதைப் பார்த்தேன். அவர்கள் எந்த வன்முறையிலும் ஈடுபடவில்லை. ஆனால், தங்களுடைய நிராதரவான நிலைமை குறித்து புகார் மழை பொழிந்தனர். வரியைச் செலுத்த முடியாது என்று முழக்கங்கள் இட்டார்கள்.

மறுநாள் அரசுக்கு மேஜிஸ்ட்ரேட் எழுதிய கடிதமும் இதை உறுதிப்படுத்துகிறது. கடைகள் மூடப்பட்டது குறித்து விவரித்த மேஜிஸ்ட்ரேட் கீழ்கண்டவாறு குறிப்பிட்டிருக்கிறார்:

நகரின் முக்கியஸ்தர்களை என்னை வந்து சந்திக்கும்படி நேற்று காலையில் அழைப்பு விடுத்திருந்தேன். அவர்களுடைய நடத்தை மிகவும் முறையற்றது என்றும் அரசாங்கத்தின் உத்தரவைத் தடுத்து நிறுத்தவெல்லாம் முடியாது என்றும் எடுத்துரைத்தேன். வீட்டை விட்டு வெளியேறி ஊரைவிட்டே போனாலும் போவோமே தவிர வரியைக் கொடுக்கமாட்டோம் என்று சொன்னர்கள். என்ன விகிதத்தில், எத்தனை மாதத்துக்கு ஒருமுறை வரி கட்டவேண்டும் என்ற தகவல்கள் எல்லாம் அவர்களுக்கு விளக்கிச்சொல்ல இடம் தரவில்லை.

என்னதான் அவர்கள் இப்படி எதிர்த்தாலும் மூர்ஷிதாபாத்தில் அல்லது அக்கம் பக்கத்தில் இருக்கும் வேறு ஜில்லாக்களில் வரி வசூல் ஆரம்பமானால் நாங்களும் தரத் தயார் என்று சொன்னார்கள். எனவே அதுவரை வரி மதிப்பீட்டுப் பணிகளை நிறுத்திவைக்கும்படி கலெக்டரைக் கேட்டுக்கொண்டிருக்கிறேன். மேஜிஸ்ட்ரேட்டின் குறுக்கீட்டை கலெக்டர் விரும்பியிருக்கவில்லை. 'இப்படியான சட்டவிரோதமான எதிர்ப்புக் கூட்டங்கள் நடப்பதால் வரி விதிப்புப் பணிகளின் தொடக்க கட்டத்திலேயே அதை நிறுத்துவதென்பது அரசின் அதிகாரத்தின் ஆணிவேரை அறுப்பது போன்றது. ஒரு அரசுக்கு அதன் மக்கள் மீது அந்த அதிகாரம் இருந்தே ஆகவேண்டும்' என்று குறிப்பிட்டு இதுதொடர்பாக அரசின் ஆலோசனையைக் கேட்டிருந்தார். இதற்கு பதில் அளிக்கும் முகமாக அக்டோபர் 11 அன்று அரசு ஒரு கடிதம் அனுப்பியிருந்தது. கலெக்டர் சொன்னது சரிதான் என்றும் மேஜிஸ்ட்ரேட்டின் நடத்தையை 'ஒப்புக்கொள்ளவில்லை' என்றும் தெரிவித்திருந்தது. மேஜிஸ்ட்ரேட் வரி வசூலிப்புப் பணிகளை நிறுத்தியதென்பது 'பகல்பூர், மூர்ஷிதாபாத், பாட்னா மற்றும் பல பகுதிகளில் மக்கள் இப்படிக் கூட்டமாகக் கூடி குழப்பம் விளைவிக்க ஊக்கம் தருவதாகவே அமைந்திருக்கிறது'. அந்த உத்தரவை மேஜிஸ்ட்ரேட்

‘உடனே வெளிப்படையாகத் திரும்பப் பெறவேண்டும். வீட்டு வரி வசூலிப்புப் பணிகளில் ஈடுபட கலெக்டருக்கு அனைத்து வகைகளிலும் உதவவேண்டும்’ என்று அறிவுருத்தியது.

அந்த உத்தரவு அக்டோபர் 20-ம் தேதியன்று பகல்பூருக்கு வந்து சேர்ந்தது. 21 அன்று இரவு பத்து மணி வாக்கில் கலெக்டர் அரசுக்குத் தெரிவித்த விஷயம்:

> இன்று மாலை வரி வசூல் பணியில் ஈடுபட்டிருந்தபோது நான் என் வண்டியில் வைத்து மிகக் கடுமையாகத் தாக்கப்பட்டேன் என்பதை வருத்தத்துடன் தெரிவித்துக் கொள்கிறேன். செங்கற்கள், கற்கள் போன்ற பல பொருட்கள் என் தலையைக் குறிவைத்து எறியப்பட்டன.
>
> என் முகத்திலும் தலையிலும் மிகப் பெரிய காயம் பட்டிருக்கிறது. திரு க்ளாஸ் அவர்களுடைய வீட்டுக்குள் நுழைந்து தப்பித்திருக்க வில்லையென்றால் என் உயிரை இந்த உலகில் எதுவுமே காப்பாற்றியிருக்கமுடியாது.

இந்த சம்பவம் தொடர்பாக மேஜிஸ்ட்ரேட் மற்றும் அவருடைய உதவியாளர் (உதவி மெஜிஸ்ட்ரேட்) ஆகிய இருவரின் அறிக்கைகளும் ஒன்றுக்கொன்று முரணாக இருக்கின்றன. நவம்பர் 15 அன்று எழுதப்பட்டிருக்கும் கடிதத்தில், ‘கலெக்டர் மட்டும் அடித்து விரட்டி, கூட்டத்தினரைக் கோபம் கொள்ளச் செய்யாமல் இருந்திருந்தால் இந்த தாக்குதல் நடந்திருக்காது என்று நம்ப இடம் இருக்கிறது (அந்தப் பகுதியில் இருக்கும் கனவான்கள் பலரின் கருத்தும் இதுவே)’ என்று குறிப்பிட்டிருக்கிறார். கலெக்டர், வீட்டு வரி வசூலிக்கும் பணியில் ஈடுபட்டிருந்தபோது தாக்கப்பட்டதாக அரசுக்குத் தெரிவித்திருப்பதென்பது ‘உண்மைக்குப் புறம்பான’ செய்தி. ‘செய்தியை உடனடியாக அரசுக்குத் தெரிவிக்கவேண்டும் என்ற பதற்றத்தில் எழுதிய கடிதமென்பதால் இப்படியான தவறான செய்தி சொல்லப்பட்டிருக்கிறது’ என்று அரசு பின்னர் குறிப்பிட்டிருந்தது.

கலெக்டர் அவசர அவசரமாக அனுப்பிய தந்திச் செய்தியில் ‘வரி வசூலிக்கும் பணியில் ஈடுபட்டிருந்தபோது தாக்கப்பட்டதாக’ச் சொன்னபோது கல்கத்தா அரசு அதை அப்படியே நம்பி ஏற்றுக் கொண்டுவிட்டது. பதற்றத்தில் சொன்ன தவறான செய்தி என்ற புரிதல் அப்போது இருந்திருக்கவில்லை. அக்டோபர் 11 அன்று அனுப்பிய உத்தரவை நினைவுகூர்ந்ததோடு மேஜிஸ்ட்ரேட்டை உடனே சஸ்பெண்ட் செய்தது. ‘வரி வசூலிப்பு நடவடிக்கைகளில்

ஈடுபட்ட கலெக்டருக்கு போதிய பாதுகாப்பு முன்னேற்பாடுகள் செய்து கொடுத்திருந்தால் பகல்பூர் மக்கள் அந்தக் கடிதத்தில் சொல்லியிருப்பதுபோல் கலெக்டருக்கும் அவர் மூலமாக அரசுக்கும் இப்படி அத்துமீறி நடந்துகொண்டு அவமானத்தை விளை வித்திருக்கமாட்டார்கள்' என்று குறிப்பிட்டிருக்கிறது. அது மேலும் கூறுகையில், 'மேஜிஸ்ட்ரேட் பதவிக்கு திடமாகச் செயல்படும் துடிப்பான நபர் ஒருவரை நியமிக்கவிருப்பதாகவும் அந்த நபர் மக்கள் வரியை முறையாகச் செலுத்தத் தேவையான நடவடிக்கைகளை எடுப்பார்' என்றும் குறிப்பிட்டிருக்கிறது. இந்த விஷயமானது 28, அக்டோபர் 1811 எழுதிய கடிதத்திலும் இடம்பெற்றுள்ளது. இறுதியாக, 'கலெக்டரும் காவல்துறை அதிகாரிகளும் தமது அரசாங்கக் கடமையை நிறைவேற்ற உதவும் வகையில்' பகல்பூருக்குக் கூடுதல் ராணுவப் படை (தேவை என்று தளபதி கருதினால்) அனுப்பவும் என்று தெரிவித்தது.

அரசாங்கத்தின் தீர்மானமானது பகல்பூரில் நடைபெற்ற சம்பவங்களில் எந்த தாக்கத்தையும் ஏற்படுத்த முடிந்திருக்க வில்லை. ஏனென்றால் மக்களின் போராட்டங்கள் எல்லாம் அடக்கப்பட்ட பின்னரே அந்தத் தீர்மானம் பகல்பூர் அதிகாரிகளுக்கு வந்து சேர்ந்தது. எனினும் அங்கு எழுந்த 'எதிர்ப்பு அல்லது தடையை' தாண்டி வர உள்ளூர் அதிகாரிகளுக்கு மிகவும் சிரமப்படவேண்டியிருந்தது. இதற்கு முக்கியமான காரணம், இந்தப் பிரச்னையை எப்படி அணுகுவதென்று கலெக்டருக்கும் மேஜிஸ்ட்ரேட்டுக்கும் இடையிலான மாறுபட்ட பார்வையே காரணம். அரசின் மேலாதிக்கத்தை நிலைநாட்ட மிகக் கடுமையான நடவடிக்கையை எடுத்தாகவேண்டும் என்பது கலெக்டரின் பார்வை. ஆனால், காவல்துறை மற்றும் ராணுவத்தின் செயல் பாடுகளுக்குப் பொறுப்பேற்கவிருந்த மேஜிஸ்ட்ரேட் நிதானமான வன்முறையற்ற வழியைப் பின்பற்ற விரும்பினார்.

22-ம் தேதியன்று நடைபெற்ற மக்கள் கூட்டத்தைப்பற்றி 24ம் தேதி மேஜிஸ்ட்ரேட் அரசுக்குத் தெரிவித்திருந்தார்.

> ஷாஹ்ஜங்கி பகுதியில் என்னை வந்து சந்திக்கும்படி சில படைகளுக்கு உத்தரவு கொடுத்திருந்தேன். அங்கு முன்பே சென்ற நான் அவர்கள் வருவதற்காகக் காத்திருந்தேன். அங்கு சுமார் 8000க்கும் மேற்பட்ட மக்கள் கூடியிருந்தனர். ஆனால் அவர்கள் யார் கையிலும் எந்த ஆயுதமும் இல்லை. கூட்டத்தின் தலைவர்கள் மையத்தில் இருந்தனர். எனவே அவர்களை எங்களால் கைது செய்யமுடியவில்லை. இறுதி சடங்குகள்

செய்வதாக எங்களிடம் சொல்லப்பட்டது. அங்கேயே கூட்டமாக இருந்தால் துப்பாக்கிச் சூடு நடத்தப்படும் என்று அறிவித்ததும் அனைவரும் அமைதியாகக் கலைந்து சென்றனர்.

மறு நாள் காலையில் ஒரு விண்ணப்பம் எழுதிக் கொண்டுவந்து கொடுக்க அனுமதி கேட்டார்கள். அவர்கள் தரும் விண்ணப்பத்தை ஏற்றுக்கொள்வேன் என்று சொன்னேன். அதே நேரம் விண்ணப்பம் முறையாக, மரியாதையான முறையில் எழுதப்பட்டிருக்க வேண்டும்; வீட்டு வரியை ரத்து செய்யவெல்லாம் மாட்டேன் என்பதையெல்லாம் தெளிவாக எடுத்துச் சொல்லவும் செய்தேன். எல்லாம் பேசி முடித்த பின்னரும் ஆங்காங்கே பலர் கூடி நின்றனர். நெசவாளர்கள், மற்றும் பல்வேறு கைவினைத் தொழிலாளர்கள் அந்தக் கூட்டத்தில் இருந்தனர். எஞ்சியவர்கள் வயதான பெண்களும் சிறுவர்களுமாக இருந்தனர். நான் அவர்களிடம் சென்று பேசினேன். கூட்டம் கலைந்த பின் கடைசியாக எஞ்சியிருப்பவர்களைச் சுட்டுவிடுவேன் என்று அவர்கள் அஞ்சுவதாகச் சொன்னார்கள். அப்படிச் செய்யமாட்டேன் என்று உறுதியளித்ததும் நாங்கள் புறப்பட்டபோது அவர்கள் கலைந்து தத்தமது வீடுகளுக்குச் சென்றனர்'.

மேலும் ஹில் ரேஞ்சர்ஸ் படைப் பிரிவின் தளபதி சொன்னார்: 'பிரதான போராட்டத் தலைவர்கள் புறப்பட்டுப் போனதும் எஞ்சிய கூட்டத்தினர், பெண்கள், குழந்தைகள் ஆகியோர் துப்பக்கிச் சூடு பற்றி எந்த பயமும் இல்லாமலே அங்கு இருந்தனர். ஒருவகையில் அப்படியான தாக்குதலை எதிர்பார்த்தே அங்கு குழுமி நின்றனர்' என்று குறிப்பிட்டிருக்கிறார்.

'மறு நாள் விண்ணப்பம் கொடுக்க அந்த மக்கள் வரும்போது தேவையான ஆயுதப் படைகள் அங்கு இருக்கவேண்டும் என்றும் அல்லது அவர்களிடமிருந்து எந்த விண்ணப்பத்தையும் பெற்றுக் கொள்ளாமல் இருந்தால் கூட சரிதான். வேண்டுமானால் அந்த விண்ணப்பத்தை அவர்கள் கடிதமாக அனுப்பிவைக்கட்டும்' என்றும் ராணுவத் தளபதி மேஜிஸ்ட்ரேட்டிடம் தெரிவித்திருக்கிறார்.

மறுநாள் மேஜிஸ்ட்ரேட் அரசுக்கு அனுப்பிய அறிக்கையில், முன்பு தான் குறிப்பிட்டதுபோல் எந்த விண்ணப்பமும் கிடைக்கவில்லை என்று தெரிவித்திருக்கிறார். 23 அன்று மாலையில் ராணுவ உதவி கோரப்பட்டது. 24 மணி நேரம் கழித்து கலெக்டர் அனுப்பிய அறிக்கையில் 'நேற்றைய இரவு எடுத்த நடவடிக்கை அனைத்து விஷயங்களையும் மாற்றி அமைத்துவிட்டது' என்று குறிப்பிட்டிருக்கிறார். இதனிடையில் மேஜிஸ்ட்ரேட் வேறு பல

நடவடிக்கைகள் எடுத்தார். அக்கம் பக்கத்து மாவட்டங்களில் இருக்கும் மேஜிஸ்ட்ரேட்களுக்கு ஒரு செய்தி அனுப்பினார். பிற மாவட்டங்களில் இருந்து பகல்பூருக்கு யாரும் கூட்டமாக பத்து பேருக்கு மேல் சேர்ந்து வராதபடி பார்த்துக்கொள்ளும்படியும் எந்தவித ஆயுதமும் பகல்பூருக்குள் வராதபடியும் பார்த்துக் கொள்ளும்படிக் கேட்டுக்கொண்டிருந்தார். அதோடு உள்ளூரில் நடக்கும் தகவல் தொடர்பு வழிமுறைகள் அனைத்தையும் தடுத்துவிடும்படியும் ஏதேனும் சந்தேகத்துக்கு இடமானதாக இருந்தால் உடனே தனக்குத் தெரிவிக்கும்படியும் கேட்டுக் கொண்டிருந்தார்.

இதனிடையில் இந்த நடவடிக்கைகளுக்குப் பின்னர் ஒருவித குழப்பம் ஏற்பட்டது. அக்டோபர் 22 அன்று வீட்டு வரியை ரத்து செய்வது தொடர்பாக அரசு எடுத்த தீர்மானத்தைத் தொடர்ந்து, பகல்பூர் கலெக்டரை வரி வசூலிப்பை நிறுத்தும்படி வருவாய்த்துறை கேட்டுக்கொண்டது. இந்தத் தீர்மானத்துக்கு அரசில் கடும் எதிர்ப்பு ஏற்பட்டது. அதைத் தொடர்ந்து மீண்டும் வரி வசூலிப்பு ஆரம்பித்தது.

ஜனவரி 1812-ல் பகல்பூரில் இருந்த ஐரோப்பியர்கள் சிலர் வீட்டு வரி கொடுக்க மறுத்தனர். அந்தப் பகுதியில் வரி வசூலிப்பைத் தொடர்வதற்காக இடப்பட்ட உத்தரவு தங்களுக்குப் பொருந்தாது என்று அவர்கள் வாதிட்டனர். அதைத் தொடர்ந்து அந்த மாவட்டத்தில் வசிக்கும் ஐரோப்பியர்களிடமிருந்து வீட்டு வரி வசூலிக்கவேண்டாம் என்று கலெக்டருக்கு வேறொரு உத்தரவு பிறப்பிக்கப்பட்டது. கல்கத்தாவைச் சுற்றி இருந்த பகுதிகளில் வசித்த ஐரோப்பியர்களுமே இந்த வீட்டு வரியைச் செலுத்த மறுத்ததாகவும் அதை அவர்கள் மீது திணிக்கவோ வரி செலுத்தா விட்டால் அவர்களுடைய வீடுகளை பறிமுதல் செய்யவோ முடியுமா என்று தெரியவில்லை என்று அட்வகேட் ஜெனரல் கருத்து தெரிவித்திருந்தார். இதைத் தொடர்ந்து ஏற்கெனவே வேறு பகுதிகளில் வரி வசூலிப்பை நிறுத்தியபோதிலும்கல்கத்தாவின் புற நகர் பகுதிகளில் மட்டும் வரி வசூலிப்பை அனுமதித்திருந்த அரசு அதையும் நிறுத்தியது.

ஜனவரி 21, 1812 அன்று அரசு வருவாய்த்துறைக்கு ஒரு அறிக்கை அனுப்பியது: 'ரெகுலேஷன் XV, 1810 வரி வசூலிக்கும் சட்டத்தை கவர்னர் ஜெனரல் இன் சீஃப் நிறுத்திவைக்கத் தீர்மானித்திருக்கிறது'. இந்த வரி ரத்து அறிவிப்பானது மே, 8, 1812 அன்று ரெகுலேஷன் VII, 1812 என்ற பெயரில் நிறைவேறியது.

வீட்டு வரிவிதிப்பைத் தொடர்ந்து போராட்டங்கள் வெடித்த விஷயத்தை லண்டனில் இருந்த அதிகாரிகளுக்கு வங்காள அரசு பிப்ரவரி, 12, 1811ல் எழுதிய கடிதத்தின் மூலம்முதல் முதலாகத் தெரியப்படுத்தியது. அதைத் தொடர்ந்து டிராஃப்ட் எண் 218 (1811-12) மே 23, 1812-ல் உருவாக்கப்பட்டது. மூல டிராஃப்டில் இருந்த ஒரு பத்தி (இந்திய விவகாரங்களுக்கான கமிஷனர்கள் போர்டுக்கு அனுப்பிய இறுதி டிராஃப்டில் இடம்பெறவில்லை. வரியை விலக்குவதாக தீர்மானித்திருந்ததால் அது அவசியமில்லை என்று கருதி நீக்கப்பட்டிருக்கலாம்). அந்தப் பத்தி:

> இந்த விஷயம் குறித்து (வீட்டு வரி) மிகுந்த கவனத்துடனும் அக்கறையுடனும் பரிசீலித்த பின்னர், இந்த வீட்டு வரியை ரத்து செய்ய முடிவு செய்திருக்கிறோம். சமீபத்திய உரையாடலில் இருந்து இது உங்களுக்கே தெரிந்திருக்கும். இதனால், மக்களுடைய கூக்குரல் போராட்டத்தினால் உங்கள் அரசு அடிபணிந்துவிட்டதாக ஒரு பிழையான தோற்றம் ஏற்பட வாய்ப்பு இருக்கிறது. எனவே, நீங்கள் சொல்லியிருக்கும் படியான திருத்தங்களைச் செய்து கொள்ளலாம்.

அந்த பத்தியில் மேலும் இடம்பெற்றிருந்த விஷயம்:

> அந்த திருத்தங்கள் இல்லாமல் இந்த வரியை வசூலிக்க முற்பட்டால் அது மிகப் பெரிய தவறாகவே முடியும். எனவே அதை அமல்படுத்தும்படியாக என்னவெல்லாம் மாற்றங்கள் செய்யவேண்டுமோ அதற்கான நடவடிக்கையை உடனே எடுங்கள். அரசின் மேலாதிக்கத்தை அதிக அளவுக்கு விட்டுக் கொடுக்காமல் இதை அமல்படுத்துங்கள்.

ஆனால், கல்கத்தா அரசுக்கு இப்படியான உணர்வுகளை லண்டனில் இருந்து பரிமாற வேண்டிய அவசியமே இருந்திருக்கவில்லை. ஏனென்றால் அவர்களுமே இதே எண்ணத்தில்தான் இருந்தனர். 'எந்தவொரு பின்வாங்கலும் அரசின் மேலாதிக்கத்தைக் காயப்படுத்தாத வகையில்தான் மேற்கொள்ளப்படவேண்டும்' என்றுதான் அவர்களும் தீர்மானித்திருந்தார்கள். லண்டன் இது தொடர்பான அறிக்கையை அனுப்புவதற்கு சில மாதங்களுக்கு முன்பாகவே, வங்காளத்தில் இருந்து டிசம்பர், 14, 1811-ல் அனுப்பப்பட்ட வருவாய்த்துறை கடிதமானது, கீழ்க்கண்டவாறு குறிப்பிட்டிருந்தது.

> வாதங்கள் எல்லாமே அந்த வரி தொடரவேண்டாம் என்பதையே சுட்டிக்காட்டுகின்றன. அதே நேரம் அரசாங்கத்தின்

மேலாதிக்கத்துக்கு வலுசேர்த்தாகவேண்டிய அவசியமும் இருக்கிறது. அரசு தனது சட்டபூர்வ அதிகாரங்களைச் செயல் படுத்தமுடியாமல் தடுக்கும் எதிர்ப்பு சக்திகளை அடக்கியாகவும் வேண்டும். பனாரஸ் மக்கள் வெகு காலத்துக்கு முன்னதாகவே அரசாங்கத்தின் மேலாதிக்கத்துக்கு அடிபணிந்துவிட்டார்கள். எனவே அந்த வரியை உடனே ரத்து செய்யவும் நாங்கள் விரும்பவில்லை. அதேநேரம் இந்த உத்தரவுகள் கிடைக்கும் போது இந்த வரிக்கு எதிராகப் போராட்டங்கள் நடந்துவரும் வேறு பகுதிகளுக்கு விரிவுபடுத்தவும் விரும்பவில்லை.

3

பிரிட்டிஷ் ஆவணங்களில் இருந்து *1810-11* காலகட்டத்தில் பனாரஸிலும் பிற பகுதிகளிலும் நடந்ததாகத் தெரியவரும் போராட்டங்கள் எல்லாம் *1920*கள் *1930*களில் இந்தியாவின் பல்வேறு பகுதிகளில் நடைபெற்ற ஒத்துழையாமை இயக்கச் செயல் பாடுகளைப் போலவே இருப்பதை ஒருவர் புரிந்துகொள்ளமுடியும். *1810-11* வாக்கில் பனாரஸிலும் பிற பகுதிகளிலும் நடந்த விஷயங்களைச் சுருக்கமாக இங்கு மறு பார்வை பார்ப்பது மிகவும் அவசியமாக இருக்கும்.

வீட்டு வரி விதிக்கப்பட்டதைத் தொடர்ந்தே இந்தப் போராட்டம் ஆரம்பித்திருக்கிறது. எனினும் அதற்கு முன்பாகவே பல்வேறு விதமான அதிருப்திகள், மகிழ்ச்சியின்மைகள் பல காலமாகவே உள்ளுக்குள் இருந்துவந்துள்ளன. *1810* வாக்கில் இந்தப் பகுதிகள் எல்லாம் பிரிட்டிஷ் ஆட்சிக்குட்பட்டு ஐம்பது ஆண்டுகள் ஆகிவிட்டிருந்தன. பனாரஸ், பகல்பூர், முர்ஷிதாபாத் போன்ற பகுதிகளில் இருந்த மக்கள் பிரிட்டிஷ் அரசின் நடவடிக்கைகள் மீது அதிருப்தி கொள்ள ஆரம்பித்திருந்தனர். பனாரஸ்வாசிகள் சொன்னதுபோல் வீட்டு வரியானது ‘ஏற்கெனவே இருந்த காயத்தின் மேல் உப்பைத் தடவுவது போலவே’ இருந்திருக்கிறது. முர்ஷிதாபாத் மக்கள் ‘அந்தப் புதிய ஒடுக்குமுறையானது வெடி குண்டு வைத்து வெடித்தது’போல் இருப்பதாகக் குறிப்பிட்டிருக் கிறார்கள். பனாரஸில் நடந்த முதல் ஒத்துழையாமை இயக்கத்தின் முக்கிய அம்சங்கள்:

1. அனைத்துக் கடைகளும் மூடப்பட்டன. இறுதிச் சடங்குகள் செய்ய உரிய நபர்கள் கிடைக்காததால் பிணங்கள்

எரிக்கப்படாமல் கங்கைக் கரையில் அநாதையாக விடப்பட்டன. அந்த அளவுக்குத் தொழில்கள் முடங்கின.

2. ஆயிரக்கணக்கான மக்கள் தர்ணா போராட்டத்தில் ஈடுபட்டிருக்கிறார்கள். (ஒரு அரசாங்க கணக்கின்படி 20,000 பேர் பல நாட்கள் தர்ணாவில் ஈடுபட்டதாகத் தெரிவிக்கிறது.[24]) வீட்டு வரி ரத்து செய்யப்படாவிட்டால் அந்த இடத்தைவிட்டு நகரமாட்டோம் என்று அறிவித்திருக்கிறார்கள்.

3. பல்வேறு கைவினைக் கலைஞர்கள், தொழிலாளர்கள் அனைவரும் தத்தமது தொழில் குழுமங்கள் அமைப்புகள் மூலமாக தொடர்புகளை உருவாக்கி போராட்டங்களை ஒருங்கிணைத்திருக்கிறார்கள்.

4. அந்த நேரத்தில் வலுவாக ஒருங்கிணைக்கப்பட்டிருந்த இரும்புக் கொல்லர்கள் தலைமைப் பொறுப்பை எடுத்துக் கொண்டிருக்கிறார்கள். பிற பல்வேறு பகுதிகளில் இருந்த இரும்புக் கொல்லர்கள் அனைவரையும் போராட்டத்தில் பங்கெடுக்க வைத்திருக்கிறார்கள்.

5. பரிசல்காரர்கள் முழுமையாக பணி முடக்கம் செய்திருக்கிறார்கள்.

6. தமது கோரிக்கை நிறைவேற்றப் படும்வரை அந்த இடத்தை விட்டு அகலமாட்டோம் என்று அனைவரும் உறுதிமொழி எடுத்திருக்கிறார்கள்.

7. பனாரஸில் நடந்த போராட்டத்துக்கு வீட்டுக்கு ஒருவர் வந்து கலந்துகொள்ளும்படி ஒவ்வொரு கிராமத்துக்கும் செய்தி அனுப்பியிருக்கிறார்கள்.

8. ஒவ்வொரு வர்க்கத்தைச் சேர்ந்த நபர்கள் போராட்டம் தொடர தங்களால் முடிந்த உதவிகளைச் செய்திருக்கிறார்கள். போராட்டக்காரர்களின் குடும்பத்தினருக்கு வாழ்வாதாரத்துக்குத் தேவையான உதவிகளைச் செய்து தந்திருக்கிறார்கள்.

9. மத அமைப்புகள் மக்கள் ஒற்றுமையாகப் போராட அனைத்து வகையிலும் தனது செல்வாக்கைப் பயன்படுத்தியுள்ளன.

10. மக்கள் கூட்டம் பரந்து விரிந்து இருந்தது. போராட்டத்தில் இருந்து விலக நினைத்தவர்களை அவமானப்படுவதில் இருந்தும் ஓரங்கட்டப்படுவதில் இருந்தும் பாதுகாக்காக காவல்துறையால் முடியவில்லை என்று மேஜிஸ்ட்ரேட் தெரிவித்திருக்கிறார்.

11. பனாரஸின் தெருக்களில் போராட்டம் தொடர்பான சுவரொட்டிகள் ஒட்டப்பட்டிருக்கின்றன. அனல் கக்கும் வார்த்தைகள் கொண்ட சுவரொட்டிகள் கடுமையாகக் கண்டிக்கத் தக்க தொனியில் இருந்திருக்கின்றன. அந்த சுவரொட்டி காகிதங்களை வைத்திருப்பவர்களைப் பிடித்துத்தர ஐநூறு ரூபாய் சன்மானம் வேறு அறிவிக்கப்பட்டிருக்கிறது.

ஆயுதங்கள் இல்லாத போராட்டம் பற்றி மக்களுடைய பார்வை என்னவாக இருந்ததென்பது தொடர்பாக கலெக்டரின் கூற்றில் இருந்து தெரிந்துகொள்ளமுடிகிறது : வெளிப்படையான வன்முறை செயல்களில் ஈடுபடுவது என்பது இப்போதைக்கு அவருடைய இலக்காக இல்லை. ஆயுதங்களை கையில் எடுக்காமல் இருப்பதன் மூலம் தங்களுக்கு ஒருவித பாதுகாப்பு கிடைக்கும்; இப்படியான அமைதியான போராட்டக்காரர்களை அரசு பயங்கரமான ஆயுதங்கள் கொண்டு நிச்சயம் தாக்காது; சிவில் அதிகாரிகளால் தங்களை அப்புறப்படுத்தவும் முடியாது என்று நம்புபவர்களாகவே இருக்கிறார்கள். அந்த நம்பிக்கையினால் நாளுக்கு நாள் அவருடைய எண்ணிக்கை பெருகிக் கொண்டே செல்கிறது.

இப்படியான தீர்மானங்களை எடுப்பது மக்களுக்கு மிகவும் இயல் பாகவே இருந்திருக்கிறது. மேலும் இப்படியாகப் போராடுவது என்றால் அரசுடன் மக்கள் பகைமை கொண்டிருப்பதாக அர்த்த மில்லை. அவர்கள் அனுப்பி நிராகரிக்கப்பட்ட விண்ணப்பத்தில் இது மிகவும் தெளிவாகக் குறிப்பிடவும்பட்டிருக்கிறது. ‘உங்களால் அனுபவிக்கும் துயரத்துக்கு உங்களைத் தவிர வேறு யாரிடம் முறையிடமுடியும். நீங்கள் செய்த செயலுக்கு உங்களிடம் தானே விண்ணப்பிக்கமுடியும்’ என்று குறிப்பிடப்பட்டிருக்கிறது. ஆட்சியாளர்-ஆளப்படுபவர் தொடர்பாக அந்த மக்கள் மத்தியில் அந்தக் காலகட்டம் வரையிலும் இருந்த சிந்தனையானது பரவலாக அனைத்து தரப்பு மக்களாலும் ஏற்றுக்கொள்ளப்பட்டதாகவே இருந்திருக்கிறது. அந்தவிதமான உரையாடலானது உண்மையில் பாரம்பரியமாகவே நீடித்துவந்திருக்கிறது. இப்படியான உரையாடலானது தேவைப்படும் நேரங்களில் மேற்கொள்ளப் பட்டிருக்கிறது. அப்படியான நேரங்களில் என்ன செய்வார்கள் என்பது பனாரஸ் போராட்டத்தில் இருந்து முழுவதுமாக நன்கு தெரியவருகிறது.

இந்திய மக்கள் தங்களுக்கு முற்றிலும் அந்நியமான மதிப்பீடுகளைக் கொண்ட, எந்தவித பொது அம்சமும் இல்லாத புதிய

ஆட்சியாளர்களிடம் தமது இத்தகைய பாரம்பரியமான போராட்டங்கள் எந்தப் பலனையும் தரமுடியாது என்பதை மிகவும் தாமதமாகவே புரிந்துகொண்டனர். இதனால்தான் ஒரு பக்கம் அவர்கள் வன்முறையைக் கையில் எடுக்கவேண்டிய தேவை உருவாகியிருக்கிறது. இன்னொருபக்கம் எதிர்ப்பும் காட்டாமல் முடங்கிப்போக ஆரம்பித்திருக்கிறார்கள்.

பாட்னா, சரூண், முர்ஷிதாபாத் (சற்று மிதமானதாகத் தோன்றும் வகையில்), பகல்பூர் ஆகிய பகுதிகளில் நடைபெற்றவை எல்லாமே பனாரஸில் நடந்தவற்றைப் போலவே இருந்திருக்கின்றன. பகல்பூரில் கலெக்டர் தான் எங்கு இருக்கிறோம் என்பதை மறந்துவிட்டு எடுத்தேன் கவிழ்த்தேன் என அதிரடியாகச் செயல் பட்டிருக்கிறார். மக்கள் அவருடைய நடவடிக்கைகளினால் ஆத்திர மடைந்த நிலையிலும் அமைதியாகவே போராடி இருக்கிறார்கள். ஆயிரக்கணக்கில் ஆயுதங்கள் இன்றி ஒரு இடத்தில் கூடியிருக் கிறார்கள். பெண்களும் குழந்தைகளும் துப்பாக்கிச் சூடு தொடர்பான எந்தப் பயமும் இன்றி அதை துணிந்து எதிர்கொள்ளும் நோக்கிலேயே கூட்டங்களில் கலந்துகொண்டிருக்கிறார்கள்.

வருடத்தைக் கொஞ்சம் 110-120 வருடங்களுக்கு முன்னதாக மாற்றிக்கொண்டு, வரியின் பெயரை மாற்றிக்கொண்டு வேறுசில மேலோட்டமான மாற்றங்கள் செய்து கொண்டால் போதும். 1920கள் 30களில் என்ன நடந்தனவோ அவை அப்படியே அந்த நூறு வருடங்களுக்கு முன்பாக நடந்திருக்கின்றன. மக்கள் ஒன்றுகூடிய விதம், முன்னெடுத்த நடவடிக்கைகள், ஒற்றுமையைத் தக்கவைக்கச் செய்தவை, போராட்டம் குறித்து மக்கள் மனதில் இருந்த அடிப்படையான மனோபாவம் இவை எல்லாமே இந்த இரண்டு காலகட்டங்களிலும் ஒரே மாதிரியாகவே இருந்திருக் கின்றன (இந்த 1810-11 வாக்கில் நடந்த ஒத்துழையாமைப் போராட்டத்துக்கும் சத்யாகிரஹம் என்று சொல்லப்பட்ட போராட்டத்துக்கும் இடையில் எந்த வித்தியாசமும் இல்லை என்று இதற்கு அர்த்தமில்லை. சத்யாகிரஹம் என்ற வார்த்தை காந்தியடிகளால் உருவாக்கப்பட்டதுதான். ஆஸ்ரம வாழ்க்கை அனுபவம் பெறாத ஒருவருக்கு அதை முறையாகப் பின்பற்ற முடியாது. ஆனால், சாதாரண சத்யாகிரஹம் என்பது 1810-11-ல் பனாரஸில் நடந்ததுபோல் வெறும் ஒத்துழையாமை மற்றும் சட்ட மறுப்பு என்பதுபோலவே நடந்துமுடியும். செக்கோஸ்லோவியர் களுக்கும் போலந்து நாட்டினருக்கும் காந்தியடிகள் சத்யாகிரஹ வழிமுறையைப் பரிந்துரைத்தபோது (அந்த நாட்டினர்

அவர்களுடைய திறமை, வாழ்க்கைப் பார்வைக்கு ஏற்ப அதை மாற்றிக்கொண்டு பயன்படுத்த) பனாரஸில் நடந்த போராட்டத்தைத்தான் மனதில் கொண்டு சொல்லியிருக்கவேண்டும்

ஒரு முக்கியமான வித்தியாசம் இருக்கிறது. 1810-11 களில் மக்கள், நமது விருப்பம்போல் செயல்படவும் இடம் பெயரவும் முடிந்தவர்களாக இருந்தனர். நூறு வருடங்களுக்கு பிந்தைய இந்தியர்களுக்கு அது முடிந்திருக்கவில்லை. இரண்டுக்கும் இடையிலான அந்த நூற்றாண்டில் (வேறு சில பகுதிகளை பொறுத்த வரையில் அதைவிட அதிகமாகவோ அல்லது குறைவாகவோ) மக்களின் ஒட்டுமொத்த தைரியமும் தன்னம்பிக்கையும் ஒட்ட உறிஞ்சி எடுக்கப்பட்டுவிட்டன. ஒருவகையில் மேல்தளத்தில் என்றாலும் அந்த மக்கள் உறைந்து போன நிலையில், தமக்குள் ஒடுங்கியவர்களாக, அடிமைகளாக ஆகிவிட்டிருந்தனர். இப்படியான காலகட்டத்தில்தான் காந்தியடிகள் மக்கள் மத்தியில் அந்தப் பழைய தன்னம்பிக்கையையும், துணிச்சலையும் மீட்டுக் கொண்டு வந்தார்.

காந்தியடிகள் ஒத்துழையாமை இயக்கத்தையும் சட்டமறுப்புப் போராட்டத்தையும் மிகப் பெரிய அளவிலும் வெற்றிகரமாகவும் முன்னெடுத்ததற்கு இன்னொரு காரணமும் உண்டு. மகாத்மா காந்தி இந்தப் போராட்டங்களை எல்லாம் நடத்திய இருபதாம் நூற்றாண்டில் பிரிட்டிஷார் ஒப்பீட்டளவில் மிதமானவர்களாக ஆகியிருந்தனர்.

இந்தியர்களின் சாத்விக அணுகுமுறை பிரிட்டிஷாரிடமும் பிரதி பலித்திருந்தது. மகாத்மா காந்தியின் தனிப்பட்ட ஆளுமைகூட பிரிட்டிஷார் மனதில் அப்படியான நல்ல உணர்வுகளை உருவாக்கி இருக்கக்கூடும். பெரும்பாலான பிரிட்டிஷார் காந்தியடிகளுடனான தனிப்பட்ட உரையாடல்களில், இந்தியர்களுக்கு பிரிட்டிஷார் செய்து வரும் கொடுமைகள் பற்றி மனப்பூர்வமான வருத்தத்தைத் தெரிவித்துள்ளனர். இதற்கு மாறாக 18-19-ம் நூற்றாண்டில் இருந்த பிரிட்டிஷ் ஆட்சியாளர்கள் மனிதத்தன்மையற்ற மிகவும் கொடூரமான அரசாங்கத்தின் கையாட்களாக மட்டுமல்லாமல் தாமே அத்தகைய மனிதத்தன்மையற்றவர்களாகவும் இரக்கம் அற்றவர் களாகவும் இருந்தனர். எது அவர்களிடையே அப்படியான சாதகமான மாற்றத்தைக் கொண்டு வந்தது; ஒப்பீட்டளவில் மிதமாக நடந்துகொள்ள வைத்தது எது என்பதெல்லாம் விரிவாக ஆராய்ந்து பார்க்கப்பட வேண்டியவிஷயம்.

4

1810-11 வாக்கில் பனாரஸ்ஸில் நடந்த போராட்டங்கள் எல்லாம் அரசாங்கம் மற்றும் அரசுக்கு எதிராக இந்தியாவில் முன்னெடுக்கப் பட்ட அனைத்து வழிமுறைகளையும் உள்ளடக்கியதாகச் சொல்ல முடியாது. *18-19*-ம் நூற்றாண்டு தொடர்பான (அதற்கு முந்தைய காலம் பற்றியும் கிடைத்தால்) அனைத்து முதல் நிலை ஆவணங்களையும் முறையாக ஆராய்ந்து பார்க்க வேண்டும். அப்போதுதான் வேறு என்ன விதமான போராட்ட வடிவங்கள் இருந்திருக்கின்றன; அவற்றின் தன்மைகள் எத்தகையவை என்பதையெல்லாம் தெரிந்துகொள்ள முடியும். ஆனால் ஒன்று மட்டும் நிச்சயம், தமக்கு இழைக்கப்படும் அநீதிகளுக்கு எதிராக ஒத்துழையாமை, சட்டமறுப்பு போன்ற அமைதியான வழிகளில் போராடுவதென்பது இந்தியப் பாரம்பரியத்தின் ஓர் அங்கமாக இருந்திருக்கிறது என்பதை மறுக்கவே முடியாது. ‘இந்திய தேசம் முழுவதிலும் வாழ்க்கையின் அனைத்துத் தளங்களிலும் அமைதி வழியிலான எதிர்ப்பைக் காட்டுவது தொன்று தொட்டு இருந்து வந்திருக்கிறது. நமது ஆட்சியாளர்கள் நமக்கு அதிர்ச்சியை ஏற்படுத்தினால் நாம் அவர்களுடன் ஒத்துழைக்க மறுப்பது உண்டு’ என்ற காந்திஜியின் கூற்றையும் அது உறுதிப்படுத்துகிறது.

உள்ளுணர்வு சார்ந்தோ ஏதேனும் சம்பவத்தைப் பார்த்தோ காந்தியடிகளுக்கு இந்தப் பாரம்பரியம் பற்றி நன்கு தெரிந்திருக்கிறது.

ஒத்துழையாமை அணுகுமுறையும் சட்டமறுப்பு மனோபாவமும் இந்தியப் பாரம்பரியத்தில் இருந்திருக்கிறது என்ற விஷயத்தைத் தெரிந்துகொள்வதன் மூலம் இன்று இந்தியாவுக்கு ஏதேனும் பலன் உண்டா? நிச்சயமாக மக்களுக்கும் அரசாங்கத்துக்கும் அதிகார வர்க்கத்துக்கும் இதனால் நல்ல பலன் உண்டு. மக்கள்-ஆட்சியாளர்கள் இடையேயான உறவு மேம்படுவதற்கு இது தொடர்பான புரிதல் மிகவும் அவசியம். இன்றும் இந்திய அரசு நல்ல முறையில் நடப்பதற்கு இந்த மனோபாவத்தைப் புரிந்துகொண்டு ஏற்றுக்கொள்வது மிகவும் அவசியம்.

மேலே இதுதொடர்பாகப் பார்ப்பதற்கு முன்னால், இன்றைய இந்திய அரசு *200* ஆண்டுகால பிரிட்டிஷ் ஆட்சியிலிருந்து கற்றுக்கொண்டு பின்பற்றி வரும் இரண்டு முக்கியமான விஷயங்களைப் பார்ப்போம்.

முதலாவது, மக்கள் பற்றியும் அரசாங்கம் பற்றியும் 18-19-ம் நூற்றாண்டுகளில் பிரிட்டிஷாரின் மனநிலை, அணுகுமுறை ஆகியவை என்னவாக இருந்தனவோ அதையேதான் இன்றைய நம் ஆட்சியாளர்களும் பின்பற்றி வருகிறார்கள்.

1810-11 காலகட்டத்து அரசாங்க ஆவணங்களை பார்த்தால், 'மக்கள் அரசுக்கு எந்தவிதக் கேள்விகளும் கேட்காமல் அடங்கி ஒடுங்கி நடக்கவேண்டும்' என்று அன்றைய ஆட்சியாளர்கள் பல இடங்களில் குறிப்பிட்டிருப்பதைப் பார்க்கமுடியும். 'ஒரு அரசானது, மக்களுடைய கூச்சல் குழப்பங்களுக்கு வளைந்து கொடுத்துவிடக் கூடாது. மக்களுடைய விருப்பங்கள் எதையாவது நிறைவேற்றித் தருவது என்றால் அரசின் மேலாதிக்கத்தை விட்டுக் கொடுக்காத வகையில் அதை செய்ய வேண்டும்' என்று குறிப்பிட்டிருப்பதையும் பார்க்க முடியும். பகல்பூர் கலெக்டரைப் பொறுத்தவரையிலோ, 'சட்டவிரோதமான எதிர்ப்புக் கூட்டங்கள் நடப்பதால் வரி விதிப்புப் பணிகளின் தொடக்ககட்டத்திலேயே அதை நிறுத்துவதென்பது அரசின் அதிகாரத்தின் ஆணிவேரை அறுப்பது போன்றது. ஒரு அரசுக்கு அதன் மக்கள் மீது அந்த அதிகாரம் இருந்தே ஆகவேண்டும்' என்று குறிப்பிட்டிருக்கிறார்.

பனாரஸ் மேஜிஸ்ட்ரேட்டும் ஜனவரி 20, 1811-ல் அனுப்பிய கடிதத்தில் இதேவிதமாகவே குறிப்பிட்டிருக்கிறார். 'அரசுக்கு எதிரான இப்படியான எதிர்ப்பை அனுமதிப்பது சரியல்ல. அரசின் வலிமை நாளுக்கு நாள் குறைந்துகொண்டே செல்கிறது. ஒரு நாட்டின் அரசின் மீது அதன் மக்கள் மரியாதை வைத்திருக்க வேண்டும் என்பது மிகவும் அவசியம்'.

இப்படியான எண்ணங்கள், வார்த்தைகள் எல்லாம் இன்றைய இந்திய அரசின் சட்டதிட்டங்கள், விதிமுறைகள் ஆகியவற்றிலும் அப்படியே இடம்பெற்றுள்ளன.

இரண்டாவதாக, மகாத்மா காந்தி முன்னெடுத்த போதிலும் இந்திய மக்கள் அனைவரின் மனதிலும் பழைய துணிச்சலும், தன்னம்பிக்கையும் சம அளவில் மீட்டெடுக்கப்படவில்லை. பலர் மனதில் இது எந்த தாக்கத்தையும் செலுத்தவில்லையோ என்று நம்பும் அளவுக்குத்தான் இருக்கிறது. அல்லது ஆரம்பத்தில் ஏற்பட்ட ஒரு சிறு பொறியைத் தாண்டி வேறு ஏதும் நடக்காமல் மயான அமைதிக்குள் போய்விட்டது. பனாரஸில் பார்த்ததுபோல் ஒரு குறிப்பிட்ட அளவுக்குப் போராடி விட்டு, இனிமேல் நம்மால் தடுக்க முடியாது; வெற்றி பெற முடியாது என்று சோர்ந்துபோனது போலாகிவிட்டது.

1947-ல் இருந்து சுதந்திர இந்தியாவில் ஒத்துழையாமை இயக்கமும் சட்டமறுப்பு போராட்டமும் அவசியம்தானா என்ற கேள்விகள் எழுப்பப்பட்டு வருகின்றன. இந்த அமைதிப் போராட்ட வழிமுறையானது சமூக, அரசியல் மாற்றத்தை விரும்பக் கூடியவர்கள் உட்பட இந்திய அரசியல் களத்தின் பிரச்னைகள் தொடர்பாக அக்கறை கொண்டவர்கள் அனைவரையும் பதற்றமடையச் செய்கிறது. சுதந்தர தேசத்தில் மக்களால் தேர்ந்தெடுக்கப்படும் பிரதிநிதிகளின் ஆட்சிதான் நடக்கிறது என்பதால் ஒத்துழையாமை இயக்கம், சட்டமறுப்பு இயக்கம் போன்றவற்றுக்கெல்லாம் இடமில்லை என்று ஒரு தரப்பினர் சொல்கிறார்கள். வேறு சிலரோ சில குறிப்பிட்ட விஷயங்களுக்கு மட்டும் அதைப் பயன்படுத்தலாம் என்று சொல்கிறார்கள். எந்த விஷயங்களுக்கெல்லாம் ஒத்துழையாமை இயக்கத்தைப் பயன்படுத்தலாம் என்ற விஷயத்தில் நிறைய கருத்து வேறுபாடுகள் உள்ளன. ஏற்றுக்கொள்ளப்பட்ட மதிப்பிடுகளை வலியுறுத்த மட்டுமே அவற்றைப் பயன்படுத்த வேண்டும் என்று சொல்கிறார்கள். வேறு சிலரோ ஏற்றுக்கொள்ளப்பட்ட, சில அடிப்படையான மதிப்பீடுகளை மாற்றியமைப்பதற்குக்கூட ஒத்துழையாமை இயக்கத்தைப் பயன்படுத்தலாம் என்கிறார்கள்.

ஆனால், இது ஒன்றும் புதிய கருத்து மோதல் அல்ல. காந்தியடிகளால் ஒத்துழையாமை இயக்கப் போராட்டம், சட்டமறுப்பு இயக்கம் போன்றவையெல்லாம் மறு உருவாக்கம் செய்யப்பட்ட காலத்திலேயே இந்த விவாதங்கள் நடந்துள்ளன. இதை எதிர்த்தவர்களில் அரசியல் அங்கமாக இருந்தவர்கள் மட்டுமல்லாமல் ஸ்ரீனிவாச சாஸ்திரி, ரவீந்திரநாத் தாகூர் போன்றவர்களும் அடங்குவர்.

‘சட்டதிட்டங்களை அழிக்கக்கூடிய, சமூக ஒழுங்கு மற்றும் ஒழுங்கமைவு பெற்ற அரசை அழிக்கக்கூடிய, அனைத்தையும் கவிழ்க்க முனையக் கூடிய, தூக்கி எறியக் கூடிய, அராஜகத்தைக் கொண்டுவரக்கூடிய எந்த ஒரு இயக்கமும் தவறானது தான்’ என்று சாஸ்திரி குறிப்பிட்டுள்ளார்.[25]

‘ஒத்துழையாமை இயக்கம் என்பது இந்தியாவின் கௌரவத்துக்கு இசைவானது அல்ல. அந்தப் போராட்டங்கள் உள்ளார்ந்த பல அபாயங்களை கொண்டவையாக இருக்கின்றன’ என்று தாகூர் கருதினார்.[26]

ஒத்துழையாமை இயக்க அணுகுமுறைக்கு மிகக் கடுமையான எதிர்ப்பானது ஆர்.பி.பராஞ்சபே மூலம்தான் முன்வைக்கப்பட்டது.

டிசம்பர் 26, 1924 அன்று லக்னோவில் நடைபெற்ற இந்திய தேசிய தாராளவாதக் கூட்டமைப்பு மாநாட்டில் தலைமை உரை நிகழ்த்திய போது அவர் அதைக் கடுமையாக விமர்சித்தார். ஒத்துழையாமை இயக்கம், சட்டமறுப்பு இயக்கம் ஆகியவை தொடர்பான மிகவும் தீவிரமான காத்திரமான விமர்சனப் பார்வை என்பதால் அவர் பேசியதை சற்று விரிவாக இங்கு பார்ப்போம். பராஞ்சபே கூறியது:

> ஓரளவுக்குப் படித்த மக்களிடையே, ஒத்துழையாமை இயக்கம் என்பது மிகப் பெரிய தேசபக்திச் செயல்பாடு என்ற எண்ணம் அழுத்தமாக ஊன்றப்பட்டிருக்கிறது. அது இன்றைய காலகட்டத்தில் தீவிர பிரசாரத்தினால் நடந்தேறி இருக்கும் மிக மிக மோசமான செயல். சத்யாகிரகம் என்ற பெயரிலும், ஒத்துழையாமை, சட்டமறுப்பு என்ற பெயரிலும் தேசம் முழுவதிலும் மிகுந்த அக்கறையுடன் முன்னெடுக்கப்படுகிறது. அதனால் ஏற்படும் அபாயங்களை நாம் ஏற்கனவே நன்கு பார்க்க முடிகிறது. இந்தப் பக்கம் அல்லது அந்தப் பக்கத்தில் தவிர்க்க முடியாமல் வன்முறையைக் கைக்கொள்ளும் படியாகவே அது நடந்துவருகிறது. அரசுக்கு எதிராகப் போராடுவதற்கு ஒரு நல்ல வாய்ப்பை அவ்வப்போது அது தரக்கூடும். ஆனால் மக்கள் மீது அது ஏற்படுத்தும் தீய விளைவுகள் நிரந்தரமானவை. சட்டம்-ஒழுங்கு மீதான மரியாதையானது முழுவதுமாக மறைந்து போய்விடுகிறது. சமூகத்தில் இருக்கும் அனைத்து தீய சக்திகளும் தேசபக்தர்கள் என்று சொல்லப்படுபவர்களை நகலெடுப்பதன் மூலம் தாமும் தேசபக்தர்களாக ஆகிவிடுவதாக நம்பிக்கை கொள்ள அது வழிவகுக்கிறது. மகாத்மாக்கள், மௌல்விகள், தேசபந்துக்கள் ஆகியோரின் எதிர்பார்ப்புகள் எல்லாம் பூர்த்தியான பின்னரும் மக்கள் மத்தியில் இந்த ஒத்துழையாமை குணமும் சட்டமறுப்பு மனோபாவமும் தொடர்ந்து நீடிக்கும். அவர்களுடைய கையில் ஆட்சி அதிகாரம் வரும்போது, அவர்கள் அரசுக்கு நெருக்கடி கொடுப்பதற்காக இப்போது விதைத்து வரும் இந்தக் களைகள் எல்லாம் அன்று மிகப் பெரிதாக, அப்புறப்படுத்த முடியாத அளவுக்கு வளர்ந்திருப்பதைப் பார்ப்பார்கள். வில்லங்கமான, குறுகியகால ஆதாயத்தைப் பெறும் நோக்கில், முடிவற்ற துன்பத்தைத் தரக்கூடிய ஒரு செயலை முன்னெடுக்கும் தொலைநோக்குப் பார்வை இல்லாத ஒரு செயல் இதைத் தவிர வேறு எதுவும் இருக்க முடியாது. தீவிர சிந்தனை கொண்ட தலைவர்கள் வரிகொடா இயக்கத்தை சற்று நகைப்புடனே பார்ப்பார்கள். எந்த

அரசாக இருந்தாலும் வரிகள் விதிக்கப்படத்தான் செய்யும். மக்கள் அதைக் கொடுத்துதான் ஆகவேண்டும். வரிகளைக் கொடுக்காமல் இருப்பதுதான் மிகப்பெரிய தேசபக்தி செயல் என்று மக்களுக்குக் கற்றுக் கொடுக்கப்பட்டுவிட்டதென்றால் எதிர்கால அரசுகளுக்கு வரி வசூலிப்பது என்பது கிட்டத்தட்ட முடியாத செயல் ஆகிவிடும்.[27]

காலப்போக்கில் இந்திய தேசியவாதத்தின் ஒரே முகமாக மகாத்மா காந்தி ஆகிவிட்டார். எனவே இதுபோன்ற விமர்சனங்கள் வலுவிழந்துவிட்டன. ஒத்துழையாமை இயக்கம், சட்டமறுப்பு இயக்கம் ஆகியவை தொடர்பாக தனிநபர்கள் பலர் மாற்றுக் கருத்து கொண்டிருந்தனர். என்றபோதிலும் 1930 -ன் நடுப்பகுதி வாக்கில் அநீதிக்கு எதிரான இந்தியப் போராட்ட வடிவமாக அவையே நிலைபெற்றுவிட்டன.

இந்தியாவிலிருந்து பிரிட்டிஷ் ஆட்சி அகற்றப்பட்டதும் சாஸ்திரி, தாகூர், பராஞ்சபே போன்றோரின் கருத்துகள் முன்னிலைக்கு வந்தன. எதிர்பார்த்தது போலவே இதுதொடர்பான எதிர்ப்பும் அதிருப்தியும் அரசாங்கத்தில் அங்கமாக இருப்பவர்களாலேயே முன்வைக்கப்பட்டன. இதில் வருத்தத்துக்குரிய நகைமுரண் என்ன வென்றால் ஒத்துழையாமை இயக்கத்தையும் சட்டமறுப்பையும் இன்று எதிர்ப்பவர்கள் பலர் காந்தியின் காலத்தில் அந்தப் போராட்டங்களில் தீவிரமாகப் பங்கு பெற்றவர்கள்தான். ஆனால் ஒத்துழையாமை இயக்கம், சட்டமறுப்பு இயக்கம் ஆகியவற்றுக்கு எதிரான அந்த மனோபாவத்தை எதிர்க்கக்கூடிய பெரிய தலைவர்கள் அப்போதும் இருக்கத்தான் செய்தார்கள். ஜேபி கிருபளானி 1953, டிசம்பர் மாதம் கீழ்க்கண்டவாறு குறிப்பிட்டார்:

ஜனநாயக நாட்டில் சத்யாகிரகத்துக்கு இடமில்லை என்று இன்றைய காங்கிரஸ் எஜமானர்கள் சொல்வதை நான் மறுக்கிறேன். காந்தியடிகள் வடிவமைத்த சத்யாக்கிரகம் என்பது வெறும் அரசியல் போராட்டக் கருவி மட்டுமே அல்ல. சமூக, பொருளாதாரத் தளங்களிலும் அதைப் பயன்படுத்த முடியும். நண்பர்களுக்கும் குடும்பத்தினருக்கும் எதிராகவும் கூட அதைப் பயன்படுத்த முடியும். காந்தியடிகள் அதை ஒரு வாழ்க்கைக் கோட்பாடாக முன்வைத்திருக்கிறார். எனவே மக்களால் தேர்ந்தெடுக்கப்பட்ட ஆட்சி நடக்கும் ஜனநாயக நாட்டில் சத்யாகிரகத்துக்கு இடமில்லை என்பது அபத்தம். அதிலும் அதிகார வர்க்கத்தின் கையில் அனைத்து அதிகாரமும் குவிந்து இருக்கும் இன்றைய நிலையில் அப்படிச் சொல்லவே முடியாது.

மேலும் அவர் கூறுகையில்:

> எல்லா பிரச்னைகளுக்கும் தீர்வு காண்பதற்காக அடுத்த தேர்தல் வரும் வரையில் அல்லது ஒரு ஆட்சியை தூக்கி எறியும் வரையில் காத்திருக்க வேண்டிய அவசியம் இல்லை. ஒரு சிலருக்கு அந்த பிரச்னையானது உடனே தீர்க்கவேண்டிய வாழ்வா சாவா பிரச்னையாக இருக்கக்கூடும். சத்யாகிரக வழியில் போராடும் உரிமையை மறுப்பது என்பது நீண்ட காலத்துக்கு சர்வாதிகார சக்திக்கு எந்தவித எதிர்ப்பும் இல்லாமல் அடங்கி ஒடுங்கி இருக்கவேண்டும் என்று சொல்வதற்கு இணையானது.[28]

இந்தப் புதிய எதிர்ப்பு மற்றும் அதிருப்தியானது மிகவும் சிக்கலானது. தீவிரமானதும்கூட. இவற்றில் பெரும்பாலானவை ஒத்துழையாமை இயக்கத்தையும் சட்டமறுப்பு போராட்டத்தையும் முழுவதுமாக எதிர்க்கவில்லை. ஜனநாயக அரசுக்குத் தேவையற்றது, தீங்கு விளைவிக்கக்கூடியது[29] என்பதாகவே கே.சந்தானம் போன்றோர் கூறுகிறார்கள். அவரைப் பொறுத்தவரையில், ‘சில விஷயங்களில் ஜனநாயக அரசுக்கு எதிரான சத்தியாகிரக போராட்டத்தை நியாயப்படுத்தவே முடியாது’ என்கிறார்.[30] யு.என் திபார் 1955-ல் (அப்போது அவர்தான் இந்திய தேசிய காங்கிரஸின் தலைவர்) சொன்னது: ஜனநாயகத்தில் அல்லது ஜனநாயக பூர்வமாகத் தேர்ந்தெடுக்கப்பட்ட அமைப்புகளில் சத்யாகிரகத்துக்கான தேவை மிக மிக குறைவுதான்.[31] எனினும் சந்தானம் போன்றவர்கள்கூட அடிப்படை உரிமைகள் மறுக்கப் படுவது போன்ற விசேஷத் தருணங்களில் தனிநபர்கள் சத்தியாகிரகத்தில் ஈடுபடுவதை ஆதரிக்கவே செய்கிறார்கள். முன்னாள் தலைமை நீதிபதியான பி.பி.கஜேந்திரகட்கர் இது போன்ற கருத்தைக் கொண்டவர்தான். மார்ச் 1967-ல் அவர் குறிப்பிட்டது:

> வேறு அனைத்து வழிகளிலும் முயன்று பார்த்துவிட்டு, அதனால் எந்தப் பலனும் கிடைக்கவில்லை என்றால் ஜனநாயகத்திலும் கூட சத்யாகிரக வழிமுறையை ஒருவர் பின்பற்றலாம்.[32]

அப்படியாக ஒத்துழையாமை இயக்கம் போன்றவற்றுக்கான இப்போதைய எதிர்ப்பானது 1920களில் இருந்ததற்கு முற்றிலும் மாறானது. அதிகாரத்தில் இருப்பவர்கள் மற்றும் மரியாதைக்குரிய பொறுப்புகளில் இருப்பவர்கள் இப்போதும் ஒத்துழையாமை இயக்கம் போன்றவற்றுக்கு ஆதரவாக இருப்பதில்லை. எனினும் மக்கள் மத்தியில் இந்தப் போராட்டங்களுக்கான வரவேற்பு அதிகரிக்கத் தொடங்கியிருக்கிறது. அது ஒருவகையில்

அழிவுத்தன்மை கொண்டது என்றாலும் ஜனநாயகத்துக்கு நேரிடையாகப் பங்களிக்கவும் முடியும்.

'உண்மையான ஜனநாயகத்துக்கு உண்மையான சத்தியாகிரகம் என்பது உதவிகரமாக இருக்கும்'[33] என்பதை ஆட்சியாளர்கள் புரிந்து கொள்ளவேண்டும் என்ற சந்தானத்தின் பார்வையைப் பலரும் இன்று ஏற்றுக் கொள்வார்கள். எனினும் இப்போதைய ஆட்சியாளர்கள் மற்றும் அதிகாரவர்க்கங்கள் இதைப் புரிந்து ஏற்றுக் கொள்வதாகத் தெரியவில்லை. இதற்கு முக்கியமான ஒரு காரணம் என்னவென்றால் இன்றைய ஒத்துழையாமை இயக்கப் போராட்டங்கள் எல்லாம் அற்ப விஷயங்களுக்காகவெல்லாம் முன்னெடுக்கப்படுகின்றன.

யு.என்.திபார், சந்தானம் ஆகியோர் தமது கூற்றுகளை முழுவதுமாக விளக்கிச் சொல்லாமல் மைய விஷயம் பற்றியே பேசியிருக்கிறார்கள். திபாரைப் பொறுத்தவரையில் ஜனநயகத்தில் சத்யாகிரகம் என்பது அரசு அல்லது அரசியல் சாசனத்தின் அஸ்திவாரத்தையே குலைக்கும் செயல் அல்லது திட்டத்துக்கு எதிராகத்தான் முன்னெடுக்கப்பட வேண்டும்[34]. சந்தானத்தைப் பொறுத்தவரையில், மக்களுடைய அடிப்படை உரிமைகளைத் தற்காத்துக் கொள்வதற்கான மிக எளிய, துரிதமான தீர்வுகளைத் தரக்கூடிய வழிமுறையாக சத்தியாகிரகத்தைப் பார்க்கிறார்.[35] எப்படியான செயல்களெல்லாம் அரசு அல்லது அரசியல் சாசனத்தின் அஸ்திவாரத்தை சிதைக்க முடியும்? எவையெல்லாம் அடிப்படை உரிமைகள் என்ற விஷயத்தில்தான் இவர்களும் இவர்களைப் போன்றவர்களும் தவறு செய்கிறார்கள்.

அரசு முன்னெடுக்கும் எந்தச் செயல் அரசையே அழிக்கும்? அடிப்படை உரிமைகளை மறுப்பது என்றால் என்ன? வெறும் சட்ட திட்டங்களின் அடிப்படையில் மட்டும் பார்த்து இதற்கான பதில்களைச் சொல்லிவிட முடியாது. ஓர் உதாரணத்தை எடுத்துக் கொள்வோம். மிகப் பெருமளவிலான பட்டினி, பாதுகாப்பின்மை போன்றவையெல்லாம் அரசு மற்றும் அரசியல் சாசனத்தின் அடித்தளத்தை சிதைக்கக்கூடியவைதான். கூடவே அவையெல்லாம் அடிப்படை உரிமைகளை மறுப்பவையும்கூட. நம் நாட்டில் 40%க்கு அதிகமான மக்கள் பசி, பாதுகாப்பின்மை, மோசமான சுற்றுச்சூழலில் வாழ்வது போன்றவற்றால் பாதிக்கப்பட்டிருக் கிறார்கள். நிச்சயமாக அது இப்போதைய இந்திய அரசு, அல்லது அரசியல் சாசனத்தின் மூலம் உருவானது அல்லதான். கடந்த 200 ஆண்டுகளாக நடந்து வந்த வீழ்ச்சி அது. இன்றைய அரசுகளால்

அதை நீக்குவதற்கு முடியவில்லை; அல்லது போதிய முயற்சிகள் எடுக்கவில்லை என்பதும் உண்மைதான். இவையெல்லாம் நம் அரசாங்கம் மற்றும் அரசியல்சாசனத்தின் வீழ்ச்சிக்கு வழிவகுக்க கூடியவைதான். பட்டினி, பாதுகாப்பின்மை போன்றவற்றை நீக்க (பணி உத்தரவாதம், வேலை இல்லாதவர்களுக்கு, முதியோருக்கு, உடல் குறைபாடு உடையவர்களுக்கு உதவித் தொகை, நோயாளிகளுக்குத் தேவையான உதவிகள் வழங்குதல் மற்றும் அரசியல் சாசனம் வகுத்திருக்கும் வேறி பிரிவினருக்கும் உதவுதல்)[36] ஒத்துழையாமை இயக்கம், சட்டமறுப்பு இயக்கம் போன்றவற்றை முன்னெடுப்பது என்பது வீழ்ச்சியிலிருந்து நம்மை நிச்சயம் காப்பாற்றும். முழுவதுமாகத் தடுக்க முடியாவிட்டாலும். வினோபாவே போன்ற பொறுப்புணர்வு மிகுந்த, சட்ட திட்டங்களுக்கு உட்பட்டு நடக்கக்கூடியவர் கூட இப்படிச் சொல்லியிருக்கிறார்: மக்களால் ஏற்றுக்கொள்ளப்பட்ட ஒரு சட்டம் நிறைவேற்றப்பட்டும் அதை நடைமுறைப்படுத்த முடியவில்லை என்றால் அதை நடைமுறைப்படுத்த சத்தியாகிரகத்தில் ஈடுபடலாம். (சத்யாக்ரக விசார், பக் 65). பசி மற்றும் பாதுகாப் பின்மையைச் சரி செய்வதைத் தவிர வேறு சிக்கலான, விவகாரமான பணி வேறு எதுவும் இல்லை. அந்தப் பணிகளுக்கான சட்டபூர்வ அங்கீகாரம், ஆதரவு போன்றவையெல்லாம் அரசியல் சாசனத்திலும் மக்களாட்சியிலும் அழுத்தமாக உறுதி செய்யப்பட்டுள்ளன.

பிரிட்டிஷார் இதுபோன்ற பிரச்னைகளுக்கு எதிர்வினை புரியாததற்கான காரணம், இந்தியாவில் அவர்களுடைய ஆட்சிக்கான தார்மிக உரிமை என்பது கடைசி வரையிலும் இருந்திருக்கவில்லை. பிரிட்டிஷ் ஆட்சிக்கு முன்னதாக இருந்த இந்திய ஆட்சியாளர்கள் பலருக்கு ஆட்சிபுரிவதற்கான தார்மிக உரிமை வலுவாக இருந்தது. எனவே மக்களுடைய போராட்டங்களுக்கு அடி பணிந்து, தனது கொள்கைகளை மாற்றிக்கொண்டு, அல்லது தான் செய்ய நினைத்ததை கைவிட்டுக் கொள்ள முடிந்திருந்தது. அதனால், ஆள்வதற்கான அவர்களுடைய உரிமைகள் எந்த வகையிலும் பாதிக்கப்படப் போவதில்லை. இன்னும் சொல்லப்போனால் மக்களுடைய கோரிக்கைகளுக்குச் செவிமடுத்து அவர்களுக்குப் பிடிக்காததை ரத்து செய்வதன் மூலம் அவர்களுடைய ஆட்சி அதிகார உரிமையை ஆட்சியாளர்கள் மனதிலும் மக்களுடைய மனதிலும் வலுப்படுத்தவே செய்து கொள்கிறார்கள். ஆட்சி புரிவதற்கு தார்மிக உரிமை பெற்ற ஆட்சியாளரால் மட்டுமே இப்படியாக விட்டுக் கொடுக்கவும் பின்வாங்கவும் முடியும்.

மாறாக இந்தியாவில் ஆட்சி செய்த பிரிட்டிஷார் சில பகுதிகளில் ஆட்சி புரிவதற்கான அதிகாரத்தை மக்களில் சிலரிடமிருந்து அல்லது ஒட்டுமொத்த மக்களிடமிருந்து பெற்றிருக்கக்கூடும். எனினும் ஒட்டுமொத்தமாகப் பார்த்தால் அவர்களுக்கு இந்தியாவை ஆள்வற்கான தார்மிக உரிமை ஒருபோதும் இருந்ததில்லை. அவர்கள் ஆக்கிரமிப்பு சக்திகளாக ராணுவத்தின் மூலம் அத்துமீறி நிலைபெற்றவர்களாகவே கடைசி வரை இருந்தனர். இந்த ஆக்கிரமிப்புக்கு அவர்கள் நமது ராணுவத்தை தந்திரமாகவும் ஒப்பீட்டளவில் மிகக் குறைவாகவேயும் பயன்படுத்தியுள்ளார்கள் என்பது உண்மைதான். இருந்தபோதிலும் இந்தப் படை பலம் என்பது அந்த அளவுக்கு சிறியதொன்றும் அல்ல (1857 வரையிலும் இந்தியாவில் இருந்த ஆக்கிரமிப்புப் படைகளில் 4 இந்தியர்களுக்கு ஒரு ஐரோப்பியர் என்ற விகிதத்தில் இருந்திருக்கிறார்கள். சில நேரங்களில் ஆறு இந்தியர்களுக்கு ஒரு ஐரோப்பியர் என்பதாகக்கூட அவர்களின் எண்ணிக்கை குறைந்திருக்கிறது. ஆனால் 1857க்குப் பிறகு அவர்கள் மிகவும் பயந்து போய்விட்டார்கள். அதைத்தொடர்ந்து இரண்டு இந்திய வீரர்களுக்கு ஓர் ஐரோப்பியர் என்ற வகையில் ஐரோப்பியர்களின் எண்ணிக்கை பிரிட்டிஷ் இந்தியப் படையில் அதிகரித்தது. 1900 மற்றும் அதற்குப் பின்பும்கூட இதுதான் நிலைமை. 1856-ல் ஐரோப்பியப் படையினரின் எண்ணிக்கை 45,104. 1860-ல் 92,866. 1908-ல் 75702. அதேநேரம் 1856-ல் இந்திய வீரர்களின் எண்ணிக்கை 2,35,221. 1908-ல் 1,48,996 (பிரிட்டிஷ் பார்லிமெண்டரி பேப்பர்ஸ், 1908, தொகுதி74).

அப்படியாக இந்தியாவில் பிரிட்டிஷாரின் ஆட்சி எந்தவித தார்மிக உரிமையும் இன்றித்தான் நீடித்தது என்ற உணர்வானது ராபர்ட் கிளைவ், தாமஸ் மன்றோ, ஜான் மால்கம், சார்லஸ் மெட் கஃபே போன்ற பலதரப்பட்ட மனிதர்களால் வெளிப்படையாக முன்வைக்கப்பட்டுள்ளன. 1857-ல் இது மேலும் வெளிப்படையாக அனைவருக்கும் தெரியவந்தது. 'இந்தியாவின் மீதான நமது ஆதிக்கமும் ஆக்கிரமிப்பும் படை பலத்தின் மூலமே பெறப்பட்டது. அதன்மூலமே நிலைநிறுத்தப்பட வேண்டும். இந்தியாவின் ஒவ்வொரு மன்னரும் பயத்தின் மூலமாகவே அடக்கி வைக்க வேண்டும்'[37] என்பதுதான் பிரிட்டிஷாரின் ஆட்சி தொடர்பான ராபர்ட் கிளைவின் ஆதாரமான கோட்பாடு. 57 வருடங்களுக்குப் பின்னர் மெட்கஃபேயும் கிட்டத்தட்ட இதையே குறிப்பிட்டிருக்கிறார். இன்னும் சொல்லப்போனால் அதைவிட வெளிப்படையாகவே குறிப்பிட்டிருக்கிறார். 1829-ல் அவர் சொன்னது:

நாம் முன்னெப்போதையும்விட இந்தியாவில் அதிக வலிமை கொண்டவர்கள்போல் தோற்றமளித்துக் கொண்டிருக்கிறோம். ஆனால் நம்மை எளிதில் வீழ்த்திவிடமுடியும். நமது வீழ்ச்சி ஆரம்பித்தால் மளமளவெனச் சரிந்துவிடுவோம். பிரிட்டிஷ் இந்திய சாம்ராஜ்யத்தின் அதிவேக வீழ்ச்சியானது நாம் அதிசயிக்கும் வகையில் பெற்ற வெற்றியை விட மிகுந்த ஆச்சரியத்துடன் இந்த உலகால் பார்க்கப்படும்.[38]

அவர் மேலும் சொல்கிறார்:

இந்த அபாயத்துக்கான முக்கிய காரணம் என்னவென்றால், நமது வலு என்பது உண்மையில் நமது பலத்தின் மீது அமைந்திருக்க வில்லை. அது ஒரு தோற்ற மயக்கம் மட்டுமே. நமது உண்மையான பலம் என்பது நம்மால் அடக்கி ஆளப்படும் இந்தியாவின் பரந்து விரிந்த தேசத்தில் ஆங்காங்கே சிதறிக்கிடக்கும் ஐரோப்பிய ராணுவப்படையில்தான் இருக்கிறது. அதுவே நமது ஒரே பலம். அந்தப் படை வீரர்களின் இதயமே நமக்கு ஆதரவாக நிற்கிறது. நெருக்கடியான காலகட்டங்களில் அவர்களை மட்டுமே நாம் நம்பியாக வேண்டியிருக்கும்.

நமது பிற இந்தியக் குடிமைக் கட்டமைப்புகள் எல்லாம் ஒருவகையில் அதிர்ஷ்டத்தை நம்பி இருப்பவையே. அவையெல்லாம் நமக்காகவும் சேவை புரிகின்றன என்றாலும் அவற்றின் இருப்புக்காகவே பெரிதும் செயல்படுகின்றன. எந்த சக்தியின் மூலம் அந்த அமைப்புகள் இயங்குகின்றன என்ற வகையில் நெருக்கடி நேரத்தில் அந்த சக்திகளுக்கு அவர்கள் நிச்சயம் விசுவாசத்தை காட்டக்கூடும். எனினும் அவர்களுடைய உள்ளார்ந்த உணர்வுகளில் நமக்கு எதிரான தன்மையே நிறைந்து காணப்படும். மோசமான அரச நிர்வாகம் என்பதினால் இல்லை; இயல்பான தவிர்க்கமுடியாத எதிர்ப்பு உணர்வினாலே அது நிறைந்து காணப்படும். இப்போதைய சூழல் மாறி நமக்கு எதிராக உள்ளூர் மக்களுக்குச் சாதகமான ஒரு நிலை உருவாகும் என்றால் அவர்களுடைய மதிப்பையும் மரியாதையையும் நாம் எதிர்பார்க்க முடியாத நிலையே ஏற்படும். சில அற்புதமான அர்ப்பணிப்புகளை நாம் பார்க்க முடியக்கூடும். ஒரு கோடியிலிருந்து மறு கோடி வரையிலான இந்தியாவை ஒருங்கிணைக்கும் பொதுவான உணர்வுக்கு மாறாக சிலர் நம் பக்கம் இருக்கவும்கூடும். ஆனால், அது ஒருபோதும் நம்மைப் பாதுகாக்க முடியாது.[39]

அவர் மேலும் சொல்கிறார்:

> நமக்கான பெரும் அச்சுறுத்தல் ரஷ்ய படையெடுப்பில் இருந்து வரப்போவதில்லை. இந்தியர்களின் மனங்களில் நாம் வெல்ல முடியாதவர்கள் என்ற எண்ணம் அழியத் தொடங்குவதுதான் நமக்கான பெரும் அச்சுறுத்தல். நம்மை வேரோடு பிடுங்கி எறியும் அதிருப்தியானது மிக அதிகமாகவே உள்ளொடுங்கி இருக்கிறது. செயலூக்கத்துடன் அதைக் கிளர்ந்தெழச் செய்யும் சூழல் எப்போது வேண்டுமானாலும் வரக்கூடும்.[40]

சில மாதங்களுக்கு முன்பாக மெட்கஃபே ஓர் ஆலோசனை வழங்கியிருந்தார்: மக்கள் திரளில் செல்வாக்கு மிகுந்த பகுதியானது பொதுவான விருப்பங்கள், பொதுவான பார்வைகள் மூலமாக நமது ஆட்சியுடன் பிணைப்பு கொண்டதாக இருக்கவேண்டும். அப்போதுதான் நம்மால் வேரூன்ற முடியும். இல்லையென்றால் நமது ஆட்சியானது எப்போதுமே நிலையில்லாததாகவே இருக்கும். அதற்கான வழிமுறையாக இந்தியாவில் நம் நாட்டினரைத் தெளிவாகத் திட்டமிட்டு குடியமர்த்த வேண்டும் என்றும் கூறியிருக்கிறார்.[41]

இப்படியான மதிப்பீடுகளே இந்தியாவில் இருந்த பிரிட்டிஷ் ஆட்சி பற்றி பிரிட்டிஷார் பலருக்கும் இருந்தது. அதுவே அவர்களுடைய அரசின் கொள்கைகளிலும் செயல்திட்டங்களும் வெளிப்பட்டது. 'ஐரோப்பிய படைகளின் பலம்', 'வெல்ல முடியாதவர்கள் என்ற தோற்ற மயக்கம்' இவை நீங்கலாக பிரிட்டிஷாருக்கு இந்தியாவை ஆட்சி செய்வதற்கு எந்தவிதமான அங்கீகாரமோ தார்மிக உரிமையோ இருந்திருக்கவில்லை. இதனால் இந்தியர்களுக்கு எந்தவித சலுகையும் தரும் நிலையில் பிரிட்டிஷார் இருந்திருக்க வில்லை. மக்கள் போராட்டத்துக்கு அடிபணிதல் என்ற பேச்சுக்கே இடமில்லை. ஏதாவது ஒரு சலுகை தருவது என்பது (1810-11 காலகட்டத்தில் வரிவிதிப்புக்கு எதிரான போராட்டத்தின் முடிவில் தந்ததுபோல்) அவர்களைப் பொறுத்தவரையில் மேலும் அதிக சலுகைகளைப் போராடி பெறும் மனநிலைக்கு மக்களை ஊக்குவித்து விடும் என்று நினைத்தார்கள். அது அவர்களுடைய ஆட்சியின் அனைத்து அதிகாரங்களையும் சிதைப்பதில்தான் போய் முடியும் (என்று நினைத்தார்கள்). எனவே ஏதேனும் சலுகை தருவதோ, சரணடைவதோ தவிர்க்க முடியாமல் போகும்போது 'அரசின் மேலாதிக்கத்துக்கு எந்தவிதக் களங்கம் வராத வகையில் வெளிப்படையாகத் தெரியும் வகையில் விட்டுக் கொடுக்காமல் அதை செய்ய வேண்டும்' என்றே நினைத்தார்கள்.

அப்படியாக, பிரிட்டிஷாரால் நிலைநிறுத்தப்பட்ட ‘அரசு என்பது தவறே செய்ய முடியாதது’ என்ற கோட்பாடானது (அதன் நீட்சியாக அரசின் பிற அங்கங்களான அதிகாரவர்க்கமும்) பிரிட்டிஷ் அதிகாரம் இந்தியாவில் இருந்து அப்புறப்படுத்தப்பட்ட பின்னரும் நீடித்துவருகிறது. ஒரு அரசானது மிகவும் பலவீனமானதாகத் தன்னை உணர்வதால், தன்னை பலப்படுத்திக் கொள்ளும் நோக்கில், போராட்டக்காரர்கள் தமது போராட்டத்தைக் கைவிட்டால் அவர்களுடைய கோரிக்கைகளுக்குவிட்டுக் கொடுக்க முன்வருகிறது.

அரசு பிழை செய்யவே முடியாது என்ற கோட்பாடானது அப்படியாக மாறியமைக்கப்படும்நிலையிலும் அதே கோட்பாட்டை அடிப்படையாகக் கொண்டு அமைந்த விதிகளும் சட்டங்களும் அப்படியே நீடிக்கின்றன. இந்தப் பிந்தைய கட்டமைப்பே அரசுக்கு அங்கீகாரத்தையும் தார்மிக பலத்தையும் தந்துவருகிறது. இப்படியான நிகழ்வுகள் மிக மோசமான நிலைக்குக் கொண்டு சென்றுவிட்டிருக்கிறது. அரசின் நம்பகமற்ற, பகைமை நிறைந்த அந்நியமான நிலைப்பாடுகள் எல்லாம் அதைக் கட்டுக் குலையாமால் காப்பதோடு வன்முறையைக் கையில் எடுத்தால்தான் நாம் சொல்வது அரசுக்குக் கேட்கும் என்ற மனநிலைக்கு மக்களைத் தள்ளுகிறது. சமீபகாலமாக நடந்து வரும் கலவரங்கள், போராட்டங்கள், படுகொலைகள், காவல்துறையின் துப்பாக்கிச் சூடு போன்றவையெல்லாம் அந்த மனோபாவத்தையே எடுத்துக் காட்டுகின்றன.

ஒத்துழையாமை மற்றும் சட்ட மறுப்புப் போராட்டங்களுக்கான எதிர்ப்பு மற்றும் கோட்பாட்டளவிலேயேகூட அவற்றை எதிர்க்கும் போக்குகள் எல்லாம் அரச அதிகாரத்தில் இருந்தவர்களாலும் 1947க்கு முன்பாக சீனிவாச சாஸ்திரி, தாகூர், பராஞ்சபே போன்றவர்களாலும் முன்வைக்கப்பட்டிருக்கிறது. அதற்கு முக்கிய காரணமாக, அரசு எந்திரம் எந்தத் தவறுமே செய்ய முடியாத ஒன்று என்ற பிரிட்டிஷ் ஆட்சியாளர்களால் வளர்த்தெடுக்கப்பட்ட கோட்பாடே விளங்குகிறது. இப்போது மிகவும் விசித்திரமானதாகவும் மிகவும் வலுவிழந்ததாகவும் தோன்றும் இந்தக் கோட்பாடானது இன்று வரையிலும் இறந்து புதைக்கப்படவில்லை. அதன் வேர்கள் ஆட்டம் கண்டுவிட்டிருக்கிறது என்றாலும் விழுந்துவிடவில்லை. இன்று ஆட்சி அதிகாரத்தில் இருப்பவர்களும் இந்திய அரசாங்கத்தின் கோட்பாட்டு வடிவமைப்பாளர்களும் அந்த வேர்களை மீண்டும் வலுப்பெறவைக்க தமது திறமையையும் கவனத்தையும் செலவிட்டு வருகின்றனர்.

அந்நிய அரசாட்சிக்கு எதிராகப் பயன்படுத்தும்போது ஒத்துழையாமை இயக்கமும் சட்ட மறுப்பு இயக்கமும் நியாயமானது. மக்களால் தேர்ந்தெடுக்கப்பட்ட உள் நாட்டு ஆட்சியாளர்களை எதிர்த்து அவற்றைப் பயன்படுத்துவது தவறு. இந்தப் பார்வையின் அடிப்படையில்தான் இந்தியாவின் பல்வேறு தலைவர்கள் (வரலாற்று, அரசியல் கோட்பாட்டு ஆசிரியர்கள் பற்றிக் கேட்கவே வேண்டாம்) இருக்கிறார்கள். பொதுவாக வர்க்கபேதமற்ற, மக்கள் நல அரசு அமைய வேண்டும் என்று நினைக்கும் நிலையிலும் நடைமுறையில் தவறே செய்ய முடியாத அரசு என்ற கோட்பாட்டின் புதிய ஆதரவாளர்களாக ஆகிவிட்டிருக் கிறார்கள். இப்படியான கோட்பாடானது காந்தியடிகள் தமது நீண்ட நெடிய பொது வாழ்க்கையில் முன்வைத்த அனைத்துக்கும் எதிரானது. பாரம்பரியமாக, காலகாலமாக ஒத்துழையாமை இயக்கத்தை முன்னெடுத்து வந்திருக்கும் இந்திய மக்களின் அடிப்படை மனநிலைக்கும் முற்றிலும் எதிரானது.

அதே நேரம் சில ‘புரட்சிகரக்’ கோட்பாடுகள் முன்வைப்பதுபோல் இந்த ஒத்துழையாமை இயக்கமும் சட்ட மறுப்பு இயக்கமும் முடிவற்றுச் செய்துகொண்டே இருக்கவேண்டியவையும் அல்ல. தேவை ஏற்படும்போது மட்டுமே அவற்றை மேற்கொள்ள வேண்டும். ஆட்சியாளர்களும் பிற அதிகாரவர்க்கங்களும் ஆளப் படுபவர்கள் அல்லது பாதிக்கப்பட்டவர்களுடன் ஒத்திசைவுடன் நடந்துகொள்ளும்போது இப்படியான போராட்டங்களுக்கான தேவை வெகுவாகக் குறைந்துவிடும்.

பிற வகைப் போராட்டங்களைப் போலவே ஒத்துழையாமை, சட்ட மறுப்புப் போராட்டங்களும் எல்லா பிரச்னைகளையும் தீர்க்கக் கூடியவை அல்ல. சில அரசியல், சமூகப் பிரச்னைகள், சூழல்களுக்கு இவற்றைப் பயன்படுத்த முடியாது. முன்பே சொன்னதுபோல் ஒத்துழையாமை இயக்கம் வெற்றிபெற வேண்டு மென்றால் மோதிக்கொள்ளும் இரு தரப்பினரும் பொதுவான மதிப்பீடுகளைக் கொண்டிருக்கவேண்டும். இத்தகைய தரப்புகள் தற்காலிகமாவது பொதுவான மத, சமூக-அரசியல் மதிப்பீடுகளைப் பகிர்ந்துகொள்ளவேண்டும். எல்லா சூழ்நிலைகளிலும் இப்படியாக இருப்பதில்லை. 18-19-ம் நூற்றாண்டு இந்தியாவில் ஆளப்பட்டவர் களுக்கும் ஆட்சியாளர்களுக்கும் இடையில் பொதுவான மதிப்பீடுகள் எதுவுமே இருந்திருக்கவில்லை. ஹிட்லரின் அதிகாரம் பரவியபோது ஐரோப்பாவிலும் இப்படியான நிலையே இருந்தது. தைமூரின் படையெடுப்பின்போது வட இந்தியாவிலும் இப்படியான நிலையே இருந்தது.

ஓர் அந்நிய சக்தியைக் கையாள இந்தப் போராட்ட வழி முறைகளைப் பயன்படுத்தி வெற்றி கண்டதில் மகாத்மா காந்தியின் மேதமை, வீழ்த்த முடியாத துணிச்சல், ஒப்புவமை இல்லாத நிர்வாகத் திறமை போன்றவையே வெளிப்படுகின்றன. ஓரளவுக்கு சந்தர்ப்ப சூழ்நிலைகள் (20ம் நூற்றாண்டுவாக்கில் பிரிட்டிஷ் அதிகார சக்திகள் ஒப்பீட்டளவில் மென்மையாகிவிட்டிருந்தன என்பதும் ஒரு காரணம்) பெருமளவுக்கு மகாத்மாவின் அபாரமான ஆளுமை ஆகியவையே இந்தியத் தரப்பில் இருக்கும் நியாயங்களை, பிரிட்டிஷாரைச் சில நேரங்களில் புரிந்துகொள்ளவைக்க மகாத்மாவுக்கு உதவி புரிந்திருக்கின்றன. படிப்படியான போராட்டங்கள் மூலமாக (நில வருவாயில் தொடங்கி அந்நியப் பொருட்களைப் புறக்கணித்தல், உப்பு சத்தியாகிரகம், கள்ளுக்கடை மறியல், உலகப் போரில் இந்தியா வலுக்கட்டாயமாகத் திணிக்கப்பட்டதற்கான எதிர்ப்பு) காந்தியடிகள், வெள்ளையனே வெளியேறு என்ற இறுதிப் போராட்டத்தை முன்னெடுத்தார். ஹிட்லருக்கு எதிராக செக் குடியரசினர், போலந்து நாட்டினர் ஆகியோரும் இப்படியான போராட்டத்தை முன்னெடுக்கும்படிக் கேட்டுக்கொண்டார். அந்நிய ஆட்சியாளர்களுக்கு எதிராக இப்படியான போராட்டங்களுக்குத் தரும் ஆதரவென்பது மக்களால் தேர்ந்தெடுக்கப்பட்ட உள் நாட்டு ஆட்சியாளர்களுக்கு எதிராகப் பயன் தராது என்று எந்தவகையிலும் சொல்லவில்லை.

ஒத்துழையாமையும் சட்டமறுப்பும் ஜனநாயக, சுதந்தர நாடும் நன்கு செயல்பட உதவும் விஷயங்களே. இன்னும் சொல்லப்போனால் அவை இறுக்கமான சட்ட அமைப்புகளைவிட மிகவும் முக்கியமானவை. ஐந்தாண்டுகளுக்கு ஒருமுறை நடக்கும் மாநில அல்லது நாடாளுமன்றத் தேர்தல்கள் அல்லது இப்படியாகத் தேர்ந்தெடுக்கப்படும் அமைப்புகளுக்குள் நடக்கும் மட்டுப்பட்ட விவாதங்கள், பரிசீலனைகள் ஆகியவற்றைவிட அமைதிப் போராட்டங்கள் மிகவும் அவசியமானவையே.

சர்வாதிகாரம், அநீதி, அடக்குமுறை ஆகியவற்றுக்கு எதிராக இப்படியான அமைதிப் போராட்டங்களில் ஈடுபடுபவர்கள் எல்லாம் உண்மையில் அரசையும் மக்கள் சமூகங்களையும் காப்பாற்றக் கூடியவர்களே. அவர்கள் மட்டும் இல்லையென்றால் சமூகமானது வெறும் எந்திரம் போலவே ஆகிப் போகும். அல்லது சர்வாதிகாரப் போக்கினால் முழுமையான அராஜகம் மற்றும் ஆயுதப் போராட்டத்தில் போய்முடியும்.

•

அடிக்குறிப்புகள்

1. என்சைக்ளோபீடியா ஆஃப் தி சோசியல் சயன்சஸ் (1963), தொரோ பற்றிய கட்டுரை, மாக்ஸ் லெர்னர்.
2. அதுலானந்த சக்கரவர்த்தி, தீ லோன்சம் பில்க்ரிம் (1969), பக் 32.
3. சி.டி.எஸ். தேவனேசன், த மேக்கிங் ஆஃப் மகாத்மா (1969) பக் 378-9.
4. ஆர்.ஆர்.திவாகர், சாகா ஆஃப் சத்யாகிரஹா (1969), பக் 8-11.
5. புத்ததேவ் பட்டாச்சார்யா, எவல்யூஷன் ஆஃப் தி பொலிடிக்கல் பிலாசஃபி ஆஃப் காந்தி (1969) பக் 286.
6. வி.வி.ரமண மூர்த்தி, நான் வயலன்ஸ் இன் பாலிடிக்ஸ் (1958) பக் 148.
7. ஜெனே ஷார்ப், தொரோ : ஆன் தி ட்யூட்டி ஆஃப் சிவில் டிஸ் ஒபீடியன்ஸ் (1963) பக் 1
8. ககா கலேல்கர், எவல்யூஷன் ஆஃப் தி பிலாசஃபி ஆஃப் சத்யாகிரஹா (1969) காந்தி தர்ஷனில் வெளியிடப்பட்டது. (1869-1969) அக்டோபர் 2, 1969-பிப்ரவரி 2, 1970.
9. ஆர்.பைன், தி லைஃப் அண்ட் டெத் ஆஃப் மஹாத்மாகாந்தி (1969) பக் 217.
10. காகா கலேல்கர்: அதே புத்தகம்
11. மஹாபாரத மேற்கோள். பி.வி.கனே. ஹிஸ்டாரி ஆஃப் தர்ம சாஸ்திரம், தொகுதி 3., (1946) பக் 26.
12. ஜேம்ஸ் மில், எவிடன்ஸ் டு ஹவுஸ் ஆஃப் காமன்ஸ் கமிட்டி, இன் ஹவுஸ் ஆஃப் காமன்ஸ் பேப்பர்ஸ், 1831-31, தொகுதி 14, பக் 6-7.
13. ஹிந்து ஸ்வராஜ் (1946) பக் 58
14. அதே புத்தகம் பக் 60.
15. அதே புத்தகம் பக் 61.
16. ஃபோர்ட் செயிண்ட் ஜார்ஜ் : டைரி அண்ட் கன்சல்டேஷன்ஸ், நவம்பர், 1680.
17. இந்தியா ஆஃபீஸ் ரெக்கார்ட்ஸ் (ஐ.ஓ.ஆர்) போர்ட்ஸ் கலெக்ஷன்ஸ் : எஃப் 4/ தொகுதி 1415, எண் 558444. அசிஸ்டெண்ட் கலெக்டர் பிரதான கலெக்டருக்கு அனுப்பியவை, கனரா, ஜனவரி 17, 1831, பக் 158-61.
18. அதே புத்தகம்
19. அதே புத்தகம்
20. பிரிட்டிஷாருக்கு எதிராக மஹாராஷ்டிரா மக்கள் எண்ணற்ற எண்ணற்ற பந்த்கள் நடத்தியது தொடர்பான தகவல்கள் 1820-40 காலகட்டத்து பம்பாய் பிரஸிடன்ஸி அரசியல் மற்றும் நீதித்துறை ஆவணங்கள் தொகுப்பில் இருக்கின்றன. 1826-28-ல் ராமோசஸ் மூலம் அமைக்கப்பட்ட போர்பந்தர் பந்த் அவற்றில் ஒன்று.
21. கேம்ஸ் மில் புத்தகம்.
22. எம். ராமசந்திர ராவ் (பி.ஏ.பி.எல். எம்.எல்சி. (மெட்ராஸ் 1917) எழுதிய தி டெவலப்மெண்ட் ஆஃப் இந்தியன் பொலிட்டி நூலில் கோபால கிருஷ்ண கோகலே சொன்னதன் மேற்கோள். பக் 291.
23. மேற்கு வங்காள ஆவணக் காப்பகம்: பெங்கால் ஜுடிஷியல் க்ரிமினல் ப்ரொசீடிங்ஸ், பிரவரி 8, 1811, ஒரிஜினல் கன்சல்டேஷன்ஸ், எண் 6.
24. ஜேம்ஸ் மில் (ஹெச்.ஹெச். வில்சன்) ஹிஸ்டாரி ஆஃப் பிரிட்டிஷ் இந்தியா, தொகுதி ஏழு, பக் 467.

25. பி.கோதண்ட ராவ், வி.எஸ். ஶ்ரீனிவாச சாஸ்திரி : எ பொலிட்டிகல் பயோக்ரஃபி (1963) பக் 195.
26. டி.ஜி.டெண்டுல்கர், தி மஹாத்மா (1951-4) தொகுதி 2, பக் 59-60.
27. ஆர்.ப்பி. பராஞ்சபே, செலக்டட் ரைட்டிங்ஸ் அண்ட் ஸ்பீச்சஸ் (1940) பக் 176-7.
28. ஜனதா (வார இதழ்) ஜனவரி 26, 1954 : ஜே.பி. கிருபளானியின் பேச்சு. முன்னணி கட்டுரையில்மேற்கோள் காட்டப்பட்டுள்ளது. ஜனவரி, 17, 1954, பக் 3.
29. கே.சந்தானம், சத்யாக்ரஹா அண்ட் ஸ்டேட் (1960) பக் 62.
30. அதே புத்தகம்.
31. டைம்ஸ் ஆஃப் இந்தியா : செப்டம்பர் 22, 1955, யு.என்.திபாரின் கட்டுரை, சத்யாகிரஹத்தின் பின்னால் உள்ள காரணம்.
32. ஃப்ரீ பிரஸ் ஜர்னல், மார்ச் 3, 1967: பிரஸ் ரிப்போர்ட் ஆஃப் லெக்சர்
33. கே.சந்தானம், அதே புத்தகம் பக் 67.
34. டைம்ஸ் ஆஃப் இந்தியா, அதே
35. கே.சந்தானம் அதே,பக் 67.
36. கான்ஸ்டிடியூஷன் ஆஃப் இந்தியா, ஆர்ட்டிகிள் 41
37. ஐ.ஓ.ஆர். ஃப்ரான்சிஸ் பேபர்ஸ் : எம்.எஸ்.எஸ். யுர் இ, பக்கம் 37. ஹிண்ட்ஸ் ஆஃப் அ பொலிட்டிக்கல் சிஸ்டம் ஃபார் தி கவர்ன்மெண்ட் ஆஃப் இந்தியா (1772)
38. லண்டன் பப்ளிக் ரெக்கார்ட் ஆஃபீஸ், எலென்பரோ பேப்பர்ஸ், PRO/30/9/4/Part II/2. அக்டோபர்11, 1829, சி.ஜே.மெட்கஃபே
39. அதே
40. அதே
41. திர்ஹம், பேலியோக்ராஃபி அண்ட் டிப்ளமேட்டிக் துறை : ஏர்ல் க்ரே பேப்பர்ஸ், பாக்ஸ் 36/ ஃபைல் 1, பிப்ரவரி, 19, 1829, சி.ஜே.மெட்கஃபே.

அழகிய மரம்

18ம் நூற்றாண்டில் இந்திய பாரம்பரியக் கல்வி

தரம்பாலின் முன்னுரை

இந்திய வரலாற்று அறிவு பெருமளவுக்கு, வெளிநாட்டினரால் எழுதப்பட்டவற்றில் இருந்தே உருவாக்கப்பட்டுள்ளது; மிகச் சமீப காலம்வரையிலும் அதாவது கடந்த ஐநூறு ஆண்டுகளாக இந்தியாவில் கல்வி வரலாறு குறித்தும் அவற்றிலிருந்தே தெரியவந்துள்ளது. நாலந்தா, தட்சசீலா பல்கலைக்கழகங்கள் பற்றி நமக்கு நிறையத் தெரியவந்திருப்பதற்கு அவைபற்றி நூற்றாண்டு களுக்கு முன்பாக சில கிரேக்க, சீன யாத்ரிகர்கள் எழுதியிருந்ததுதான் காரணம். அவர்கள் எழுதி வைத்தவை கால வெள்ளத்தில் அழியாமல் தாக்குப் பிடித்திருக்கின்றன. அல்லது தாம் பார்த்தறிந்த வற்றைத் தமது சக பயணிகளுடன் பகிர்ந்துகொண்டிருக்கிறார்கள். அவர்கள் மூலம் அது கால வெள்ளத்தை நீந்திக் கடந்து நம்மை வந்தடைந்திருக்கிறது.

கி.பி. 1500 வாக்கில் யாத்ரிகர்கள், புதிய பகுதிகளைத் தேடிச் செல்லும் ஆர்வம் மிகுந்தவர்கள் எனப் பலர் இந்தியாவின் பல பாகங்களில் உலவ ஆரம்பித்திருந்தனர். 16ம் நூற்றாண்டின் முடிவுவாக்கில் அவர்களின் எண்ணிக்கை அதிகரித்தது. அவர்கள் எந்தப் பகுதிகளில் இருந்து வந்தார்களோ அவற்றுக்கு

இந்தியாவுடன் அதற்கு முன்புவரை எந்தத் தொடர்பும் இருந்திருக்க வில்லை. அவர்கள் வசித்த இடங்களின் தட்பவெப்பநிலை, சமுதாய அமைப்பு போன்றவை இந்தியாவிலிருந்து முற்றிலும் மாறுபட்டவையாக இருந்தன. எனவே அவர்களுக்கு இந்தியாவின் பழக்கவழக்கங்கள், மதங்கள், தத்துவங்கள், பழங்கால மற்றும் அன்றைய கட்டடக் கலைகள், செல்வச் செழிப்பு, கல்வி, கற்கும் முறைகள் போன்ற எல்லாமே புதிதாக, வித்தியாசமானவையாக இருந்தன. சுருக்கமாகச் சொல்வதென்றால், அவர்களுடைய பின்புலம், அனுபவங்கள், அனுமானங்கள் ஆகியவற்றுக்கு முற்றிலும் மாறுபட்டதாக இந்தியா இருந்தது.

பிரிட்டிஷாரின் ஆய்வுகள், எழுத்துகள் ஆகியவற்றையே 'அழகிய மரம்' நூல் ஆதாரமாகக் கொண்டிருக்கிறது.[1] 1770க்கு முன்பாக அவர்களின் (இந்தக் காலகட்டத்தில் இந்தியாவின் பெரும் பான்மையான பகுதிகளின் உண்மையான அதிகாரம் அவர்கள் கைக்கு வந்துவிட்டிருந்தது) நோக்கங்கள் முற்றிலும் வேறானதாக இருந்தன. அவை (இதைத்தொடர்ந்த காலங்களிலும்) பெரிதும் வர்த்தகம், தொழில்நுட்பம் ஆகியவற்றைச் சார்ந்ததாகவே இருந்தன. இந்தியக் கைவினைக் கலைகளைப் புரிந்துகொள்ளுதல் அவற்றை மதிப்பிடுதல் என்பதாக இருந்தன. அப்படித் தெரிந்துகொள்வதன் மூலம் இந்தியாவில் அவர்களுடைய செல்வாக்கு, ஆதிக்கம் ஆகியவற்றை அதிகப்படுத்தலாம் என்ற நோக்கில் அப்படிச் செயல்பட்டனர். அவர்களில் சிலர் பார்ஸிகள் அல்லது சூரத்தின் பனியாக்கள்பற்றி எழுதியிருக்கிறார்கள் என்றாலும் இந்திய மதங்கள், தத்துவங்கள், ஆய்வுகள், கல்வி அமைப்பு ஆகியவை குறித்து அவர்களுக்கு அதுவரை பெரிய அக்கறை எதுவும் இருந்திருக்கவில்லை.

அப்படியான அலட்சியத்துக்கு ஒருவகையில் இந்தியாவிடமிருந்து அவர்களுடைய எதிர்பார்ப்பு என்னவாக இருந்தது என்பதே காரணம். சரியாகச் சொல்வதானால், அந்தக் காலகட்டத்து பிரிட்டிஷ் சமூகம் அதுபோன்ற விஷயங்களில் அக்கறை இல்லாமல்தான் இருந்தது. 18ம் நூற்றாண்டின் பிந்தைய பகுதியில் மதம், தத்துவங்கள், கல்வி, கற்றல் போன்றவற்றில் பிரிட்டிஷார் உள்ளொடுங்கியவர்களாகவே இருந்தனர். 16, 17 மற்றும் 18 நூற்றாண்டின் ஆரம்பகட்டங்களில் கல்வி, தத்துவம், அறிவார்ந்த செயல்பாடு என பிரிட்டனுக்கு எந்தப் பாரம்பரியமும் இருந்திருக்கவில்லை என்று அதற்கு அர்த்தமில்லை. இந்தக் காலகட்டத்தில்தான் பேக்கன், ஷேக்ஸ்பியர், மில்டன், நியூட்டன் போன்றோர் உருவாகி வந்திருந்தனர். ஆக்ஸ்ஃபோர்டு,

கேம்பிரிட்ஜ், எடின்பர்க் போன்ற பல்கலைக்கழகங்கள் 13, 14ம் நூற்றாண்டுகளில் ஆரம்பிக்கப்பட்டிருந்தன.

பதினெட்டாம் நூற்றாண்டின் கடைசிப்பகுதிவாக்கில் பிரிட்ட னில் 500 இடைநிலைப் பள்ளிகள் இருந்தன. எனினும் இந்தக் கல்விமையங்களும் கற்றுக் கொடுத்தலும் மேட்டுக்குடியினருக்கு மட்டுமே கிடைத்தது. 16ம் நூற்றாண்டுக்குப் பிறகு நிலைமை இன்னும் குறுகலானது. ப்ராட்டஸ்டண்ட் புரட்சிக்குப் பிறகு பெரும்பாலான மடாலயங்கள் மூடப்பட்டன. அரசு அவற்றின் வருவாயையும் சொத்துகளையும் பெரும் கெடுபிடிகளுக் குள்ளாக்கியது.

ஏ.இ.டோப்ஸ்ஸின் கூற்றுப்படிப் பார்த்தால், ப்ராட்டஸ்டண்ட் புரட்சிக்கு முன்புவரை, ஆக்ஸ்ஃபோர்டு பல்கலைக்கழகம்தான் இங்கிலாந்தில் இருக்கும் பிரதான இடைநிலைப் பள்ளியாகவும் ஏழைகளுக்குக் கல்வி தருவதில் முன்னணியிலும் இருந்திருக்கிறது. இறையியல் கல்வி, சட்டம், மருத்துவம் போன்றவற்றைக் கற்பதற்கான முக்கிய இடமாகவும் இருந்திருக்கிறது.[2] கல்வி அனைவருக்கும் இலவசமாக இருந்திருக்கவில்லை. எனினும் ஏழைகளுக்கும் அந்தக் கல்வி கிடைக்கும்வகையில் உதவித் தொகை, கட்டணச் சலுகை போன்ற சில ஏற்பாடுகள் நடை முறையில் இருந்தன.[3] ‘சொந்தமாக நிலமோ ஆண்டு வாடகை வருமானம் 20 ஷில்லிங்குகளாகவோ இல்லாதவர்கள் தங்கள் குழந்தைகளைப் பணிகளுக்கு அமர்த்திக்கொள்ளக்கூடாது. ஆனால், தாய் தந்தை யருக்கு உதவும் வகையில் அல்லது அவர்களுடைய நிலத்தின் பணிகளுக்குத் தேவையென்றால் அப்படிச் செய்துகொள்ளலாம்’ என்று ஆரம்பகட்ட இங்கிலாந்து சட்டம் ஒன்று தெரிவிக்கிறது. மேலும் ‘யார் வேண்டுமானாலும் தங்கள் குழந்தைகளைப் பள்ளிக்கு அனுப்பலாம்’[4] என்றும் அது தெரிவிக்கிறது.

ஆனால், 16ம் நூற்றாண்டுக்குப் பிறகு இந்த நிலையில் மாற்றம் ஏற்படுகிறது. தேவாலயங்களில் ஆங்கில மொழி பைபிளை வாசிக்கக் கூடாது என்று சொல்லும் சட்டம்கூட இயற்றப்பட்டது. பள்ளிகளில் அல்லாமல் தனிப்பட்ட முறையில் கற்றுக்கொள்ளுதல் என்பது மன்னர்கள், நிலப் பிரபுக்கள், வணிகர்கள் போன்ற உயர்குடியினருக்கு மட்டுமே அனுமதிக்கப்பட்டிருந்தது. கைவினைக் கலைஞர்கள், அவர்களுடைய உதவியாளர்கள், விவசாயிகள், பண்ணையாட்கள், தொழிலாளர்கள் ஆகியோருக்கு ‘புனித நூல்களைப் படிப்பதால் வரும் ஒழுங்கின்மையைத் தடுக்கும்

நோக்கில்'[5] அவை மறுக்கப் பட்டிருந்தன. இந்தப் புதிய போக்கின்படி 'உழவரின் மகன் உழவுத்தொழிலில் ஈடுபட வேண்டும்; கைவினைக் கலைஞரின் மகன் அந்தத் தொழிலில் ஈடுபடவேண்டும்; கனவான்களின் குழந்தைகள் ஆட்சி நிர்வாகம், அதிகாரம் குறித்துக் கற்கவேண்டும். பிற தேசங்களைப் போலவே நமக்கும் உழவர்களின் தேவை அதிகமாகவே இருக்கிறது. அனைத்துத் தரப்பு மக்களின் குழந்தைகளும் பள்ளிக்குச் செல்லவேண்டியது அவசியமில்லை' என்று தீர்மானிக்கப்பட்டது.[6]

150 ஆண்டுகளுக்குப் பிறகு (அதாவது 17ம் நூற்றாண்டின் முடிவு வாக்கில்) இந்தப் போக்கு மெதுவாக மாறத் தொடங்கியது. அனைவருக்குமான பரோபகாரப் பள்ளிகள் (Charity Schools) தொடங்கப்பட்டன. மத போதனைகளைப் புரிந்துகொள்ளும் அளவுக்கு பாட்டாளி வர்க்கத்தைத் தயார்படுத்தவேண்டும் என்பதே இந்தக் கல்விமையங்களின் நோக்கமாக இருந்தது. வேல்ஸில் 'ஞாயிற்றுக் கிழமை வழிபாட்டில் பைபிள் படிக்கவும் மதம் சார்ந்த பிற விஷயங்களைத் தெரிந்துகொள்ளவும் ஏழைகளைத் தயார்படுத்த வேண்டும்' என்பதே இந்தக் கல்வியின் நோக்கமாக இருந்தது.[7]

சிறிது காலத்துக்குப் பிறகு இந்தப் பரோபகாரப் பள்ளி இயக்கம் தேக்கநிலையை அடைந்தது. 1780 வாக்கில் சண்டே ஸ்கூல் இயக்கம் ஆரம்பித்தது.[8] அனைவருக்குமான கல்வி என்பது இந்தக் காலகட்டத்தில்கூட மடாலயத்தின் பணியாகவே இருந்தது. 'அனைத்துக் குழந்தைகளும் பைபிளை வாசிக்கவும் புரிந்து கொள்ளவும் வேண்டும்' என்பதே அவற்றின் இலக்காக இருந்தது.[9] 'ஞாயிற்றுக்கிழமை வழிபாடுகள் உரிய முறையில் பின்பற்றப் படவேண்டும்' என்பதே ஞாயிற்றுக்கிழமைப் பள்ளி களுக்கு அதிக முக்கியத்துவம் தரப்படக் காரணமாக இருந்தது.[10] சில வருடங்களுக்குப் பிறகு, பிற நாட்களிலும் நடக்கும் டே ஸ்கூல்கள் மீது கவனம் குவிய ஆரம்பித்தது. அதன் பிறகு பள்ளிக் கல்வி வளர்ச்சிமுகத்தை அடைந்தது. 1834 வரையில்கூட நேஷனல் பள்ளிகளின் பாடத்திட்டங்கள் கூட மத போதனைகள், வாசிப்பு, எழுத்து, கணிதம் என்பதாகவே இருந்தன. 'தீய விளைவுகள் ஏற்படும்' என்று கருதிச் சில கிராமத்துப் பள்ளிகளில் எழுதக் கற்றுத் தரவில்லை.[11]

டே ஸ்கூல் இயக்கத்துக்குப் பெரிய உந்துதல் 'பீல்ஸ் ஆக்ட் ஆஃப் 1802' மூலம் கிடைத்தது. 'சிறுவர்களைப் பணியில் அமர்த்திக் கொள்பவர்கள் ஏழுவருடப் பயிற்சிக் காலத்தில் நான்கு வருடங்களுக்கு எழுதப் படிக்கவும், கணிதமும் கற்றுத்

தந்தாகவேண்டும். ஞாயிற்றுக்கிழமைகளில் ஒரு மணி நேர மத போதனை தரவேண்டும். அனைத்துக் குழந்தைகளையும் ஞாயிற்றுக் கிழமை வழிபாட்டில் பங்குபெற வைக்கவேண்டும்' என்று அந்தச் சட்டம் சொன்னது.[12] 'ஆனால், இந்தச் சட்டம் மக்களிடையே எந்த வரவேற்பையும் பெறவில்லை.' எனவே, அதன் 'நடைமுறை அமலாக்கம் சொல்லிக் கொள்ளும்படியாக இல்லை'.[13] இதே காலகட்டத்தில்தான் ஜோசஃப் லங்காஸ்டர் முன்வைத்த மானிடோரியல் கல்வி முறை (Monitorial method) நடைமுறைக்கு வந்தது. (இதில் திறமைசாலியான மாணவர்கள் ஆசிரியர்களோடு சேர்ந்து பிற மாணவர்களுக்குக் கற்றுத் தருவார்கள். ஆண்ட்ரூ பெல்லும் இதையே முன்வைத்தார். இந்தியக் கல்வி முறையில் இருந்துதான் இதற்கான உந்துதலைப் பெற்றிருக்க வேண்டும்)[14] அது அனைவருக்குமான கல்வியைப் வெகுவாகப் பரவலாக்கியது. அந்தப் பள்ளிகளில் படித்தவர்களின் எண்ணிக்கை 1792ல் 40,000 ஆகவும் 1818ல் 6,74,833 ஆகவும் 1851ல் 21,44,377 ஆகவும் உயர்ந்தது. 1801ல் அரசு மற்றும் தனியார் பள்ளிகளின் எண்ணிக்கை 3,363 ஆக இருந்தது. 1851 வாக்கில் அது 46,114 ஆக அதிகரித்தது.[15]

ஆரம்பக்கட்டத்தில் 'ஆசிரியர்கள் திறமையற்றவர்களாகவே இருந்தனர். அறிவு குறைந்தவர்களாக மட்டுமல்லாமல் குடிகாரர் களாகவும் இருந்தனர்' என்று லங்காஸ்டர் தெரிவித்திருக்கிறார்.[16] 'பள்ளிக்கு மாணவர்கள் ஒழுங்காக வருவதில்லை. அதை விட்டுவிட்டு மிகவும் பெருந்தன்மையாகக் கணக்கிட்டுப் பார்த்தாலும் 1835—ல் சராசரி பள்ளிப்பருவம் என்பது ஒரு வருடமாக மட்டுமே இருந்தது. 1851ல் அது இரண்டு வருடங்களாக ஆனது' என்று டோப்ஸ் தெரிவித்திருக்கிறார்.[17]

18ம் நூற்றாண்டில் ஆங்கிலேயப் பொதுக் கல்வி நிலையங்கள் பெரும் வீழ்ச்சியை அடைந்தன. 1797ல் ஷ்ரூஸ்பரியில் இருந்த புகழ் பெற்ற பள்ளியில் 'மூன்று நான்கு மாணவர்களுக்கு மேல்' இல்லை. மறு சீரமைப்புக்குப் பிறகு அடுத்த வருடத்தில் சுமார் 20 மாணவர்கள் அங்கு சேர்ந்தனர்![18] ஈடன் (Eton) போன்ற பள்ளிகளில் எழுத்துப் பயிற்சி, கணிதம் (ஏராளமான ஆங்கில, லத்தீன் நூல்கள்) கற்றுத் தரப்பட்டன. ஐந்தாம் ஃபார்ம் மாணவர்கள் புராதன புவியியல் அல்லது அல்ஜீப்ரா போன்றவற்றைப் படித்தனர். அந்தப் பள்ளியில் அதிக காலம் படித்தவர்கள் யூக்ளிட் கணிதம் பற்றியும் படித்தனர்.[19] எனினும் 1851 வரையிலும் கணிதம் முக்கிய பாடமாக இருந்திருக்க வில்லை. கற்றுக் கொடுத்தவர்களும் அப்படியொன்றும் தேர்ந்த அறிவு பெற்றவர்களாக மதிக்கப்பட்டிருக்கவில்லை.[20]

தொடக்கக் கல்வி 1800 வரையிலும்கூட மக்களிடையே பரவலாகி யிருக்கவில்லை. இந்தியாவின் தட்சசீலம், நாலந்தா அல்லது நவத்வீப் பல்கலைக்கழகங்களைப் போலவே பிரிட்டனுக்கு ஆக்ஸ்ஃபோர்டு, கேம்பிரிட்ஜ் மற்றும் எடின்பர்க் பல்கலைக் கழகங்கள் முக்கிய மானதாக இருந்திருக்கக்கூடும்.[21] ஏனெனில் 1773க்குப் பிறகு இந்தியாவுக்கு வந்த பயணிகள், அறிஞர்கள், நீதிபதிகள் போன்றோர் இந்த மூன்று பல்கலைக்கழகங்களில் ஏதாவது ஒன்றில் படித்தவர் களாகவே இருந்தனர்.[22]

1800 வாக்கில் இந்தப் பல்கலைக்கழகங்கங்களில் கற்றுத் தரப்பட்ட பாடங்கள், படித்தவர்களின் எண்ணிக்கை பற்றி இங்கு குறிப்பிடுவது பயனுள்ளதாக இருக்கும் என்று கருதுகிறேன். ஆக்ஸ்ஃபோர்டு பற்றிச் சொல்கிறேன். இதே காலகட்டத்து கேம்பிரிட்ஜ், எடின்பர்க் பல்கலைக்கழகங்களுக்கும் இது ஓரளவுக்குப் பொருந்தும் என்றே நம்பலாம்.

ஆக்ஸ்ஃபோர்டு பல்கலைக்கழகத்தின் (இங்கிலாந்தின் ரோமுட னான உரசலுக்குப் பிறகான) கால வரிசையிலான வளர்ச்சியை 1546லிருந்து அங்கு ஆரம்பிக்கப்பட்ட பேராசிரியத்துறைகளில் (பாடப் பிரிவுகளில்) இருந்து தெரிந்துகொள்ளலாம்:[23]

1546	மன்னர் எட்டாம் ஹென்றியால் அமல்படுத்தப்பட்ட ஐந்து பேராசிரியர் பதவிகள் 1. இறையியல் 2. குடிமையியல் சட்டம் 3. மருத்துவம். 4. ஹீப்ரு மொழி 5. கிரேக்க மொழி
1619	வடிவ கணிதம் (ஜியாமெட்ரி), வானவியல்
1621	இயற்பியல், ஒழுக்கவியல் (1707-1829 வரையான காலகட்டத்தில் நிறுத்திவைக்கப்பட்டது)
1622	புராதன வரலாறு (ஹீப்ரூ, ஐரோப்பா பற்றிய வரலாறு)
1624	இலக்கணம், சொல்லாட்சிக் கலை, தத்துவம் (1839ல் இருந்து தர்க்கவியல் அந்த இடத்தைப் பிடித்தது)
1624	உடலியல்
1626	இசை
1636	அரபு மொழி
1669	தாவரவியல்
1708	கவிதை

1724	நவீன வரலாறு மற்றும் நவீன மொழிகள்
1749	கள ஆய்வுத் தத்துவம்
1758	பொதுச் சட்டம்
1780	மருத்துவக் கல்வி
1795	ஆங்கிலோ சாக்ஸன் (மொழி, இலக்கியம் போன்றவை)
1803	வேதியியல்

19ம் நூற்றாண்டு ஆரம்ப வாக்கில் ஆக்ஸ்ஃபோர்டு பல்கலையில் 19 கல்லூரிகளும் ஐந்து சுய அதிகாரம் பெற்ற துணைக் கல்வி மையங்களும் (Permenant private halls) இருந்தன. 500 ஃபெல்லோக்கள் இருந்தனர். அதில் சிலர் அந்தக் கல்லூரிகளில் ஆசிரியர்களாக இருந்தனர். அதோடு 1800-ல் 19 பேராசிரியர்களும் இருந்தனர். 1854-ல் இந்த எண்ணிக்கை 25 ஆக உயர்ந்தது.

19ம் நூற்றாண்டின் தொடக்கத்தில் இறையியல், செவ்வியல் பாடங்களே பிரதானமாக இருந்தன. செவ்வியல் பாடப்பிரிவுத் தேர்வின் பெயர் லிட்டரே ஹ்யூமானியோரஸ். கிரேக்கம், லத்தீன் மொழிகளும் இலக்கியங்களும், ஒழுக்கவியல் தத்துவம், சொல்லாட்சிக் கலை, தர்க்கம், கணிதவியல்கள் மற்றும் இயற்பியல் ஆகியவை இதில் இடம்பெற்றன. சட்டம், மருத்துவம், பூகோளவியல் குறித்த விரிவுரைகளும் வழங்கப்பட்டன.

1805க்குப் பிறகு பல்கலைக்கழகத்தில் படிக்கும் மாணவர்களின் எண்ணிக்கை அதிகரித்தது. 19ம் நூற்றாண்டின் தொடக்கத்தில் 760 ஆக இருந்த மாணவர் எண்ணிக்கை 1820-24ல் 1300 ஆக அதிகரித்தது. நன்கொடைகள் குறிப்பாக நிலமாகக் கிடைத்தன. அவற்றில் இருந்து கிடைத்த வருமானம் மற்றும் மாணவர்களிடமிருந்து கிடைத்த கட்டணம் ஆகியவற்றின்மூலம் ஆக்ஸ்ஃபோர்டு பல்கலையின் பொருளாதாரத் தேவைகள் பூர்த்திசெய்யப்பட்டன. ஒவ்வொரு கல்லூரிக்கும் வருவாய் மூல ஆதாரங்கள் வெவ்வேறாக இருந்தன. உடைகள், போக்குவரத்துச் செலவுகள் உட்பட எல்லாச் செலவுகளையும் கணக்கில் கொண்டு பார்த்தால், 1850 வாக்கில் ஒரு பெற்றோர் தன் மகனை இந்தப் பல்கலைக்கழகத்தில் நான்காண்டு படிக்கவைக்க (விடுமுறைக் காலத்துக்கும் சேர்த்து) 600-800 பவுண்ட்கள் செலவிட வேண்டியிருந்தது.[24]

பிரிட்டிஷார் மட்டுமல்லாமல் டச்சுக்காரர்கள், போர்ச்சுக்கீசியர்கள், ஃபிரெஞ்சுக்காரர்கள் ஆகியோர் நேரடியாகவோ 16-17

நூற்றாண்டுகளில் நிறுவிய பல்வேறு கிழக்கிந்திய கம்பெனிகள் மூலமாகவோ இந்தியப் பெருங்கடல் பகுதியில் தமது சாம்ராஜ்ஜியத்தை விரிவாக்குதல், தொழிற்சாலைகளை அமைத்தல்,

கோட்டைகள் கட்டுதல் என மும்மரமாக இருந்தனர். அங்கு அவர்களால் முடிந்த இடங்களை எல்லாம் ஆக்கிரமிக்கவும் செய்தனர். அதே நேரத்தில் தங்கள் பங்காக ஐரோப்பிய அறிஞர்கள் அந்தப் பகுதிகளில் நிலவும் நாகரிகங்கள் பற்றித் தெரிந்துகொள்ள முயற்சி எடுத்தனர். அவர்களில் முக்கியமானவர்கள் சில கிறிஸ்தவ மடாலய அமைப்புகளை, குறிப்பாக மிகவும் பிரசித்திபெற்ற ஜேஸுயிட் ஏசுசபை அமைப்பைச் சேர்ந்தவர்களாவர். அறிவியல், சமூகப் பழக்கவழக்கங்கள், தத்துவங்கள், மதங்கள் ஆகிய துறைகளில் அவர்கள் ஆர்வம் கொண்டிருந்தனர். வேறு சிலருடைய ஆர்வங்கள் அரசியல், வரலாறு, பொருளாதாரம் சார்ந்ததாக இருந்தன. பெரும்பாலானவர்கள் தமது சாகச அனுபவங்களையும் 'அபாரமான' 'அற்புதமான' கீழைத்தேய நாட்டில் நடந்த சிற்சில துரதிஷ்டங்களையும் எழுதிவைத்திருக்கின்றனர். ஐரோப்பிய மேட்டுக்குடியின் பரந்துபட்ட ஆர்வத்தின் காரணமாக ஒன்றுக்கு மேற்பட்ட ஐரோப்பிய மொழிகளில் இவை அச்சிடப்பட்டன. மதம் சார்ந்த அல்லது மிகவும் அறிவார்ந்த குறிப்புகளும் விவாதங்களும் கையெழுத்தாகவே பல தடவை பிரதி எடுத்துக்கொள்ளப்பட்டன.[25]

2

18ம் நூற்றாண்டு மத்திம காலத்தில் ஆரம்பித்து இப்படியாகச் சேகரமான ஆவணங்கள் இந்தியாவிலும் தென்கிழக்கு ஆசியாவிலும் தொடர்ச்சியான அறிவார்ந்த விவாதங்களையும் ஆர்வத்தையும் ஏற்படுத்தின. அரசியல், சட்டம், தத்துவங்கள், விஞ்ஞானங்கள், முக்கியமாக இந்திய ஜோதிடம் தொடர்பாக மிகுந்த ஆர்வம் ஏற்பட்டது. ஐரோப்பியர்களிடையே (குறிப்பாக வால்டேர், அபே ரேய்னல், மூான் சலிவன் பெய்லி ஆகியோரிடையே) ஏற்பட்ட இந்த ஆர்வம் பிரிட்டனிலும் தாக்கத்தை ஏற்படுத்தியது. எடின்பர்க் பல்கலைக்கழகத்துடன் தொடர்பில் இருந்த ஆடம் ஃபெர்கூசன், வில்லியம் ராபர்ட்ஸன், ஜான் ப்ளேஃபெயர்[26], ஏ.மக்கனோக்கி ஆகியோரிடையே ஆர்வத்தை ஏற்படுத்தியது. 1775ல் ஆடம் ஃபெர்கூசன் தனது முன்னாள் மாணவர் ஜான் மேக்பெர்ஸனிடம் (1784-85

காலகட்டத்தில் வங்காளத்தின் கவர்னர் ஜெனரல்) ஒரு விஷயம் சொன்னார்:

‘இந்தியாவில் அரச நிர்வாகம், கொள்கை அமலாக்கம் தொடர்பாக அனைத்துவகையான தகவல்களையும் விரிவாக சேகரிக்கவும். ‘விரிவாக’ என்று நான் சொல்வது உனக்குப் புரியும் என்று நினைக்கிறேன். ஏதேனும் ஒரு நகரத்தையும் அதன் மாவட்டத்தையும் எடுத்துக்கொள். அதன் பரப்பளவு, மக்கள்தொகை இவற்றைச் சேகரி. அந்த மக்கள் தொகையின் பல்வேறு வர்க்கங்கள், அவர்களுடைய தொழில்கள், வருவாய்க்கான ஆதாரங்கள், வாழ்க்கை முறை இவற்றைப் பற்றிய தகவல்களைச் சேகரி. ஒவ்வொரு பிரிவுகளுக்கிடையிலான உறவு, பரஸ்பரம் ஒருவரை ஒருவர் எந்தவகையில் சார்ந்திருக்கிறார்கள், தொழிலாளரிடமிருந்து அரசு அல்லது கீழ்மட்ட அதிகாரிகள் என்னவிதமான பங்களிப்புகளைப் பெறுகிறார்கள், எப்படிப் பெறுகிறார்கள் - இதையெல்லாம் சேகரிக்கவும். என்னைவிட அதிகம் உனக்குத் தெரிந்திருக்கக்கூடிய விஷயங்கள் பற்றி நான் விரிவாகப் பேசுவதற்கு என்னை மன்னிக்கவும். இந்தியாவில் இருந்து ஒளியைக் (அதாவது அதன் பொருளாதார மூலங்கள் போன்றவை பற்றிய தகவல்களைக்) கொண்டுவர முடிந்த ஒருவனுக்கு, அந்த ஒளியைப் பலரைப் பின்பற்றச் செய்யவேண்டிய ஒருவனுக்கு இதற்கு மேலும் நான் எதுவும் சொல்ல விரும்ப வில்லை. என் கடிதத்தை இதனுடன் முடித்துக்கொள்கிறேன்.’ [27]

‘நமது பேரரசர், கங்கைக் கரையின் (புதிய) அதிபர் இந்துக்களின் பழம்பெரும் படைப்புகளைச் சேகரிக்கவும் மொழிபெயர்க்கவும் தேவையானதைச் செய்து தருவார்’ என்று ஏ.மெக்கனோகி குறிப்பிட்டிருக்கிறார் (முதலில் 1783-ல்[28] அதன் பிறகு 1788-ல்). அவருடைய எண்ணம் என்னவென்றால், இந்திய அறிவை ஐரோப்பாவுக்குக் கொண்டுசென்றால் வானசாஸ்திரம், பழங்காலக் கலைகள் மற்றும் அவற்றுடன் பிணைந்திருக்கும் அறிவியல்கள் அனைத்தும் பெருமளவில் முன்னேறியதாகவே இருக்கும். ‘பழங்கால இந்துக்களின் மதம், அரசமைப்பு போன்றவையும் எந்தவகையிலும் அவர்களுடைய அறிவியல் அறிவுக்குக் குறைந்தவை அல்ல. வரலாறு, கவிதைகள், பாரம்பரியங்கள், ஹிந்து நீதிக்கதைகள் எல்லாம் பழங்கால உலகம் குறித்த சித்திரத்தை நமக்குக் காட்டக்கூடும். மோசஸ் எந்த மக்களிடமிருந்து கல்வியைப் பெற்றாரோ கிரேக்கர்கள் யாரிடமிருந்து தமது மதத்தையும் கலைகளையும் பெற்றார்களோ அந்தப் பழங்கால உலகின் சமூக

அமைப்புகள் குறித்து நாம் தெரிந்துகொள்ளக்கூடும். பனாரஸ்தான் இந்தியக் கல்வியின் மையமாக இருந்தது. அங்குதான் அனைத்து அறிவியல்களும் கற்றுத் தரப்பட்டன. வானவியலின் மிகத் தொன்மையான படைப்புகள்கூட அங்கு உருக்குலையாமல் இருக்கின்றன.'[29]

அதேகாலகட்டத்தில், இந்தியாவில் லண்டனில் இருந்து வரும் உத்தரவை ஏற்று அரசு நடத்தவும் கொள்கைகளை அமல்படுத்தவும் நியமிக்கப்பட்டவர்களிடமிருந்தும் இதுபோன்ற சிந்தனையும் அதற்கு இசைவான செயல்பாடுகளும் வெளிப்பட்டன. நடைமுறை மற்றும் உடனடித் தேவையாக இருந்த ஆட்சி நிர்வாகக் காரணங்களுக்காக (ஆடம் ஃபெர்கூஸனைப் பின்பற்றி) இந்து, முஸ்லிம் சட்டங்கள், சொத்து தொடர்பான உரிமைகள், பல்வேறு பகுதிகளின் வருவாய் வாய்ப்புகள் தொடர்பான விவரங்கள் தொகுத்து எழுதப்பட்டன. இதற்காக பிரிட்டிஷார் சிலர் சமஸ்கிருதம், பாரசீக மொழிகளைக் கற்றனர். எது பிரிட்டிஷாரின் நலனுக்குப் பெரிதும் உதவும் என்பதைத் தேர்ந்தெடுக்கவும் வேண்டாததைத் தவிர்க்கவும் இந்த மொழிகளைக் கற்றுக்கொள்வது அவசியம் என நினைத்தனர். இந்த முயற்சியில் சிலருக்கு சமஸ்கிருதத்திலும் இந்திய இலக்கியங்களிலும், அதனளவிலேயோ மெக்கனோகி சொன்னது போன்ற காரணங் களுக்காகவோ ஈடுபாடு உருவானது. சென்னையில் இருந்த சார்ல்ஸ் வில்கின்ஸ், வில்லியம் ஜோன்ஸ், எஃப்.டபிள்யூ எல்லிஸ் ஆகியோரும் லெப்டினண்ட் வில்ஃபோர்டும் (வாரனாசியில் மிக அருமையான ஆய்வுகள் செய்தவர்) இந்த வகையில் மிகவும் முக்கியமானவர்கள்.

1770களில் இந்திய அறிவு, கல்விமையங்கள் தொடர்பாக மூன்று அணுகுமுறைகள் பிரிட்டிஷாரின் பிடியில் இருந்த இந்தியப் பகுதிகளில் நடைமுறைப்படுத்தப்பட்டன. இவை மேற்பார்வைக்கு வெவ்வேறானவைபோல் தோன்றக்கூடும். ஆனால், அடிப்படையில் ஒன்றை ஒன்று வலுப்படுத்தக்கூடியவையே.

முதல் அணுகுமுறை பிரிட்டிஷாரின் அதிகாரப் பெருக்கம், நிர்வாகத் தேவைகள் ஆகியவற்றின் மூலமாக உருவானது (ஆடம் ஃபெர்கூஸன் போன்றோர் பரிந்துரைத்திருந்தவற்றுக்கும் கூடுதலாகத் தேவைப்பட்டன). அந்தச் செயல்பாடுகளுக்கு ஒருவித நியாயத்தை வழங்கவும் பிரிட்டிஷ் அரசு உருவாக்கிய வழிமுறைகள், சட்டங்கள், புதிய கருத்தாக்கங்கள் ஆகியவற்றுக்கு முந்தைய இந்திய அமைப்புகளின் சாயலைக் கொடுக்கவும்

(எவ்வளவுதான் சிரமம் என்றாலும்) வேண்டியிருந்தது. இந்தத் தேவையே பிரிட்டிஷ்-இந்தியவியல் என்ற துறைக்குக் காரணமாக அமைந்தது.

இரண்டாவது அணுகுமுறை எடின்பர்க் அறிவொளி இயக்கத்தின் (1750களில் ஆரம்பித்தது) பயனாக உருவானது. மக்கனாக்கி போன்றோர் அதைப் பிரதிநிதித்துவப்படுத்தினர். அவர்களுக்கு ஒரு பயம் இருந்தது. வரலாற்று அனுபவம் (அமெரிக்காவின் பூர்வ குடி நாகரிகங்கள் அடியோடு அழிக்கப்பட்ட நிகழ்வு), தத்துவார்த்த அவதானிப்பு மற்றும் வெளிப்பாடுகள் இவற்றின் மூலம் ஓர் உண்மை அவர்களுக்குத் தெரியவந்திருந்தது: ஒரு நாகரிகத்தை ஆக்கிரமித்துத் தோற்கடிப்பது என்பது அந்த நாகரிகத்தைச் சிதைத்துவிடுவதோடு அந்த நாகரித்தின் அனைத்து அரிய அறிவுச் சேகரிப்புகளையும் ஒரேயடியாக இல்லாமல் ஆக்கிவிடுகிறது. எனவே, ஒரு சமூகத்தின் யதார்த்தமான நிலைமை என்ன என்பதை அப்படியே ஆவணப்படுத்தவேண்டும்; வாரனாசி போன்ற கல்வியில் சிறந்த பகுதிகளில் இருந்து எதையெல்லாம் எடுத்துக்கொள்ளமுடியும் என்பதைப் பார்க்கவேண்டும் என்று சொன்னார்கள்.

மூன்றாவது அணுகுமுறை, கிரேட் பிரிட்டனில்கூட அப்போதுதான் நடைமுறைப்படுத்தப்பட்டுக் கொண்டிருந்த ஒன்றின் வெளிப்பாடு: மக்களை நிறுவனமயப்படுத்தி, எளிய, சட்டத்துக்குட்பட்ட கிறிஸ்தவ சமுதாயத்தை உருவாக்குதல். அதற்கு ஓரளவுக்கு எழுத்தறிவும் கல்வி கற்பித்தலும் அவசியம். அதே நோக்கத்தை இந்தியாவிலும் நிறைவேற்றவும் கிறிஸ்தவ 'ஒளி'யையும் 'ஞான'த்தை யும் மக்களுக்கு வழங்கவும் பல்வேறு இந்திய மொழிகளின் இலக்கணத்தை உடனடியாக உருவாக்க வேண்டியிருந்தது. வில்லியம் வில்பர்ஃபோர்ஸைப் பொறுத்தமட்டில் 'புனித வேதாகமங்கள் உள்ளூர் மொழிகளில் உலா வரவேண்டும்', கிறிஸ்தவம் மக்களிடையே பரவவேண்டும். 'இந்தியர்கள் அவர்களுக்குத் தெரியாமலேயே கிறிஸ்தவர்களாக மாறிவிடவேண்டும்.'[30]

இந்த முயற்சிகள் அனைத்தும் ஒன்று சேர்ந்து பிரிட்டிஷ் ஆதரவுடன் சமஸ்கிருத, பாரசீகக் கல்லூரிகள் உருவாகவும் காரணமாக அமைந்தன. பிரிட்டிஷ் நிர்வாகத்துக்கு உகந்த இந்தியப் படைப்புகள் வெளியிடப்பட்டன. இந்தக் காலகட்டத்துக்குப் பிறகு கிறிஸ்தவ மிஷனரிகளும் பள்ளிகள் திறக்க ஆரம்பித்தனர். அவர்கள் செயல்பட்ட இந்தியப் பகுதிகளில் இருந்துவந்த பாரம்பரிய

இந்தியக் கல்வி பற்றி எழுதினர். எனினும் இந்திய மக்கள், அவர்களுடைய அறிவு, கல்வி அல்லது கல்வியின்மை இவை சார்ந்ததாக பிரிட்டிஷாரின் நோக்கம் இருந்திருக்கவில்லை. பழம்பெரும் படைப்புகளில் பிரிட்டிஷாரின் நலனுக்கு எவை உகந்தவையாக இருந்தனவோ அவையே எழுதப்பட்டன: அதாவது, இந்தியர்கள் எதைத் தெரிந்துகொள்ள வேண்டுமென்று பிரிட்டிஷார் விரும்பினார்களோ அவற்றையும் பிரிட்டிஷாரின் புதிய கோணத்திலான விளக்கங்களையும் மட்டுமே வெளியிட்டனர். அவர்களுடைய இன்னொரு எதிர்பார்ப்பு மத மாற்றத்துக்குத் தயாராக இருக்கும் நபர்களை அதாவது, பிரிட்டிஷாரின் வார்த்தையில் சொல்வதானால், கிறிஸ்தவ ஒளியைப் பெறுவதற்கும் ஒழுக்கத்தில் மேம்பாடு அடைவதற்கும் தயாராக இருக்கும் நபர்களை கிறிஸ்தவர்களாக ஆக்குவதுதான். 1813 வரையிலும் பிரிட்டிஷாரில் வெகுசிலருக்கே இந்த எண்ணம் இருந்தது. அரசியல் நோக்கங்களை நிறைவேற்றவும் ஆள்பவர்களுக்கும் ஆளப்படுபவர்களுக்கும் இடையில் நம்பிக்கை மற்றும் தோற்றம் சார்ந்து ஒருவித ஒத்திசைவை உருவாக்கவும் இந்த மதமாற்றம் உதவும் என்று எதிர்பார்க்கப்பட்டது.

எனினும், பிரிட்டிஷாரின் பிரதான நோக்கம் ஆரம்பத்திலிருந்தே வருவாயை அதிகரிப்பதாகவும் அரசுக்கு எந்த வரியும் தராமல் இருக்கும் வருவாய்க்கான புதிய வாய்ப்புகளைக் கண்டிபிடித்து அவற்றுக்கு வரிவிதிப்பதாகவும்தான் இருந்தது.

3

1813—ல் ஹவுஸ் ஆஃப் காமன்ஸில் நடைபெற்ற நீண்ட விவாதங்களின் பலனாக இந்திய பாரம்பரியக் கல்வியின் வீச்சு, இயல்பு (மற்றும் அன்றைய நிலை) குறித்து விரிவான தகவல்களைச் சேகரிக்க முடிவெடுக்கப்பட்டது. இந்தியாவில் ‘மத, ஒழுக்கம் சார்ந்த மேம்பாட்டைக்’ கொண்டுவரவேண்டும் என்பதிலேயே இந்த விவாதங்கள் கவனத்தைக் குவித்திருந்தன.[31] எந்தவொரு கொள்கையும் வகுக்கப்படுவதற்கு முன்பாக ஏற்கெனவே இருப்பதைப்பற்றித் தெரிந்துகொள்வது அவசியமாக இருந்தது. ஆனால், இந்த ஆய்வுகளின் தரமும் வீச்சும் ஒவ்வொரு பிரஸிடென்ஸிக்கும் மாறுபட்டது. மாவட்டத்துக்கு மாவட்டம்கூட வேறுபட்டது. இப்படியான எந்தவிதத் தகவல்களைச் சேகரிக்கும்போதும், அதுவும் அப்படித் தகவல்களைச் சேகரிப்பதே

முற்றிலும் புதிய செயல்பாடாக இருக்கும்போது, இப்படி வேறுபடுவது இயல்புதான்.

அந்தத் தகவல்கள் அச்சிடப்பட்டவையாக இருந்தாலும் 'மதராஸ் பிரஸிடென்ஸி பாரம்பரியக் கல்வி ஆய்வு'போல் அரசாங்கக் காப்பகத்தில் கையெழுத்துப் பிரதிகளாக இருந்தாலும் அவற்றில் பெரும்பாலானவை 1820கள் 1830களைச் சார்ந்தவையே. ஜி.டபிள்யூ லெய்ட்னர் மேற்கொண்ட அதிகாரபூர்வமற்ற ஆய்வுகள் 1882ல் பஞ்சா பில் இருந்த கல்வியானது 1850க்கு முன்பாக இருந்த கல்வியில் இருந்து எப்படி மாறுபட்டிருந்தது என்று ஒப்பிட்டு ஆராய்வதாக இருந்தன.

அந்த ஆய்வுகளின் முக்கிய அம்சங்கள் என்ன, எவ்வாறு ஆய்வு செய்யப்பட்டிருக்கிறது என்பதைப் பற்றியெல்லாம் விரிவாகப் பார்ப்பதற்கு முன்பாக சில அடிப்படை அம்சங்கள் பற்றிப் பார்ப்போம்.

இந்த ஆய்வுகள் பற்றி முதலில் சொல்ல வேண்டிய விஷயம் அதன் எண்ணிக்கை பற்றியது. மேலும் இந்த ஆய்வுகள் இன்று பள்ளி என்று எதை நாம் சொல்கிறோமோ அது தொடர்பானது மட்டுமே. இது இந்தியப் பாரம்பரியக் கல்வி தொடர்பான தவறான மனப்பதிவை ஏற்படுத்திவிடக்கூடும்.

இந்தியப் பாரம்பரியக் கல்வியானது பாடசாலைகள், மதரஸாக்கள், குருகுலங்கள் போன்றவற்றின் மூலமாகவே தரப்பட்டுள்ளது. ண்இந்த அமைப்புகளுக்கான நிதி ஆதாரமானது கல்வியறிவற்ற விவசாயிகள் உட்பட சமூகத்தின் அனைத்துத் தரப்பினரின் பங்களிப்பின் முலம் கிடைத்தது. கல்வி என்பது சமஸ்கிருதத்தில் சிக்ஷா (உள்ளொளி, நற்குணம், மெய்ஞானம் போன்ற கருத்தாக்கங்களை உள்ளடக்கியது) என்றழைக்கப்பட்டது. இந்தக் கல்வி அமைப்புகளே பாரம்பரிய சமூகங்களின் கலாசார மரத்துக்கு நீர் வார்க்கும் வாய்க்கால்களாகச் செயல்பட்டன. எனவே, பள்ளி என்று இன்று நாம் சொல்லும் நவீன அமைப்பு அன்றைய பாரம்பரியக் கல்வி அமைப்பின் பலவீனமான பிரதிநிதியே.

எனவே, பிரிட்டிஷ் ஆவணங்களில் இடம்பெற்றிருக்கும் கல்வி அமைப்பு தொடர்பான எண்ணிக்கையைக் கொஞ்சம் கவனத் துடனே எடுத்துக்கொள்ளவேண்டும். இங்கிலாந்தில் பள்ளிகளின் எண்ணிக்கை அதிகரித்தது நல்ல விஷயம்தான் என்று உறுதியாகச் சொல்லிவிடமுடியாது. ஏனென்றால், அது தொழிற்சாலைப் பள்ளிகளே. அதேநேரம் இந்தியப் பாரம்பரியக் கல்விமையங்களின்

சிதைவு என்பது கூடுதல் அக்கறையுடனும் வேதனையுடனும் கணக்கில் கொள்ளப்படவேண்டிய விஷயம். ஏனென்றால், தரமான கல்விக்கு மாற்றாக பலவீனமான கல்வி நிறுவனங்களின் பெருக்கத்தை அது காட்டுகிறது. எனவே, இந்தத் தகவல்களை நாம் ஆராய்வதற்கு முன்பாக இந்த விஷயத்தை மனதில்கொள்ள வேண்டும். அதற்கு முன்பாக முக்கிய அம்சங்கள் முதலில்.

கல்வி தொடர்பான ஆய்வுகளில் மிகவும் புகழ் பெற்றதும் அதிக சர்ச்சைக்குள்ளானதுமான கருத்து வில்லியம் ஆடம்மினால் சொல்லப்பட்டதுதான். அவர் தன்னுடைய முதல் அறிக்கையில் 1830களில் வங்காளம் மற்றும் பிகார் பகுதிகளில் சுமார் ஒரு லட்சம் பள்ளிகள் இருந்ததாகத் தெரிவித்திருக்கிறார்.[32] இந்தக் கூற்றானது பல்வேறு இந்தியப் பகுதிகளை நெருக்கமாகவும் நீண்ட காலமாகவும் தெரிந்துவைத்திருந்த பிரிட்டிஷ் அதிகாரிகளின் மனப்பதிவுகளில் இருந்து சொல்லப்பட்டிருக்கிறது. இந்தக் கருத்துக்கு எந்த ஆவண ஆதாரமும் இல்லை. தாமஸ் மன்ரோ போன்றவர்கள் இதுபோன்ற கருத்தை முன்பே தெரிவித்திருக்கிறார்கள். அதாவது, மதராஸ் பிரஸிடென்ஸியில் 'ஒவ்வொரு கிராமத்திலும் ஒரு பள்ளி இருந்தது'[33] என்று கூறியிருக்கிறார். '1820களில் விரிவாக்கப்பட்ட பாம்பே பிரஸிடென்ஸியில் சிறிய கிராமமானாலும் பெரிய கிராம மானாலும் ஒரு கிராமத்துக்குக் குறைந்தது ஒரு பள்ளியாவது இருக்கிறது. பெரிய கிராமங்களில் ஒன்றுக்கு மேற்பட்ட பள்ளிகள் இருக்கின்றன'[34] என்று ஜி.எல். பிரெண்டெர்கஸ்ட் போன்ற மூத்த அதிகாரிகள் தெரிவித்திருக்கிறார்கள். 1882ல் டாக்டர் ஜி.டபிள்யூ லெய்ட்னரின் கூற்றுப்படி 1850வாக்கில் பஞ்சாப் பகுதிகளில் பள்ளிகளின் எண்ணிக்கை இதற்கு இணையாக இருந்ததாகவே குறிப்பிட்டிருக்கிறது.

இந்தக் கூற்றுகள், அவை சொல்லப்பட்ட காலத்தில் இருந்தே, வெவ்வேறு வகையிலேயே எடுத்துக்கொள்ளப்பட்டிருக்கின்றன. சிலரால் அது வேதம்போல் எடுத்துக்கொள்ளப்பட்டிருக்கிறது. சிலரால் அது ஆதாரமற்ற பொய்யுரையாகக் கருதப்பட்டிருக்கிறது. இயல்பாகவே, முதல் வகைப் பார்வையானது வளர்ந்து வந்த இந்திய தேசியவாதத்தின் அங்கமாகத் திகழ்ந்தது. 19ம் நூற்றாண்டின் பிந்தைய மற்றும் 20ம் நூற்றாண்டின் முந்தைய காலகட்டத்தைச் சேர்ந்த முக்கிய இந்தியர்கள், புகழ் வாய்ந்த ஆங்கிலேயர்களான கெர் ஹார்டி, அறிஞர்கள் மாக்ஸ்முல்லர் போன்றவர்கள் இந்தக் கருத்தை முன்வைத்தனர். இரண்டாவது வகைப் பார்வையைக் கொண்டவர்கள் ஏதோ ஒருவகையில் பிரிட்டிஷ் இந்திய ஆட்சி நிர்வாகத்தோடு தொடர்புடையவர்களாகவே இருந்தனர். அல்லது

சமூக வளர்ச்சி தொடர்பான சில கருத்தாக்கங்களோடு கொண்டிருக்கும் நெருக்கம் காரணமாக இந்தத் தகவல்கள் எல்லாம் பொய் என்று சொல்லியாக வேண்டிய நிர்பந்தத்தில் இருந்தனர். அதிலும் குறிப்பாக, 1860க்குப் பிறகு இந்தியாவில் பிரிட்டிஷ் ஆட்சிப் பணியில் நீண்ட காலம் இருந்தவர்கள் பிரிட்டிஷ் ஆட்சியை நியாயப்படுத்தவேண்டிய கட்டாயத்தில் இருந்தனர். குறிப்பாக, அதன் தொடக்க காலக் கொள்கைகளை நியாயப்படுத்தியே ஆக வேண்டிய கட்டாயம் இருந்தது. எனவே, 'இந்திய பாரம்பரியக் கல்வியை பிரிட்டிஷ் கொள்கைகள் அழித்தன' என்ற கருத்தை முன்வைக்கும் தரவுகளை அவர்கள் முற்றாக நிராகரித்தனர்.

இந்தப் பிரச்னை குறித்து நிறையவே எழுதப்பட்டு விட்டிருக் கின்றன. ஆனால், அந்தக் கூற்றுகளையோ கணிப்பு களையோ அவை சொல்லப்பட்ட காலகட்டத்தையும் இடத்தையும் வைத்து மதிப்பிடப்பட்டிருக்கவே இல்லை. லெய்ட்னியரின் எழுத்துகளைத் தவிர எஞ்சிய பெரும்பாலான ஆய்வுகள் எல்லாமே 19ம் நூற்றாண்டின் ஆரம்பப் பத்தாண்டுகளைச் சேர்ந்தவையே. அதற்குப் பிந்தைய காலகட்டத்து பிரிட்டிஷ் நிர்வாகி ஒருவருக்கு முந்தைய அந்தத் தரவுகளை ஏற்க முடியதென்பதை ஒருவர் நிச்சயம் புரிந்துகொள்ள முடியும். ஏனென்றால், 1800களில் இங்கிலாந்தில் ஏழை மாணவர்களுக்கென்று சொற்ப பள்ளிகள் மட்டுமே இருந்தன. பெரும்பாலான நடுநிலைப் பள்ளிகள்கூட மிகவும் மோசமான நிலையிலேயே இருந்திருக்கின்றன. மேலும் இந்தியாவைப்பற்றி எழுதியவர்கள் (அவர்கள் கல்வியைப் பற்றி எழுதியிருந்தாலும் தொழில் துறை கைவினைத் தொழில்கள் பற்றியானாலும் பிரிட்டிஷ் தொழிலாளர்களோடு ஒப்பிட்டு இந்திய விவசாயத் தொழிலாளர் களின் கூலி பற்றி எழுதியிருந்தாலும்)[35] எல்லாரும் 18ம் நூற்றாண்டின் பிந்தைய மற்றும் 19ம் நூற்றாண்டின் முன்பகுதியைச் சேர்ந்தவர்களே. எனவே, இந்தியாவில் ஒவ்வொரு கிராமத்திலும் ஒரு பள்ளி இருந்தது என்று அவர்கள் எழுதியது வார்த்தைக்கு வார்த்தை அப்படியே உண்மையாக இருந்திரா விட்டாலும் பிரிட்டனுடைய நிலையை ஒப்பிட்டுப் பார்க்கும்போது அவர்களுக்கு அப்படித் தோன்றியிருக்கும். அவர்கள் இப்படி ஒப்பிட்டுத் தமது ஆய்வு முடிவுகளைச் சொல்லியிருக்கவில்லை என்றாலும் முற்றிலும் மாறு பட்ட அந்தச் சூழலே அப்படிச் சொல்ல வைத்திருக்கும் என்று ஒருவர் எடுத்துக்கொள்ளலாம்.

வெறும் மனப்பதிவுகளின் அடிப்படையில் அல்லாமல் விரிவான தரவுகளின் அடிப்படையில் சொல்லப்பட்டிருக்கும் இந்த ஆய்வுகள் எல்லாமே பல உண்மைகளைத் தெரிவிக்கின்றன. இந்தியப்

பாரம்பரியக் கல்வியின் இயல்பு, அதில் கற்றுத் தரப்பட்ட பாடங்கள், கல்விப் பருவம், நிறுவனமயப்பட்ட கல்வியைப் பெற்றவர்களின் எண்ணிக்கை, மிக முக்கியமாக அந்தக் கல்வியைப் பெற்றவர்களின் சமூகப் பின்புலம் எனப் பல அரிய உண்மைகளை அவை தெரிவிக்கின்றன.

ஒவ்வொரு கிராமத்திலும் ஒரு பள்ளி என்ற சித்திரம் மிகவும் அபாரமானது. அது மிகப் பெரும் அளவில் அனைவரது கவனத்தையும் கவர்ந்தது. கூடவே பிற அனைத்து முக்கிய தகவல்களையும் அது இருட்டடிப்பும் செய்துவிட்டது. மிகவும் விரிவாக ஆராய்ந்து சொல்லப்பட்ட பிற கருத்துகள் உரிய கவனத்தைப் பெறாமலேயே போய்விட்டன. மிகவும் இயல்பான அதேநேரம் துரதிஷ்டவசமான நிலை இது. ஏனென்றால், பிற கருத்துகள் இந்தியச் சமுதாயம் குறித்த மிக முக்கியமான சித்திரத்தைத் தருகின்றன. இந்தத் தரவுகளை விரிவாக ஆராய்ந்து பார்த்துப் புரிந்துகொண்டு மேலும் தேவையான சில ஆய்வுகளை மேற்கொண்டால் 'லட்சம் பள்ளிகள்' என்ற புதிர்கூட அவிழ வாய்ப்பு உண்டு.[36]

இந்தத் தரவுகளின் அடிப்படையில் பார்த்தால், 1800களில் இந்தியாவில் கல்வி கற்றவர்களின் எண்ணிக்கையும் கற்றுத் தரப்பட்ட பாடங்களும் பிரிட்டனில் அந்தக் காலகட்டத்தில் இருந்ததைவிட எந்தவகையிலும் குறைந்ததல்ல என்பது நன்கு புரியவரும். மேலும் பெரும்பாலான விஷயங்களில் இந்தியக் கல்வி பிரிட்டனைவிடப் பல மடங்கு மேலானதாக இருந்திருக்கிறது (இந்த ஆய்வுகள் நடத்தப்பட்டபோது இந்தியப் பாரம்பரியக் கல்வி அமைப்பானது பிரிட்டிஷாரின் தவறான கொள்கைகளால் வெகுவாக சிதைக்கப்பட்டுவிட்டிருந்தது. அந்த இந்தியாவைப் பற்றித்தான் இந்தத் தகவல்கள் பேசுகின்றன). பிரிட்டனில் அப்போது கற்றுத் தரப்பட்ட பாடங்களைவிட இந்தியாவில் கற்றுத் தரப்பட்ட பாடங்கள் உயர்வாக இருந்திருக்கின்றன. கல்வி கற்கும் கால அளவு பிரிட்டனைவிட வெகுவாக அதிகமாகவே இருந்திருக்கிறது. கற்றுக் கொடுக்கும் முறையும் மேலானதாக இருந்திருக்கிறது. இந்தியாவில் இருந்த வழிமுறையே இங்கிலாந்தில் அனைவருக்குமான கல்வியைக் கொண்டுவர வழிகாட்டியிருக்கிறது. ஆனால், அது இந்தியாவில் அதற்கு முன்பே பல நூற்றாண்டுகளாக இருந்திருக்கிறது.

பள்ளிக்கு வருபவர்களின் எண்ணிக்கை மிகவும் குறைந்த நிலையில் இருந்த 1822-25 காலகட்டத்தில்கூட மதராஸ் பிரஸிடென்ஸியில்

படித்தவர்களின் எண்ணிக்கையானது 1800களின் இங்கிலாந்து பள்ளிகளோடு ஒப்பிடும்போது பலமடங்கு அதிகமாகவே இருந்திருக்கிறது. இந்தியாவில் பள்ளிச் சூழல் மிகவும் இயல் பானதாகவும் நெருக்கடிகள் இல்லாததாகவும் இருந்திருக்கிறது.[37] இங்கிலாந்து ஆசிரியர்களைவிட இந்தியப் பள்ளிகளின் ஆசிரியர்கள் அர்ப்பண உணர்வும் பொறுப்பும் மிகுந்தவர்களாக இருந்திருக்கின்றனர். இந்தியப் பாரம்பரியக் கல்வி ஒரு விஷயத்தில் மட்டும் வெகுவாகப் பின்தங்கியிருந்தது. அது மிகவும் முக்கியமான அம்சமும்கூட. அதுதான் பெண்களுக்கான கல்வி. 1800களில் இங்கிலாந்தில் கல்வி கற்ற பெண் குழந்தைகளின் எண்ணிக்கை இந்தியாவில் கல்வி பெற்ற பெண் குழந்தைகளின் எண்ணிக்கையைவிட அதிகமாக இருந்திருக்கக்கூடும். பல பத்தாண்டுகளுக்குப் பிறகு நிச்சயமாக அப்படித்தான் ஆனது. கல்வி தொடர்பான ஆய்வுகள் எல்லாமே, 'இந்தியாவில் பெண் குழந்தைகளுக்கு வீடுகளில் கல்வி தரப்பட்டது; பள்ளிகளில் அவர்களுடைய எண்ணிக்கை குறைவாக இருப்பதற்கான காரணத்தை ஒருவர் இதிலிருந்து புரிந்துகொள்ளலாம்' என்றே சொல்லியிருக்கின்றன (எனினும் இந்தக் கூற்று எந்த அளவுக்கு நம்பகமானது என்பதை நிரூபிப்பது கடினமே).

மதராஸ் பிரஸிடென்ஸி மற்றும் பிகார் - வங்காளத்தின் தரவுகள் ஒரு மாபெரும் கண்டுபிடிப்பாகவே இருக்கின்றன. அந்தத் தரவுகள் ஆசிரியர்கள் மற்றும் மாணவர்களின் பின்புலத்தை விவரிக்கின்றன. கடந்த 100க்கும் மேற்பட்ட ஆண்டுகளில் அறிவார்ந்த தளங்களில் சொல்லப்பட்டுவரும் கருத்துக்கு முற்றிலும் மாறானதாக அந்தத் தரவுகள் இருக்கின்றன. அதாவது இந்துக்களில் இரு பிறப்பாளர் களுக்கு (பிராமணர், சத்ரியர், வைசியர்களுக்கு)[38] மட்டுமே கல்வி தரப்பட்டது; இஸ்லாமியர்களில் ஆட்சி அதிகாரத்தில் இருந்த மேல் வர்க்கத்தினருக்கும் மட்டுமே கல்வி கிடைத்தது என்ற கூற்றை அந்தத் தரவுகள் வலுவாக மறுக்கின்றன.

பிரிட்டிஷ் ஆவணங்கள் முற்றிலும் மாறுபட்ட சித்திரத்தை நமக்கு அளிக்கின்றன. மதராஸ் பிரஸிடென்ஸியில் இருக்கும் மாவட்டங்களிலும் (தமிழ் பேசப்படும் பகுதிகளில் மிக அதிகமாக) பிகாரில் இரண்டு மாவட்டங்களிலும் இருக்கும் இந்துக்களைப் பொறுத்தமட்டில் இந்தத் தரவுகள் முற்றிலும் மாறுபட்ட சித்திரத்தைத் தருகின்றன. சூத்திரர்கள் மற்றும் அவர்களுக்குக் கீழே இருக்கும் ஜாதிகளைச் சேர்ந்த மாணவர்களே[39] அப்போது இருந்த பாரம்பரிய இந்துக் கல்விமையங்களில் பெரும்பான்மையாக இருந்திருக்கிறார்கள்!

கடைசித் தரவு உண்மையாக இருக்கவேண்டுமென்றால் பிரிட்டிஷாருக்கு முந்தைய இந்தியாவில் பொருளாதார நிலைமை அந்த அளவுக்கு மேம்பட்டதாக இருந்திருக்கவேண்டும். இந்த வருமான மூலங்கள் பல்வேறு பணிகளுக்காக இந்திய சமூகத்தில் உருவாக்கப்பட்டிருக்கின்றன. அந்த அமைப்பு அதற்கு முந்தைய அனைத்து அரசியல் நெருக்கடிகளையும் சமாளித்துத் தாக்குப் பிடித்து வந்திருக்கிறது. அதுவே கல்வி அமைப்பு செவ்வனே தொடர வழிகோலியிருக்கிறது என்பவையெல்லாம் இதிலிருந்து தெரியவருகின்றன. பிரிட்டிஷாரின் ஆட்சிக் காலத்தில் வருமான மானது மைய அதிகாரத்தின் கீழ் குவிக்கப்பட்டதைத் தொடர்ந்து இந்தப் பாரம்பரிய அமைப்பு சிதைந்து அழிந்துவிட்டது. அதோடு அவர்களுடைய அரசியல் செயல்பாடுகளும் பொருளாதாரம், சமூக வாழ்க்கை, கல்வி ஆகியவற்றை அழியவைத்துவிட்டது. இந்தக் கூற்று உண்மையென்றால் பிரிட்டிஷாருக்கு முந்தைய இந்தியாவின் அரசியல், சமுதாயக் கட்டமைப்பு குறித்து தற்போது சொல்லப் பட்டுவரும் பல்வேறு கருத்துகளை மறுபரிசீலனை செய்ய வேண்டியிருக்கும்.

கடைசி விஷயத்தைப்பற்றிக் கூடுதலாகப் பார்ப்பதற்கு முன்பாக, 1930களில் உருவான சர்ச்சைகள் மற்றும் கல்வி தொடர்பான தரவுகளின் பல்வேறு அம்சங்கள் இவற்றை நாம் புரிந்துகொள்ள வேண்டும். மதராஸ் பிரஸிடென்ஸி தொடர்பான தரவுகளே அதிகம் வெளியே தெரியாததாகவும் மிகவும் விரிவானதாகவும் இருப்பதால் அதை முதலில் பார்ப்போம்.

4

அரசாங்கத்தின் உத்தரவுகள், தரவுகள் எந்த அடிப்படையில் சேகரிக்கப்படவேண்டும் என்று தெரிவித்து மாவட்ட கலெக்டர் களுக்கு வருவாய் போர்டு அனுப்பிய சுற்றறிக்கை, தகவல் சேகரிப்புக்காக வடிவமைக்கப்பட்ட படிவம், பிரஸிடென்ஸியின் 21 மாவட்டங்களைச் சேர்ந்த கலெக்டர்களின் பதிலுரைகள், கிடைத்த தகவல்களை வைத்து அவர்கள் எடுத்த நடவடிக்கைகள், மதராஸ் அரசாங்கத்தின் செயல்பாடுகள் ஆகியவை இந்த ஆய்வுத்தொகுப்பில் இடம்பெற்றிருக்கின்றன. இவையெல்லாம் ‘அழகிய மரம்’ நூலின் பின்னிணைப்பு A(i)-(xxx)ல் இடம்பெற்றிருக்கின்றன. கலெக்டர்கள் தமது அறிக்கைகளை எந்தத் தகவல்களின் அடிப்படையில் தொகுத் திருக்கிறார்கள் என்ற

விவரங்களைக் கண்டுபிடிக்க முடிந்தால், மேலும் விரிவான ஆய்வுக்கும் தெளிவான புரிதலுக்கும் அது உதவியாக இருக்கும். தமிழ்நாடு அரசு ஆவணக்காப்பகத்தில் இருந்த சில மாவட்டங்களின் தரவுகளை ஆராய்ந்து பார்த்ததில் கூடுதல் தகவல்கள் எதுவும் எஞ்சி இருப்பதாகத் தெரியவில்லை. அந்தக் காலகட்டத்துக்குரிய தாலுகா அளவில் ஏதேனும் ஆவணங்கள் இருந்தால் கிராமங்கள், டவுன்கள், கல்லூரிகள், பள்ளிகள் தொடர்பான தகவல்கள் நிச்சயம் அதில் இருக்க வாய்ப்பு உண்டு.

மினிட் ஆஃப் தி கவர்னர் இன் கவுன்ஸிலில் குறிப்பிட்டிருக்கும் வழிகாட்டிக் குறிப்புகள், போர்ட் ஆஃப் ரெவின்யூவின் அறிக்கை இவை நீங்கலாக, அந்தப் படிவமானது ஒவ்வொரு மாவட்டத்திலும் இருக்கும் பள்ளிகள், கல்லூரிகளின் எண்ணிக்கை, அதில் படிக்கும் மாணவ மாணவிகளின் எண்ணிக்கை ஆகியவற்றைத் தெரிவிக்கும் படி கேட்டிருந்தது. மாணவர்கள் பிரிவு மேலும் விரிவாக்கப்பட்டு பிராமண மாணவர்கள், வைசிய மாணவர்கள், சூத்திர மாணவர்கள், பிற ஜாதிகளைச் சேர்ந்த மாணவர்கள், முஸ்லிம் மாணவர்கள் எத்தனை என்ற கேள்வியும் கேட்கப்பட்டிருந்தது. முதல் நான்கு பிரிவுகளின் எண்ணிக்கை தனியாக இந்து மாணவர்கள் என்ற வகையின் கீழ் கூட்டி எழுதப்பட்டது. அதனுடன் முஸ்லிம் மாணவர்களின் எண்ணிக்கையும் சேர்க்கப்பட்டு ஒவ்வொரு மாவட்டத்திலும் இருக்கும் மொத்த மாணவர்களின் எண்ணிக்கை தனியாகத் தீர்மானிக்கப்பட்டிருக்கிறது. பிற ஜாதிகள் என்ற வகைப்பாட்டுக்குள் சத்-சூத்திர ஜாதிக்குக் கீழே இருக்கும் அனைத்து ஜாதியினரும் இடம்பெற்றனர். அதாவது, இன்று அட்டவணை ஜாதியாக இருப்பவர்கள் அனைவரும் இந்த வகைப்பாட்டின் கீழ் வந்தனர்.

கனரா (கர்நாடகம்) பகுதி கலெக்டரிடமிருந்து ஒரு பதில் வந்ததே தவிர அவருடைய பிராந்தியத்தில் எத்தனை பள்ளிகள், கல்லூரிகள் இருக்கின்றன; மாவட்டத்தில் அவர் சொல்வதுபோல் தனியார் (வீடுகளில்) கல்வி பெறுபவர்களின் எண்ணிக்கை என்ன என்பது தொடர்பாக எந்தத் தகவலும் தந்திருக்கவில்லை. ‘கனரா பிராந்தியத்தில் கல்லூரிகளே இல்லை’ என்பது போன்ற வாக்கியங்கள் நீங்கலாக, வேறு எதுவும் அவரது பதிலில் இல்லை. அவரைப் பொறுத்தவரை, ‘கனரா பகுதியில் இருக்கும் கல்வியைப் பொதுக் கல்வி என்று சொல்ல முடியாது. ஏனென்றால், அது தொடர்ச்சியின்றி வழங்கப்படுகிறது. சில பெற்றோர் ஒன்றுகூடி சில ஆசிரியர்களை அழைத்து வந்து தமது குழந்தைகளுக்குப் பாடம் கற்றுத் தரச் செய்கிறார்கள். அவ்வளவுதான்.’

‘அந்தப் பணிகளுக்கு அதிக காலம் எடுத்துக்கொள்ளும்’ என்றும் அவர் குறிப்பிட்டிருக்கிறார். அந்த கலெக்டர் எந்த ஆய்வும் செய்யாமல் இருந்ததற்கு, இந்த விஷயம் ஒரு காரணமாக இருந்திருக்கும். ‘அந்தத் தகவல்கள் சேகரிக்கப்பட்டாலும் ஜில்லாவில் எத்தனை பள்ளிகள் இருக்கின்றன என்பதை அதன் மூலம் கண்டுபிடித்துவிட முடியாது. எனவே, இந்தக் கடிதத்தையே திருப்திகரமான பதிலாக எடுத்துக்கொள்ளவும்’ என்றும் கேட்டுக்கொண்டிருக்கிறார்.

கனரா, ஆந்திராவின் வட கடலோரப் பகுதிகளில் பிரிட்டிஷாருக்கு எதிரான விவசாயப் போராட்டம் வலுவாக நடைபெற்று வந்தது. மேலும் எங்கெல்லாம் இந்தத் தகவல்கள் சேகரிக்க உத்தரவு தரப்பட்டதோ அங்கெல்லாம் கலெக்டர்கள் தந்த தகவல்களின் தரமும் வீச்சும் இடத்துக்கு இடம் மாறுபட்டது. ஒரு குறிப்பிட்ட தகவல் ஒரு பிராந்தியத்துக்கு எந்த அளவுக்கு முக்கியமானது என்ற அடிப்படையில் இந்த மாறுபாடு இருக்க வாய்ப்பு உண்டுதான். எனினும் இந்தப் பகுதிகளில் கலெக்டர்கள், ஐரோப்பிய உதவியாளர்கள் எல்லாம் அடிக்கடி இடம் மாற்றப்பட்டு வந்திருக் கிறார்கள். ஆய்வு நடந்த நேரத்தில் அவர்களுக்கு அந்த பிராந்தியம் பற்றி எதுவும் தெரிந்திருக்காது. எனவேதான் இந்தத் தரவுகள் இப்படியாக மாறுபட்டவையாக இருக்கின்றன.

மேலும் வேறு பல காரணங்களும் இதற்கு இருக்கக்கூடும். உதாரணமாக, வேறு நெருக்கடி மிகுந்த பணிகளில் அவர்கள் ஈடுபட்டிருக்கலாம். அல்லது இது போன்று தொடர்ந்து தரவுகளைத் தேடித் தொகுக்க மனரீதியாகத் தயாராக இருந்திருக்கமாட்டார்கள். எனவே, இந்த மாவட்டங்களில் இருந்து கிடைத்திருக்கும் தகவல்களின் தரமும் வீச்சும் ஒன்றுக்கொன்று மாறுபட்டதாக இருக்கின்றன.

மாவட்டங்களில் இருந்து கிடைத்தவற்றில் பாதித் தகவல்கள் தாலுகா வாரியாகத் தொகுக்கப்பட்டிருக்கின்றன. சில இடங்களில் பர்கானாக்கள் வாரியாகத் தொகுக்கப்பட்டிருந்தன. பிற மாவட்டங் களில் இருந்து கிடைத்த தகவல்கள் ஒட்டுமொத்த மாவட்டத்தையும் மொத்தமாக உள்ளடக்கியதாக இருந்தன. விசாகப்பட்டினம், மசூலிப்பட்டினம், தஞ்சாவூர் மாவட்டங்களில் அரசாங்கம் கொடுத்த படிவத்தில் சத்திரிய அல்லது ராஜா ஆசிரியர்கள் என்ற ஒரு பிரிவை பிராமணர் மற்றும் வைசியப் பிரிவுக்கு இடையில் சேர்த்திருந்தனர். பெல்லாரி, கடப்பா, குண்டூர், ராஜமுந்திரி பகுதிகளின் கலெக்டர்கள் ஆய்வுத் தரவுகளோடு மிக

விரிவான விளக்க உரைகளையும் அனுப்பியிருந்தனர். திருநெல்வேலி, விசாகப்பட்டினம், தஞ்சாவூர் போன்ற பகுதிகளில் கலெக்டர்கள், தரவுகளே பேசட்டும் என்று அதை மட்டுமே அனுப்பியிருந்தனர்.

சில கலெக்டர்கள் அவர்களுடைய மாவட்டத்தில் உயர்கல்வி வகுப்பில் பயன்படுத்தப்பட்ட புத்தகங்களின் பெயர்களைக்கூட எழுதியிருந்தனர். ராஜமுந்திரி மாவட்ட கலெக்டர் தெலுங்குப் பள்ளிகளில் பயன்படுத்தப்பட்ட 43 புத்தகங்களின் பெயரை விரிவாக எழுதியிருந்தார். உயர்கல்வி தரப்பட்ட பள்ளிகளில் பயன்படுத்தப் பட்ட புத்தகங்கள், பாரசீக, அரபு மொழி கற்றுத் தரப்பட்ட பள்ளிகளில் பயன்படுத்தப்பட்ட புத்தகங்கள் இவற்றையும் குறிப்பிட்டிருக்கிறார்.

மொத்தப் பள்ளிகள், கல்லூரிகள், மாணவர்கள்

அட்டவணை 1 மொத்தப் பள்ளிகளின் எண்ணிக்கை, உயர்கல்வி மையங்கள் மற்றும் அந்த மாவட்டத்தில் கல்வி கற்கும் மாணவர்களின் எண்ணிக்கை ஆகியவற்றைக் குறிக்கிறது. இந்தத் தரவுகள் கலெக்டர்களின் ஆய்வறிக்கையில் இருந்து எடுக்கப் பட்டிருக்கின்றன. கஞ்சம், விசாகப்பட்டினம் ஆகிய பகுதிகளின் கலெக்டர்கள் தாம் அனுப்பும் தரவுகள் முழுமையானவை அல்ல என்ற குறிப்பையும் சேர்த்தே அனுப்பியிருக்கிறார்கள். ஜமீந்தார் முறை முழுவதுமாகவோ பகுதி அளவோ இருக்கும் மாவட்டங் களுக்கும் இந்த விஷயம் பொருந்தக்கூடும்.

இரண்டு கலெக்டர்கள், தனியார் கல்வி அல்லது வீட்டில் இருந்து கல்வி பெறுபவர்களின் எண்ணிக்கையையும் சேகரித்து அனுப்பியிருக்கிறார்கள். மலபார் கலெக்டர் இறையியல், சட்டம், வானசாஸ்திரம், தத்துவம், தர்மம், மருத்துவ அறிவியல் போன்ற பாடங்களைத் தனியார் ஆசிரியர்களிடமிருந்து மாணவர்கள் கற்றுக்கொள்வதாகக் குறிப்பிட்டிருக்கிறார். 1826 பிப்ரவரியில் எழுதிய கடிதத்தில் மதராஸ் கலெக்டர், 26,963 மாணவர்கள் வீடுகளில் சிறப்புப் பயிற்சி பெறுவதாகக் குறிப்பிட்டிருக்கிறார். இந்தத் தனியார் கல்வி பற்றி பின்னர் விரிவாகப் பார்க்கலாம்.

கலெக்டர்கள் அனுப்பிய ஆய்வுத் தகவல்கள் மதராஸ் பிரஸிடென்ஸி அரசால் 10 மார்ச் 1826ல் பரிசீலிக்கப்பட்டன. கவர்னரான சர் தாமஸ் மன்ரோவின் கூற்றுப்படி, ‘பள்ளிக் கல்வி பெற்ற பெண்களின் என்ணிக்கை மிகவும் குறைவு என்றாலும்

அட்டவணை 1

பள்ளிகள், கல்லூரிகள் பற்றிய விவரங்கள்*

மாவட்டம்	பள்ளிகள்		கல்லூரிகள்		மக்கள்தொகை	குறிப்புகள்
	எண்ணிக்கை	மாணவர்கள்	எண்ணிக்கை	மாணவர்கள்		
ஒரிய மொழி						
கஞ்சம் மாவட்டம்	255	2,977		✱	(3,75,281) 3,32,015	தரவுகள் முழுமையில்லை ✱அக்ரஹாரத்தில் கல்வி
தெலுங்கு						
விசாகப்பட்டனம்	914	9715			7,72,570 (9,41,004)	
ராஜமுந்திரி	291	2658	279	1454	7,38,308	
மசூலிப்பட்டனம்	484	5083	49	199	5,29,849	
குண்டூர்	574	7,724	171✱	939✱	4,54,754	✱தனியாகக் கல்வி பெற்றவர்கள்
நெல்லூர்	697	7621	107	✱	8,39,647	பள்ளியில் கற்றவர்களில் சேர்க்கப்பட்டுள்ளது
கடப்பா	494	6000		✱	10,94,460	✱ தனியாகக் கற்றவர்கள்
தெலுங்குப் பகுதி மொத்த மாணவர்கள்		38,801				
கன்னடம்						
பெல்லாரி	510	6,641	23	✱	9,27,857	பள்ளியில் படித்தவர்களில் சேர்க்கப்பட்டுள்ளது
ஸ்ரீரங்கபட்டனம்	41	627			31,612	
கன்னடப் பகுதியில் மொத்த மாணவர்கள்		7,268				

மாவட்டம்	பள்ளிகள்		கல்லூரிகள்		மக்கள்தொகை	குறிப்புகள்
	எண்ணிக்கை	மாணவர்கள்	எண்ணிக்கை	மாணவர்கள்		
மலையாளம்						
மலபார்	759	14,153	1	75✸	9,07,575	வீடுகளில் கற்றவர்களின் எண்ணிக்கை தனி
தமிழ்						
வட ஆற்காடு	630	7,326	69	418	8,92,292 (5,77,020)	
தென் ஆற்காடு	875	10,523			4,55,020 (4,20,530)	
செங்கல்பட்டு	508	6,845	51	398	3,63,129	
தஞ்சாவூர்	884	17,582	109	769	9,01,353 (3,82,667)	
திருச்சினாப்பள்ளி	790	10,331	9	131	4,81,292	
மதுரை	844	13,781		✸	7,88,196	அக்ரஹாரங்களில் கற்றுள்ளனர்
திருநெல்வேலி	607	9,377			5,64,957	
கோயம்புத்தூர்	763	8,206	173	724	6,38,199	
சேலம்	333	4,326	53	324	10,75,985	
மதராஸ்	322	5,699		✸	4,62,051	வீடுகளில் கற்றுள்ளனர்
தமிழ் பேசும் பகுதியில் மொத்த மாணவர்கள்		93,996				
மொத்தம்	11,575	1,57,195	1094	5,431	1,28,50,941	

✸ கல்வி தொடர்பான தரவுகளுடன் சேர்த்து மக்கள் தொகையையும் சில கலெக்டர்கள் தந்திருந்தனர். மாறுபட்ட அந்த எண்ணிக்கை அடைப்புக்குறிக்குள் இடம்பெற்றுள்ளன.

பிரஸிடென்ஸியில் இருக்கும் 5-10 வயது ஆண் குழந்தைகளில் கால்வாசிப் பேருக்கு சற்று அதிகமானவர்கள் கல்வி பெற்றிருக் கிறார்கள். வீடுகளில் கல்வி பெறுபவர்களையும் கணக்கில் எடுத்துக் கொண்டால், மொத்த ஆண்களில் மூன்றில் ஒரு பங்கு பேருக்குக் கல்வி கிடைத்ததாகச் சொல்லலாம்.'

மாணவர்களின் ஜாதிவாரியான கணக்கெடுப்பு

மிகவும் சுவாரசியமானதும் சரித்திரரீதியாக மிகவும் முக்கியமானது மான தகவல் ஜாதிவாரியான பகுப்பின் மூலம் கிடைத்திருக்கிறது. ஆண் குழந்தைகள் தொடர்பாக மட்டுமல்ல பள்ளிக்கல்வி பெறும் பெண் குழந்தைகளின் ஜாதி விவரங்களும் இடம்பெற்றிருக் கின்றன. அதிலும் ஒரியா, தெலுங்கு, கன்னடம், மலையாளம், தமிழ் என ஐந்து முக்கிய மொழிகள் பேசப்படும் இடங்களில் இந்த ஜாதி வாரியான தொகுப்பு மிகவும் ஆர்வத்தைத் துண்டுவதாகவும் துல்லியமானதாகவும் இருக்கிறது. மதராஸ் பிரஸிடென்ஸி அன்றும் 19ம் நூற்றாண்டு முழுவதிலும் இந்தப் பகுதிகளை உள்ளடக்கி யிருந்தது.

அட்டவணை இரண்டு ஐந்து மொழிகள் பேசப்படும் பகுதிகளில் இருக்கும் ஒவ்வொரு மாவட்டத்திலும் கல்வி பெற்ற ஆண்குழந்தை களின் ஜாதி வாரியான எண்ணிக்கையைச் சுட்டிக் காட்டுகிறது. பழங்கால இந்தியாவிலும் பிரிட்டிஷ் ஆட்சியின் ஆரம்ப கட்டத்திலும்கூடக் கல்வி என்பது பெரிதும் மேல் மற்றும் இடை நிலை ஜாதிகளைச் சேர்ந்தவர்களுக்கு மட்டும் கிடைத்ததாகவே நம்பப்படுகிறது. இந்துக்களைப் பொறுத்தவரையில் (மதராஸ் பிரஸிடென்ஸியில் 95% பேர் இந்துக்களே) அது பிராமணர், சத்ரியர், வைசியர் என்ற இரு பிறப்பாளர்களுக்கு மட்டுமே கிடைத்ததாகவே நம்பப்படுகிறது.

எனினும் அட்டவணை இரண்டில் குறிப்பிட்டிருக்கும் தகவல் களைப் பார்த்தால் நிலைமை முற்றிலும் நேர்மாறாக இருப்பது தெரியவரும். அதிலும் தமிழ் பேசப்படும் பகுதிகளில் கல்வி கற்ற மாணவர்களில் இரு பிறப்பாளர்களின் சதவிகிதம் தென் ஆற்காடில் வெறும் 13 மட்டுமே. மதராஸில் 23% மட்டுமே. தென் ஆற்காடு, செங்கல்பட்டில் கல்வி கற்ற முஸ்லிம்களின் சதவிகிதம் 3க்கும் குறைவு. சேலத்தில் 10%. ஆனால், சேலம், திருநெல்வேலியில் இருந்த பள்ளிகளில் கல்வி பெற்றவர்களில் சூத்திர ஜாதி மாணவர்களின் எண்ணிக்கை 70%. தென் ஆற்காட்டில் 84%க்கும் அதிகம்.

இந்த அட்டவணையை மேலும் எளிதில் புரிந்துகொள்ள கல்வி பெற்ற மாணவர்களின் எண்ணிக்கையை சதவிகிதமாக ஆக்கி அட்டவணை மூன்றில் தந்திருக்கிறேன்.

மலையாளம் பேசப்படும் மலபாரில் பள்ளியில் படிக்கும் இரு பிறப்பாளர்களின் எண்ணிக்கை 20%க்கும் கீழ் மட்டுமே. அங்கு முஸ்லிம்களின் எண்ணிக்கை அதிகம் என்பதால் முஸ்லிம் மாணவர்களின் எண்ணிக்கை 27% வரை இருக்கிறது. பள்ளி மாணவர்களில் சூத்திரர் மற்றும் பிற ஜாதியினரின் சதவிகிதம் சுமார் 54 ஆக இருக்கிறது.

கன்னடம் அதிகமாகப் பேசப்படும் பெல்லாரியில் இரு பிறப்பாளர்களின் எண்ணிக்கை (பிராமணர்கள், வைசியர்கள் சேர்த்து) 33% ஆக இருக்கிறது. சூத்திரர்கள் மற்றும் பிற ஜாதி மாணவர்களின் எண்ணிக்கை சுமார் 63%.

ஓரிய மொழி பேசப்படும் கஞ்சம் பகுதியிலும் நிலைமை இது போன்றதுதான். கல்வி பெற்ற மாணவர்களில் இரு பிறப்பாளர் களின் எண்ணிக்கை 35.6%. சூத்திர, பிற ஜாதியினரின் எண்ணிக்கை 63.5%.

தெலுங்கு பேசப்படும் பகுதிகளில்தான் இரு பிறப்பாளர்களின் எண்ணிக்கை அதிகமாக இருக்கிறது. பிராமண மாணவர்களின் எண்ணிக்கை கடப்பாவில் 24%. விசாகப்பட்டனத்தில் 46%. வைசியர்களின் எண்ணிக்கை விசாகப்பட்டனத்தில் 10.5. கடப்பாவில் 29%. முஸ்லிம்களின் எண்ணிக்கை விசாகப் பட்டனத்தில் 1%. நெல்லூரில் 8%. சூத்திரர்கள் மற்றும் பிற ஜாதியினரின் எண்ணிக்கை குண்டூரில் 35%. கடப்பா மற்றும் விசாகப்பட்டனத்தில் 41%.

பயிற்று மொழி அடிப்படையிலான பள்ளிகள்

சில மாவட்டங்களில் இருந்து கிடைத்த தகவல்கள் பயிற்று மொழி என்ன என்பதையும் தெரிவிக்கின்றன. எத்தனை பள்ளிகளில் பாரசீகம் அல்லது ஆங்கிலம் கற்றுத் தரப்பட்டன என்பதையும் அவை தெரிவிக்கின்றன. ஆங்கிலவழியில் கற்றுத்தரும் பள்ளிகளின் எண்ணிக்கை வெறும் பத்து மட்டுமே. அதில் அதிகபட்சமாக ஏழு பள்ளிகள் வட ஆற்காட்டில் இருந்திருக் கின்றன. பாரசீக மொழிவழிப் பள்ளிகள் நெல்லூரில் 50, வட ஆற்காட்டில் 40, மசூலிப்பட்டனத்தில் 19, கோவையில் 10, ராஜமுந்திரியில் 5 இருந்திருக்கின்றன. .

அட்டவணை 2
சாதிவாரியான மாணவன்களின் எண்ணிக்கை

மாவட்டம்	இந்துக்கள்					முஸ்லிம்கள்	மொத்தம்
	பிராமணர்கள்	சத்ரியர்கள் அல்லது ராஜா	வைசியர்கள்	சூத்திரர்கள்	பிற சாதியினர்		
ஒரிய மொழி							
கஞ்சம் மாவட்டம்	808		243	1,001	886	27	2965
தெலுங்கு							
விசாகப்பட்டனம்	4,345	103	983	1,999	1,885	97	9,412
ராஜமுந்திரி	904		653	466	546	52	2,621
மசூலிப்பட்டனம்	1,673	18	1108	1506	470	275	5,050
குண்டூர்	3,089		1,578	1923	775	257	7,622
நெல்லூர்	2,466		1,641	2,407	432	617	7,563
கடப்பா	1,416		1,713	1,775	647	341	5,892
கன்னடம்							
பெல்லாரி	1,185		981	2,998	1,174	243	6,581
ஸ்ரீரங்கபட்டனம்	48		23	298	158	86	613
மலையாளம்							
மலபார்	2,230		84	3,697	2,756	3,196	11,963

மாவட்டம்	இந்துக்கள்					முஸ்லிம்கள்	மொத்தம்
	பிராமணர்கள்	சத்ரியர்கள் அல்லது ராஜா	வைசியர்கள்	சூத்திரர்கள்	பிற சாதியினர்		
தமிழ்நாடு							
வட ஆற்காடு	698		630	4,856	538	552	7,274
தென் ஆற்காடு	997		370	7,938	862	252	10,419
செங்கல்பட்டு	858		424	4,809	452	186	6,729
தஞ்சாவூர்	2,817	369	222	10,661	2,426	933	17,428
திருச்சினாப்பள்ளி	1,198		229	7,745	329	690	10,191
மதுரை	1,186		1,119	7,247	2,977	1,147	13,676
திருநெல்வேலி	2,016			2,889	3,557	796	9,258
கோயம்புத்தூர்	918		289	6,379	226	312	8,124
சேலம்	459		324	1,671	1,382	432	4,268
மதராஸ்							
சாதா பள்ளிகள்	358		789	3,506	313	143	5,109
அறக்கட்டளைப் பள்ளிகள்	52		46	172	134	10	414

வட ஆற்காடு (1), கோவையில் (5) பள்ளிகளில் கிரந்தம் கற்றுத் தரப்பட்டிருக்கிறது. ஹிந்தவீ (ஒருவகையான இந்துஸ்தானி மொழி) வடஆற்காட்டில் (16) கோவையில் (15) பள்ளிகளில் கற்றுத்தரப்பட்டது. பெல்லாரியில் 23 மராத்திவழிப் பள்ளிகள் இருந்திருக்கின்றன. வட ஆற்காட்டில் 365 தமிழ்ப் பள்ளிகள், 201 தெலுங்குப் பள்ளிகள் இருந்திருக்கின்றன. பெல்லாரியிலும் அதே அளவுக்கு (201) தெலுங்கு, கன்னட வழிப் பள்ளிகள் இருந்தன. அட்டவணை 4 இந்தத் தரவுகளை மேலும் விரிவாகக் காட்டுகிறது.

பள்ளியில் சேர்க்கப்படும் வயது, வகுப்பு நேரங்கள்

முன்பே சொன்னதுபோல், இந்தத் தரவுகளும் மாவட்டத்துக்கு மாவட்டம் வேறுபடுகின்றன. குழந்தைகள் (பெண் குழந்தைகள் உட்பட) பள்ளியில் சேர்க்கப்பட்ட வயதைப் பெரும்பாலான கலெக்டர்கள் குறிப்பிட்டிருக்கிறார்கள். சாதாரணமாக ஐந்து வயதில் பள்ளியில் சேர்க்கப்பட்டிருக்கிறார்கள். ஐந்தாம் வயது, ஐந்தாம் மாதம், ஐந்தாம் தேதி மிகவும் அதிர்ஷ்டகரமான நாளாகக் கருதப் பட்டு அந்த தேதியில் பள்ளியில் சேர்க்கப்பட்டதாக ராஜமுந்திரி கலெக்டர் குறிப்பிட்டிருக்கிறார். கடப்பா கலெக்டர், பிராமணக் குழந்தைகள் ஐந்திலிருந்து ஆறு வயதுக்குள்ளாகவும் சூத்திரக் குழந்தைகள் ஆறில் இருந்து எட்டுக்குள்ளாகவும் சேர்க்கப்பட்டதாகக் குறிப்பிட்டிருக்கிறார்.

பள்ளியில் மாணவர்கள் தொடர்ச்சியாக இரண்டு வருடங்கள் மட்டுமே படித்ததாக கடப்பா கலெக்டர் குறிப்பிட்டிருக்கிறார். நெல்லூர், சேலம் பகுதிகளில் மூன்றில் இருந்து ஐந்து அல்லது ஆறு வருடங்கள் படித்ததாகக் குறிப்பிடப்பட்டிருக்கிறது. வேறு கலெக்டர்கள், ஐந்தில் இருந்து 15 வருடங்கள் கல்விக் காலம் இருந்ததாகக் குறிப்பிட்டிருக்கிறார்கள். சில கலெக்டர்கள் பள்ளிகளில் கற்றுத்தரப்படும் கல்வி குறித்து பெரிய மரியாதை எதுவும் கொண்டிருக்கவில்லை. சிலர் அந்தக் கல்வி பயனுள்ளது என்று தெரிவித்துள்ளனர். மதராஸ் கலெக்டர் கூறியிருப்பது: ‘மாணவர்கள் 13 வயதை அடைவதற்கு முன்பாகவே பல்வேறு துறைகளில் அவர்களுக்குக் கிடைத்திருக்கும் கல்வி அபாரமாகவே இருக்கிறது.’[40]

கிடைத்துள்ள தரவுகளின் அடிப்படையில் பார்த்தால் பள்ளிகள் அதிக நேரம் நடந்திருப்பதாகத் தெரிகிறது. பொதுவாகக் காலையில் ஆறு மணிக்கு ஆரம்பித்துவிடுகிறது. உணவு போன்றவற்றுக்கு ஓரிரு இடைவேளைகள் இருந்திருக்கின்றன. மாலை சூரிய

அஸ்தமனம் வரை அல்லது அதைத் தாண்டியும் வகுப்புகள் நடந்திருக்கின்றன. இது தொடர்பாகப் பல்வேறு கலெக்டர்களிடமிருந்து கிடைத்த தகவல்கள் அட்டவணை ஐந்தில் தொகுக்கப்பட்டிருக்கின்றன.

பள்ளிகள் செயல்படும்விதம், கற்றுக்கொடுக்கும் முறைகள், கற்றுத் தரப்பட்ட பாடங்கள் போன்றவை ஃப்ரா பவுலினோ ட பர்த்தால்மோ (கி.பி.1796) மற்றும் அலெக்சாண்டர் வாக்கர் (1820) எழுதிய ஆய்வு அறிக்கைகளில் மிக விரிவாக இடம் பெற்றிருக்கின்றன.[41]

பள்ளிகளில் பயன்படுத்தப்பட்ட பாட புத்தகங்கள்

இந்தியப் பாரம்பரியப் பள்ளிகளில் எழுத, வாசிக்க கற்றுத் தந்ததோடு கணிதமும் கற்றுத்தரப்பட்டிருக்கிறது. ராஜமுந்திரியிலும் பெல்லாரியிலும் கீழ்க்கண்ட பாட நூல்கள் இருந்திருக்கின்றன. அது இந்தப் பாரம்பரியப் பள்ளிகளில் என்னவிதமான கல்வி தரப்பட்டது என்பதைப் புரிந்துகொள்ள நன்கு உதவும்.

பெல்லாரி மாவட்டப் பள்ளிகளில் பயன்படுத்தப்பட்ட பாடப் புத்தகங்கள்[42]

அதிகம் பயன்படுத்தப்பட்டவை

1. ராமாயணம். 2. மகாபாரதம். 3. பகவத் கீதை

உற்பத்தித் துறை வர்க்கக் குழந்தைகள் படித்த நூல்கள்

1. நாகலிங்காயன கதா
2. விஸ்வகர்ம புராணம்
3. கமலேஷ்வர கலிகாமஹா கதா

லிங்காயத் சிறுவர்கள் படித்த நூல்கள்

1. பவ புராணம்
2. ராகவ காவியம்
3. கிரிஜா கல்யாணம்
4. அம்பவ மூர்த்தா
5. சென்ன பசவேஸ்வர புராணம்
6. கௌரிகுலம்

எளிய இலக்கிய வாசிப்புக்கான நூல்கள்

1. பஞ்ச தந்திரா
2. பாதாள பஞ்சவன் சதி
3. பங்கி சுபுக்தஹால
4. மகாதரங்கிணி

பயன்படுத்தப்பட்ட அகராதிகள் இலக்கண நூல்கள்

1. நிகண்டு
2. உமரா
3. சப்தமம்பரீ
4. சப்தமுனி தர்ப்பணா
5. வியாகரணம்
6. ஆந்திரதீபிகா
7. ஆந்திர நாமசங்க்ரஹா

ராஜமுந்திரி பகுதியில் பயன்படுத்தப்பட்ட புத்தகங்களின் பட்டியல்43

1. பால ராமாயணம்
2. ருக்மணி கல்யாணம்
3. பாரிஜாத புராணம்
4. மூல ராமாயணம்
5. ராமாயணம்
6. தனசாரதி சதகம்
7. கிருஷ்ண சதகம்
8. சுமதி சதகம்
9. ஜானகி சதகம்
10. பிரசன்னாகர சதகம்
11. ராமதாரக சதகம்
12. பாஸ்கர சதகம்
13. விபீஷண சதகம்
14. பீமலிங்கேஸ்வர சதகம்

15. சூரியநாராயண சதகம்

16. நாராயண சதகம்

17. பிரகலாத சரித்திரம்

18. வசு சரித்திரம்

19. மனோ சரித்திரம்

20. சுமுங்க சரித்திரம்

21. நள சரித்திரம்

22. வாமன சரித்திரம்

23. கணிதம்

24. பாவலூரி கணிதம்

25. பாரதம்

26. பாகவதம்

27. வேத விலாசம்

28. கிருஷ்ணலீலா விலாசம்

29. ராதாமாதவ விலாசம்

30. சப்தம ஸ்கந்தம்

31. அஸ்டம ஸ்கந்தம்

32. ராதாமாதவ சம்வாதம்

33. பானுமதி பரிணயம்

34. வீரபத்ர விஜயம்

35. லீலா சவுந்தரி பரிணயம்

36. அமரம்

37. சூரதானேஸ்வரம்

38. உதயகபருவம்

39. ஆதிபர்வம்

40. கஜேந்திர மோட்சம்

41. ஆந்தரநாம சங்க்ரஹம்

42. குசேல ப்ரகச்யணம்

43. ரசிகாஜன மனோபரணம்.

உயர்கல்வி மையங்கள்

சில கலெக்டர்கள் தமது பிராந்தியத்தில் உயர்கல்விமையம் எதுவும் இருப்பதாகத் தெரியவில்லை என்று குறிப்பிட்டிருக்கிறார்கள். எஞ்சியோர் தமது பிராந்தியங்களில் 1094 மையங்கள் உயர்கல்விக்காக இருந்ததாகத் தெரிவித்திருக்கிறார்கள். இந்த உயர் கல்விமையங்களை கல்லூரி என்று அவர்கள் குறிப்பிட்டிருக்கிறார்கள் (அரசுப் படிவத்தில் அப்படி வகைப்படுத்தி இருந்ததற்கு ஏற்ப).

இத்தகைய கல்லூரிகள் ராஜமுந்திரி பகுதியில்தான் மிக அதிக அளவில் அதாவது 279 கல்லூரிகள் இருந்திருக்கின்றன. அதில் 1454 மாணவர்கள் கற்றிருக்கிறார்கள். அடுத்ததாக கோயம்புத்தூரில் 173 கல்லூரிகள் (724 மாணவர்கள்), குண்டூர் 171 கல்லூரிகள் (939 மாணவர்கள்), தஞ்சாவூர் 109 கல்லூரிகள் (769 மாணவர்கள்) நெல்லூர் 197 கல்லூரிகள், வட ஆற்காடு 69 கல்லூரிகள் (418 மாணவர்கள்), சேலம் 53 கல்லூரிகள் (324 மாணவர்கள்) செங்கல்பட்டு 51 கல்லூரிகள் (398 மாணவர்கள்) மசூலிப்பட்டனம் 49 கல்லூரிகள் (199 மாணவர்கள்) பெல்லாரி 23 கல்லூரிகள், திருச்சினாப்பள்ளி 9 கல்லூரிகள் (131 மாணவர்கள்).

மலபாரில் ஒரு பழைய கல்விமையம் சாமுத்திரி மஹாராஜாவால் நிர்வகிக்கப்பட்டது. அதில் 75 மாணவர்கள் இருந்திருக்கிறார்கள். இதுபோன்ற கல்விமையங்கள் இல்லாத மாவட்டங்களில் வேதம், சாஸ்திரம், சட்டம் (ஸ்ம்ருதி), வான சாஸ்திரம், கணித சாஸ்திரம், தர்மம் ஆகிய பிரிவுகளில் உயர்கல்வி வழங்கப்பட்டதாக அந்தப் பகுதி கலெக்டர்கள் தெரிவித்திருக்கிறார்கள். இவை பொதுவாக அக்ரஹாரங்களில் அல்லது வீடுகளில் தரப்பட்டிருக்கின்றன. இதுபோன்ற தனியாகக் கற்கப்பட்ட உயர்கல்வி பற்றிய விவரங்கள் பிற பகுதிகளிலும் அதுபோலவே இருந்திருக்க வாய்ப்பு உண்டு என்பதைச் சுட்டிக்காட்டுகின்றன. அட்டவணை ஆறில் இந்தத் தகவல்கள் மிக விரிவாக விளக்கப்பட்டிருக்கின்றன.

பெரும்பாலான பகுதிகளில் பள்ளிகளில் பிராமண மாணவர்களின் எண்ணிக்கை ஒப்பீட்டளவில் குறைவாகவே இருந்திருக்கிறது. ஆனால், உயர்கல்வி என்பது சிறப்பு நிபுணத்துவம் சார்ந்ததாக இருந்ததால் அது பெரிதும் பிராமணர்களுக்கு மட்டுமேயானதாக இருந்திருக்கிறது. அதிலும் இறையியல், தர்மம், தத்துவம், பெருமளவுக்கு சட்டம் போன்றவையெல்லாம் பிராமணர்களுக்கு மட்டுமானதாகவே இருந்திருக்கின்றன. ஆனால், வானசாஸ்திரம்,

மருத்துவம் போன்றவை எல்லா ஜாதியினராலும் கற்கப்பட்டிருக் கின்றன.

மலபாரில் கிடைத்த தரவில் இருந்து இது தெளிவாகிறது. வான சாஸ்திரம் படித்த 808 பேரில் 78 பேர் மட்டுமே பிராமணர்கள். மருத்துவம் படித்த 194 பேரில் 31 பேர் மட்டுமே பிராமணர்கள். ஆச்சரியப்படும்வகையில் ராஜமுந்திரியில் உயர்கல்விமையத்தில் இருந்த மாணவர்களில் ஐந்து பேர் சூத்திரப் பிரிவைச் சேர்ந்தவர்கள்.

மதராஸ் பிரஸிடென்ஸியின் தரவுகளின் அடிப்படையில் பார்த்தால் மருத்துவம், அறுவைசிகிச்சை போன்றவற்றைச் செய்பவர்கள் பல்வேறு ஜாதிகளைச் சேர்ந்தவர்களாக இருந்தனர். அவர்களில் நாவிதர்கள்தான் அறுவை சிகிச்சையில் நிபுணர்களாக இருந்தனர் என்று பிரிட்டிஷ் மருத்துவர்கள் தெரிவித்திருக்கின்றனர். [44]

மலபாரில் இருந்த கல்விமையத்துக்கு நிதி உதவி அளித்த சாமுத்திரி ராஜாவின் குறிப்புகள்[45] நீங்கலாக குண்டூர், கடப்பா, மசூலிப் பட்டனம், மதுரா, மதராஸ் பிரஸிடென்ஸி போன்ற பகுதிகளின் கலெக்டர்களும் உயர்கல்விபற்றிப் பல தரவுகளைத் தொகுத்துத் தந்திருக்கிறார்கள். மதராஸ் கலெக்டரைப் பொறுத்த வரையில்: வான சாஸ்திரம், ஜோதிடம் போன்றவை பிராமண ஜாதியைச் சேர்ந்த ஏழைகளுக்கு இலவசமாகக் கற்றுத் தரப்பட்டிருக் கின்றன. சில இடங்களில் பெற்றோரின் வசதி வாய்ப்புகளுக்கு ஏற்ப ஊக்கத்தொகை தரப்பட்டிருக்கிறது. மதுரா கலெக்டர் தனது அறிக்கையில்:

> பிராமணர்கள் அதிகம் வசிக்கும் அக்ரஹாரங்களில் வெகு முந்தைய காலத்திலிருந்தே வேதம், புராணம் போன்றவற்றைப் படிக்கும் மாணவர்களுடைய தேவைகளைப் பூர்த்தி செய்யவென ஆண்டுக்கு 20 முதல் 50 பணம் வருவாய் வரக்கூடிய அல்லது சில இடங்களில் 100 பணம் வருவாய் வரக்கூடிய அளவில் நிலங்கள் தானமாகக் கொடுக்கப்பட்டிருந்தன. படிக்க விருப்பம் தெரிவித்து வரும் அனைவருக்குமே இலவசமாகவே கற்றுத் தந்திருக்கிறார்கள். [46]

மசூலிப்பட்டனம் கலெக்டர் கூட இது போன்றதொரு கணிப்பை முன்வைத்திருக்கிறார்: வைதிக பிராமணர்களின் குழந்தைகள் நன்கு எழுதக் கற்றுக்கொண்டதும் வேதம், சாஸ்திரம் கற்றுக்கொடுக்கும் கல்லூரிக்கு நேராக அனுப்பப்பட்டனர். வேதங்கள்தான் இந்து சாஸ்திரங்கள் அனைத்தின் தாய் என்று கருதப்படுகிறது. சாஸ்திரம் என்பது அனைத்து அறிவியல் துறைகளையும் குறிக்கும்

வார்த்தையாகும். சட்டம், வான சாஸ்திரம், இறையியல் போன்ற அவை யெல்லாம் சமஸ்கிருத மொழியில் இருந்தன. இந்தப் பாடங்கள் எல்லாம் பிராமணர்களால் குறிப்பாக அக்ரஹாரத் தலைவர், மானியம், ரோஸுனா போன்ற சலுகைகளைப் பெற்ற பிராமணர்களால் மட்டுமே கற்றுத் தரப்பட்டன. அவர்களின் முக்கியப் பணி மதச் சடங்கு ஆசாரங்களை எல்லா நேரங்களிலும் பின்பற்றுவதுதான்.

பெரும்பாலான கிராமங்கள், நகரங்களில் பிராமணர்கள் தமது குழந்தைகளுக்கு வேதம், சாஸ்திரம் ஆகியவற்றைக் கற்றுக் கொடுக்கிறார்கள். கல்லூரிகளிலோ அவரவர் வீடுகளிலோ இந்தக் கல்வி தரப்பட்டிருக்கிறது. [47]

மிகவும் விரிவான தகவல்கள் கடப்பா, குண்டூர் கலெக்டர் களிடமிருந்து கிடைத்திருக்கின்றன. கடப்பா கலெக்டர் சொல்கிறார்:

> பொது நிதி பெற்று எந்தக் கல்லூரியோ பள்ளியோ இயங்க வில்லை. எனினும் பிராமணர்கள் மத்தியில் கல்வியானது இலவசமாகவே தரப்பட்டிருக்கிறது; அதிலும் பெரும்பாலான பிராமண ஏழைகள் தமது முழுக் கல்வியையும் இலவசமாகவே பெற்றிருக்கிறார்கள் என்பதை நான் குறிப்பிட்டேயாக வேண்டும். 10-16 வயது பிராமண மாணவர்க்கு கல்வி கற்கப் பொருளாதாரரீதியாக வழியில்லை என்றால் அவர் தன் வீட்டை விட்டு அவருடைய ஜாதியைச் சேர்ந்த வேறொருவருடைய வீட்டுக்குச் சென்று தங்கியிருந்து கல்வி கற்கிறார். அந்தக் குழந்தை களிடமிருந்து அவர் எதையும் எதிர்பார்ப்பதில்லை. மாணவர்களும் அந்த ஆசிரியரிடமிருந்து கல்வி நீங்கலாக வேறு எதையும் எதிர்பார்ப்பதுமில்லை. ஏனென்றால் அந்த ஆசிரியரும் வறுமையில் வாடுபவராகவே இருப்பார். அவரால் தன்னிடம் படிக்கும் மாணவர் களுக்கு உடையும் உணவும் கொடுக்க முடிவதாக இருந்தால் நிறைய மாணவர்கள் அவரைத் தேடி வந்துவிடுவார்கள். அவரால் அப்போதும் அதைச் சமாளிக்க முடியாமல் போய்விடும்.

தனது சொந்த கிராமத்தில் கல்வி பெற முடியாமல் வறுமையில் வாடும் இந்தச் சிறுவர்கள் முற்றிலும் அந்நிய கிராமம் ஒன்றில் எப்படிப் போய் தங்கிப் படிக்க முடிகிறது. அதுவும் பல வருடங்கள் சொந்த வீட்டுக்குத் திரும்பாமலேயே பத்திலிருந்து நூறு கி.மீ

அட்டவணை 3 : உயர் கல்வி மையங்கள்

மாவட்டம்	மொத்த கல்லூரிகள்/ ஆசிரியர்கள்	மொத்த மாணவர்கள்	வேதம் அல்லது இறையியல்	சட்டம்	வான சாஸ்திரம் அல்லது கணித சாஸ்திரம்	ஆந்திர சாஸ்திரம் அல்லது தெலுங்கு செய்யுள்கள்	ஹிந்து ஸ்தானி	பிற விவரங்கள்
ராஜமுந்திரி	279	1,454	1,033 $(198)^2$					பிராமணர்கள் 145, சூத்திரர்கள் 5
மசூலிப்பட்டனம்	49	199						எல்லாருமே பிராமணர்கள்
நெல்லூர்	137		$(83)^2$	$(45)^2$	$(8)^2$	$(1)^2$		
செங்கல்பட்டு	51	398						எல்லாருமே பிராமணர்கள்
வட ஆற்காடு	69	418	298 $(43)^2$	117 $(24)^2$	3 $(2)^2$			எல்லாருமே பிராமணர்கள்
தஞ்சாவூர்	109	769						எல்லாருமே பிராமணர்கள் - பெரிதும் வேதப் படிப்பு
திருச்சினாப்பள்ளி	9	131						எல்லாருமே பிராமணர்கள்
கோயம்புத்தூர்	173	724	$(94)^2$	$(69)^2$	$(10)^2$			எல்லாருமே பிராமணர்கள்
மலபார்	1	75						எல்லாருமே பிராமணர்கள்
குண்டூர்	171	939						எல்லாருமே பிராமணர்கள்- மேல் படிப்புக்கு சிலர் பனாரஸ், நவ த்வீப் பகுதிகளுக்குச் சென்றிருக்கிறார்கள்
சேலம்	53	324						எல்லாருமே பிராமணர்கள்

1. பெரும்பாலான இடங்களில் கல்லூரிகள், ஆசிரியர்களின் எண்ணிக்கை பற்றிய விவரங்கள் கிடைத்துள்ளன. ஆனால், அங்கு கல்வி பயின்ற மாணவர்களின் எண்ணிக்கை தெரியவில்லை. எந்தெந்தப் பிரிவுக்கு எத்தனை கல்லூரிகள் என்ற விவரமும் தெரியவில்லை.
2. உயர்கல்வி மையங்களின் எண்ணிக்கை.

தொலைவுக்குச் சென்று எப்படித் தங்கிப் படிக்க முடிகிறது என்ற கேள்வி வருவாய்த்துறைக்கு நிச்சயம் இருக்கும். அந்தச் சிறுவர்களுடைய தினசரித் தேவைகள் முழுவதுமே தானம் மூலமாகவே சமாளிக்கப்படுகிறது. மேலே சொல்லியிருக்கும் காரணங்களினால் கற்றுக் கொடுக்கும் ஆசிரியரிடமிருந்து அல்ல; பொதுவாக அவருடைய கிராமத்தில் இருக்கும் நபர்களின் உதவியின் மூலமாக

நடந்தேறுகிறது. தொலை தூர கிராமத்தில் இருந்து வரும் மாணவர்கள் அந்த கிராமத்தில் இருக்கும் ஒவ்வொரு பிராமணரின் வீட்டு வாசலுக்குச் சென்று உணவை யாசகம் கேட்டுப் பெற்றுக் கொள்கிறார்கள். இவர்களுக்கு தானம் கொடுப்பது மிகுந்த மரியாதையுடனும் கவுரவத்துடனும் பரிவுடனும் செய்யப் படுகிறது. எந்தவித படோடோபமும் இன்றி மிக எளிய முறையில் இந்த தானங்கள் தரப்படுகின்றன. அது அதன் மதிப்பை மேலும் உயர்த்து கிறது. இந்த ஏழைகளுக்கு இப்படியான பரோபகார உதவி மட்டும் கிடைக்காதிருந்தால் அவர்கள் கல்வியைப் பெற்று வாழ்வில் முன்னேறவே முடிந்திருக்காது. இந்த வழிமுறையை அரசு தாராள மனதுடன் தாயன்புடன் கவனித்து முழுமைப் படுத்தினாலே போதுமானது.[48]

‘இறையியல், சட்டம், வான சாஸ்திரம் ஆகியவற்றைக் கற்றுத் தரக் கல்லூரிகள் இல்லை’ என்றாலும் அவை மாணவர்களுக்குத் தனியாகக் கற்றுத்தரப்பட்டிருக்கின்றன என்று குண்டூர் கலெக்டர் தெரிவித்திருக்கிறார்.

இந்த சாஸ்திரங்கள் எல்லாம் அதைக் கற்றுத் தேர்ந்த பிராமணர்களால் தனிப்பட்ட முறையில் கற்றுத் தரப்பட்டிருக்கின்றன. இந்தக் கல்விக்கு அவர்கள் எந்தக் கட்டணமும் வசூலிப்பதில்லை. ஜமீந்தார்கள் மற்றும் முந்தைய மன்னர்கள் மூலமாக இந்த ஆசிரியர்களின் முன்னோர்களுக்கு வேறு பல காரணங்களுக்காக நிலங்கள் தானமாக வழங்கப்பட்டிருக்கின்றன. அதில் கிடைக்கும் வருவாயைக் கொண்டு இலவசமாக மற்றவர்களுக்குக் கல்வி வழங்கியிருக்கிறார்கள். ஆனால், இப்படியான கல்வி தருவதற்கு மட்டுமே என்று எந்த ஆசிரியருக்கும் நேரடியாக எந்த உள்ளூர் மன்னராலும் பணமோ நிலமோ தரப்பட்டிருக்கவில்லை.

இது தொடர்பாகச் சேகரிக்கப்பட்டுள்ள தரவுகளில் இருந்து 171 இடங்களில் இறையியல், சட்டம், வான சாஸ்திரம் போன்றவை தனிப்பட்ட முறையில் கற்றுத் தரப்பட்டிருக்கின்றன. கல்வி பெற்ற மாணவர்களின் எண்ணிக்கை 939. இந்தக் கல்வி பெற்ற மாணவர்களுக்கு இந்தப் பாடங்களில் அவர்களுடைய கிராமத்தி

லேயே ஆசிரியர்கள் கிடைத்திருக்கவில்லை. எனவேதான் வேறு கிராமங்களுக்கு இடம்பெயர்ந்திருக்கிறார்கள். சில குழந்தைகளின் பெற்றோரால் தேவையான பணத்தைத் தர முடிந்திருக்கும். அதாவது மாதத்துக்கு 3 ரூபாய். ஆனால், அந்தப் பணம் உணவு, உடைக்கே சரியாகிவிடும். அந்தப் பணம் கூடத் தர முடியாமல் இருக்கும் குடும்பத்தினரின் குழந்தைகள்தான் ஆசிரியரின் கிராமத்தினரின் வீடுகளில் இருந்து தேவையானவற்றைப் பெற்றுக் கொள்வார்கள். ஒவ்வொரு நாளும் ஒவ்வொரு வீட்டினர் என கிராமத்தினரும் அதை மனமுவந்து செய்வார்கள்.

இந்த கிராமங்களில் கற்றுத் தரப்படும் விஷயங்களுக்கும் மேலாக இறையியல் போன்றவற்றில் யாரேனும் கற்றுக்கொள்ள விரும்பினால் பனாரஸ், நவத்வீபம்[49] போன்ற இடங்களுக்குச் சென்று அந்த இடங்களில் இருக்கும் பண்டிதர்களிடமிருந்து கற்றுக்கொள்வார்கள்.[50]

உயர்கல்வியில் பயன்படுத்தப்பட்ட சில புத்தகங்கள்

வேதங்கள், பல்வேறு சாஸ்திரங்கள், புராணங்கள் இவை நீங்கலாக கணிதம், ஜோதிடம், காவிய இலக்கியம் போன்றவை கற்றுத் தரப்பட்டன. ராஜமுந்திரி கலெக்டர் தந்த அறிக்கை நீங்கலாக வேறு மாவட்டங்களில் இருந்து கிடைத்த ஆய்வறிக்கையில் பாடப் புத்தகங்களின் பெயர்கள் குறிப்பிடப்பட்டிருக்கவில்லை. ராஜமுந்திரியைப் பொறுத்தவரையில் அங்கு கற்றுத் தரப்பட்ட பாடங்கள்:[51]

வேதம்: ரிக்வேதம், யஜுர் வேதம், சாம வேதம், ஸ்ரௌதம், திராவிட வேதம்

இலக்கியம்: ரகுவம்சம், குமாரசம்பவம், மேக சந்தேசம், பாரவி, மகும், அர்த்த சாஸ்திரம், நயேஷதம்

சாஸ்திரங்கள்: சமஸ்கிருத இலக்கணம், சிந்தாந்த கௌமுதி, தர்க்கம், ஜோதிடம், தர்ம சாஸ்திரம், காவியங்கள்

ராஜமுந்திரியில் பாரசீகம் கற்றுத்தரப்பட்ட பள்ளிகளும் இருந்தன.[52] பாரசீக, அரபு மொழிப் புத்தகங்கள் பட்டியலும் தரப்பட்டுள்ளன.

பாரசீக மொழி புத்தகங்கள்: கரமே அகமதுநாமா, ஹர்கரம், இன்ஷா காலிஃபா மற்றும் கல்ஸ்தான், பஹதுர்தனிஷ் மற்றும் பஸ்தன், அப்துல் ஃபாஸல் இன்ஷா, காலிஃபா, குர்ரான்

தனிக் கல்வி (அல்லது வீட்டில் கற்ற கல்வி)

எந்தவிதப் புள்ளிவிவர அறிக்கையும் அனுப்பாத கனரா கலெக்டர் உட்பட வேறு பல கலெக்டர்கள் ஒரு முக்கியமான விஷயத்தைக் குறிப்பிட்டிருக்கிறார்கள். அதாவது, பல ஆண்கள் மற்றும் குறிப்பாகப் பெண் குழந்தைகள் வீடுகளில் பெற்றோரிடம் இருந்து அல்லது வீடுகளுக்கு வந்து கல்வி கற்றுத் தரும் ஆசிரியர் களிடமிருந்து கல்வி பெற்றிருக்கிறார்கள். உயர்கல்வியானது இதுபோன்ற அக்ரஹார இல்லங்களில் வழங்கப்பட்டதாக அந்த கலெக்டர்கள் குறிப்பிட்டிருக்கிறார்கள். மலபார் மற்றும் மதராஸ் பகுதி கலெக்டர்கள் மட்டுமே அங்கு கற்றுத் தரப்பட்ட பாடங்கள் பற்றிக் குறிப்பிட்டிருக்கிறார்கள். மலபார் கலெக்டர் உயர்கல்வியில் பயன்படுத்தப்பட்ட புத்தகங்கள் பற்றிய தகவலை அனுப்பி இருக்கிறார். மதராஸ் கலெக்டர் அப்படியான கல்வி பெற்ற ஆண், பெண்களின் எண்ணிக்கை பற்றி தகவல் சேகரித்து அனுப்பியிருக்கிறார். இந்தத் தகவல்கள் அட்டவணை ஏழு-அ மற்றும் ஏழு-ஆ-ல் இடம்பெற்றிருக்கின்றன.

வீடுகளில் தனி ஆசிரியர் மூலம் கல்வி பெறும் வழக்கம் பிற மாவட்டங்களிலும் இருந்திருக்கக்கூடும்; என்றாலும் உயர்கல்வி தொடர்பாக மலபாரில் இருந்து கிடைத்த தரவுகளை வைத்துப் பார்க்கும்போது, மலபாரில் மிக அதிகமாக இருப்பதற்கு அந்தப் பகுதிக்குரிய விசேஷ சமூக, வரலாற்று அம்சங்களே காரணம். அட்டவணை ஏழு-அ மற்றும் ஏழு-ஆ-வைப் பார்க்கும்போது அதிக செல்வவளம் இல்லாத சாமுத்திரி ராஜாவின் குடும்பத்தினரால் நடத்தப்பட்ட ஒற்றைக் கல்லூரியில் படித்தவர்களைப்போல் 21 மடங்கு அதிக எண்ணிக்கையிலான மாணவர்கள் வீடுகளில் கல்வி பெற்றிருக்கிறார்கள். மலபாரில் கிடைத்த தரவு 194 பேர் மருத்துவம் படித்ததாகக் குறிப்பிட்டிருக்கிறது. ஒவ்வொரு மாவட்டத்திலும் ஏன் ஒவ்வொரு கிராமத்திலும்கூட ஒரு உள்ளூர் பாரம்பரிய வைத்தியர் இருந்திருக்கிறார். அவருடைய சமூக சேவைக்கான சம்பளமாக சில மானிய ஏற்பாடுகள் செய்து தரப்பட்டிருக்கின்றன. அதிலிருந்து பிற மாவட்டங்களிலும் இதுபோல் மருத்துவக் கல்வி தரப்பட்டிருக்கும் என்று யூகிக்க இடமுண்டு.

பிற மாவட்டங்களில் வீடுகளில் கல்வி கற்றவர்களின் எண்ணிக்கை என்ன, ஆண் பெண் விகிதம் என்ன போன்றவையெல்லாம் யூகத்தின் அடிப்படையில் சொல்ல முடிந்தவையே. எனினும் இறையியல், சட்டம், வான சாஸ்திரம், தத்துவம், ஒழுக்கவியல், கவிதை, இலக்கியம், மருத்துவம், இசை, நடனம் போன்றவற்றை வீடுகளில்

அட்டவணை 4 – அ

மலபாரில் 1823 வாக்கில் தனிப்பட்ட முறையில் உயர்கல்வி பெற்றவர்கள் பற்றிய விவரம்

பாடம்	பிராமண மாணவர்கள்			வைசிய மாணவர்கள்			சூத்திர மாணவர்கள்			பிற சாதியினர்		
	ஆண்	பெண்	மொத்தம்	ஆண்	பெண்	மொத்தம்	ஆண்	பெண்	மொத்தம்	ஆண்	பெண்	மொத்தம்
இறையியல், சட்டம்	471	3	474	-	-	-	-	-	-	-	-	-
வான சாஸ்திரம்	78	-	78	18	5	23	176	19	195	496	14	510
மெட்டா பிஸிக்ஸ்	34	-	34	-	-	-	-	-	-	31	-	31
தர்மம்	22	-	22	-	-	-	-	-	-	31	-	31
மருத்துவம்	31	-	31	-	-	-	59	-	59	100	-	100
மொத்தம்	636	3	639	18	5	23	235	19	254	656	14	672

பாடம்	மொத்த இந்து மாணவர்கள்			முஸ்லிம் மாணவர்கள்			மொத்த இந்து, முஸ்லிம் மாணவர்கள்		
இறையியல், சட்டம்	471	3	474	-	-	-	-	-	-
வான சாஸ்திரம்	768	38	806	2	-	2	770	38	808
மெட்டா பிஸிக்ஸ்	65	-	65	-	-	-	65	-	65
தர்மம்	53	-	53	-	-	-	53	-	53
மருத்துவம்	190	-	190	4	-	4	194	-	194
மொத்தம்	1,547	41	1,588	6	5	6	1,553	41	1594

மொத்த மக்கள் தொகை : ஆண்கள் : 4,58,364. பெண்கள் : 4,49,207.

அட்டவணை 4 ஆ

மதராஸில் வீடுகளில் கல்வி பெற்றவர்களின் எண்ணிக்கை, பிப் 1825.

பிராமண மாணவர்கள்			வைசிய மாணவர்கள்			சூத்திர மாணவர்கள்			பிற சாதியினர்		
ஆண்	பெண்	மொத்தம்	ஆண்	பெண்	மொத்தம்	ஆண்	பெண்	மொத்தம்	ஆண்	பெண்	மொத்தம்
7586	98	7684	6132	63	6195	7589	220	7809	3449	136	3585

மொத்த இந்து மாணவர்கள்			மொத்த முஸ்லிம் மாணவர்கள்			மொத்த இந்து, முஸ்லிம் மாணவர்கள்		
ஆண்	பெண்	மொத்தம்	ஆண்	பெண்	மொத்தம்	ஆண்	பெண்	மொத்தம்
24,756	517	25,273	1,690		1,690	26,446	517	26,963

மொத்த மக்கள் தொகை : ஆண்கள் : 2,28630.பெண்கள் : 2,33,415.

கற்றவர்களின் எண்ணிக்கை கல்விமையங்களில் கற்றவர்களின் எண்ணிக்கையைவிடப் பல மடங்கு அதிகமாக இருந்திருக்கும் என்று யூகிப்பதில் நிச்சயம் தவறெதுவும் இருக்க வாய்ப்பில்லை.

மதராஸ் பிராந்தியத்தில் வீடுகளில் கல்வி கற்ற ஆண்கள் பெண்களின் எண்ணிக்கை மிகவும் துல்லியமாகத் தரப் பட்டிருக்கிறது. மதராஸில் இருக்கும் பள்ளிகளில் கற்றவர்களின் எண்ணிக்கையோடு ஒப்பிடுகையில் வீடுகளில் கற்றவர்களின் எண்ணிக்கை 4.73 மடங்கு அதிகமாக இருந்திருக்கிறது. இப்படி வீடுகளில் கல்வி பெற்றவர்களில் பாதிப்பேர் பிராமணர்கள், வைசியர்கள் ஆவர். எனினும் 28.7 சதவிகித சூத்திரர்களும் 13% பிற ஜாதியினரும் வீடுகளில் கல்வி பெற்றிருக்கின்றனர். மேலும் அந்தக் காலகட்டத்தில் மதராஸ் பகுதியானது ஒருவகையில் புதிதாக உருவான நகரம். இந்த பிரஸிடென்ஸியின் வேறு பாரம்பரிய ஊர்களை ஒப்பிடுகையில் மதராஸ் ஒழுங்காக ஒருங்கமைக்கப் படாத ஒரு பகுதி. அந்தப் பகுதியில் வாழ்ந்து வந்த மனிதர்கள் தஞ்சாவூர், திருச்சி, மதுரை போன்ற இடங்களில் வசித்து வந்தவர்களைவிட சமூக அளவில் கொஞ்சம் தரம் குறைந்தவர் களாகவே கருதப்பட்டிருக்கிறார்கள். எனவே, அந்தப் பழைய பகுதிகளில் வீடுகளில் படிப்பவர்களின் எண்ணிக்கை மதராஸ் சிட்டிபோல் நான்கு அல்லது ஐந்து மடங்கு அதிகமாக இல்லாவிட்டாலும் நிச்சயம் கணிசமாக அதிகமாக இருக்கும் என்று நம்பலாம்.

மெட்ராஸ் சிட்டியில் கல்வி கற்றவர்களின் எண்ணிக்கை 26,903 என்று குறிப்பிடப்பட்டிருப்பதில் ஏதோ தவறு நடந்திருக்கும் என்று தாமஸ் மன்ரோ குறிப்பிட்டிருந்தார். இதே கருத்தைக் கல்வி தொடர்பாகப் பேசிய வேறு பலரும் குறிப்பிட்டிருக்கிறார்கள். ஆனால், அவர்கள் கூற்றில் எந்த நியாயமும் இல்லை. அந்த எண்ணிக்கை உண்மையிலேயே தவறானதாக இருந்திருந்தால், மதராஸ் பகுதிக்கு மட்டும் மறு கணக்கெடுப்பு நடத்துவது அப்படி

யொன்று சிரமமான காரியமே அல்ல. ஏனென்றால், கவர்னரின் இந்தக் கருத்து வெளியிடப்பட்டதற்கு ஒரு வருடத்துக்கு முன்னமேயே இந்த ஆய்வறிக்கை தயாரித்து அளிக்கப்பட்டு விட்டது. நிர்வாக கமிட்டியின் தலைவராக இருந்ததால் தாமஸ் மன்ரோவுக்கு இப்படியான ஒரு விமர்சனத்தை முன்வைக்க வேண்டிய அவசியம் இருந்திருக்கிறது. லண்டன் தலைமை அப்படியான ஒரு கருத்தையே கேட்க விரும்பியிருக்கும் என்பதில் எந்த சந்தேகமும் இல்லை.[55]

இந்தக் குறிப்போடு கூடவே வேறுசில கருத்துகளையும் தெரிவித்திருக்கிறார்: 'இந்தப் பகுதியில் காணப்படும் கல்வியானது நம் நாட்டில் (பிரிட்டனில்) இருப்பதைவிடத் தரம் குறைந்ததாகவே இருக்கிறது. என்றாலும் பிற ஐரோப்பிய நாடுகளில் சம காலத்துக்கு சற்று முந்தைய காலகட்டங்களில் இருந்ததைவிட மேம்பட்டதாகவே இருக்கிறது'. பிரிட்டனைப் பொறுத்தவரை 'சம காலத்துக்கு சற்று முந்தைய' என்பது பிரிட்டனில் பெரும்பாலான குழந்தைகளுக்கு டே ஸ்கூல்கள் ஆரம்பிக்கப்பட்ட 19ம் நூற்றாண்டின் ஆரம்ப கட்டத்தைக் குறிக்கிறது என்று யூகிக்கலாம்.

பெண்களின் கல்வி

முன்பே சொன்னதுபோல் கல்வி பெற்ற பெண்களின் எண்ணிக்கை குறைவாகவே இருந்திருக்கிறது. மலபார், விசாகப்பட்டனத்தில் ஜெய்ப்பூர் பகுதிகள் நீங்கலாக பிராமண, செட்டியார், வைசியர் குடும்பங்களைச் சேர்ந்த பெண்கள் யாருமே இந்தப் பள்ளிகளில் கல்வி கற்றதாகத் தெரியவில்லை. திருச்சியில் 56, சேலத்தில் 27 முஸ்லிம் பெண் குழந்தைகள் கல்வி கற்றிருக்கிறார்கள். கல்வி பெற்ற சூத்திர, பிற ஜாதி இந்துக் குழந்தைகளின் எண்ணிக்கையும் அவ்வளவு ஒன்றும் அதிகமாக இல்லை.

நடனப் பெண்கள் அல்லது கோவில்களில் தேவதாசிகளாக இருந்த பெண்கள் கல்வி பெற்றதாக மசூலிப்பட்டனம், மதுரை, திருநெல்வேலி, கோயம்புத்தூர் போன்ற பகுதிகளின் கலெக்டர்கள் தெரிவித்திருக்கிறார்கள். அட்டவணை 8 பள்ளிகளில் அல்லது வீடுகளில் கல்வி பெற்ற பெண் குழந்தைகளின் எண்ணிக்கையை மாவட்ட வாரியாகப் பட்டியலிட்டிருக்கிறது.

மலபார், விசாகப்பட்டனம், ஜெய்ப்பூர் ஜமீன் ஆகிய இடங்களில் நிலைமை முற்றிலும் வேறாக இருப்பதாக அட்டவணை 9 தெரிவிக்கிறது. அந்தப் பகுதிகளில் கல்வி கற்ற ஆண்கள் பெண்களின் எண்ணிக்கையை அட்டவணை எட்டு தெரிவிக்கிறது.[56]

ஜெய்ப்பூர் ஜமீன் பள்ளிகளில் ஆண் குழந்தைகளின் எண்ணிக்கையைவிட பெண் குழந்தைகளின் எண்ணிக்கை 29.7% அதிகமாக இருக்கிறது. இது மட்டுமல்லாமல் ஆச்சரியப்படும் வகையில் பிராமண மாணவிகளின் எண்ணிக்கை பிராமண மாணவர்களின் எண்ணிக்கையைவிட 37% அதிகமாக இருந்தது. அதுபோலவே மலபார் பகுதியில் மாணவிகளின் எண்ணிக்கை மாணவர்களின் எண்ணிக்கையைவிட 35.1% அதிகமாக இருந்தது என்பதை உண்மையில் நம்பவே முடியவில்லை. வைசியர்கள், சூத்திரர்கள்

மற்றும் பிற ஜாதியிலும் கல்வி பெறும் பெண்களின் எண்ணிக்கை ஆண்களின் எண்ணிக்கையைவிட முறையே 15.5 %, 19.1%, 12.4% என அதிகமாகவே இருந்திருக்கிறது. மேற்குக் கடற்கரையோரம் இருக்கும் மலபார், ஒரிஸாவின் தென் எல்லையில் ஜெய்ப்பூர் ஜமீன் என முற்றிலும் எதிரெதிர் துருவப் பகுதிகளில் இப்படியான சமூகவியல் ஒற்றுமை காணப்படுவது விரிவான ஆய்வுக்குரியது.

5

இந்த ஆய்வை மேற்கொள்வதை லண்டன் தலைமையகம் மே 1825-ல் வரவேற்றிருக்கிறது. மதராஸுக்கு அனுப்பிய கடிதத்தில் 'இப்படியான ஓர் ஆய்வு மேற்கொள்ளவேண்டும் என்ற எண்ணத்தை முன்வைத்த சர் தாமஸ் மன்ரோவுக்கு நன்றிகள் பல' என்று குறிப்பிட்டிருக்கிறது. ஆனால், ஆய்வு முடிவுகள் அவர்களுக்கு அனுப்பப்பட்ட பிறகு மதராஸ் பிரஸிடென்ஸிக்கு எழுதப்பட்ட கடிதமானது அந்த ஆய்வுத் தகவல்களை ஒரேயடியாக நிராகரித்து அந்தத் தகவல்களில் பெரும் வியப்பைத் தெரிவித்திருந்தது. 1828 ஏப்ரல் 16ல் எழுதப்பட்ட கடிதத்தில், 'இந்தத் தரவுகள் சில விஷயங்களில் பற்றாக்குறையுடன் இருக்கின்றன; எனினும் உள்ளூர் மக்களுக்கு மேலான கல்வியைக் கொடுப்பதற்கு ஏற்கெனவே இருக்கும் கல்வி அமைப்பிலிருந்து பெரிதாக எதையும் எதிர்பார்க்க முடியாது என்பதை நன்கு சுட்டிக்காட்டுகிறது' என்று எழுதப்பட்டிருக்கிறது.

வங்காளம், பிகாரில் பாரம்பரிய இந்தியக் கல்வி பற்றிய ஆடம்மின் அறிக்கை

மதராஸ் பிரஸிடென்ஸியில் ஆய்வுகள் ஆரம்பிக்கப்பட்டதற்கு 13 ஆண்டுகள் கழித்து வங்காள பிரஸிடென்ஸியில் சற்று குறைவான தகவல்களின் அடிப்படையில் பகுதி-அதிகாரபூர்வ ஆய்வு மேற் கொள்ளப்பட்டது. இதுதான் புகழ் வாய்ந்த ஆடம்மின் அறிக்கை அல்லது 1836-38 ஆண்டுகளில் வங்காளத்தில் கல்வியின் நிலை குறித்த அறிக்கை.[58]

அதில் மூன்று அங்கங்கள் இருக்கின்றன. முதலாவது 1836 ஜூலை 1 தேதியிட்ட அறிக்கை. அது வங்காளத்தின் பல்வேறு மாவட்டங்களில் பாரம்பரியக் கல்வி, அதன் தன்மை, வசதி வாய்ப்புகள் ஆகியவற்றைப் பற்றியது. இரண்டாவது 1835, டிசம்பர்,

23 தேதியிட்டது. ராஜஷாய் மாவட்டத்தில் தானாவின் நாத்தோர் என்ற பகுதியில் ஆடம்மினால் எடுக்கப்பட்ட ஆய்வு. மூன்றாவது ஆய்வு 1838, ஏப் 28 அறிக்கை. முர்ஷிதாபாத்தின் பிராந்தியங்கள், பீர்பூம், பர்த்வான், தென் பிகார், திரிகூடம் போன்ற பகுதிகளில் எடுக்கப்பட்ட ஆய்வு. இவற்றோடு ஆடம்மின் அபிப்ராயங்கள், பரிந்துரைகள், தீர்மானங்கள் ஆகியவையும் இந்த அறிக்கையில் இடம்பெற்றிருக்கின்றன.

ஆடம்மின் வார்த்தைப் பிரயோகம் மற்றும் கருத்துகள்

ஆடம்மின் அறிக்கை பெரும் சர்ச்சையைக் கிளப்பியிருக்கிறது. அதிலும் குறிப்பாக வங்காளம் மற்றும் பிகார் பகுதிகளில் 1830கள்வரை சுமார் லட்சம் கிராமப் பள்ளிகள் ஏதோ ஒருவகையில் செயல்பட்டு வந்ததாக அவர் குறிப்பிட்டிருக்கும் கருத்து பெரும் சர்ச்சையைக் கிளப்பியிருக்கிறது. மேலும் அவருடைய அறிக்கை, இந்தியப் பாரம்பரியக் கல்வி அமைப்பின் பிரமாண்ட அழிவு பற்றிய சித்திரத்தையே உருவாக்கியது. ஆடம் அடிப்படையில் கிறிஸ்தவ மதச் சார்பும் ஒழுக்க உணர்வும் மிகுந்தவர். அவருடைய எழுத்துகளைப் படிப்பது மிகுந்த சலிப்பையே தரும். இந்திய ஆசிரியர்கள் குறித்தோ இந்தியப் பாரம்பரியக் கல்வி முறை குறித்தோ அவருக்கு அப்படியொன்றும் பெருமதிப்பு எதுவும் கிடையாது. எனினும் பிரிட்டிஷ் அராசாங்கம் இந்திய ஆரம்பக் கல்வி, உயர்கல்வியில் கவனம் செலுத்தவேண்டும், பொருளாதார ரீதியாக உதவிகள் செய்யவேண்டும் என்ற எண்ணம் கொண்டவராக இருந்தார். எனவே அதைச் சாத்தியப்படுத்துவதற்காக எந்தவகை பிம்பத்தைச் சித்திரிக்கவேண்டுமோ அதைச் செய்தார். பிரிட்டிஷ் அரசின் தலையீடு தேவை என்பதற்கு அழுத்தம் கொடுக்கவேண்டி இந்திய பாரம்பரியக் கல்வி அழிவின் விளிம்பில் இருப்பதாகச் சொல்லவேண்டிய தேவை இருந்தது. ஆசிரியர்கள் அறியாமையில் இருப்பதாகவும், பள்ளிக்கான புத்தகங்கள், கட்டடங்கள் போதுமான அளவு இல்லை என்றெல்லாம் சொல்லவேண்டிய அவசியம் இருந்தது.

இதில் இன்னொரு முக்கியமான விஷயம் என்னவென்றால் 1818ல் வில்லியம் ஆடம் வங்காளத்துக்கு மத போதகராகத்தான் வந்து சேர்ந்திருந்தார். அவர் அதை விட்டுவிட்டு பத்திரிகைத்துறைக்கு மாறிய பின்னாலும் சம கால பிரிட்டிஷார் மத்தியில் செல்வாக்குடன் இருந்த இரண்டு கோட்பாடுகள் ஆடம்மின் மனத்திலும் அழுத்தமாக வேரூன்றியிருந்தன: அதில் ஒன்று வில்லியம் வில்பர்ஃபோர்ஸ் போன்றவர்கள் முன்வைத்தது போல் இந்தியாவை கிறிஸ்தவ

மயமாக்க வேண்டும் என்ற கருத்து. இன்னொன்று டி.பி.மெக்காலே மற்றும் வில்லியம் பெனெடிக் போன்றோர் முன்வைத்ததுபோல் இந்தியாவை மேற்கத்திய மயமாக்க வேண்டும் என்ற கருத்து. முன்பே சொன்னதுபோல் 1813ம் ஆண்டு கொண்டுவரப்பட்ட சார்ட்டர் ஆக்ட்டில் இந்த இரண்டு அம்சங்களும் இடம் பெற்றிருந்தன. ஆடம்மின் ஆய்வுகள் அதிகாரபூர்வ ஆவணங்கள் இல்லை என்றபோதிலும் அவற்றை செய்யச் சொல்லி நிதி உதவி அளித்து உத்தரவிட்டதெல்லாம் கவர்னர் ஜெனரல்தான். எனவே, அந்த ஆய்வறிக்கைகளும் மதராஸ் பிரஸிடென்ஸி கலெக்டர்கள் தந்த அறிக்கைகளும் முந்தைய பிரிட்டிஷ் அரசின் கொள்கைகள் செயல்பாடுகளை நேரடியாக விமர்சிக்கும் தொனியில் இல்லாமல் உருவாக்கப்பட்டிருந்தது இயல்பான விஷயம்தான்.

பரந்துபட்ட, மதிப்பு மிகுந்த சமூக ஆவணங்கள்

ஆடம்மினுடைய ஆய்வின் முக்கியமான அம்சம் அதன் கடின உழைப்பும் பரந்துபட்ட தன்மையும்தான். முதலாவதாக 1800க்கு பிந்தைய ஆவணங்களைப் பயன்படுத்தியிருக்கிறார். அடுத்ததாக அவருடைய சொந்த நேரடி ஆய்வுகள். ஒரு லட்சம் பள்ளிகள் பெங்காலிலும் பிகாரிலும் இருந்தன என்ற அவருடைய கூற்று தொடர்பான சர்ச்சைகள் மறக்கப்பட்டபின்னும் மாணவர்கள், ஆசிரியர்களின் ஜாதி வாரியான தரவுகள், கல்வியின் பல்வேறு நிலைகளில் மாணவர்களின் வயது, பள்ளியில் பயன்படுத்தப்பட்ட புத்தகங்கள் என அவர் சேகரித்த தகவல்கள் மிகுந்த முக்கியத்துடன் நிச்சயம் திகழும்.

மறு பிரசுரம் செய்யப்பட்டவை

ஆடம்மின் ஆய்வறிக்கையில் இருந்து சில பகுதிகள் இங்கு மறு பிரசுரம் செய்யப்பட்டிருக்கின்றன (பின்னிணைப்பு D). அவற்றில் ஆரம்பக் கல்வி பற்றி முதல் மற்றும் இரண்டாம் அறிக்கையில் உள்ள தகவல்கள். இரண்டாவதாக, முதல் அறிக்கையில் இருந்து எடுக்கப்பட்ட உயர்கல்வி பற்றிய தகவல்கள். மூன்றாவதாக நாட்டூர், ராஜஷே பகுதிகளில் இருந்து சேகரிக்கப்பட்ட மருத்துவக் கல்வி பற்றிய தரவுகள். மூன்றாவது அறிக்கையில் இடம்பெற்றுள்ள ஐந்து மாவட்டங்களில் இருந்து சில அடிப்படைத் தரவுகள். இந்தக் கடைசித் தரவுகள் கீழ்க்கண்ட தலைப்புகளின் கீழே இடம்பெற்றிருந்தன.

அ. ஆரம்பப் பள்ளிகள் மற்றும் ஜாதி வாரியான மாணவர்களின்

எண்ணிக்கை

ஆ. ஆரம்பப் பள்ளிகள் மற்றும் ஜாதிவாரியான ஆசிரியர்களின் எண்ணிக்கை

இ. ஆரம்பப் பள்ளிகளில் பயன்படுத்தப்பட்ட புத்தகங்கள்

ஈ. சமஸ்கிருதக் கல்வி வழங்கப்பட்ட கல்விமையங்கள் பற்றிய விவரங்கள்

உ. சமஸ்கிருத வகுப்புகளில் பயன்படுத்தப்பட்ட புத்தகங்கள்.

ஊ. பாரசீக, அரபு வகுப்புகளில் பயன்படுத்தப்பட்ட புத்தகங்கள்

எ. பாடங்கள் மற்றும் பள்ளி கால அளவு மாவட்ட வாரியாக

முதல் அறிக்கை: 1800க்குப் பிந்தைய தரவுகளின் அடிப்படையிலான ஆய்வு

யதார்த்த நிலைமை என்ன என்பது பற்றிய பொதுவான கருத்துகளை உள்ளடக்கிய அறிக்கை இது. 1800க்குப் பிந்தைய அதிகாரபூர்வ மற்றும் பிற ஆவணங்களை அடிப்படையாகக் கொண்டு அது உருவாக்கப்பட்டிருந்தது. அவரது தீர்மானங்கள்: கிட்டத்தட்ட ஒவ்வொரு கிராமத்திலும் குறைந்தது ஒரு பள்ளிக்கூடம் இருந்தது. பெங்காலிலும் பிகாரிலும் 1,50,748 கிராமங்கள் இருக்கின்றன. எனவே சுமார் ஒரு லட்சம் கிராமங்களில் நிச்சயம் இது போன்ற பள்ளிகள் இருக்கின்றன.[59]

இரண்டாவதாக, அவருடைய சொந்த நேரடி ஆய்வுகள் மற்றும் பிற தரவுகளில் இருந்து வங்காளத்தில் உயர்கல்விக்கு ஒவ்வொரு மாவட்டத்திலும் சுமார் 100 கல்விமையங்கள் இருந்தன என்ற முடிவுக்கு வந்திருக்கிறார். அப்படியாக மொத்தம் இருந்த 18 மாவட்டங்களில் சுமார் 1800 உயர்கல்விமையங்கள் இருந்ததாகத் தெரிவித்திருக்கிறார். ஒவ்வொரு மையத்திலும் குறைந்தபட்சமாக ஆறு பேர் என்று வைத்துக்கொண்டாலும் 10,800 மாணவர்கள் உயர்கல்வி பெற்றிருக்கவேண்டும் என்ற முடிவுக்கு வந்திருக்கிறார். ஊரில் மிகவும் முக்கிய பிரமுகர்களின் வீடுகளில் அல்லது அதற்கு அருகில் ஆரம்பப் பள்ளிகள் நடத்தப்பட்டன. களிமண்ணால் கட்டப்பட்ட மூன்றில் இருந்து ஐந்து அறைகள் கொண்ட மையங்களில் உயர்கல்வி தரப்பட்டது. சில ஊர்களில் 9லிருந்து 11 அறைகள்கூட இருந்திருக்கின்றன. தனியாக வாசிப்பறை (நூலகம்) என இருந்திருக்கிறது. இந்த அறைகளே மாணவர்கள் தங்கவும் பயன்பட்டிருக்கின்றன. இந்த

மாணவர்களுக்கு உணவு, உடை யெல்லாவற்றையும் ஆசிரியர்களே தந்திருக்கிறார்கள். தேவைப்பட்ட இடங்களில் கிராமத்தினரும் இதற்கு உதவி செய்திருக்கிறார்கள். இரு கல்விமையங்களிலும் கற்றுத் தரும் வழிமுறையையும் அன்றாடச் செயல்பாடுகளையும் விவரித்த பிறகு ஆடம் 1800க்குப் பிந்தைய தரவுகளை மாவட்ட வாரியாக அலசிப் பார்த்திருக்கிறார். இந்த ஆய்வின் சுருக்கத்தை அட்டவணை 10-ல் பார்க்கலாம்.

இரண்டாவது ஆய்வறிக்கை: நாட்டூரின் தானா பகுதிகளில் செய்யப்பட்ட ஆய்வுகள்

ரஜஷை மாவட்டத்தின் நாட்டூரின் தானா பகுதிகளில் கள நிலமையை நேரடியாக ஆய்வு செய்து ஆடம் இந்த இரண்டாம் பாகத்தை உருவாக்கியிருக்கிறார். இன்றைய நவீன மேலோட்டமான பறவைப் பார்வை ஆய்வைப் போன்றது இது. இதில் தனது ஆய்வு முறைகள், ஆய்வுத்தகவல்கள் ஆகியவற்றைச் செழுமைப்படுத்த நல்ல பயிற்சியாக இதைப் பயன்படுத்திக் கொண்டிருக்கிறார். நாட்டூர் பகுதியில் ஒவ்வொரு கிராமத்தையும் ஆராய்ந்து சுமார் 485 கிராமங்களைப் பட்டியலிட்டிருக்கிறார். வேறு சில கிராமங்கள் பற்றிய சில தகவல்களும் இடம்பெற்றிருக்கின்றன. தானா பகுதியின் மொத்த மக்கள் தொகை 1,20,928. மொத்த குடும்பங்கள் 30,028 (இந்து முஸ்லிம் விகிதம் 1:2) மொத்த ஆரம்பப் பள்ளிகளின் எண்ணிக்கை 27. உயர்கல்விமையங்கள் 38 (பிந்தையவை எல்லாமே இந்து). 1588 குடும்பங்களில் (இதில் 80% இந்துக்கள்) சிறுவர் களுக்கு வீடுகளிலும் கல்வி தரப்பட்டது. ஆரம்பப் பள்ளிகளில் மாணவர்களின் எண்ணிக்கை 262. 8-14 வயது சிறுவர்கள் அங்கு கல்வி பெற்றனர். உயர்கல்விமையங்களில் 397 பேர் படித்தனர். அதில் 136 பேர் உள்ளூர்காரர்கள். 261 பேர் தொலை தூரங்களில் இருந்து வந்து படிப்பவர்கள். அவர்களுக்குத் தங்குமிடமும் உணவும் அந்த கிராமத்திலேயே தரப்பட்டன. இந்தக் கல்விமையங்களில் கல்விக்கான கால அளவு 16 வருடங்கள். 11 வயதில் இருந்து 27 வயது வரை கல்வி கற்றிருக்கிறார்கள். எனினும் ஆரம்பப் பள்ளிகளில் கற்றவர்களின் எண்ணிக்கை குறைவாகவே இருந்திருக்கிறது. இந்த 485 பள்ளிகளில் 123 பொது மருத்துவர்கள், 205 கிராம மருத்துவர்கள் இருந்தனர். 21 சின்னம்மை நோய் சிகிச்சையாளர்களில் பெரும்பாலானவர்கள் பிராமணர்களே. அவர்கள் பாரம்பரிய இந்திய வழிமுறையிலேயே சிகிச்சை அளித்தனர்.[60] 297 செவிலியர், 722 பாம்புப் பிடாரர்கள் இருந்திருக்கிறார்கள்.

அட்டவணை 5
1800க்கு பிந்தைய ஆவணங்களில் (ஆடம்மின் குறிப்புகளுடன்) குறிப்பிடப்பட்டிருக்கும் உயர் கல்வி மையங்கள்

மாவட்டம் அல்லது இடம்		மக்கள் தொகை	ஹிந்து முஸ்லிம் விகிதம்	1800க்கு பிந்தைய ஆவணங்களில் குறிப்பிடப்பட்டிருக்கும் உயர் கல்வி மையங்கள்
தினாஜ்பூர்	பக் 16	30,00,000 (1808)	3 க்கு 7	புக்கனன் - 16: ஆடம் : மாவட்ட எல்லை கணிப்பில் சில தவறுகள் நடந்துள்ளன
பர்னேயா	பக் 16	14,50,000 (1801)	57 க்கு 47	புக்கனன் : 119
		29,04,380 (1810)		
கல்கத்தா	பக் 17	2,00,000 (1822) தோராயமாக		வார்டு : (1818): 28, மாணவர்கள் : 173
நதேயா	பக் 17 பக் 78 பக் 79		11 க்கு 5	வார்டு : (1818): 31, மாணவர்கள் : 747. தர்கம், சட்டம், ஹெச்.ஹெச். வில்சன் : (1820): 25. மாணவர்கள் 500-600. அதிகாரிகள் : (1816) 46, மாணவர்கள் : 380.
குமாரு ஹட்டா	பக் 81			வார்டு : 7-8
பாத்பரா	பக் 81			வார்டு : 7-8
24 பர்கணா	பக் 22	16,25,000 (1801)		ஹாமில்டன் : (1801): 190
ஜுயு நகர்	பக் 22			வார்டு : 17-18
முஜ்லீபூர்	பக் 22			வார்டு : 17-18
அந்தோலி	பக் 22			வார்டு : 10-12
மிதினாபூர்	பக் 50-51	15,00,000 (1801)	6 க்கு 1	ஹாமில்டன் : யாருமில்லை. ஆடம் : 40
கட்டக் (பூரி)	பக் 54	12,96,365	10 க்கு 1	ஸ்டர்லிங் : பிரின்சிபல் ஸ்ட்ரீட் ஆஃப் மேத்ஸ்
ஹூக்ளி	பக் 57-58	10,00,000 (1801)	3 க்கு 1	வார்டு : (1818), ஹேமில்டன் (1801): 150. சட்டம்,

வன்சாரியா				தர்க்கம்: 12-14
திரிவேணி				தர்க்கம் : 7-8
குண்டுல்புரா				நியாய சாஸ்திரம் 10
பத்ரேஷ்வரு				நியாய சாஸ்திரம் 10
வாலி				நியாய சாஸ்திரம் 2-3
பர்த்வான்	பக் 70	14,44,487 (1813-14)	5 க்கு 1	ஹாமில்டன் : யாருமில்லை ஆடம் : அபாரம்
ஜெஸ்ஸோர்	பக் 73	12,00,000 (1801)	7 க்கு 9	தகவல் இல்லை
டாக்கா ஜபல்பூர்	பக் 85	9,38,712 (1801)	1 க்கு 1	ஹாமில்டன் : சொற்பம் பாதி அடிமைகள்
பேக்கர் கருஞ்சி	பக் 86	9,26,723 (1801)	5 க்கு 3	தகவல் இல்லை. ஆடம் : நிச்சயம் ஏதேனும் இருக்கவேண்டும்
சிட்டகாங்க்	பக் 88-89	12,00,000 (1801)	2 க்கு 3	தகவல் இல்லை. சில முஸ்லிம்கள், பிராமணர்கள்.
திரிபுரா	பக் 91	7,50,000 (1801)	4 க்கு 3	தகவல் இல்லை
மைமூன்சிங்	பக் 92	13,00,000 (1801)	2 க்கு 5	ஹேமில்டன் : 2-3ஒவ்வொருவருக்கும் 24 பர்குனாக்கள் வீதம்
சிலெட்	பக் 93-94	4,92,945	3 க்கு 2	தகவல் இல்லை
ராஜஷை	பக் 103-04	1,50,000 (1801)	2 க்கு 1	தகால் இல்லை. ஆடம் : ஒரு சில இருக்கும்.
ரங்பூர்	பக் 106-107	27,25,000 (1801)	12 க்கு 15	ஆடம் : 9 துணைப் பிரிவுகளில் 41
மூர்ஷிதாபாத்	பக் 96	10,20,572 (1801)	2 க்கு 1	1801 மதிப்பீடு : 21. ஆடம் : கூடுதல் இருக்கும்.
பீர்போம்	பக் 98-100	12,67,067 (1801)	30 க்கு 1	ஹேமில்டன் : ஒன்றுமில்லை. ஆடம் : ஒரு சில இருக்கும்.

மூன்றாம் அறிக்கை: ஐந்து மாவட்டங்களில் செய்யப்பட்ட ஆய்வு

ஆடம்மின் 3வது அறிக்கையில்தான் மிகுதியான தகவல்கள் இருக்கின்றன. இந்த அறிக்கையில் முர்ஷிதாபாத்தில் மேற்கொண்ட ஆய்வு தொடர்பான தகவல்களை விவரித்திருக்கிறார் (மொத்த 37 தானாக்களில் 20 தானாக்கள் இதில் இருக்கின்றன, மொத்த மக்கள் தொகை 9,69,447; அதில் 1,24,804 பேர் இங்கு வசிக்கிறார்கள்). வங்காளத்தில் இருக்கும் பீர்பூம், பர்த்வான் மற்றும் பிகாரில் இருக்கும் திரிகூடம் மாவட்டங்களின் முழுத் தகவல்கள் இந்த அறிக்கையில் இடம்பெற்றிருக்கின்றன. ஒவ்வொரு மாவட்டத்தின் ஒரு தானாவிலும் ஆடம் இந்த ஆய்வுகளைத் தானே நேரடியாகச் செய்திருக்கிறார். வேறு கூடுதல் தகவல்களையும் சேகரித்திருக்கிறார். எஞ்சிய கிராமங்களில் அவரிடம் நன்கு பயிற்சி பெற்ற இந்திய உதவியாளர்கள் அவருடைய வழிகாட்டுதலுக்கு ஏற்பத் தரவுகளைச் சேகரித்திருக்கிறார்கள். ஆரம்பத்தில் அனைத்து கிராமங்களையும் ஆடம் நேரில் போய்ப் பார்த்து ஆய்வு செய்ய விரும்பியிருக்கிறார். ஆனால், ஒரு கிராமத்துக்குள் திடீரென்று ஒரு ஐரோப்பியர் நுழைந்தால் அது அவர்களிடையே பெரும் பீதியைக் கிளப்பிவிடும். அதை அதன் பிறகு மட்டுப்படுத்தவே முடியாமல் போய்விடும். எனவே அவர் நேரடியாகப் போய் ஆய்வு செய்யும் முடிவை மாற்றிக்கொண்டார். நேரத்தை மிச்சம் செய்யும் நோக்கமும் இதில் உண்டு.

மொழிவாரியான பிரிவு

தேர்ந்தெடுக்கப்பட்ட இந்த மாவட்டங்களில் இருக்கும் அனைத்து விதமான கல்விமையங்களின் எண்ணிக்கை 2,566. அவற்றில் வங்காள மொழிப் பள்ளிகள் 1098, ஹிந்தி பள்ளிகள் 375, சமஸ்கிருதப் பள்ளிகள் 353, பாரசீகப் பள்ளிகள் 694, அரபு மொழிப் பள்ளி 31, ஆங்கிலம் 8. மிதினாப்பூர் மாவட்டத்தில் இருக்கும் பள்ளிகளின் பட்டியலும் தரப்பட்டிருக்கிறது. 548 வங்காள மொழிப் பள்ளிகள், 182 ஒரியப் பள்ளிகள், 48 பாரசீகப் பள்ளிகள் மற்றும் ஒரே ஒரு ஆங்கிலப் பள்ளி. அட்டவணை 11ல் மாவட்டவாரியான தரவுகள் இடம்பெற்றுள்ளன.

பள்ளிக் கல்வியின் நான்கு நிலைகள்

ஆரம்பப் பள்ளிக் கல்வியின் கால அளவை ஆடம் நான்காகப் பிரித்திருக்கிறார். முதல் கட்டம் சுமார் பத்து நாட்கள். இதில்

அட்டவணை 6

பள்ளிகளின் எண்ணிக்கை மற்றும் வகைகள்

பள்ளியின் வகை	முர்ஷிதாபாத் (பக்.223., பாதி மா.)	பீர்போம் (பக்.224., முழு மா.)	பர்த்வான் (பக்.225., முழு மா.)	தென் பீஹார் (பக்.226., முழு மா.)	திரிகூடம் (பக்.226., முழு மா.)	ஆய்வு செய்த மாவட்டங்கள்	மிதிலாபூர் (பக்.222., முழு மா.)
வங்காள மொழி	62	407	629			1098	548
ஹிந்தி	5	5		285	80	375	
ஒரியா							182
சமஸ்கிருதம்	24	56	190	27	56	353	
பாரசீகம்	17	71	93	279	234	694	48
அரபு	2	2	11	12	4	31	
ஆங்கிலம்	2	2	3	1		8	1
பெண்கள்	1	1	4			6	
குழந்தைகள்						1	
	113	544	931	604	374	2,556	779

அட்டவணை 7

பயன்படுத்திய பொருட்கள்	மாணவர்களின் எண்ணிக்கை				
	முர்ஷிதாபாத்	பீர்போம்	பர்த்வான்	தென் பிஹார்	திரிகூடம்
முதல் கட்டம் தரை, சிலேட்டு	71	372	702	1,560	250
இரண்டாம் கட்டம் பனை ஓலை, மரப் பலகை	525 35	3,551 19	7,113	1,503	172
மூன்றாம் கட்டம் வாழை இலை சால் இலை வெண்கலத் தட்டு	3 9	299 98	2,765	42	55
நான்காம் கட்டம் காகிதம்	437	2,044	2,610	39	30
மொத்தம்	1080	6,383	13,190	3,144	507

குழந்தைகள் மணலில் அல்லது மண் சிலேட்டில் மூங்கில் குச்சியால் அகர வரிசை எழுத்துகளை எழுதிப் படிக்கிறார்கள்.

இரண்டாவது கட்டம் இரண்டரை ஆண்டுகளில் இருந்து நான்கு ஆண்டுகள் நீடிக்கிறது. இந்தக் காலகட்டத்தில் எழுதுவதற்குப் பனை ஓலை பயன்படுத்தப்படுகிறது. குழந்தைகளுக்கு எழுதப் படிக்கக் கற்றுத் தரப்படுகிறது. 100 வரையிலான எண்கள், நில அளவை அலகுகள் ஆகியவை மனனம் செய்யக் கற்றுத் தரப்படுகிறது. மூன்றாவது காலகட்டம் இரண்டில் இருந்து மூன்று ஆண்டுகள் நீடிக்கிறது. இதில் வாழை இலையில் எழுதப் படிக்கக் கற்றுத் தரப்பட்டது. கூட்டல், கழித்தல் பிற கணித விதிகள் கற்றுத் தரப்பட்டன. நான்காவதும் கடைசியுமான காலகட்டம் இரண்டு ஆண்டுகள் நீடித்தது. இதில் காகிதத்தில் எழுதிப் படித்தனர். ராமாயணம், மானஸ மங்கள் ஆகியவை வாசிக்கக் கற்றுத் தரப்பட்டன. கணக்குவழக்குகள், கடிதங்கள், விண்ணப்பங்கள், கோரிக்கை மனுக்கள் எழுதுதல் ஆகியவை கற்றுத்தரப்பட்டன. அட்டவணை 12ல் மாணவர்களின் எண்ணிக்கையும் எழுதுவதற்குப் பயன்படுத்தப்பட்ட பொருளும் இடம்பெற்றிருக்கின்றன.

அனைத்து ஜாதியினருக்கும் ஆரம்பக் கல்வி

எடுத்த எடுப்பிலேயே நம் கவனத்தைக் கவரும் விஷயம் என்னவென்றால், மாணவர்கள், ஆசிரியர்கள் எல்லாம் அனைத்து ஜாதிகளைச் சேர்ந்தவர்களாக இருக்கிறார்கள். காயஸ்தர்கள், பிராமணர்கள், சதகோப், அகுரி பிரிவினர் அதிகமாக இருக்கிறார்கள். எனினும் 30 பிற ஜாதிகளில் இருந்தும் கணிசமான எண்ணிக்கையினர் இருந்திருக்கிறார்கள். சந்தால் ஜாதியைச் சேர்ந்த ஆறு ஆசிரியர்கள் கூட இருந்திருக்கிறார்கள். ஆரம்பப் பள்ளியில் படித்த மாணவர்களின் எண்ணிக்கையைப் பார்த்தால் அனைத்து ஜாதியைச் சேர்ந்தவர்களும் கல்வி கற்றிருப்பதாகவே சொல்லலாம். பிராமணர்கள், காயஸ்தர்களின் எண்ணிக்கை 40%க்கு அதிகமில்லை. பிகாரின் இரண்டு மாவட்டங்களில் அவர்களின் எண்ணிக்கை 15-16%க்கு அதிகமில்லை. பர்த்வான் மாவட்டத்தில் 126 வைத்ய மாணவர்கள் இருந்தனர். இதில் ஆச்சரியப்படும் விஷயம் என்னவென்றால் தாம் (61), சந்தால் (61) ஜாதி மாணவர்கள் கணிசமான அளவில் கல்வி பெற்றிருக்கிறார்கள். பர்த்வானில் 13 கிறிஸ்தவ மிஷனரி பள்ளிகள் இருந்திருக்கின்றன. ஆனால் அதில் சந்தால், தாம் ஜாதி மாணவர்கள் வெறும் நான்கு பேரே இருந்திருக்கிறார்கள். ஒட்டுமொத்தமாக 16 தாழ்ந்த ஜாதிகளைச்

அட்டவணை 8
ஆரம்பப் பள்ளிகள், கிறிஸ்தவப் பள்ளிகளில்
கற்றுத் தரப்பட்ட கணக்குப் பாடங்கள்

கணக்கு வகை	முர்ஷிதாபாத்	பீர்போம்	பர்த்வான்	தென் பிஹார்	திரிகூடம்
1வணிகவியல் 2.விவசாயக் கணக்குகள் 3.இரண்டும்	7 14 46	36 47 328	2 5 608	36 20 229	4 8 68
மொத்தம்	67	411	616	285	80
கிறிஸ்தவப் பள்ளி		1	13		
அனைத்துப் பள்ளிகள்	67	412	629	285	80

சேர்ந்த 86 மாணவர்கள் மட்டுமே மிஷனரி பள்ளிகளில் இருந்திருக்கிறார்கள். ஆனால் அந்த ஜாதிகளைச் சேர்ந்த 674 பேர் இந்திய பாரம்பரியப் பள்ளிகளில் கல்வி பயின்றிருக்கிறார்கள்' என்று ஆடம் தனியாகக் குறிப்பிட்டிருக்கிறார்.

கணக்குப் பாடங்கள்

ஆரம்பக் கல்வியைப் பொறுத்தவரையில் அதில் பயன்படுத்தப் பட்ட பல்வேறு புத்தகங்கள் பற்றி ஆடம் குறிப்பிட்டிருக்கிறார். இவை மாவட்டத்துக்கு மாவட்டம் வேறுபட்டிருக்கின்றன. ஆனால், ஆய்வு மேற்கொள்ளப்பட்ட மாவட்டங்களில் 14 கிறிஸ்தவ பள்ளிகள் நீங்கலாக பிற அனைத்துப் பள்ளிகளிலும் கணக்கியல் (அக்கவுண்ட்ஸ்) கற்றுத் தரப்பட்டுள்ளது. வணிகக் கணக்குகள், விவசாயக் கணக்குகள் ஆகிய இரண்டும் கற்றுத் தரப்பட்டிருக்கின்றன. அட்டவணை 13 மாவட்டவாரியான விவரங்களைத் தருகிறது.

பள்ளியில் சேர்க்கும் வயது 5லிருந்து எட்டுவரை இருந்திருக்கிறது. பள்ளி முடித்துச் செல்லும் வயது 13லிருந்து 16.5 ஆக இருந்தது.

சமஸ்கிருத கல்விமையங்கள்

ஆய்வு மேற்கொண்ட மாவட்டங்களில் இருந்த மொத்த 353 பள்ளிகளில் அதிகபட்சமாக பர்த்வானில் இருக்கும் 190 பள்ளிகளிலும் (1358 மாணவர்கள்) குறைந்தபட்சமாக தென் பிகாரில் 27 பள்ளிகளிலும் (437 மாணவர்கள்) சமஸ்கிருதம் கற்றுத் தரப்பட்டுள்ளது. மொத்தம் இருந்த சமஸ்கிருத ஆசிரியர்களில்

பெரும்பாலானவர்கள் பிராமணர்களே. ஐந்து பேர் வைத்ய ஜாதியைச் சேர்ந்தவர்கள். இலக்கணம் (1424 மாணவர்கள்) தர்க்கம் (378 மாணவர்கள்), சட்டம் (336 மாணவர்கள்), இலக்கியம் (120 மாணவர்கள்) ஆகியவை கற்றுத் தரப்பட்டுள்ளன. இறையியல் (82 மாணவர்கள்), வான சாஸ்திரம் (78 மாணவர்கள்), மொழியியல் (48 மாணவர்கள்), சொல்லாட்சிக் கலை (19 மாணவர்கள்), மருத்துவம் (18 மாணவர்கள்), வேதாந்தம் (13 மாணவர்கள்), தந்திரம் (14 மாணவர்கள்), மீமாம்ஸை (2 மாணவர்கள்), சாங்கியம் (1 மாணவர்) ஆகியவையும் கற்றுத் தரப்பட்டிருக்கின்றன. கல்விக்கான கால அளவு, ஆரம்ப வயது ஆகியவை எல்லாம் என்ன பாடம் படிக்கிறார்கள் என்பதற்கு ஏற்பவும் மாவட்டத்துக்கு மாவட்டமும் மாறுபட்டிருந்தன.

இலக்கணம் படிக்கும் மாணவர்கள் சிறிய வயதிலேயே அதாவது 9 -12 வயதிலேயே ஆரம்பித்துவிட்டனர். சட்டம், புராணவியல், தந்திரம் போன்றவை 20 வயதுக்குப் பிறகு ஆரம்பிக்கப் பட்டிருக்கின்றன. பொதுவாக ஏழு முதல் 15 வருடங்கள் கல்வி கற்றிருக்கிறார்கள்.

பாரசீகம், அரபு மொழிக் கல்விமையங்கள்

பாரசீக மொழி கற்றவர்களின் எண்ணிக்கை 3,479. அவர்களில்1,424 பேர் தென் பிகாரில் படித்திருக்கிறார்கள். இந்தக் கல்வியை உயர்கல்வியாகக் கருதாமல் தனியான பாடமாகவே ஆடம் கருதியிருக்கிறார். இந்தப் படிப்புக்கான பள்ளிகளில் சேரும் வயது 6.8லிருந்து 10.3 ஆக இருந்திருக்கிறது. கல்வியின் கால அளவு 11-15 வருடங்கள் இருந்திருக்கிறது. பாரசீக மொழி பயில்பவர்களில் பாதிப்பேர் இந்துக்கள் அதிலும் காயஸ்தர்களே பெரும் பான்மையாக இருந்திருக்கின்றனர். [61]

அரபு மொழி படித்த 175 மாணவர்களில் முஸ்லிம்களே அதிகமாக இருந்திருக்கிறார்கள். ஆனால், 14 காயஸ்தர்கள், ஒரு அகுரி, 1 தெலி, ஒரு பிராமணர் ஆகியோரும் அரபு மொழி கற்றிருக்கிறார்கள்.பாரசீக மொழிக் கல்வியில் ஏராளமான புத்தகங்கள் பயன்படுத்தப்பட்டன. அரபு மொழி பயின்றவர்களும் கணிசமான அளவு புத்தகங்களைப் பயன்படுத்தியிருக்கிறார்கள்.

ஆசிரியர்களின் வயதைப் பொறுத்தவரையில் எல்லாவகைப் பள்ளிகளிலும் ஆசிரியர்கள் பெரிதும் 30-40 வயதினராகவே இருந்திருக்கிறார்கள்.

6

டாக்டர் ஜி.டபிள்யூ லெய்ட்னர் பஞ்சாபின் பாரம்பரியக் கல்வி குறித்து

ஆடம் தம் ஆய்வறிக்கையைச் சமர்ப்பித்ததற்கு 45 வருடங்கள் கழிந்த பிறகு டாக்டர் ஜி.டபிள்யூ. லெய்ட்னர் (லாகூர் அரசு பல்கலைக் கழகத்தின் பிரின்சிபல், சிறிது காலத்துக்கு பஞ்சாபின் பொதுக் கல்விமையத்தின் தற்காலிக இயக்குநர்) பஞ்சாபில் நடைமுறையில் இருந்த பாரம்பரியக் கல்வி தொடர்பாக மிக விரிவான ஆய்வறிக்கையைத் தயாரித்திருக்கிறார்.[62] டபிள்யூ ஆடம் செய்ததைப் போலவேதான் இவருடைய ஆய்வும் செய்யப் பட்டிருக்கிறது. ஆனால், லெய்ட்னரின் மொழியும் தீர்மானங்களும் நேரடியானதாகவும் பிரிட்டிஷ் ஆட்சியை அவ்வளவாகப் புகழாதவகையிலும் இருக் கின்றன. காலப்போக்கில் பிரிட்டிஷ் ஆட்சியாளர்கள் தம்மைப் பற்றிய விமர்சனத்தைச் செவிமடுத்துக் கேட்கும் தன்மையை இழந்துவிட்டனர். இந்தியாவிலும் தாம் ஆக்கிரமித்த வேறு இடங்களிலும் தமக்கிடப்பட்ட 'தெய்விகப் பணி' குறித்து உண்மையாகவே நம்பத் தொடங்கிவிட்டிருந்தனர்.[63]

லெய்ட்னரின் ஆய்வுகளின்படிப் பார்த்தால் பிரிட்டிஷ் ஆட்சியின் கீழ் பஞ்சாப் கொண்டுவரப்பட்ட காலகட்டத்தில் குறைவாக மதிப்பிட்டுப் பார்த்தாலும் 3,30,000 மாணவர்கள் எழுதுதல், வாசித்தல், கணிதம் போன்றவற்றில் திறன் பெற்றவர்களாக இருந்திருக்கின்றனர். '1882ல் 1,90,000க்கு கொஞ்சம் அதிகம்' என்ற கூற்றுக்கு முற்றிலும் மாறுபட்டதாக இது இருக்கிறது. மேலும் 35-40 வருடங்களுக்கு முன்பாக, ஆயிரம் பேர் அரபு, சமஸ்கிருத கல்லூரிகளில் படித்தனர், கீழைத்தேய இலக்கியம், கீழைத்தேய சட்டம், தர்க்கம், தத்துவம், மருத்துவம் போன்ற உயர்கல்விகள் இங்கு கற்றுத்தரப்பட்டன. லெய்ட்னர் ஒவ்வொரு மாவட்டத்திலும் மிக விரிவாக ஆய்வுகள் நடத்தியிருக்கிறார். முந்தைய அதிகாரபூர்வ ஆவணங்களை அடிப்படையாகக்கொண்டு 1882ல் கள நிலைமை என்ன என்பதை மிக விரிவாக ஆராய்ந்திருக்கிறார். அவருடைய கண்டடைதல்கள், முன்பு நடைமுறையில் இருந்த பள்ளி வகைகள், சமஸ்கிருதப் பள்ளிகளில் பயன்படுத்தப்பட்ட புத்தகங்கள் ஆகியவை இங்கு மறு பிரசுரம் செய்யப்பட்டுள்ளன (பின்னிணைப்பு D).

இந்த ஆய்வறிக்கையில் இருந்தும் 18-19ம் நூற்றாண்டுகளில் இந்தியாவில் கல்வி தொடர்பாக மேற்கொள்ளப்பட்ட ஆய்வுகள் ஆகியவற்றிலிருந்தும் பெரிதும் இறையியல், சட்டம் மருத்துவம், வான சாஸ்திரம், ஜோதிடம் போன்றவை பற்றிய விவரங்களே அதிகம் கிடைக்கின்றன. இந்தியாவில் அப்போது நடைமுறையில் இருந்த தொழில்நுட்பங்கள், கைவினைக் கலைகள் ஆகியவை தொடர்பான கல்வி பற்றிய குறிப்புகள் மிக மிகக் குறைவாகவே இருக்கின்றன. இசை, நடனம் ஆகியவற்றுக்கான கல்வி பற்றியும் குறைவான தகவல்களே கிடைத்துள்ளன. கடைசி இரண்டு கலைகளுக்கான கல்வி பெரிதும் கோயில் சார்ந்த அமைப்புகளால் முன்னெடுக்கப்பட்டிருக்கின்றது.

தொழில்நுட்பங்கள், கைவினைத் தொழில்கள் பற்றிய குறிப்புகள் அதிகம் இல்லாததற்கான காரணம் அரசாங்க நிர்வாகிகள், பயணிகள், கிறிஸ்தவ மதப் பிரசாரகர்கள், ஆய்வறிஞர்கள் ஆகியோருக்கு இந்தக் கலைகள், தொழில்கள் மீதும் அவை தலைமுறை தலைமுறையாக எப்படிக் கைமாற்றித் தரப்பட்டிருக்கின்றன என்பது குறித்தும் எந்தப் பெரிய அக்கறையும் இருந்திருக்கவில்லை. ஒரு சிலருக்குக் குறிப்பிட்ட தொழில்நுட்பம், அல்லது கைவினைத் தொழில் மீது ஆர்வம் இருந்திருக்கிறது. இரும்பு, எஃகு, விவசாயக் கருவிகள் பற்றியும் பருத்தி, துணி போன்றவை, கட்டடக்கலையில் பயன்படுத்தப்பட்ட பொருட்கள், கப்பல் கட்டுமானம், பனிக்கட்டி தயாரித்தல், காகிதம் தயாரித்தல் போன்றவை குறித்து தகவல்கள் சேகரித்திருக்கிறார்கள். இந்த இடங்களிலும்கூட அந்தத் தொழில் நுட்பம் எப்படிச் செயல்படுகிறது, அதன் தொழில்நுட்ப அறிவியல் அம்சங்கள் என்ன என்பது போன்ற தகவல்கள்தான் இருக்கின்றனவே தவிர அந்தத் தொழில்கள் எப்படிக் கற்றுத் தரப்பட்டன என்ற விவரங்கள் சேகரிக்கப்பட்டிருக்கவில்லை.

அவை தொடர்பான தகவல்கள் அதிகம் இல்லாததற்கு இன்னொரு காரணம் அவையெல்லாம் வீடுகளில் கற்றுத் தரப்பட்டிருக்கின்றன. பிரிட்டனில் பயிற்சிக் காலகட்டம் (ஒருவர் நேரடியாக எந்தத் தொழிலையும் செய்ய ஆரம்பித்துவிடக்கூடாது. தொழில் நிபுணர் அல்லது கைவினைக் கலைஞரிடம் நீண்டகாலம், கடினமான பயிற்சி பெற்ற பிறகே ஒரு தொழிலைச் செய்யவேண்டும்) இருந்தது போல் அல்லாமல் இந்தியாவில் கைவினைத்தொழில் கல்வி பெரிதும் பெற்றோரிடமிருந்தே பெறப்பட்டது. பெற்றோரே ஆசிரியர்கள்; பிள்ளைகளே மாணவர்கள்! இன்னொரு காரணம் என்னவாக இருந்திருக்குமென்றால் கிணறு தோண்டுதல், பொருட்களை ஓரிடத்தில் இருந்து வேறொரு இடத்துக்குக்

கொண்டு செல்லுதல் போன்றவையெல்லாம் ஒரு குறிப்பிட்ட பிரிவின் (ஜாதியின்) விசேஷமான ஏகபோக உரிமைகொண்ட தொழிலாக இருந்திருக்கின்றன. இந்த ஜாதிகளில் ஒரு சிலர் இந்தியா முழுவதிலும் அந்தத் தொழிலைச் செய்து வந்திருக் கிறார்கள். எஞ்சியவர்கள் குறிப்பிட்ட பகுதியில் மட்டுமே இயங்கி வந்திருக்கிறார்கள். எனவே இந்தத் தொழில்கள் சார்ந்த கல்வி என்பது அந்த ஜாதியினரின் தனிப்பட்ட செயல்பாடாகவே இருந்து வந்திருக்கிறது.

'இந்தியர்களின் கைவினைத் தொழில்களை அந்நியர்கள் கற்றுக் கொள்வது மிகவும் கடினம். ஏனெனில் அது ஜாதிகளுக்குள்ளாக தந்தையிடமிருந்து மகனுக்குக் கற்றுத் தரப்படுகிறது. ஒருவர் தனது ஜாதியின் நலனுக்கு எதிராக ஏதேனும் செய்தால் அந்த ஜாதியில் இருந்து விலக்கிவைக்கப்படும் அபாயம் இருக்கிறது. எனவே, எந்தவொரு தகவல்களையும் பகிர்ந்துகொள்ளும்படி இவர்களைத் தூண்டுவது மிகவும் கடினம்.'[64] இந்தக் கூற்று இந்திய கைவினைத் தொழில்கள் ஒரு குறிப்பிட்ட ஜாதிக்குள்ளாகவே இருந்து வந்திருப்பதைச் சுட்டிக்காட்டுகின்றது. எனினும் இது தொடர்பான கல்விபற்றியோ அந்தத் தொழில்களில் நடக்கும் மாற்றங்கள், செழுமைப்படுத்தல்கள் பற்றியோ ஏதேனும் தெரிந்து கொள்ள வேண்டுமென்றால் இந்தக் குழுமங்கள் (ஜாதிகள்) பற்றிக் கூடுதல் தகவல்களைத் தெரிந்துகொள்ளவேண்டியது அவசியம். இந்தத் தொழில்களின் தன்மை, ஒவ்வொரு தொழிலையும் முறையாகவோ முறை சாராமலோ கற்பது எப்படி எனப் பல தகவல்களைத் தெரிந்து கொண்டாகவேண்டும். இது தொடர்பாகக் குறைவான தகவல்களே இருக்கின்றன.

மதராஸ் பிரஸிடென்ஸியில் நடைமுறையில் இருந்த தொழில்கள் பற்றிய பட்டியல் கீழே தரப்படுகிறது. வரி விதிப்பதற்காக இந்தத் தொழில்கள் பற்றிய தகவல்கள் 19ம் நூற்றாண்டில் சேகரிக்கப்ப ட்டன. இது இந்தத் தொழில்கள் எந்த அளவுக்குப் பரந்து பட்டவையாக இருந்திருக்கின்றன என்பதை நமக்கு அறியத் தருகின்றன.

குளங்கள், கட்டடங்கள் கட்டும் தொழில்

கல் உடைப்பவர்கள்
மார்பிள் சுரங்கப் பணியாளர்கள்
சுண்ணம் தயாரிப்பவர்கள்
மரம் அறுப்பவர்கள்
மரம் வெட்டுபவர்கள்

மூங்கில் வெட்டுபவர்கள்
குளம் தோண்டுபவர்கள்
செங்கல் சூளை வைத்திருப்பவர்கள்

உலோகத்தொழில்

இரும்பு தாது சேகரிப்பவர்கள்
இரும்பு உற்பத்தியாளர்கள்
இரும்புப் பட்டறைப் பணியாளர்கள்
இரும்பு உலைப் பணியாளர்கள்
உலோகங்களை உருக்கி அடித்து கருவி உருவாக்குபவர்கள்
வெண்கல ஆசாரிகள்
தாமிர ஆசாரிகள்
ஈயம் பூசுபவர்கள்
தங்கத் தூசு சேகரிப்பவர்கள்
இரும்பு ஆசாரி
தங்க ஆசாரி
குதிரை லாடம் உருவாக்குபவர்கள்

நெசவுத்தொழில்

பருத்தி தூய்மைப்படுத்துபவர்கள்
பஞ்சு அடிப்பவர்கள்
பஞ்சு பிரிப்பவர்கள்
பட்டு உற்பத்தியாளர்கள்
நெசவாளிகள்
பருத்தி நெசவாளிகள்
இண்டிகோ நீலம் தயாரிப்பவர்கள்
நெசவாளர்கள்
பட்டுத் துணிநெய்பவர்கள்
சாய நூல் தயாரிப்பவர்கள்
சாயம் தயாரிப்பவர்கள்
துணி நெய்பவர்கள்
போர்வை நெய்பவர்கள்
மெத்தை விரிப்பு தைப்பவர்கள்
கம்பளி நெய்பவர்கள்

பர்தா தைப்பவர்கள்
சாக்கு தயாரிப்பவர்கள்
இஸ்லாமிய நெசவாளர்கள்
தறி தயாரிப்பவர்கள்

பிற கைவினைக் கலைஞர்கள்

வளையல் தயாரிப்பவர்கள்
காகிதம் தயாரிப்பவர்கள்
பட்டாசுப் பொருட்கள் தயாரிப்பவர்கள்
எண்ணெய் உற்பத்தியாளர்கள்
சோப் தயாரிப்பவர்கள்
உப்பு உற்பத்தியாளர்கள்
உப்பளம் பராமரிப்பவர்கள்
சாராயம் (கள்) வடிப்பவர்கள்
மூலிகைகள், வேர்கள் சேகரிப்பவர்கள்
மருந்து தயாரிப்பவர்கள்

வேறு தொழில்கள்

படகோட்டி
மீனவர்
குடை தயாரிப்பவர்கள்
காலணி தைப்பவர்கள்
ஓவியர்கள்
மர ஆசாரிகள்
அச்சு தயாரிப்பவர்கள்
வைண்டிங் கருவி தயாரிப்பவர்கள்
நெல் குத்துபவர்கள்
கள் இறக்குபவர்கள்
துணி துவைப்பவர்கள்
சிகை அலங்காரத் தொழில் செய்பவர்கள்
துணி தைப்பவர்கள்
கூடை முடைபவர்கள்
பாய் முடைபவர்கள்

•

பிரிட்டிஷாரின் ஆட்சி ஆரம்பித்த சில பத்தாண்டுகளில் இந்தியப் பாரம்பரியக் கல்வி முறை உதாசீனப்படுத்தப்பட்டு அழிவின் விளிம்புக்குத் தள்ளப்பட்டது என்ற எண்ணம் பரவலாகப் பலர் மனதில் இருந்தது. 1822-25 மதராஸ் பிரஸிடென்ஸி தரவுகள், வங்காளம் பிகார் பற்றிய டபுள்யூ ஆடம் தயாரித்த 1835-38 ஆண்டு ஆய்வறிக்கை, ஜி.டபிள்யூ லெய்ட்னரால் பஞ்சாபில் மேற்கொள்ளப்பட்ட ஆய்வுகள் போன்றவை இந்தச் சித்திரத்தையே உருவாக்குகின்றன. பல்வேறு கைவினைத் தொழில்கள், தொழில் நுட்பங்கள், உற்பத்தித்தொழில்கள் அல்லது சமூகக் கட்டுமானம் தொடர்பான விரிவான தகவல்கள் சேகரிக்கப்பட்டு ஆய்வுகள் மேற்கொள்ளப்பட்டால் தெளிவான சித்திரம் கிடைக்கும். மேலும் முந்தைய ஐரோப்பிய எழுத்துகளில் இருந்து (ஐரோப்பிய ஏகாதிபத்தியத்துக்கு முந்தையவை) இந்தியாவின் பல்வேறுபகுதிகள் பற்றித் தெரியவந்திருக்கும் தகவல்கள், அந்த ஆரம்ப கால கட்டத்தில் (இந்தியாவின் சில பகுதிகளில் அரசியல் கொந்தளிப்பு இருந்தபோதிலும்) இந்திய ஏற்றுமதிகள் தொடர்பான தகவல்கள் எல்லாம் மிகவும் செழிப்பான, துடிப்பான இந்திய சமூகம் பற்றிய சித்திரத்தை உருவாக்குகின்றன. 19ம் நூற்றாண்டின் தொடக்க காலத்தில் காணக்கிடைக்கும் இந்தியப் பாரம்பரிய அமைப்புகளின் நசிவு ஐரோப்பிய மேலாதிக்கத்தைத்தொடர்ந்து ஏற்பட்டவையே என்ற முடிவுக்கே அவை கொண்டுவருகின்றன. 1769-70 கால கட்டத்து வங்காளப் பஞ்சம் பின்னால் வரவிருந்த அழிவுகளுக்கு முன்னோடி என்று சொல்லலாம்.

சரித்திர நகர்வைக் கணக்கில் கொண்டு பார்த்தால் இப்படியான அழிவுகள் தவிர்க்கமுடியாதவையே. ஒருவகையில் பார்த்தால் அது அவசியமும்கூட. வலிந்து உருவாக்கப்பட வேண்டிய மாற்றமும் கூட. முதலாளித்துவத்துக்கும் ஏகாதிபத்தியத்துக்கும் எதிரானவரான கார்ல் மார்க்ஸ் சொன்னது: 1853ல் இங்கிலாந்து இந்தியாவில் செய்து முடிக்க வேண்டிய இரட்டைப் பொறுப்பு இருக்கிறது. ஒன்று ஆசிய பாரம்பரிய அமைப்பை அழித்தல், இரண்டாவது ஆசியாவில் மேற்கத்திய சமுதாய உருவாக்கத்துக்கு அடித்தளம் அமைத்துத் தருதல்.[65] இதுபோன்ற அழித்தொழிப்புக்கு ஆளானது இந்தியா மட்டுமல்ல. உலகின் பிற பகுதிகள் குறிப்பாக அமெரிக்காவும் ஆஃப்ரிக்காவும் இதுபோன்ற மாபெரும் அழித்தொழிப்பைச் சந்தித்திருக்கின்றன. கி.பி 1500 காலகட்டத்தைத் தொடர்ந்து ஐரோப்பிய ஆக்கிரமிப்பினால் அமெரிக்கப் பூர்வகுடிகள் அழித்தொழிக்கப்பட்டனர். அது ஒரு மாபெரும் நிகழ்வு. நவீன ஆய்வறிஞர்கள் கி.பி. 1500 வாக்கில் அமெரிக்கப் பூர்வகுடிகளின்

எண்ணிக்கை சுமார் 9 கோடியில் இருந்து 12 கோடியாக இருந்திருக்கும் என்று சொல்கிறார்கள்.[66] அப்போதைய ஐரோப்பிய மக்கள் தொகையைவிட அது அதிகம். 19ம் நூற்றாண்டுவாக்கில் அமெரிக்கப் பூர்வகுடிகளின் எண்ணிக்கை வெறும் சில லட்சங்களாகக் குறைந்துவிட்டிருந்தது. இந்த எண்ணிக்கையில் சிலருக்கு மாறுபட்ட கருத்துகள் இருக்கக்கூடும். ஆனால், இப்படியான ஒரு அழித்தொழிப்பு மனித குல வரலாற்றில் அந்நிய ஆக்கிரமிப்பினாலும் படையெடுப்பினாலும் நிகழ்ந்திருக்கின்றது. உலகின் எந்தப் பகுதி மக்களும் இதுபோன்ற அழித்தொழிப்பில் ஈடுபடவில்லை என்று பெருமையுடன் சொல்லிக்கொள்ளவே முடியாது. கி.பி. 1500க்கு முந்தைய உலகம் எப்படியாக இருந்தபோதிலும் ஐரோப்பிய ஆக்கிரமிப்பினால் அதற்கு முந்தைய புராதன, உயிர்த்துடிப்பான கலாசாரங்கள் முழுவதுமாக அழித்தொழிக்கப்பட்டன அல்லது மிகுந்த நெருக்கடிக்கு உள்ளாக்கப்பட்டன. இந்த உண்மைக்கு சான்றுகள் ஏராளம் உண்டு. அது ஊரறிந்த உண்மை.

19ம் நூற்றாண்டின் பிந்தைய காலகட்டத்தில் இந்திய மக்களின் மனங்களில் இந்த அழிவும் ஒடுக்குதலும் கோபமாய்க் கனன்று எரிய ஆரம்பித்தன. இதற்கு முந்தைய காலகட்டத்தில் அனுபவரீதியாக உணர்ந்தவற்றின் அடிப்படையிலேயே இந்தக் கொந்தளிப்புகள் வேர் பிடித்து எழுந்தன. சில நேரங்களில் அந்த உணர்வு மிகைப்படுத்தப்பட்டிருக்கலாம். ஆனால், 1900வாக்கில் இந்திய தேசமானது பிரிட்டிஷாரின் ஆட்சியினால் நிர்மூலமாக்கப்பட்டு விட்டிருக்கிறது என்ற எண்ணம் பரவலாக பெரும்பாலானவர்களின் மனதில் எழுந்தது. இந்தியாவை ஒட்டச் சுரண்டி ஏழ்மையாக்கியது[67] மட்டுமல்லாமல் அதை எவ்வளவு முடியுமோ அவ்வளவு அவமானமும் படுத்திவிட்டிருக்கிறது. இந்தியர்களிடம் எவை இருந்தனவோ அவையெல்லாம் ஏமாற்றிப் பறிக்கப்பட்டுவிட்டன. அவர்களுடைய பழக்கவழக்கங்கள், நடை முறைகள் எல்லாம் கேலிக்குள்ளாக்கப்பட்டன. சமூகக் கட்டமைப்பு முழுவதும் சிதைக்கப்பட்டுவிட்டது. அது சார்ந்து சொல்லப்பட்ட வாக்கியம் தான் இந்தியாவில் அறியாமையும் கல்வியின்மையும் பிரிட்டிஷாரின் ஆட்சியால் உருவாக்கப்பட்டது என்ற வாக்கியம்.

பிரிட்டிஷ் ஆட்சிக்கு முன்பு வரை இந்தியாவில் விரிவான பரந்து பட்ட கல்வி அமைப்பு இருந்துவந்திருக்கிறது. இந்தியக் கைவினைத் தொழில்கள் அழித்தொழிக்கப்பட்டு இந்திய கிராமங்கள் வறுமையின் கோரப்பிடியில் தள்ளப்பட்டது தொடர்பாக ஏராளமான படைப்புகள் வெளியாகின. அதுபோலவே பாரம்பரியக்

கல்வியின் அழித்தொழிப்பு குறித்தும் 1930 வாக்கில் நிறைய எழுதப்பட்டிருந்தன. ஆனால், மேற்கத்தியமயமாக்கப்பட்ட இந்தியர்களின் மத்தியில் மார்க்சியர்கள், ஃபேபியர்கள், முதலாளித்துவ ஆதரவாளர்கள் ஆகியோரின் பார்வையானது வில்லியம் வில்பர்ஃபோர், ஜேம்ஸ் மில், கார்ல் மார்க்ஸ் ஆகியோருடைய எண்ணத்தைப் போலவே இந்தக் குற்றச்சாட்டு களையும் உண்மைகளையும் மிகைப்படுத்தப்பட்ட கூற்றுகளாகவே கருதின. பிரிட்டிஷார் மீதான விமர்சனங்கள் உண்மை யாகவே இருந்தாலும் தேவையற்றவை என்று ஒதுக்கித் தள்ளின.

இந்தப் பின்னணியில்தான் 1931ல் இந்தியா குறித்து லண்டனில் பிரிட்டிஷார் ஏற்பாடு செய்த ஓர் கருத்தரங்குக்கு (வட்ட மேஜை மாநாடு) காந்திஜி போயிருந்தபோது, அவருக்கு ராயல் இன்ஸ்டிட்யூட் ஆஃப் லண்டன் என்ற அமைப்பு உரை நிகழ்த்த அழைப்புவிடுத்தது. அந்த உரையில் காந்திஜி இந்தியா கல்வியில் பின்தங்கியிருப்பது குறித்தும் அதற்கான காரணங்கள் குறித்தும் பேசினார். அது பெரும் சர்ச்சையைக் கிளப்பியது.

20, அக், 1931ல் நடந்த அந்தக் கருத்தரங்குக்கு செல்வாக்குமிகுந்த ஆண்கள், பெண்கள் அனைவரும் இங்கிலாந்தின் அனைத்துப் பகுதியிலிருந்தும் வந்திருந்தனர். லோதியன் பிரபுவின்[68] தலைமையின் கீழ் அந்தக் கருத்தரங்கம் நடைபெற்றது. 'இந்தியாவின் எதிர்காலம்' என்ற தலைப்பில் காந்திஜி உரை நிகழ்த்தினார். எதிர்காலம் பற்றிப் பேசுவதற்கு முன்பாக அவர் சில விஷயங்கள் பற்றிப் பேசினார். இந்து முஸ்லிம் சீக்கியர் பிரச்னை, தீண்டாமை, அதிகரித்துக்கொண்டே செல்லும் வறுமை, 85% இந்தியர்கள் கிராமப்புறங்களில் வசித்துவருவது இவைபற்றிப் பேசினார். அதன் பிறகு உடனடியாகக் கவனம் செலுத்த வேண்டிய பிரச்னைகள் பற்றிப் பேசினார். காங்கிரஸ் சுதந்திரமாக அதனுடைய வழியில் செல்ல அனுமதிக்கப்பட்டால் எந்தெந்த பிரச்னைகளில் உடனடி கவனத்தைக் குவிக்கும் என்பதுபற்றிப் பேசினார். பொருளாதார மேம்பாடு, தேவைப்படும் வேலை வாய்ப்புகளை உருவாக்குதல் என்பதற்கு அதிக முக்கியத்துவம் தந்தார். சுகாதாரம், ஆரோக்கியம் தொடர்பான தீர்வுகளையும் முன்வைத்தார். வெறும் மலேரியா தடுப்பு குயினைன் மாத்திரைகள் மட்டும் தந்தால் போதாது. போதுமான பாலும் பழங்களும் மக்களுக்குக் கிடைக்க வழிசெய்ய வேண்டும் என்றெல்லாம் பேசியவர் அதன் பிறகு கல்வியின் மீது கவனத்தைக் குவித்தார். பிறகு பாரம்பரிய நீர்ப்பாசன வழிமுறைகளின் புறக்கணிப்பு பற்றிப் பேசினார். முடிவாக, நாம் ஆக்கபூர்வமாக எதையெல்லாம் செய்வோம்... அதேநேரம் சில

அழித்தொழிப்பு வேலைகளும் செய்தாக வேண்டியிருக்கிறது என்று சொல்லி முடித்தார். இந்திய பிரிட்டிஷ் அரசு ராணுவத்துக்குச் செலவிடும் தொகையையும் ஆட்சியாளர்களின் நிர்வாகச் செலவினங்களையும் ஒழிக்கவேண்டும் என்று சொன்னார். அந்தச் செலவுகளை இந்தியாவால் சமாளிக்க முடியாது என்று சொன்னார். என்னிடம் முழுப்பொறுப்பும் விடப்படுமானால், ராணுவச் செலவினங்களில் முக்கால் பங்கைக் குறைத்துவிடுவேன் என்றார். பிரிட்டனின் பிரதமர் பிரிட்டனின் சராசரி நபர் வருமானத்தைவிட ஐம்பது மடங்கு அதிகத் தொகையைப் பெறுகிறார். இந்தியாவில் வைஸ்ராயோ இந்திய சராசரி நபர் வருமானத்தைவிட 5,000 மடங்கு அதிகச் சம்பளத்தைப் பெறுகிறார். இந்த ஒன்றிலிருந்தே நிர்வாகச் செலவினங்கள் இந்தியாவுக்கு எவ்வளவு கேட்டை விளைவிக்கின்றன என்பதை ஒருவர் புரிந்துகொள்ள முடியும் என அவர் குறிப்பிட்டார் .

காந்தி கல்வி தொடர்பாக இரண்டு விஷயங்களை அழுத்தம் திருத்தமாகச் சொன்னார். இன்றைய இந்தியா ஐம்பது வருடங் களுக்கு முந்தைய இந்தியாவைவிடக் கல்வியில் வெகுவாகப் பின்தங்கி இருக்கிறது. இரண்டாவதாக பிரிட்டிஷார் இந்தியாவின் நடைமுறை யதார்த்தங்களை செழுமைப்படுத்துவதற்குப் பதிலாக அவற்றை வேரோடு பிடுங்கி எறிந்தனர். மண்ணைத் தோண்டி வேரை ஆராய்ந்து பார்த்திருக்கிறார்கள். அதன் பிறகு அந்த வேரை அப்படியே விட்டுச் சென்றுவிட்டனர். அந்த அழகிய மரம் அழிந்துவிட்டது. தன்னுடைய இந்தக் கூற்றை யாரும் மறுக்கக் கூடுமென்ற பயமே தனக்கு இல்லை என்றும் சொன்னார்.

ஆனால், இந்தக் கூற்றுக்கு உடனே எதிர்க்கருத்து வந்தது. லண்டனில் ஸ்கூல் ஆஃப் ஓரியண்டல் ஸ்டடீஸ்[69] என்ற அமைப்பை நிறுவியவரும் டாக்கா பல்கலையின் முன்னாள் துணை வேந்தருமான சர் ஃபிலிப் ஹர்டாக் காந்தி சொன்னதை மறுத்துக் குரல் எழுப்பினார். அவர் பிரிட்டிஷ் அரசு 1918, 1930 காலகட்டத்தில் அமைத்த பல்வேறு கல்வி ஆய்வுக் குழுக்களின் சேர்மனாகவும் இருந்திருக்கிறார். காந்திஜியை அந்த மகாநாட்டிலேயே கேள்வி கேட்டவர், அதன் பிறகு ஐந்தாறு வாரங்கள் கடிதப்போக்கு வரத்திலும் தன் கருத்தை முன்வைத்திருக்கிறார். கடைசியாக ஹெர்டாக் காந்திஜியைச் சந்தித்து ஒரு மணிநேரம் இது தொடர்பாக விரிவாகப் பேசினார். அந்தப் பேட்டியில் காந்திஜி சில ஆவணங்களை பிலிப் ஹெர்டாக்கின் கவனத்துக்குக் கொண்டு வந்தார். யங் இந்தியாவில் டிசம்பர் 1920ல் தவுலத் ராம் குப்தா எழுதிய இந்தியாவில் பொதுக் கல்வியின் வீழ்ச்சி (தி டிக்லைன்

ஆஃப் மாஸ் எஜுகேஷன் இன் இந்தியா), இந்தியப் பாரம்பரியக் கல்வி பஞ்சாபில் அழித்தொழிக்கப்பட்ட விதம் (ஹவ் இந்தியன் எஜுகேஷன் வாஸ் க்ரஷ்ட் இன் பஞ்சாப்) என்ற இரண்டு கட்டுரைகளைச் சுட்டிக்காட்டினார். இந்த இரண்டு கட்டுரைகளுமே ஆடம்மின் ஆய்வறிக்கை, லெய்ட்னரின் ஆய்வறிக்கை மற்றும் பம்பாய், பஞ்சாப், மதராஸ் பகுதி அரசு ஆவணங்கள் ஆகியவற்றையே அடிப்படையாகக் கொண்டிருந்தன. ஆனால், இவை எதுவும் சர் ஃபிலிப் ஹொர்டாக்குக்கு நம்பத்தகுந்த ஆதாரமாகப் பட்டிருக்கவில்லை. காந்திஜி சாத்தம் ஹவுஸில் முன்வைத்த கூற்றைப் பின்வாங்கிக் கொள்ளவேண்டும் என்று தொடர்ந்து வற்புறுத்தினார். இந்தியா திரும்பிய பிறகு நீங்கள் ஏற்றுக்கொள்ளும்படியான வலுவான ஆதாரங்களை உங்களுக்குத் தருகிறேன், ஒருவேளை என் கூற்றை நிரூபிக்க முடியாமல் போனால், சாத்தம் ஹவுஸில் என் கூற்றுக்கு என்ன முக்கியத்துவம் கிடைத்ததோ அதைவிட அதிக முக்கியத்துவம் கிடைக்கும் வகையில் என் மன்னிப்பைத் (பின்வாங்கலைத்) தெரிவிக்கிறேன் என்று காந்திஜி சொன்னார்.

இந்தப் பேட்டியில் இருந்து தெரியவந்த இன்னொரு முக்கியமான கருத்தாக ஃபிலிப் ஹொர்டாக்குக்குப் பட்ட விஷயம் என்னவென்றால், 'இந்தியப் பாரம்பரியப் பள்ளிகளை பிரிட்டிஷ் அரசு அழித்ததாக காந்திஜி குற்றம்சாட்டவில்லை. அதற்கு ஆதரவு தராமல் இருந்திருக் கிறார்கள். அவ்வளவுதான்.' இதற்கு ஹொர்டாக்கின் பதில் என்னவென்றால், 'அந்த பள்ளிகளை பிரிட்டிஷார் அழியவிட்டார்கள்; ஏனென்றால், அவை தக்க வைத்துக்கொள்ள வேண்டிய அளவுக்கு முக்கியமானவை அல்ல.'

இதனிடையில் ஹொர்டாக் வரலாற்றாய்வாளரான எட்வர்ட் ஜே.தாம்சனிடம் காந்தி சொன்னது சரியா என்று கேட்டிருக்கிறார். அவரும் காந்தி சொல்வது தவறு, பாரம்பரியப் பள்ளிகளையும் பாரம்பரியக் கைவினைத்தொழில்களையும் பிரிட்டிஷார் திட்டமிட்டு அழிக்கவில்லை, அது தவிர்க்க முடியாத ஒரு நிகழ்வு என்று சொல்லியிருக்கிறார். மேலும், 'கடந்த சில ஆண்டுகளில் பொதுக் கல்வி தொடர்பாக, நாம் பாராட்டிக்கொள்ளும்படியாக எதுவும் செய்திருக்கவில்லை'[70] என்றும் சொல்லியிருக்கிறார். தாம்சன் பின்னர் எழுதிய ஒரு கடிதத்தில் இந்த விஷயத்தை மேலும் விரிவாகக் குறிப்பிட்டிருக்கிறார்: '1918க்குப் பிறகு நாம் வெகு சொற்பமாகவே உருப்படியாக எதுவும் செய்திருக்கிறோம். இந்தியர்களைக் கடைத்தேற்றும் பொறுப்பானது அதை ஏற்றுக்கொள்வதற்கு முன் ஆக்ஸ்ஃபோர்டு போன்ற இடங்களில்

முதல் வகுப்பில் தேறும் அளவுக்குத் திறன் கொண்டிருந்தவர்களைக் கூட முடக்கிவிடும் தன்மை கொண்டதாகவே இருக்கிறது. சிப்பாய் கலகத்துக்கு முன்பாக அங்கு இருந்த பிரிட்டிஷாரின் ஆவணங்களைப் பார்த்தேன். காங்கிரஸ்வாலாக்களுக்கு அது ஒருபோதும் புரியப் போவதில்லை என்பதையே அவை உணர்த்துகின்றன' என்று குறிப்பிட்டிருக்கிறார்.

ஹெர்டாக் - எட்வர்டு தாம்சனுடனான கடிதப் பரிமாற்றம் கசப்பான விதத்தில் முடிவடைந்தது. ஹெர்டாக் என்னவிதமான தகவல் பூர்வமான, அறிவார்ந்த ஆதாரங்களை எதிர்பார்த்தாரோ அவை கிடைத்திருக்கவில்லை. எனினும் காந்திஜியுடனான பேட்டிக்குப் பிறகு காந்திஜியின் கூற்றுக்கு மறுப்புரையை இண்டர் நேஷனல் அஃபயர்ஸில்[71] கட்டுரையாக வெளியிட்டார். 'இன்றைய தேதி வரை திருவாளர் காந்தியால் தான் சொன்ன கூற்றுக்கு ஆதாரமாக எதையும் முன்வைக்கமுடியவில்லை. தன்னால் நிரூபிக்க முடியாமல் போனால், அந்தக் கூற்றைப் பின்வாங்கிக்கொள்வதாகச் சொல்லியிருக்கிறார் என்று அந்தக் கட்டுரையை முடித்திருக்கிறார்.

இந்தியாவுக்கு வந்ததும் காந்தியடிகள் ஏர்வாடா சிறையில் அடைக்கப்பட்டார். 1932 பிப் 15 அன்று சிறையில் இருந்து காந்திஜி ஹெர்டாக்குக்கு ஒரு கடிதம் எழுதியிருக்கிறார். தன்னால் ஹெர்டாக் கேட்ட ஆதாரங்களை உடனடியாகக் கொடுக்க முடிய வில்லை. பேராசிரியர் கே.டி.ஷாவிடம் இது தொடர்பான பொறுப்பை ஒப்படைத்திருப்பதாக அந்தக் கடிதத்தில் குறிப்பிட்டிருக்கிறார். கே.டி.ஷாவின் நீண்ட விரிவான கடிதம் ஹெர்டாக்குக்கு அனுப்பப்பட்டது. அந்தக் கடிதத்தில் மாக்ஸ்முல்லர், லுட்லோ, ஜி.எல்.ப்ரெண்டர்கெஸ்ட், புகழ் பெற்ற தாமஸ் மன்ரோ, டபிள்யூ ஆடம், ஜி.டபிள்யூ லெய்ட்னர் ஆகியோரின் கூற்றுகளை விரிவாக மேற்கோள் காட்டி அந்தக் கடிதத்தை எழுதியிருந்தார். பம்பாய் பிரஸிடென்ஸி குறித்த தரவுகளுக்கு ஜி.எல்.ப்ரெண்டர்கெஸ்ட்டை ஷா மேற்கோள் காட்டியிருந்தார். ப்ரெண்டர்கெஸ்ட் பம்பாய் பிரஸிடென்ஸியின் கௌன்சில் உறுப்பினராக இருந்திருக்கிறார்.

ஏப்ரல் 1821ல் அவர் சொன்னது:

> நான் சொல்லத் தேவையே இல்லை. இந்த போர்டில் இருக்கும் உறுப்பினர்களுக்கு நன்கு தெரிந்த உண்மைதான். இந்தப் பிராந்தியத்தில் உள்ள கிராமங்களில் அவை எவ்வளவு சிறியதாக இருந்தாலும் அங்கு ஒரு பள்ளியாவது இல்லாமல் இல்லை. பெரிய கிராமங்களில் ஒன்றுக்கு மேலான பள்ளிகள்

இருக்கின்றன. சிறுநகரங்களிலும் பெரிய நகரங்களில் ஒவ்வொரு டிவிஷனிலும் ஏராளமான பள்ளிகள் இருக்கின்றன. அங்கு உள்ளூர் சிறுவர்களுக்கு எழுதப் படிக்கவும் கணிதமும் கற்றுத் தரப்படுகின்றன. இந்தக் கல்விஅமைப்பு பொருளாதார ரீதியாக மிகவும் சிக்கனமானதாக இருக்கிறது. ஒரு கைப்பிடி தானியம் அல்லது மாதத்துக்கு ஒரு ரூபாய் ஆசிரியருக்குச் சம்பளமாக பெற்றோரின் வசதிக்கு ஏற்பத் தரப்படுகிறது. அதே நேரம் இந்தக் கல்வி மிகவும் எளிமையானதாகவும் திறன் மிகுந்ததாகவும் இருக்கிறது. அனைத்து விவசாயிகளும் சிறிய தொழிலாளிகளும் தமக்கான கணக்குவழக்குகளைத் துல்லியமாகப் பார்த்துக்கொள்ள முடிகிறது. நமது தேசத்தில் கடைநிலையில் இருப்பவர்களிடம் இப்படியான அறிவுத் திறமையைப் பார்க்கவே முடியாது. பெரு வணிகர்களும் வங்கியாளர்களும் தமது கணக்குப் புத்தகங்களை பிரிட்டிஷ் வர்த்தகர்களைப் போலவே மிகவும் லாகவமாகவும் துல்லியமாகவும் நிர்வகிக்கிறார்கள்.[72]

ஹெர்டாக் எதை உண்மையான ஆதாரமாக ஏற்றுக்கொள்வார் என்பது ஷாவுக்குத் தெரிந்திருந்தது. எனவே, அவர் தன் கடிதத்தை அதைக் குறிப்பிட்டபடியே ஆரம்பிக்கிறார்: 'நாம் குறிப்பிடும் காலகட்டத்தில் உலகின் எந்தப் பகுதியிலுமே தெளிவான, துல்லியமான புள்ளிவிவரங்கள் எதுவும் இருந்திருக்கவில்லை. இதுபோன்ற விவாதங்களில் ஏற்றுக்கொள்ளத்தக்க ஆதாரங்கள் எதுவும் அந்தக் காலகட்டத்தில் இருந்திருக்க வாய்ப்பில்லை. எனவே இதுபோன்ற சூழ்நிலையில் சாதாரணமான மனிதரைவிட மேலாகவும் அறிவியல்பூர்வமாகவும் சிந்தித்துச் செயல்படும் திறமை கொண்ட நபர்களின் வார்த்தைகளையே இதற்கான ஆதாரமாக நாம் எடுத்துக்கொள்ள வேண்டியிருக்கும்.' ஷா கடைசியாக இப்படிச் சொல்லி முடிக்கிறார்: லெய்ட்னர் இது தொடர்பாக மேற்கொண்ட ஆய்வு இந்த விஷயத்தில் மிகவும் நம்பத்தகுந்தது. அவரைப்போல் தெளிவான மனப்பதிவுகளை உருவாக்கிக்கொள்ள முடிந்த இடத்தில் இருந்த மற்றவர்கள் சொல்லியிருக்கும் தகவல்களும் நம்பத்தகுந் தவையே. மேலும் அப்படியானவர்கள் சொல்லும் தகவல்கள் கூட உண்மை நிலையைக் குறைத்து மதிப்பிட்டதாகத்தான் கருத முடியுமே தவிர மிகைப்படுத்தியதாக ஒருபோதும் கொள்ள முடியாது.

ஆனால் ஹெர்டாக்கைப் பொறுத்தவரையில் ஷாவின் நீண்ட பதில் முற்றிலும் பயனற்றதே. அது அவரை மேலும் தூண்டி விடவே செய்தது. காந்தியிடம் நான் கேட்ட கேள்வியின் முக்கிய

அம்சத்தை உங்கள் கடிதம் தொடவே இல்லை. கடந்த 100 ஆண்டுகளில் வங்காளத்தின் கல்வி தொடர்பான உங்கள் கருத்துகளை நான் ஏற்றுக்கொள்ளவே முடியாது. அதுதொடர்பாக நிறையத் தகவல்கள் விடுபட்டிருக்கிறது'என்று சொன்னார்.

தனி நபர்களை ஒப்பிட்டுப் பேசுவதும் அவர்களை இயக்கும் அவர்களுடைய நோக்கங்கள் என்ன என்பதை விமர்சிப்பதும் சரியல்லதான். எனினும் சர் பிலிப் ஹெர்டாக் இப்படிச் சொல்வதைப் பார்க்கும்போது வின்சன்ட் ஸ்மித்தின் கருத்துகளைப் படித்த டபிள்யூ ஹெச். மோர்லாந்து என்னவிதமாக உணர்ந்தாரோ சர் பிலிப் ஹெர்டாக்கும் அப்படியே செயல்பட்டிருக்கிறார் என்று நிச்சயம் சொல்ல முடியும். ஸ்மித் தன்னுடைய 'அக்பர் தி கிரேட் மொகல்' என்ற புத்தகத்தில் அக்பர், ஜஹாங்கீரின் காலத்து தொழிலாளர்களுக்கு இன்றைய காலகட்டத்தில் கிடைக்கும் சம்பளத்தைவிட அதிக பணம் பஞ்சம் வெள்ளம் போன்றவை இல்லாத இயல்பான காலகட்டத்தில் கிடைத்தது என்று சொல்லியிருந்தார்.[73] அந்தப் புத்தகத்தைப் பற்றிக் குறிப்பிடும்போது மோர்லாந்து, 'திருவாளர் வின்சென்டின் இந்திய வரலாறு குறித்த மேதமை மிகவும் அதிகம். எந்தக் கேள்விகளும் எழுப்பப்ப டவில்லையென்றால் அவருடைய கூற்றுகள் எல்லாமே பள்ளிக் கூடப் பாடங்களில் வரலாறாக இடம்பெற்றுவிடும். அப்படியான தவறு நடந்துவிடுவதற்கு முன்பாக, அந்தக் கூற்று தொடர்பாக நாம் கூடுதல் ஆய்வு செய்தாகவேண்டும் என்று கேட்டுக் கொள்கிறேன்'[74] என்று சொல்லியிருக்கிறார். அதன் பிறகு, ஸ்மித்தின் கருத்து பள்ளிப் பாடப் புத்தகத்தில் இடம்பெறாமல் தடுக்க மோர்லாந்து தானே அந்த ஆய்வை மேற்கொள்ள முன்வந்தார்.

நோக்கம் எதுவாக இருந்தாலும் சர் பிலிப் ஹெர்டாக் காந்தியின் இந்தக் கூற்றைத் தவறென்று நிரூபிக்க முயன்றார். ஜோசப் பைன் கருத்துரைகள் 1935-36க்காக யுனிவர்சிட்டி ஆஃப் லண்டன் இன்ஸ்டிடியூட் ஆஃப் எஜுகேஷனில் 'சம் ஆஸ்பெக்ட்ஸ் ஆஃப் இந்தியன் எஜுகேஷன்: பாஸ்ட் அண்ட் பிரசண்ட்' (கடந்தகால, நிகழ்கால இந்திய கல்வியின் சில அம்சங்கள்)[75] என்ற தலைப்பில் மூன்று கட்டுரைகள் எழுதினார். அந்தக் கருத்துரையுடன் மூன்று மெமோரண்டாக்களையும் வெளியிட்டார்: 1. கடந்த நூறு ஆண்டுகளில் இந்தியப் பள்ளிகள், கல்வி தொடர்பான புள்ளி விவரங்கள் மீதான குறிப்பு. 2. வங்காளம், பிகாரில் 1835-38 கால கட்டத்தில் பிராந்தியக்கல்வி தொடர்பான ஆடம்மின் அறிக்கை மற்றும் லட்சம் பள்ளிகள் என்ற புனைவு பற்றிய குறிப்பு.

3. பஞ்சாபில் 1849-82 காலகட்டத்தில் கல்வி தொடர்பான டாக்டர் ஜி.டபிள்யூ லெய்ட்னரின் அறிக்கை.

1939 வாக்கில் இந்தக் கட்டுரைகள் மேலே குறிப்பிடப்பட்டிருக்கும் தலைப்பில் ஆக்ஸ்ஃபோர்டு பல்கலை பிரஸினால் வெளியிடப் பட்டன. மெமோராண்டம் 1-ல் ஏ.டி.கேம்பல் அனுப்பிய பெல்லாரி மாவட்டம் தொடர்பான தகவல்களை அடிப்படையாக வைத்து தாமஸ் மன்ரோவின் கணக்கீட்டை ஹெர்டாக் கேள்விக்குட் படுத்தினார். 'பள்ளியில் படித்த ஆண்களின் எண்ணிக்கை கால் பாகம் அல்ல மூன்றில் ஒரு பங்கு' என்று மன்ரோ குறிப்பிட்டிருப்பதைக் கேள்விக்குட்படுத்தினார். மன்ரோவின் கூற்று மிகைப்படுத்தப் பட்டிருக்கலாம். கேம்பெல் அளவுக்கு கலெக்டர்கள் கல்வி விஷயத்தில் அதிக அக்கறையெடுத்துச் செயல்பட்டிருக்க வாய்ப் பில்லை என்றும் தெரிவித்தார்.

மன்ரோ, எல்ஃபின்ஸ்டன், பெனெடிக் ஆகியோர் அந்த மூன்று பிரஸிடென்ஸிகளில் நடவடிக்கை எடுக்கும்வரையில் பிரிட்டிஷ் அரசாங்கம் தொடக்கக் கல்வியைப் புறக்கணித்துவிட்டிருந்தது. ஆனால், ஏற்கெனவே நடைமுறையில் இருந்த ஒன்றை அழிக்க எந்த முயற்சியும் எடுத்திருக்கவில்லை என்று அவர் அந்த மெமோரண்டத்தை முடிக்கிறார். அடிக்குறிப்பில் அவர் மேலும் கூறுகையில், கிரேட் பிரிட்டனில்கூட 1833 வாக்கில் ஹவுஸ் ஆஃப் காமன்ஸ் 30,000 பவுண்ட்கள்தான் கல்விக்கு ஒதுக்கியிருந்தது என்று குறிப்பிட்டிருக்கிறார். பல்வேறு இந்தியப் பிரமுகர்களைப் புகழ்ந்து பேசியுமிருக்கிறார். இந்தியா 'மிகவும் புராதனம் மற்றும் அதிநவீனம்' ஆகிய இரண்டின் கலவை என்றும் புகழ்ந்து கூறியிருக்கிறார்.

இந்தியப் பாரம்பரிய தொடக்கக் கல்வி அமைப்பை பிரிட்டிஷ் அரசு திட்டமிட்டு அழித்தது; அந்தப் பள்ளிகள் மூலம் கிடைத்திருக்கக் கூடிய அறிவையும் அழித்தது என்று இந்தியாவில் அடிக்கடி சொல்லப்படும் குற்றச்சாட்டைக் சுட்டிக்காட்டியபடி முன்னுரையில் அவர் சொல்கிறார்: 'ராயல் இன்ஸ்டிட்யூட் ஆஃப் இண்டர்நேஷனல் அஃபயர்ஸில் திரு காந்தி பேசியபோது இந்தக் குற்றச்சாட்டுகளுக்கு தனது வலுவான ஆதரவைத் தெரிவித்தார். முடிந்தால் அதை மறுத்துப் பார்க்கும்படியும் தெரிவித்தார். எனவேதான் அந்தத் தகவல்களை விரிவாக மறு பரிசீலனை செய்ய வேண்டிய தேவை ஏற்பட்டது.'[76]

சர் பிலிப் ஹெர்டாக் மிகுந்த கல்விப் புலமையும் அனுபவமும் கொண்டவர்தான். எனினும் கற்பனை வளமும் வரலாறு குறித்த

புரிதலும் அவருக்கு மிகவும் குறைவே. 1939க்கு முந்தைய பிரிட்டனின் கோட்பாடுகளுக்கு ஏற்ப நடந்துகொள்ளும் விருப்பம் கொண்டிருந்தார். அவருடைய யூதப் பின்னணி இப்படியான ஒரு பார்வை உருவாகக் காரணமாக இருந்திருக்கலாம். எது காரணமாக இருந்தாலும் சரி, காந்தியடிகளும் வேறு பலரும் கூறியதுபோல் இந்தியாவில் மேலான கல்வி வசதிகள் 18-19ம் நூற்றாண்டுகளில் இருந்ததாகச் சொல்வதை அவரால் ஏற்றுக்கொள்ள முடியவில்லை. அவை அவருக்கு நம்பத்தகுந்தவையாக இல்லை. 125 வருடங்களுக்கு முன்பாக வில்லியம் வில்பர்போர்ஸுக்கும் அப்படித்தான் இருந்தது. கிறிஸ்தவத்தின் அருள் இல்லாமல் ஹிந்துக்கள் நாகரிகமடைந்தவர்களாக இருக்கமுடியும் என்பதை அவராலும் நம்பவோ ஏற்கவோ முடிந்திருக்கவில்லை. வில்பர் போர்ஸின் காலகட்டத்தில் பெரும்பாலான பிரிட்டிஷ் அதிகாரிகள், அறிஞர்களுக்கும் இதே மனநிலைதான் இருந்தது. எனவே, ஹெர்டாக், எட்வர்ட் தாம்சன் அவருக்கு முன்னால் டபிள்யூ. ஆடமுக் கும் சில மதராஸ் பிரஸிடென்ஸி கலெக்டர்களுக்கும் இந்தியக் கல்வி அமைப்பில் குறிப்பிடும்படியான அளவுக்கு ஒன்றுமில்லை... பண் படுத்தப்படாத அதில் இருப்பதாகச் சொல்லப்படுபவை எல்லாமே அவர்களால் மிகையாகச் சொல்லப் படுபவையே என்ற அசைக்க முடியாத நம்பிக்கை கொண்டவர் களாகவே இருந்திருக்கிறார்கள்.

காந்தியடிகளின் கூற்று நீங்கலாக வேறு இரண்டு விஷயங்கள் பிலிப் ஹெர்டாக் மீது எதிர்மறையான உணர்வைத் தோற்றுவித்திருந்தன. முதலாவது முன்பே நாம் சொன்ன ஜி.டபிள்யூ லெய்ட்னரின் அறிக்கை. இரண்டாவதாக ஒரு கிறிஸ்தவ மத போதகர் குறிப்பிட்டிருந்த ஒரு விஷயம் அவரை வெகுவாக பாதித்தது. அந்த போதகர் சொன்னது:

'புதிய ஆட்சியின்போது (அதாவது பிரிட்டிஷ் காலகட்டத்துக்குப் பிறகு) கல்வித்துறையில் ஒரு எதிர் சீர்திருத்த நடவடிக்கை மேற்கொள்ளப்படும். அது மேற்கத்தியமயமானதாக இருக்காது. கிழக்கத்தியமயமானதாகவே இருக்கும். அந்நிலையில் அது இந்தியா பல ஆயிரம் ஆண்டுகளுக்கு முந்தைய, அதைவிடவும் பழமையான காலகட்டத்துக்குத் திரும்பிச் செல்லும். அது எப்படியான காலகட்ட மென்றால், அப்போது எந்தக் கலாசாரத்திடமிருந்தும் எதையும் பெற்றுக்கொள்ளாமல் உலகுக்குக் குறிப்பாக ஆசியாவுக்கு தன் வளமான சிந்தனைகளை இந்தியா தந்த காலகட்டம் அது.' மத பிரசாரகர் ஒருவரின் இப்படியான நல்லெண்ண யூகம் பிலிப் ஹெர்டாக்கை மலைக்க வைத்தது.

மேற்கத்திய உலகின் பாதையில் இந்தியாவைத் தள்ளிக்கொண்டு செல்வதன் மூலமே தார்மிகரீதியிலும் அறிவார்ந்த ரீதியிலும் இந்தியாவை முன்னேற்ற முடியும் என்று ஹெர்டாக்குக்கு முந்தைய ஐரோப்பியர்கள் நம்பியதுபோலவே அவரும் நம்பியிருந்தார். அவருடைய நம்பிக்கை மீது இந்தக் கருத்து பெரும் இடியாக விழுந்தது.

இந்த விவாதத்தைத் தொடங்கியது காந்தி என்பதால் ஹெர்டாக் தனது பதிலின் ஒரு நகலை காந்திக்கும் அனுப்பினார். 'நீங்கள் கூறிய கூற்றை நிரூபிக்கும் வகையில் எந்தவொரு ஆதாரமும் கிடைத்திருக்கவில்லை என்பதை நீங்கள் கூர்ந்து கவனித்தால் தெரிந்துகொள்ள முடியும். எனவே, நீங்கள் உங்களுடைய கூற்றை பின் வாங்கிக் கொள்வதே சரி' என்று அதில் தெரிவித்திருந்தார்.

சில மாதங்கள் கழித்து காந்திஜி பதில் எழுதினார். அது ஓர் அருமையான பதிலின் அனைத்து அம்சங்களையும் கொண்டதாக இருந்தது. பிரிட்டிஷாருக்கு முந்தைய இந்தியாவில் கல்வி எப்படி இருந்தது என்பது தொடர்பான என் தேடலை நான் இன்னும் விட்டு விடவில்லை. பல்வேறு கல்வியாளர்களுடன் இது தொடர்பான உரையாடலில் இருக்கிறேன். எனக்குப் பதில் எழுதியவர்கள் அனைவருமே நான் சொன்னது சரி என்றே சொல்லியிருக்கிறார்கள். ஆனால், ஏற்றுக்கொள்ளும்படியான ஆதாரங்களை அவர்களால் தர முடிந்திருக்கவில்லை. என்னுடைய முன்முடிவு அல்லது பார பட்சமான கூற்று சரி என்றே எனக்கு இப்போதும் தோன்றுகிறது. நான் அதை மறுத்து ஹரிஜனில் எதையும் எழுத வேண்டியதில்லை. என் மனத்தில் இருக்கும் கூற்றை நீங்கள் கேள்விக்குட்படுத்தி வீழ்த்திவிட்டதாக நினைக்கவேண்டாம்.

காந்திஜியைப் பொறுத்தவரையில் அந்த உரையாடல் அதோடு முடிந்துவிட்டது. ஆனால், 1939 செப் 10 அன்று ஹெர்டாக் காந்திக்கு நன்றி தெரிவித்து ஒரு கடிதம் எழுதினார். ஐரோப்பாவில் நடக்கும் சண்டைதொடர்பான காந்தியின் கருத்து வெளியான பிறகு அந்தக் கடிதம் எழுதப்பட்டிருந்தது.

> 'டைம்ஸ்' பத்திரிகையில் வைஸ்ராயுடனான உங்கள் உரையாடலைப் பார்த்தேன். சமீபத்திய போர் தொடர்பாக நீங்கள் சொன்னதைக் கேட்டு உலகின் பல்வேறு மூலைகளில் இருக்கும் என் சக தேசத்தவர்கள் உங்களுக்கு நன்றி தெரிவிப்பது போலவே நானும் நன்றி தெரிவிக்க விரும்புகிறேன்.

ஹெர்டாக்கின் புத்தகம் வெளியானதைத் தொடர்ந்து இந்தியக் கல்வி பற்றி உடனடியாக நிறைய புத்தகங்கள் எழுதப்பட்டன.

ஆடம்மின் அறிக்கையின் முழு வடிவம் கல்கத்தா பல்கலைக் கழகத்தால் மீண்டும் விரிவாக வெளியிடப்பட்டது.1932ல் கே.டி.ஷா பிலிப் ஹெர்டாக்குக்கு எழுதிய கடிதத்தில் என்ன விஷயங்களைச் சொல்லியிருந்தாரோ அதையே இந்த முழு அறிக்கையும் நியாயப்படுத்தியது.[77]

7

1931ல் சாத்தம் ஹவுஸில் காந்தி என்ன சொன்னாரோ அதை நேரடியாக அப்படியே எடுத்துக்கொள்ளக்கூடாது. ஹெர்டாக் அப்படித்தான் செய்தார். காந்தி ஆற்றிய உரையின் ஒட்டு மொத்தத்தைக் கணக்கில் கொண்டு அதைப் புரிந்துகொள்ள வேண்டும். பிரிட்டிஷ் காலகட்டத்தில் இந்தியப் பாரம்பரிய அமைப்புகள் நெருக்கடிக்கு உள்ளாக்கப்பட்டு அழிவைச் சந்தித்தன என்பதுதான் காந்தி சொல்லும் முழுச் சித்திரம். கல்வி சார்ந்த அந்தப் பெரும் அழிவு 1820களில் ஆரம்பித்தது; அதற்கு முன்பாக இல்லாவிட்டாலும் என்பதையே மதராஸ் பிரஸிடென்ஸி ஆய்வறிக்கையும் வங்காளம் பிகார் தொடர்பாக டபிள்யூ. ஆடம்மின் அறிக்கையும் தெரிவிக்கின்றன. 1822-25 காலகட்டத்தில் மதராஸ் பிரஸிடென்ஸியில் இருந்த பள்ளிகளின் எண்ணிக்கை 1,50,000. சுமார் 20- 30 வருடங்களுக்கு முன்பாக இதைவிட அதிகப் பள்ளிகள் இருந்திருக்கும் என்று நிச்சயமாகச் சொல்ல முடியும். அந்த சாத்தியக்கூறை நிச்சயம் ஒருவர் மறுக்கவே முடியாது. மதராஸ் பிரஸிடென்ஸியில் 1823ல் மொத்த மக்கள் தொகை 1,28,50,941. இங்கிலாந்தின் மக்கள் தொகை 1811ல் 95,43,610. இரு பகுதிகளின் மக்கள் தொகையில் பெரிய வித்தியாசம் இல்லை என்றாலும் இங்கிலாந்தில் அனைத்துவிதமான பள்ளிகளில் படிக்கும் மாணவர்களின் எண்ணிக்கை (சாரிட்டி, சண்டே, சர்குலேட்டிங் என அனைத்துப் பள்ளிகளையும் சேர்த்து) 75000. மதராஸ் பிரஸிடென்ஸியில் இருந்த பள்ளிகளின் எண்ணிக்கை இதைவிட இரண்டு மடங்கு அதிகம். மேலும் பிரிட்டனில் இருந்த 75,000 பள்ளிகளில் பெரும்பாலானவற்றில் பள்ளி நடந்ததே வெறும் 2-3 மணிநேரம் மட்டுமே. அதுவும் ஞாயிறுகளில் மட்டுமே அந்தப் பள்ளிகள் நடந்தன.

ஆனால், 1803க்குப் பிறகு இங்கிலாந்தில் ஒவ்வொரு வருடமும் கல்வி கற்கத்தொடங்கியவர்களின் எண்ணிக்கை ஆண்டுதோறும் அதிகரிக்க ஆரம்பித்தது. 1800ல் 75000 ஆக இருந்த மாணவர்களின்

எண்ணிக்கை 1818ல் 6,74,883 ஆகவும் 1851ல் 21,44,377 ஆகவும் அதிகரித்தது. அதாவது ஐம்பது வருடங்களில் 29 மடங்கு அதிகரித்தது. எனினும் இந்த ஐம்பது ஆண்டுகளிலும் கல்வியின் தரம் ஒன்றும் உயர்ந்திருக்கவில்லை. பள்ளி நேரமும் அதிகரித்திருக்கவில்லை. 1835ல் கல்வி ஒரு வருட காலமாக இருந்தது 1851ல் இரண்டு வருடமாக ஆனது. அவ்வளவுதான்.

காந்தியும் மதராஸ் பிரஸிடென்ஸி கலெக்டர்களும் டபிள்யூ ஆடம், ஜி.டபிள்யூ லெய்ட்னர் ஆகியோருடைய அறிக்கையும் சொல்வது என்னவென்றால் இந்த ஐம்பது ஆண்டு காலகட்டத்தில் இங்கிலாந்தில் நடந்த மாற்றங்களுக்கு நேர் எதிராக இந்தியாவில் கல்வி தேக்க நிலை அடைந்தது என்பதையே காட்டுகின்றன. அதுதான் காந்தியை லண்டன் கருத்தரங்கில் அப்படிப் பேச வைத்தது. இரண்டாவதாக, தனது கூற்றை எட்டு வருடங்கள் கழித்துப் பின்வாங்க மாட்டேனென்று மறுக்கவும் அதுவே காரணமாக இருந்தது. ஹெர்டாக் போன்ற பாண்டித்தியம் மிகுந்தவர்கள், ஒருவர் சொன்ன வார்த்தைகளைப் பிடித்துக் கொண்டு தொங்கிக்கொண்டிருந்தார்கள். மேற்கத்திய சமூகப் பொருளாதாரக் கோட்பாடுகளுக்குப் பொருந்ததாதவற்றில் குற்றம் குறை கண்டுபிடித்தபடியே இருந்தனர்.

புள்ளிவிவரங்கள் சார்ந்த தரவுகளைத்தான் ஹெர்டாக்கும் அவரைப் போன்றவர்களும் அன்று கேட்டார்கள். அவை கிடைத்திருந்தால் விவாதம் அப்போதே முடிவுக்கு வந்திருக்கும். 1880கள் 1890களில் மதராஸ் பிரஸிடென்ஸியில் படித்தவர்களின் எண்ணிக்கையை 1822-25ல் படித்தவர்களோடு ஒப்பிட்டுப் பார்க்கலாம்.[78] பிகார், வங்காளப் பகுதிகளில் முந்தைய காலகட்டத்துத் தரவுகள் போதுமான அளவுக்குக் கிடைக்கவில்லை. பம்பாயிலும் கிடைக்கவில்லை. எனவே அந்தப் பகுதிகளின் தரவுகளை இப்படி ஒப்பிட்டுப் பார்க்க இயலவில்லை.

மதராஸ் பிரஸிடென்ஸியின் பொதுக் கல்வி இயக்குநரின் 1879-80ம் ஆண்டுக்கான அறிக்கையின்படிப் பார்த்தால் கல்லூரிகள், மேல்நிலை, இடைநிலை, ஆரம்பப் பள்ளிகள் விசேஷப் பள்ளிகள், தொழிற்கல்விமையங்கள் உட்பட மதராஸ் பிரஸிடென்ஸியில் இருந்த அனைத்துவகைப் பள்ளிகளின் எண்ணிக்கை 10,553. இதில் ஆரம்பப் பள்ளிகளின் எண்ணிக்கை 10,106. அங்கு படித்தவர்களில் 2,38,960 பேர் ஆண்கள். 29,419 பேர் பெண்கள்.

அந்தக் காலகட்டத்தில் மொத்த மக்கள் தொகை 3,13,08,872. 1879 -80ல் கல்வி கற்ற பெண்களின் எண்ணிக்கையை 1822-25ல் படித்த

பெண்களோடு ஒப்பிடுகையில் அதிகமாக இருக்கிறது. ஆனால், ஆண்களின் விகிதம் வெகுவாகக் குறைந்துவிட்டிருக்கிறது.

1822-25 காலகட்டத்தில் பயன்படுத்திய கணக்கீட்டையே 1879-80க்கும் பயன்படுத்துவோம். அதாவது மொத்த மக்கள் தொகையில் ஒன்பதில் ஒரு பங்கு பேர் பள்ளிக்குச் செல்லும் வயதினராக இருப்பார்கள். ஆண்களுடைய எண்ணிக்கையும் பெண்களின் எண்ணிக்கையும் சமமாக இருக்கும் என்று ஒரு பேச்சுக்கு வைத்துக் கொண்டால் பள்ளிக்குச் செல்லும் வயதினர் எண்ணிக்கை 17,39,400 ஆக இருக்கும். பள்ளியில் படிக்கும் ஆண்களின் எண்ணிக்கை 2,18,840 ஆக இருக்கும்நிலையில் அந்த வயதில் பள்ளிக்குச் செல்லவேண்டிய மாணவர்களின் சதவிகிதத்தில் அது 12.58% ஆக இருக்கும். ஆனால், 1822-25ல் இந்தியப் பாரம்பரியக் கல்வி சிதைவுற்ற நிலையில் அது 25% ஆக இருந்ததாகச் சொல்லப்பட்டிருக்கிறது. அனைத்துவிதமான கல்விமையங்களிலும் படிப்பவர்களின் எண்ணிக்கையை எடுத்துக் கொண்டு பார்த்தால் அந்த எண்ணிக்கை 2,38,960 ஆக அதாவது, 1879-80ல் அது 13.74% ஆக மட்டுமே இருக்கிறது!

1879-80 லிருந்து 1884-85 காலகட்டம்வரை, மிகச் சிறிய அளவில் என்றாலும் லேசான முன்னேற்றம் தென்படுகிறது. மக்கள் தொகை லேசாகக் குறைந்து 3,08,68,504 ஆக இருந்தது. மாணவர்களின் எண்ணிக்கை 3,79,932 ஆகவும் மாணவிகளின் எண்ணிக்கை 50,919 ஆகவும் இருந்தது. கல்வி பெற்ற ஆண் பிள்ளைகளின் எண்ணிக்கை இவ்வளவு அதிகமாக இருக்கும் இந்த இடத்தில்கூட பள்ளியில் கற்ற ஆண்களின் எண்ணிக்கை பள்ளிப் பருவத்துக் குழந்தைகளின் மொத்த எண்ணிக்கையில் 22.15% ஆகத்தான் இங்கும் இருக்கிறது. ஆரம்பப் பள்ளிகளில் ஆண்களின் சதவிகிதம் 18.33% தான். இவை 1822-25 காலகட்டத்து அரசு ஆவணங்களில் குறிப்பிடப் பட்டிருப்பதைவிட மிகவும் குறைவுதான்.

மாணவிகளின் எண்ணிக்கை காலப்போக்கில் பிற பகுதிகளில் அதிகரித்திருக்கிறது. எனினும் மலபாரில் 1884-85-ல் இதுபோன்ற கல்விமையங்களில் கல்வி கற்ற முஸ்லிம் பெண்களின் எண்ணிக்கை வெறும் 705 மட்டுமே. 62 ஆண்டுகளுக்கு முன்பாக அதாவது 1823ல் மலபாரில் கல்வி பெற்ற பெண் பிள்ளைகளின் எண்ணிக்கை 1122. அப்போது மக்கள்தொகை 1884-85ல் இருந்ததைவிட பாதியாகத் தான் இருந்திருக்கும் என்பதை நாம் கருத்தில் கொள்ளவேண்டும்.

11 வருடங்களுக்குப் பிறகு 1895-96ல் அனைத்துவகையான கல்விமையங்களின் எண்ணிக்கை அதிகரித்தது. மக்கள் தொகை

3,56,41,828 ஆக உயர்ந்தது. கல்வி கற்றவர்களின் எண்ணிக்கை 6,81,174 ஆக அதிகரித்தது. பெண்களின் எண்ணிக்கை 1,10,460 ஆக அதிகரித்தது. இந்தக் காலகட்டத்தில்தான் அந்த சதவிகிதம் 34.40 % ஆக உயர்ந்து தாமஸ் மன்ரோ 1826ல் குறிப்பிட்ட 33.3% வீடுகளிலோ பள்ளிகளிலோ கல்வி கற்றவர்களின் எண்ணிக்கையை அடைந்தது. இந்தக் காலகட்டத்தில்கூட அதாவது மன்ரோவின் ஆய்வறிக்கைக்கு 70 ஆண்டுகள் கழிந்த பிறகும் கூட பள்ளியில் படிக்கும் ஆண்களின் எண்ணிக்கை 28% ஆகத்தான் இருந்திருக்கிறது.

1899-1900 அதாவது 19ம் நூற்றாண்டின் கடைசி வருடத்தில் கல்வி கற்ற ஆண்களின் எண்ணிக்கை 7,33,923 ஆகவும் பெண்களின் எண்ணிக்கை 1,29,068 ஆகவும் இருந்தது. அந்தக் காலகட்டத்தில் பள்ளிக்குச் செல்லும் வயதில் இருந்த ஆண்களின் எண்ணிக்கை 26,42,909 ஆக இருந்ததாக மதராஸ் பிரஸிடென்ஸி பள்ளிக் கல்வி இயக்குநர் தெரிவித்திருக்கிறார். அப்படியாக அன்று கல்வி பெற்றவர் களின் சதவிகிதம் 27.8% ஆக இருந்திருக்கிறது. இந்த தரவுகளைக் கொஞ்சம் நெகிழ்வாகக் கையாண்டால்கூட 19ம் நூற்றாண்டின் கடைசிக் கட்டத்தில் கூடப் பள்ளியில் கற்பவர்களின் எண்ணிக்கை தாமஸ் மன்ரோ குறிப்பிட்டதைவிடக் குறைவாகவே இருந்திருக்கிறது. இத்தனைக்கும் மன்ரோ குறிப்பிட்ட 1822-25 காலகட்டத்தில் இந்தியப் பாரம்பரியக் கல்வி சிதைவுற்ற நிலையில்தான் இருந்தது.

19ம் நூற்றாண்டைச் சேர்ந்த பிரிட்டிஷ் அதிகாரிகள் நம் காலத்தில் இருப்பவர்களைப் போலவே தமது சாதனைகளை அதிகப்படுத்திக் காட்டுவதற்காகப் புள்ளிவிவிரங்களை மிகைப்படுத்திக் காட்டியிருக்க வாய்ப்பு உண்டு. எனவே, இந்தப் பிந்தைய தரவுகளைக் கொஞ்சம் சந்தேகத்துடன்தான் ஏற்றுக்கொள்ள வேண்டும். ஆனால், 1822-25ல் நிலைமை நிச்சயம் அப்படி இருந்திருக்காது. அப்போது அவர்களுக்கு அப்படி மிகைப்படுத்திக் காட்டவேண்டிய எந்த அவசியமும் இருந்திருக்காது.

மேலே குறிப்பிடப்பட்டிருக்கும் தகவல்களில் இருந்து 1822-25ல் குறிப்பிடப்பட்டிருக்கும் சிதைவானது அடுத்த 60 ஆண்டுகளில் மேலும் அதிகரிக்கத் தொடங்கியிருக்கிறது என்பது புரிய வருகிறது. அந்தக் காலகட்டத்தில் பெரும்பாலான பாரம்பரியக் கல்வி மையங்கள் அழிந்துவிட்டன. எஞ்சியிருந்தவையும் பின் 19ம் நூற்றாண்டு பிரிட்டிஷ் அமைப்பினால் உள்ளிழுக்கப்பட்டுவிட்டன. 1890க்குப் பிறகுதான் புதிய கல்வி அமைப்பில் கல்வி கற்றவர்களின் எண்ணிக்கை 1822-25ல் கல்வி கற்றவர்களின் எண்ணிக்கை

இணையாக ஆகியிருக்கிறது. தரத்தைப் பொறுத்தவரையில் எதுவும் சொல்வதற்கில்லை.

மேலே சொல்லியிருக்கும்வகையில் 1880கள் 90களில் மதராஸ் பிரஸிடென்ஸியில் கல்வி கற்றவர்களின் எண்ணிக்கையை 1882-85 காலகட்டத்தில் கற்றவர்களின் எண்ணிக்கையோடு ஒப்பிட்டுப் பார்த்ததில் இருந்து கிடைத்திருக்கும் தீர்மானம் 1882ல் லெய்ட்னர் முன்வைத்த கூற்றுகளுக்கு ஆதாரமாக (அப்படி ஏதேனும் தேவைப் பட்டால்) இருப்பதைப் பார்க்கலாம். முந்தைய 35-40 வருடங்களில் பஞ்சாபின் பாரம்பரியக் கல்வி அமைப்பில் பெரும் வீழ்ச்சி ஏற்பட்டதை இந்த லெய்ட்னரின் ஆவணம் தெரிவிக்கிறது.

8

இந்த நீண்ட விவாதத்தில், முக்கியமான ஒரு விஷயம் கவனத்தில் கொள்ளப்படாமலேயே போய்விட்டது. அதாவது லட்சம் பள்ளிகள் என்றும் ஒவ்வொரு கிராமத்திலும் ஒவ்வொரு பள்ளி என்றும் மன்ரோவும் பிறரும் சொன்னவையே அனைவருடைய கவனத்தையும் கவர்ந்திருந்தன. இந்தப் பள்ளிகள் எல்லாம் எப்படி நிர்வகிக்கப்பட்டன, எப்படி நடந்தன என்ற முக்கியமான விஷயத்தைப்பற்றி யாரும் அதிக கவனம் செலுத்தவே இல்லை. லெய்ட்னர், ஆடம் ஆகியோர் இது தொடர்பாகப் பல சூசகக் குறிப்புகள் தந்திருக்கிறார்கள். இத்தனை நீண்ட காலகட்டத்துக்கு இவ்வளவு பரந்த அளவில் சமூகத்தில் அனைத்துத் தரப்பினருக்கும் கல்வியைத் தந்த பள்ளிகள் எந்தவித சமூகக் கருத்தியல் பின்புலமோ பொருளாதார ஏற்பாடுகளோ இல்லாமல் நீடித்திருக்கவே முடியாது.

நவீன இந்தியர்கள் இந்தியாவின் கடந்த காலம் மற்றும் நிகழ் காலம் பற்றிப் பொதுவாக அந்நியர் தரும் புள்ளிவிவரங்கள், கருத்துகளையே மேற்கோள் காட்டிப் பேசுவது வழக்கம். ஒரு பிரிவினர் இந்தியா காட்டுமிராண்டித்தனமான ஆணாதிக்கப் பழக்கவழக்கங்கள், அறியாமை, ஒடுக்குமுறை, ஏழ்மை என்ற நிலையிலேயே கால காலமாக இருந்துவந்ததாக மேற்கத்திய மேற்கோள்களைக் காட்டிப் பேசிவருகிறார்கள். அவர்களைப் பொறுத்தவரையில் இந்தியா பெரும்பாலான காலத்தில் நிலப் பிரபுத்துவ சமுதாயமாகவே இருந்திருக்கிறது. மார்க்ஸிய வார்த்தையில் சொல்வதானால் ஆசிய சமுதாய வழிமுறை.

வேறொரு பிரிவினர் இந்தியா எப்போதுமே உன்னதமான நிலையில் இருந்திருக்கிறது, சிற்சில குறைபாடுகள் இங்குமங்குமாக இந்திய சரித்திரத்தில் உண்டு, ஆனால், பெருமளவில் தர்ம சிந்தனையும் நல்லெண்ணமும் கொண்ட அரசர்களால் அது ஆளப்பட்டு வந்திருக்கிறது என்று சொல்கிறார்கள்.

வேறு சிலரோ சார்லஸ் மெட்காஃப், ஹென்றி மெய்ன் போன்றோர் சொல்வதுபோல் இந்தியா ஒரு கிராமப்புறக் குடியரசாக மகிழ்ச்சியாக வாழ்ந்திருக்கிறது என்கிறார்கள்.

துரதிஷ்டவசமாக பிரிட்டிஷ் சார்புக் கல்வி பெற்றதாலோ வேறு ஆழமான காரணங்களாலோ (பிராமணக் கல்வியின் அதி அறிவார்ந்த மண்டையைப் பிளக்கும் வறண்ட அதீத கல்வி முறையாலோ) இந்தியர்கள் சொல்லவரும் விஷயத்தைப் புரிந்து கொள்ளாமல் வார்த்தைகளைப் பிடித்துக்கொண்டு தொங்கு பவர்களாக ஆகிவிட் டார்கள். குறியீட்டுரீதியில் சொல்லப் படுவதையும் எழுதப்படு வதையும் புரிந்துகொள்ளும் திறனை இழந்துவிட்டார்கள்.[79] இதில் ஆச்சரியப்பட எதுவுமில்லை. அதனால்தான் கிராமப்புறக் குடியரசுகள் என்றதும் குடியாட்சி என்பதன் உள்ளார்ந்த அர்த்தத்துடன் அதைப் புரிந்துகொள்ளாமல் தேர்ந்தெடுக்கப்பட்ட சபை, வாக்களிக்கும் முறை என்பதுபோன்ற அதன் மேலோட்டமான அம்சங்களை மனதில் கொண்டுவந்து ஒரு சித்திரத்தை உருவாக்கிக்கொள்கிறார்கள்.

சார்லஸ் மெட்கஃபேயும் ஹென்றி மெய்னும் முந்தைய பிரிட்டிஷ் தரவுகளின் அடிப்படையிலேயே இந்த வார்த்தையை முன்வைத்திருக்கிறார்கள். அதாவது 18-ம் நூற்றாண்டின் பிற்பகுதி, 19ம் நூற்றாண்டின் ஆரம்பகட்டத்து ஐரோப்பியப் பயணிகள், நிர்வாகிகள் அவர்களுக்கு முந்தையவர்கள் ஆகியோர் எழுதியவற்றில் இருந்து அப்படியான பிம்பத்தை முன்வைத்திருக் கிறார்கள். பிரிட்டிஷாருக்கு இந்தியர்களைப் பற்றி அப்படிப் புகழ்ந்து சொல்லவேண்டிய எந்த அவசியமும் இருந்திருக்க வில்லை. அவர்கள் சொன்னதன் பொருள் என்னவென்றால், ஒவ்வொரு இந்திய கிராமமும் (கிராமம் என்பதை அவர்கள் எப்படி வரையறுத்தார்கள் என்பது ஒரு பொருட்டே இல்லை) ஒரு தனி அரசாங்கம் போல் இருந்திருக்கிறது. அது தனது எல்லைக்குள் சர்வ வல்லமை மிகுந்ததாக இருந்திருக்கிறது. அந்தப் பகுதியின் வருவாயை அதுவே நிர்வகித்திருக்கிறது.

இந்த கிராமப்புறக் குடியரசு எப்படி உருவாகியிருந்தது என்பது முக்கியமல்ல. அது ஒரு சிலரால் கட்டுப்படுத்தப்பட்டிருந்ததா,

பல்வேறு ஜாதி, தொழில் குழுவின் பிரதிநிதிகளைக் கொண்டிருந்ததா, அவற்றுக்குள்ளான உப ஜாதிகளைக் கொண்டிருந்ததா, அல்லது குடும்ப உறுப்பினர்களால் நிர்வகிக்கப் பட்டதா அல்லது வேறு ஏதாவது வழியில் நிர்வகிக்கப்பட்டதா என்பது முக்கியமல்ல. கிராமப்புறக் குடியரசு என்பது எப்படியான அதிகாரத்துடன் விளங்கியது; எப்படித் தன் வளங்களை அது நிர்வகித்தது; எப்படிப் பகிர்ந்துகொடுத்தது; எப்படிப் பயன்படுத்திக் கொண்டது இவையே இங்கு கவனத்தில் கொள்ளவேண்டிய அம்சம்.

அசோகர், விஜயநகரம், மொகலாயர் போன்றவர்களின் சாம்ராஜ்ஜியங்கள் பற்றியும் பிற கீழைத்தேய சர்வாதிகாரம் பற்றியும் எவ்வளவோ எழுதப்பட்டிருக்கின்றன. என்றாலும் இந்திய சமுதாயமும் இந்திய அரசியல் அமைப்பும் சரித்திரம் முழுவதிலும் மையம் அழிக்கப்பட்டதாகவே இருந்திருக்கிறது என்பதில் எந்த சந்தேகமும் இல்லை. இப்போதைய ஆய்வுகளில் மட்டுமல்ல. 18, 19ம் நூற்றாண்டு அறிக்கைகள், ஆய்வுகள், கையெழுத்துப் பிரதிகள் அனைத்திலுமே இதற்கான சான்றுகள் இருக்கின்றன. ஜஹாங்கீரின் வரி வசூல் தொகையானது அவருடைய சாம்ராஜ்ஜியத்தின் ஒட்டு மொத்த வருமானத்தில் வெறும் ஐந்து சதவிகிதம் மட்டுமே. அவுரங்கசீப் தனது ஆட்சிகாலத்தில் வரி விதிப்பை மிக அதிகமாக அதிகரித்திருந்தபோதிலும் ஒட்டுமொத்த வருவாயில் 20% மட்டுமே அவரால் வசூலிக்கப்பட்டது. இவையெல்லாம் இந்திய அரசு எவ்விதம் நடந்திருக்கிறது என்பதை விளக்குகின்றன.

இந்த மையம் அழிந்த அமைப்புதான் இந்திய அரசைப் பலவீன மானதாக்கியிருக்கிறது; ராணுவரீதியாகப் பலம் குறைந்ததாக ஆக்கியிருக்கிறது என்று சிலர் சொல்வதுண்டு. ஏனென்றால், அதிகாரம் மையத்தில் குவிந்த வலுவான ராணுவ அரசுகள்தான் நிலைத்து நிற்கும். இந்தக் கூற்று கவனத்தில் கொள்ள வேண்டிய உண்மைதான். சுமார் 100-200 ஆண்டுகளுக்கு முன்னால் இந்திய சமூகமும் அரசமைப்பும் எப்படிச் செயல்பட்டன என்பதை முதலில் தெரிந்துகொள்ளவேண்டும். மேலும் இந்திய சமூகத்தின் பல்வேறு பரிமாணங்கள், பலங்கள், பலவீனங்கள் பற்றியும் தெரிந்து கொண்டாகவேண்டும். ஐரோப்பிய எழுத்துகளில் இருந்து மட்டுமல்ல, இந்தியப் படைப்புகளில் இருந்தும் இதை நாம் புரிந்துகொள்ளவேண்டும். பல்வேறு பகுதிகளில் இருக்கும் சமூகங்கள், குழுக்கள் ஆகியவற்றின் நம்பிக்கைகள், பாரம் பரியங்கள் ஆகியவற்றை அடிப்படையாகக் கொண்டு சமூகம் தொடர்பான சித்திரத்தை உருவாக்கிக்கொள்ள வேண்டும்.

ஏனென்றால், அந்தத் தகவல்கள்தான் அந்தக் கால சமூகத்தைப் பற்றிய அழுத்தமான, நம்பகமான சித்திரத்தைத் தரமுடியும். அவைதான் அந்த சமூகத்தின் அங்கமாக இருந்திருக்கின்றன.

பரந்து விரிந்து கிடக்கும் பிரிட்டிஷ் ஆவணங்களில் இருந்து ஓர் உண்மை தெரியவருகிறது. இந்திய கிராமப்புறங்களின் வருமானத்தில் உள்ளூர் காவல், நீர்ப்பாசன வசதிகள் ஆகியவற்றைப் போலவே கல்வி, மருத்துவ வசதி ஆகிய வற்றுக்கும் அதிக முக்கியத்துவம் தரப்பட்டிருக்கிறது. இந்த வருமானமே உயர்கல்விக்கு மட்டுமல்லாமல் ஆரம்பக் கல்விக்கும் செலவிடப்பட்டிருப்பதாக அந்த ஆவணங்கள் தெரிவிக்கின்றன.[80] இந்த ஏற்பாடு நீங்கலாக குழந்தைகளின் பெற்றோரும் காப்பாளர்களும் தங்களால் முடிந்த அளவில் நன்கொடைகள், தானங்கள், வசதி இல்லாத மாணவர் களுக்கு உணவும் உறையுளும் தருதல் என உதவிகள் செய்து இந்தக் கல்வி அமைப்பை நிலைநிறுத்தியிருக்கிறார்கள். ஆனால், இப்படியாக ஆழமாக வேரூன்றிய, விரிவான, அனைத்துத் தரப்பினருக்கும் கல்வி வழங்கிய ஓர் அமைப்பு வெறும் கல்விக்கான கட்டணம் அல்லது இலவசக் கல்வி, ஏழை மாணவர்களுக்கு உணவு போன்றவற்றால் மட்டுமே நிலைநிறுத்தப்பட்டிருக்கும் என்று நம்புவது அறியாமையே.

1780கள் 90களில் பிகார், வங்காளம் பற்றிய ஆவணங்களின்படி, கால்ஸா நீங்கலாக வேறு பிரிவுகளாகவும் இந்தப் பகுதிகளின் வருவாய் பிரிக்கப்பட்டிருந்தது. கால்ஸா என்பது ஒருவகை வருவாய் வரி வசூல் அமைப்பு. இதுவும் இதோடு சேர்ந்த சில வகைகளுக்கும் வருமானம் பகிர்ந்தளிக்கப்பட்டிருந்தது (ஒரு பகுதியில் 80% வருவாய் இவற்றுக்கு ஒதுக்கப்பட்டிருந்தது). சக்கரன் ஜமீன், பாஸி ஜமீன் என்பவை அதில் இரு பிரிவுகள். நிர்வாகம், பொருளாதாரம், கணக்கியல் பணிகளுக்கான தொகை இதில் சேகரிக்கப்படும். இதற்கு ஒரு குறிப்பிட்ட தொகை கிடைக்கும்வகையில் நிலங்கள் அல்லது பிற வருவாய் மூலங்கள் ஒதுக்கப்படும். பாஸி ஜமீன் என்பது மதம் சார்ந்த தான தருமம் சார்ந்த ஊக்கத்தொகைகளைச் சேகரிக்கும் அமைப்பு. மதம் சார்ந்த செலவினங்கள் பெரிதும் வழிபாட்டு மையங்களின் நிர்வாகத்துக் காகவே ஒதுக்கப்பட்டன. அனைத்து வகையான கோவில்கள், மசூதிகள், தர்காக்கள், சத்திரங்கள், மடங்கள் ஆகியவற்றுக்கு இந்த வருவாய் மூலங்கள் ஒதுக்கப்பட்டன. அக்ரஹாரங்களுக்கு, வங்காளத்திலும் தென் இந்தியாவிலும் அழைக்கப்படுவதுபோல் பிரம்மதேயம் என்ற பெயரில் ஒரு பகுதி ஒதுக்கப்படும். எனினும்

இந்த ஒதுக்கீடுகள் பல தரப்பட்டவர்களுக்குத் தரப்பட்டிருக் கின்றன. பண்டிதர்கள், புலவர்கள், ஜோதிடர்கள், மருத்துவர்கள், நாவிதர்கள், விதூஷகர்கள், உத்தரப்பிரதேசத்தில் கங்கைநதி நீரைத் திருவிழாக்காலங்களில் குறிப்பிட்ட கோவில்களுக்கு எடுத்துச் செல்பவர்கள் எனப் பலதரப்பட்டவர்களுக்கு இப்படியாக நிலங்கள் தானமாகத் தரப்பட்டதுண்டு.[81]

பாஸி ஜமீன்[82] என்ற பெயரில் வரி இல்லாத நிலங்களாகக் கிட்டத்தட்ட பாதிக்கு மேற்பட்ட நிலங்கள் இருந்ததாக வங்காளத்தில் ஹெட்கலீ பகுதி தொடர்பாக 1700ல் சேகரிக்கப்பட்ட ஆவணங்கள் தெரிவிக்கின்றன. இந்த பாஸி ஜமீன் (இது தனி நபர், குழுக்கள், நிறுவனங்கள் என அனைவருக்கும் தரப்பட்டது) பிகார், வங்காளத்தில் பாஸி ஜமீன் தரப்பட்டவர்களின் எண்ணிக்கை 30,000லிருந்து 36,000 ஆக இருந்திருக்கிறது. ஹெச்.டி.பிரின்ஸெப்[83] என்பவரின் கூற்றுப்படி 1780ல் வங்காளத்தில் பாஸி ஜமீன் பதிவுக்கு வந்த விண்ணப்பங்களின் எண்ணிக்கை 72,000ஆக இருந்திருக்கிறது.

மதராஸ் பிரஸிடென்ஸியிலும் நிலைமையில் பெரிய மாற்ற மில்லை. இத்தனைக்கும் பிரிட்டிஷார் இந்தப் பகுதியின் முழு எஜமானர்கள் ஆனதும் 1750-1800 காலகட்டத்தில் இந்தியப் பாரம் பரிய அமைப்புகளைச் சிதைத்து அழிக்க ஆரம்பித்திருந்தார்கள். 1801 வாக்கில் இன்றைய ராயல சீமா, கன்னட பெல்லாரி மாவட்டம் போன்ற பகுதிகளில் 35% நிலம் வரியில்லா நிலமாக இருந்திருக்கிறது. தாமஸ் மன்ரோ அந்த எண்ணிக்கையை ஐந்து சதவிகிதமாகக் குறைக்க முயற்சிகள் எடுத்திருக்கிறார். இந்த முயற்சிகள் பிற மாநிலங்களிலும் இதைத் தொடர்ந்து மேற்கொள்ளப்பட்டன. சில இடங்களில் அவை நடைமுறைக்கு வர நீண்ட காலம் எடுத்துக்கொண்டது.

1805-20 காலகட்டத்தில் மதராஸ் பிரஸிடென்ஸியில் பல்வேறு மாவட்டங்களில் இருந்து கிடைத்த வருவாய் கணக்குகள் இந்த நிலப் பங்கீடு பற்றி (அல்லது தானிய, பண நன்கொடைகள்) பல தகவல்களைத் தருகின்றன. அவை அதுவரையில் தொடர்ந்து அனுமதிக்கப்பட்டன. அல்லது பல்வேறு தனிநபர்கள், நிறுவனங் களுக்குப் பிரித்துத் தரப்பட்டிருந்தன. அரசு புதிய கொள்கையை அமல்படுத்தியபோதோ அல்லது யாருக்கேனும் புதிதாக இந்தச் சலுகைகள் தரப்பட வேண்டியிருந்தாலோ இந்தப் புள்ளிவிவரங்கள் சேகரிக்கப்பட்டிருக்கின்றன. தஞ்சாவூரில் 1813ல் எடுக்கப்பட்ட புள்ளிவிவரங்களின்படி, நில மானியங்கள் பெற்ற சிறிய, பெரிய கோவில்களின் எண்ணிக்கை 1013.[84] தனி நபர்களின் எண்ணிக்கை

350-400. இந்த விவரங்கள் பின்னிணைப்பு ஜி மற்றும் ஹெச்சில் தரப்பட்டுள்ளன. கோவில்களுக்குக் கிடைத்த தொகை 43,037 ஸ்டார் பகோடாக்கள். தனி நபர்களுக்கு 5929 ஸ்டார் பகோடாக்கள் (ஸ்டார் பகோடா என்றால் ரூ 3.50).

வங்காளம், பிகார், மதராஸ் பிரஸிடென்ஸியைப் போலவேதான் பம்பாய் பிரஸிடென்ஸி, பஞ்சாப், ராஜஸ்தான் போன்ற பிற பகுதிகளும் இருந்தன. இதுபோன்ற நில மானியங்களாக ஒதுக்கப் பட்டவை எல்லா இடங்களிலும் பிரிட்டிஷ் ஆவணங்களைப் பொறுத்தவரையில் கிட்டத்தட்ட ஒரே மாதிரியாகவே இருக்கின்றன. பிரிட்டிஷார் அனைத்தையும் தலைகீழாகக் கவிழ்த்துப் போடும்வரை இந்தியப் பாரம்பரிய சமுதாயத்தில் வருமானத்தில் மூன்றில் ஒரு பங்கானது சமூக, கலாசாரக் கட்டமைப்புகளின் தேவைகளுக்காக ஒதுக்கப்பட்டிருந்தன.

இதுபோல் மானியமாகத் தரப்பட்ட நிலங்களில் விவசாயம் செய்தவர்களால் செலுத்தப்பட்ட வரி வெகு குறைவாக இருந்தது. வங்காளத்தின் ஆய்வாளர்களால் 1770கள் 80களின் தொடக்கத்தில் எடுக்கப்பட்ட தரவுகளின்படி, பாஸி நில மானியம் பெற்றவர் களுக்கு விதிக்கப்பட்ட வரி கால் பங்கு அல்லது மூன்றில் ஒரு பங்காக இருந்தது. கால்ஸா[85] நிலங்களாக வகைப்படுத்தப் பட்டவற்றுக்கு பிரிட்டிஷார் விதித்த அதே அளவு வரி இந்த நிலங்களுக்கும் விதிக்கப்பட ஆரம்பிக்கப்பட்டது. இந்த வகை நிலங்களின் எண்ணிக்கை அதிகரித்து பிற வகை நிலங்கள் எல்லாம் மறைய ஆரம்பித்தன. மதராஸ் பிரஸிடென்ஸியில் இருக்கும் பல்வேறு மாவட்டங்களிலும் 1820கள்வரை நிலமை இதுவாகவே இருந்திருக்கிறது.[86] மேலும் மலபார் பிரதேசத்தில் ஆச்சரியப்படும் வகையில் 1750 காலகட்டம் வரையிலும் நில வரி என்பதே இருந்திருக்கவில்லை.[87] வேறுவித வர்த்தக, சட்டரீதியான வரிகள் இருந்திருக்கின்றன. ஐரோப்பியர்கள், ஹைதர் அலி, திப்பு சுல்தான் போன்றோரால் அமைதி முற்றாகக் குலைக்கப்படுவதுவரை எந்த விதமான வரியும் மலபார் பிரதேசத்தில் யாரும் தந்திருக்கவில்லை. திப்புவின் காலகட்டத்தில்கூட மலபாரில் வரி மிகவும் குறைவாகவே இருந்திருக்கிறது.

படை வீரர்கள், உள்ளூர் காவலர்கள் எனப் பல்வேறு பிரிவினருக்குத் தரப்பட்ட நில மானியங்கள் பிரிட்டிஷாரின் ஆட்சி அமலானதைத் தொடர்ந்து (வங்காளம், பிகாரில் 1757-58 வாக்கில்) ரத்து செய்யப்பட்டன. சக்கரன் ஜமீன், பாஸி ஜமீன் ஆகியவை அதன் பிறகே வந்தது. 1770வாக்கில் பிந்தையது பாதிப்படைந்தது.

1800வாக்கில் இவற்றில் பெரும்பகுதி சலுகைகள் ரத்து செய்யப்பட்டுவிட்டன. எஞ்சியவற்றில் பெரும்பாலானவற்றுக்கு வழங்கப்பட்ட வசதிகள் பல வழிகளில் குறைக்கப்பட்டுவிட்டன. அந்த வழிகளில் ஒன்று சலுகை பெற்றவர்களுக்கும் அவர்களுக்கு வருமானத்தைத் தரும் மூலங்களுக்கும் சேர்த்து வரி விதிக்கப் பட்டன. வரி உயர்த்தப்பட்டதோடு, ஒதுக்கப்பட்ட நிலங்களின் அளவும் குறைக்கப்பட்டது. அடுத்ததாக பணத்தின் மதிப்பு கீழிறக்கப் பட்டது. தனி நபரானாலும் நிறுவனமானாலும் முந்தைய வருமான மூலங்களில் சிலவற்றைத் தக்க வைத்துக்கொள்ள அனுமதிக்கப் பட்ட போதிலும் முந்தைய ஆண்டுகளில் செய்ததுபோல் எந்தச் செயலையும் செய்ய முடியாதபடிக்கு நிலைமை மோசமானது. யாருடைய மானியங்கள் முற்றாக ரத்து செய்யப்பட்டனவோ அவர்கள் வறுமையில் வீழ்ந்தனர். இந்த வருமானத்தை நம்பியிருந்த பல்வேறு சமுகச் செயல்பாடுகளை நிறுத்த வேண்டியது வந்தது. அரசின் தடை போன்ற காரணத்தோடு போதிய பண வசதி இல்லாததால் பல விஷயங்கள் முடங்கிப் போயின.

சமஸ்கிருதம், பாரசீக மொழிக்கல்வி, சில நேரங்களில் ஆரம்பக் கல்வி போன்றவற்றை வழங்கிய ஆசிரியர்களுக்கு சில மானியங்கள் தரப்பட்டது தொடர்பாக இங்குமங்குமாகச் சில குறிப்புகள் இடம்பெற்றிருக்கின்றன (மதராஸ் பிரஸிடென்ஸி கலெக்டர்கள் தந்த அறிக்கை பின்னிணைப்பில் இடம்பெற்றுள்ளது. அதைப் பார்க்கவும்). வேறு சில கலெக்டர்கள் வேறு வகையான மானியங்கள் இருந்தது பற்றியும் குறிப்பிட்டிருக்கிறார்கள் (அவை திப்பு சுல்தானால் தொடங்கப்பட்டதாகச் சொல்லப்படுகின்றன. பிரிட்டிஷார் அந்தப் பகுதிகளைக் கைப்பற்றியபோது அந்த வருவாயை அரசுக்குக் கிடைக்கும்படி செய்தனர்).

1792-1806 காலகட்டத்து ஆவணங்கள், முன்பு மானியமாகக் கொடுக்கப்பட்டவற்றை திப்பு சுல்தான் பல்வேறு உத்தரவுகள் மூலம் ரத்து செய்ததாகத் தெரிவிக்கின்றன. ஆனால், அவை எல்லாம் வருவாய் அதிகாரிகளின் விருப்பத்துக்கு ஏற்ப பல நேரங்களில் நடைமுறைப்படுத்தப்படாமல் இருந்தன என்றும் அதே ஆவணங்கள் தெரிவிக்கின்றன. எதிரிகளுக்கு ஒருவித அச்சுறுத்தலாக இருக்கும் என்று நினைத்து திப்பு செய்த இந்த விஷயங்கள் பிரிட்டிஷார் ஆட்சிக் காலத்தில் நடைமுறையாகவே மாற்றப்பட்டுவிட்டன.

பிரிட்டிஷார் கைப்பற்றிய இடங்களில் (ஆற்காடு நவாபின் சார்பாக அல்லது ஹைதராபாத் நிஜாமின் சார்பாகக் கைப்பற்றிய இடங்கள்

அல்லது தஞ்சாவூரின் பல்வேறு ராஜாக்களின் சார்பாக ஆட்சி புரிந்த இடங்களில்) இந்த நில மானிய ரத்து 1800க்கு முற்பட்ட காலத்தில்தான் மும்மரமாக நடந்தேறியிருக்கின்றன. 1750களுக்குப் பிறகு இந்த நடைமுறை ஆரம்பித்தது. 1780களில் தென் இந்தியாவில் பிரிட்டிஷாரின் ஆதிக்கம் வலுவடைய ஆரம்பித்த போது ஆற்காடு நவாபுக்காக வசூலிக்கப்பட்டதாகச் சொல்லப்பட்ட வருவாய்கள் அனைத்துமே பிரிட்டிஷாருக்கே போய்ச் சேர்ந்தன. மாவட்டச் செலவினங்கள் என்ற பெயரில் தரப்பட்ட பணமானது அப்படியே முற்றாகக் குறைக்கப்பட்டது. முன்பு அந்தப் பணம் அந்த மாவட்டத்துப் பணிகளுக்காக மாவட்டத்தாலேயே பயன் படுத்தப் பட்டன. ஆனால், அவை பெயரளவில் ஆற்காடு நவாபின் கணக்குப் புத்தகங்களில் காட்டப்பட்டது. திருச்சி போன்ற சில மாவட்டங்களில் மாவட்டச் செலவுகள் 93% குறைக்கப்பட்டு விட்டன. 2,82,148 ஸ்டார் பகோடாவாக இருந்த அந்தச் செலவு வெறும் 19,143 ஆகக் குறைக்கப்பட்டது.

இந்தியப் பாரம்பரியக் கல்வி பற்றிய பெல்லாரி கலெக்டரின் அறிக்கை மிகவும் புகழ் பெற்றது. இந்தியப் பாரம்பரியக்கல்வி பற்றிய கட்டுரைகள் பலவற்றிலும் அது மேற்கோள் காட்டப்பட்டிருக்கிறது.[88] மிகவும் நீளமான அது பல அம்சங்களைத் தெளிவுபடுத்தக்கூடியது. அந்தத் தரவுகள் அத்துனை விரிவானவை அல்ல. என்றாலும் ஒரு கலெக்டர் என்ன சொல்ல முடியுமோ அதைத் தெரிவிக்கின்றன. தேசத்தைப் பீடித்த பொதுவான வறுமையினால் கல்வி அமைப்பு மெள்ள சிதைய ஆரம்பித்து விட்டிருக்கிறது என்று அதில் தெரிவித்திருக்கிறார்.

‘ஐரோப்பிய பொருட்களின் வருகையால் உள்ளூர் தொழிலாளர் வர்க்கங்கள் வெகுவாக நசிந்துவிட்டன; உள்ளூர் அரசு மற்றும் அதிகாரிகள் தமது முதலீட்டை உள்ளூர் தொழில்களுக்குத் தந்து அதை விரிவுபடுத்தியிருந்தனர். அந்த முதலீடு தற்போது ஐரோப்பியர்கள் வசம் போய்விட்டிருக்கிறது. மேலும் ஐரோப்பியர்கள் இந்தியாவில் தற்காலிக முதலீடு செய்வதுகூட சட்டத்தால் தடுக்கப்பட்டிருக்கிறது. எனவே இந்தியப் பணமானது தினம் தினம் உறிஞ்சப்பட்டதால் வறுமைக்குள் இந்தியா வீழ்ந்துவிட்டிருக்கிறது. இதனால் கிராமங் களில் முன்பு பல பள்ளிகள் இருந்தன. இப்போது ஒன்று கூட இல்லை.

எந்தவொரு நாட்டிலும் அரசின் ஆதரவு இல்லையென்றால் அங்கு கல்வி வளர்ச்சி அடையவே முடியாது. இந்தியாவில் அறிவியல் துறைகளுக்கு முன்பு தரப்பட்டு வந்த உதவிகள் நிறுத்தப்பட்டு

விட்டன. இப்போது மாவட்டத்தில் இருக்கும் 533 கல்வி மையங்களில் ஒன்றுக்குக்கூட அரசின் ஆதரவு கிடைக்கவில்லை என்பதைச் சொல்ல வெட்கப்படுகிறேன். முந்தைய இந்து அரசாங்கங்களில் கல்விக்கு மிக அதிக அளவில் பண உதவியும் நில மானியங்களும் தரப்பட்டிருந்தன என்பதில் எந்த சந்தேகமும் இல்லை. இப்போது இந்த மாவட்டங்களில் பிராமணர்களுக்குத் தரப்படும் அந்தக் கணிசமான உதவிகள் இதற்கான சான்றுகளாகத் திகழ்கின்றன.'

இறுதியாக அவர் சொல்கிறார்: முந்தைய அரசுகள் கொடுத்த உதவிகள் எந்தவித வரையறைகளுக்கும் நிபந்தனைகளுக்கும் உட்படாதவையாக இருந்திருக்கின்றன. சில துறவிகள் அல்லது பண்டிதர்களின் தேவைகளைக் கவனித்துக்கொள்ள அல்லது அவர்களுடைய ஆசியைப் பெறும் நோக்கில் இந்த நல்கைகள் மிகவும் தாராளமாகத் தரப்பட்டன. அப்படி நல்கைகள் பெற்ற அனைவருமே ஏதாவது கல்வித் துறைகளுக்கான பள்ளிகளை நடத்தி வந்திருக்கிறார்கள். அங்கு இலவசமாகவே கல்வி தரப்பட்டிருக்கிறது. நல்கைகள் வழங்கும்போது கல்விக்கு என்று தனித்துக் கூறப்பட்டிருக்கவில்லையே தவிர இந்த இலவசக் கல்வியைத் தரும் கடமை உள்ளடங்கியதாகவே இருந்திருக்கிறது.[89]

பெல்லாரியின் கலெக்டர் ஏ.டி.கேம்பல் மிகவும் அனுபவமும் திறமையும் வாய்ந்தவர். வருவாய்த்துறைச் செயலராக இருந்தவர். தாமஸ் மன்ரோவின் அன்புக்குப் பாத்திரமானவர். 1826 மார்ச் 10ல் தாமஸ் மன்ரோவுக்கு எழுதிய கடிதத்தில், 'இந்திய பாரம்பரியக் கல்வி முந்தைய காலங்களில் மிகச் சிறப்பானதாக இருந்திருக்கிறது என்பதில் எந்த சந்தேகமும் இல்லை' என்று தெரிவித்திருக்கிறார். பிரிட்டிஷார் அதிகாரக் குவிப்பில் ஈடுபட்டு மையத்தில் அனைத்தையும் குவிக்க ஆரம்பித்ததைத் தொடர்ந்து அந்தப் பாரம்பரியக் கல்வி அமைப்பு பாதிப்புக்குள்ளாகி சிதைவுற்று அழிந்தேபோனது. இந்த உண்மையை கவர்னர் போன்ற பெரிய பதவியில் இருந்த தாமஸ் மன்ரோவால் அதிகாரபூர்வ அரசு ஆவணங்களில் நிச்சயம் இவ்வளவு வெளிப்படையாகச் சொல்லியிருக்க முடியாதுதான்.

இதுபோன்ற உதாரணங்கள் ஏராளம் சேகரிக்க முடியும். இந்தியாவின் பல்வேறு பகுதிகள் பற்றிய பிரிட்டிஷ் காலகட்டத்து ஆவணங்களைத் தேடிப் பார்த்தாலே போதும். லெய்ட்னர் பஞ்சாபின் நிலை தொடர்பாக இப்படித்தான் நடுநிலையோடு ஆராய்ந்து தன் முடிவுகளை தெரிவித்திருக்கிறார். காந்திஜியைப்

பொறுத்தவரையில் அவருடைய உள் மனது இது தொடர்பாக என்ன சொன்னதோ அதுவே உண்மையைப் புரிந்துகொள்ளப் போதுமானது. அதனால்தான், ‘என் முன் தீர்மானம் அல்லது யூகம் சரி என்றே எனக்குத் தோன்றுகிறது. சாத்தம் ஹவுஸில் நான் சொன்னதைப் பின்வாங்க நான் தயாரில்லை’ என்று ஹெர்டாக்குக்கு மிகுந்த தன்னம்பிக்கையுடன் பதில் தெரிவிக்க அவரால் முடிந்திருக்கிறது.

9

இந்தியப் பாரம்பரியக் கல்வி அமைப்பு பற்றி இறுதியான மதிப்பீட்டுக்கு வந்துவிட்டிருக்கிறோம். அதிகம் மேற்கோள் காட்டப்பட்ட பெல்லாரி கலெக்டர் ஏ.டி.கேம்பல் எழுதிய நீண்ட கடிதம் லண்டனால் ஒரு விஷயத்தை நிலைநாட்டவே பெரிதும் பயன்படுத்தப்பட்டது. அதாவது ‘இந்தியாவில் வாசிப்பும் எழுத்தும் வெறும் வணிக நோக்கங்களைப் பூர்த்திசெய்யும் நோக்கிலேயே பெறப்பட்டன. எழுதப் படிக்கவும் எளிய கணக்குகள் போடவும் கற்றுக்கொண்டது தவிர பெரும்பாலானவர் பெற்ற கல்வி என்பது அதைத் தாண்டி வேறு எதையும் கற்றுத்தரவில்லை’ என்றே பிரிட்டிஷார் சொன்னார்கள்.

எவை கற்றுத் தரப்பட்டன என்பது மிகவும் முக்கியமான விவாதத்துரிய பொருள்தான். இந்தியப் பாரம்பரியக் கல்வி தரம் குறைந்தது; அதனால் அது அழிவைச் சந்தித்தது என்ற முடிவுக்கு வர அதுவே காரணமாக அமைந்தது. காந்தியின் வார்த்தையில் சொல்வதானால் அதன் பொருள் வேரோடு பிடுங்கி எறிதல். ஆனால், அப்படியான முடிவை எடுக்க இந்தியப் பாரம்பரியக் கல்வியில் வெறும் எழுதப் படிக்கவும் சொற்ப கணிதப் பாடங்களும் மட்டுமே கற்றுத் தரப்பட்டது என்பது காரணமல்ல. ஏனென்றால் அதே காலகட்டத்தில் இங்கிலாந்திலும் மதம் சார்ந்த கல்வி நீங்கலாக பிற பள்ளிகளில் இதே பாடங்கள்தான் இன்னும் சொல்லப்போனால் இதைவிடக் குறைவான கல்வியே தரப்பட்டிருந்தது. முன்பே சொன்னதுபோல் 1835ல் இங்கிலாந்தில் பள்ளிப் பருவம் என்பது வெறும் ஒரு வருடமாக மட்டுமே இருந்திருக்கிறது. 1851ல் அது இரண்டு வருடமாக ஆகியிருக்கிறது அவ்வளவுதான்.

ஏ.இ.டாப்ஸின் கூற்றுப்படிப் பார்த்தால் எழுதக் கற்றுத் தருவது ‘மோசமான பின்விளைவுகளை ஏற்படுத்தும்’ என்பதால் கிராமப்புறங்களில் அது தவிர்க்கவும்பட்டிருக்கிறது.

பிரிட்டிஷாரின் எல்லையற்ற வருமான (வரி) ஆசையே (கேம்பல் இதை அழுத்தமாக விவரித்திருக்கிறார்) இந்தியப் பாரம்பரிய பொருளாதார அமைப்பை அழிய வைத்தது. அந்தப் பாரம்பரிய அமைப்புத்தான் அதன் கலாசார, மத, கல்வி அமைப்புகளை நிலை நிறுத்தியிருந்தது. பிரிட்டிஷ் ஆட்சி இந்தியாவில் நெருக்கடி இல்லாமல் வேரூன்றவும் தொடர்ந்து வளரவும் இந்தியப் பாரம்பரிய அமைப்புகளை அழிப்பது மிகவும் அவசியமாகவே இருந்திருக்கிறது. அந்த எண்ணம்தான் மெக்காலே, பெனட்டிக் போன்றவர்கள் இந்தியாவில் ஆங்கிலமயமாக்கப்பட்ட உயர்கல்வி வலுவாக வேரூன்றும்வரை இந்தியாவின் விரிவான பாரம்பரிய ஆரம்பக் கல்வி அமைப்பை முற்றாகப் புறக்கணிக்க வைத்தது. ஆடம் போன்றவர்கள் பாரம்பரியக் கல்வி அமைப்பை வளர்த்தெடுக்கவேண்டும் என்று சொன்னார்கள்.

1813ல் வில்லியம் வில்பர்ஃபோர்ஸினால் இந்தக் கருத்து மிகவும் வலுவாக வெளிப்படையாக அறிவிக்கப்பட்டது. 'இந்தியர்கள் தமது மதம் சார்ந்த மூட நம்பிக்கைகளினால் பீடிக்கப் பட்டிருப்பதால், சமூக, ஒழுக்க விஷயங்களில் மிகவும் மோசமான இழிவான நிலையில் இருக்கிறார்கள்'[90] என்று அவர் குறிப்பிட்டிருக்கிறார். மெக்காலேயும் இதுபோன்ற ஒரு பிம்பத்தையே காட்டியிருக்கிறார். 'இந்தியர்களின் ஒட்டுமொத்த அறிவும் ஒரு நல்ல ஐரோப்பிய நூலகத்தில் ஒரு அலமாரியில் இருக்கும் புத்தகங்களுக்குக் கூட ஈடாகமுடியாது' என்று கூறினார். இங்கிலாந்தில் ஆரம்பப் பள்ளிகளில் கற்றுத் தரப்படும் விஷயங்களைவிட சமஸ்கிருதத்தில் எழுதப்பட்டிருக்கும் அனைத்துப் படைப்புகளும் தரத்தில் குறைந்தவையே[91] என்று அவர் கூறியிருக்கிறார். மெக்காலேயைப் பொறுத்தவரையில் இந்திய அறிவுத்துறைகள் அனைத்தும் அபத்தமானவையே. அபத்தமான வரலாறு, அபத்தமான தத்துவம், அபத்தமான இயற்பியல், அபத்தமான இறையியல். இந்தியாவில் இருக்கும் எல்லாமே அபத்தம்.

இதற்குச் சில காலம் கழித்து கார்ல் மார்க்ஸூம் இந்தியா குறித்து இதுபோன்ற கருத்துகளையே எழுதியதை நாம் பார்க்க முடிகிறது. இத்தனைக்கும் அவர் இந்தியா குறித்து பிரிட்டிஷ் ஆவணங்கள் பலவற்றைப் படித்துப் பார்த்திருக்கிறார். அதன் பிறகும் இந்த முடிவுக்கே வந்திருக்கிறார். இந்தியர்களின் முடிவற்ற துன்பங்கள் பற்றிப் பேசும்போது 'கிறிஸ்தவக் கோட்பாட்டின்படி உலகம் ஆரம்பிக்கப்படுவதற்கு முன்பிருந்தே இந்தியா வேதனையில் உழல்வதாக இந்திய நூல் ஒன்றை மேற்கோள் காட்டித்

தெரிவித்திருக் கிறார். ஜூன் 1853, 25 அன்று நியூயார்க் டெய்லி டிரிப்யூனில், 'இந்திய வாழ்க்கை எப்போதுமே தரக்குறைவானதாக, தேங்கியதாக, மந்தமானதாகவே இருந்திருக்கிறது. 'மனிதர்களே இயற்கையின் மன்னர்கள்' என்ற கூற்றுக்கு மாறாக கொடூர மான இயற்கை வழிபாட்டில் ஈடுபடுபவர்கள்' என்று கூறியிருக் கிறார். அந்தக் காலகட்டத்து ஐரோப்பியச் சிந்தனையில் அந்தக் கருத்தே வலுவாக இருந்தது. அப்படியாக கார்ல் மார்க்ஸின் முடிவு என்னவென்றால் இந்தியாவில் இங்கிலாந்து என்ன விதமான குற்றங்களைச் செய்திருந்தாலும் இந்தியாவின் மேற்கத்தியமய மாதலைக் கொண்டுவருவதில் 'சரித்திரத்தின் பிரக்ஞைநிலையைத் தாண்டிய ஆழ்மனக் கருவி அதுவே' என்று உற்சாகத்துடன் தெரிவித்திருக்கிறார்.

இந்தியக் கலாசாரம், நாகரிகத்தை இப்படி முற்றாக நிராகரிக்கும் பொறுப்பு உண்மையில் ஜேம்ஸ் மில்லுக்குத் தரப்பட்டு விட்டது போலும். ஹிஸ்டரி ஆஃப் பிரிட்டிஷ் இந்தியா என்ற தன்னுடைய மூன்று தொகுப்புகள் கொண்ட மிகப் பெரிய நூலில் அவர் அதையே செய்திருக்கிறார். அந்த நூலின் முதல் பதிப்பு 1817ல் வெளியானது. அதன் பிறகு பிரிட்டிஷ் இந்திய சாம்ராஜ்ஜியத்தில் பணிபுரிய விரும்பும் அனைவருக்குமான ஆதார நூலாக அது ஆனது. அந்த நூல் வெளியானதில் இருந்து சமீப காலம்வரையிலும் அந்த 'ஹிஸ்டரி' நூலே இந்தியாவின் வரலாறு பற்றி எழுதியவர்களுக்கு அடிப்படைச் சட்டகத்தை உருவாக்கித் தந்திருக்கிறது. எனவே, இந்தியர்களையும் இந்தியாவையும் பற்றி உருவான தீர்மானங்களில் ஜேம்ஸ் மில்லின் கருத்துகள் ஏற்படுத்திய தாக்கத்தைக் குறைத்து மதிப்பிட்டுவிடக்கூடாது.

மில்லைப் பொறுத்தவரையில், 'இந்துக்களும் முஸ்லீம்களும் ஒரே விதமாக நம்பகமின்மை, விசுவாசமின்மை, நம்பிக்கைத் துரோகம் மிகுந்தவர்கள்; அடுத்தவர்களின் உணர்வுகளுக்கு முக்கியத்துவம் தராதவர்கள்; ஊழல், ஒழுக்கமின்மை மிகுந்தவர்கள். முஸ்லிம்கள் கையில் பணமிருந்தால் கேளிக்கை, கொண்டாட்டங்கள் என ஈடுபடு வார்கள். இந்துக்கள் வறுமையில் உழல்பவர்கள். எதிலும் ஆர்வம் இல்லாதவர்கள், துறவியைப் போன்று வாழ்பவர்கள். உண்மையில் இந்துக்கள் அலிகளைப் போல் அடிமைப் பண்புகளில் தலைசிறந்து விளங்குபவர்கள். 'ஒரு நாகரிகமற்ற சமுதாயத்தில் இருப்பவர்கள் எந்த அளவுக்கு ஏமாற்றுக்காரர்களாகவும் பொய், நம்பிக்கைத் துரோகம் ஆகியவற்றில் ஈடுபடுபவர்களாகவும் இருப் பார்களோ அதைவிட இந்துக்கள் படுமோசமானவர்கள்.' மேலும் சீனர்களைப் போல் இந்துக்களும் அவர்களைப் பற்றிய விஷயங்களில்

எல்லாவற்றையும் மிகைப்படுத்துவதில் கைதேர்ந்தவர்கள். இருவருமே கோழைகள், பிறருடைய உணர்வுகளுக்கு மரியாதை தராதவர்கள். அடுத்தவர்கள் மீது மிகுந்த வெறுப்பு கொண்டவர்கள். இருவரும் அருவருக்கத்தக்க அளவு அசிங்கமானவர்கள்; அசுத்த மானவர்கள். அவர்களுடைய வீடுகளும் அப்படியே அசுத்தமாகவே இருக்கும்.'

மில்லைப் பொறுத்தவரையில் நிலப்பிரபுத்துவ காலகட்டத்து ஐரோப்பியர்கள்கூடத் தத்துவ ஞானத்தில் இந்தியர்களைவிட மேலானவர்கள் (ரோமன் சர்ச்சின் தீய செயல்களையும் அறிஞர்களின் குறைகளையும் விலக்கிவிட்டுப் பார்த்தால்) மேலும் நிலப்பிரபுத்துவ சமூக அமைப்பின் குறைகளையும் தாண்டி அரசமைப்பு, சட்டதிட்டங்கள் ஆகியவற்றில் ஐரோப்பியர்கள் பல மடங்கு உயர்ந்தவர்கள்.

இந்துக்களின் கவிதையோடு ஒப்பிடுகையில் ஐரோப்பியர்களின் கவிதைகள் வெகு உயர்ந்தவை. ஐரோப்பா போன்ற தேசங்களின் போர்த்திறமையோடு ஒப்பிடுகையில் இந்தியா மிக மிக பலவீன மானது என்பதைத் தனியே சொல்லத் தேவையே இல்லை. ஐரோப்பியர்களின் விவசாயம் ஹிந்துக்களின் விவசாயத்தைவிடப் பல படிகள் உயர்ந்தது. இந்தியாவில் சாலைகள் என்பவை காட்டுப் பாதையைவிடக் கொஞ்சம் மேலானவை அவ்வளவுதான். ஆறுகளின் மேலே பாலங்களே கிடையாது. மருத்துவம் பற்றி அறிவியல்பூர்வமான ஒற்றை நூல் கூடக் கிடையாது. இந்துக்களுக்கு அறுவை சிகிச்சை என்பதே தெரியாது. நடத்தை, பழக்க வழக்கங்கள், வீரம், ஆண்மை இவற்றில் ஐரோப்பியர்கள் இந்துக்களைவிடப் பல மடங்கு உயர்ந்தவர்கள்.

ஐரோப்பியர்களைவிட இந்துக்கள் சிறந்து விளங்கும் விஷயங்கள் என்னவென்று பார்த்தால், நெசவு, நூல் நூற்றல், சாயம் ஆகியவற்றில் இந்துக்கள் ஐரோப்பியர்களைவிட சிறந்து விளங்குகிறார்கள். அழகுப் பொருட்கள் குறிப்பாக நவரத்தினக் கற்களைச் சுத்தப்படுத்துவதிலும் அவற்றை வைத்து நகைகள் செய்வதிலும் இந்துக்கள் சிறந்தவர்கள். பெண்மை மிகுந்தவர்கள், பேச்சுக் கலையில் தேர்ந்தவர்கள். ஆனால் ஓவியம், சிற்பம், கட்டடக்கலை ஆகியவற்றில் ஐரோப்பியர்களுக்கு இணையாகச் சொல்லவே முடியாது. இந்துக்களின் தறியைப் பார்த்தால் மிகவும் பரிதாபமாக மோசமான முறையில் வடிவமைக்கப் பட்டதாகவே தோன்றும். ஆனால், அது உற்பத்தி செய்யும் துணிகளின் மென்மையும் தரமும் ஆச்சரியமூட்டும் வகையில் சிறப்பாக

இருக்கும்.' கைவினைத்தொழில்களில் இந்தியர்கள் பெற்ற மேதைமைகூட அவர்களுடைய குறையாகவே பார்க்கப் பட்டிருக்கிறது. அதாவது, 'தன்னிடம் இருக்கும் முழுமையற்ற கருவிகளைத் திறம்படப் பயன்படுத்துவது என்பது பண்படாத சமூகத்தின் பொதுவான ஓர் அம்சமே' என்றே அதை ஒரு குறையாகவே மில் கூறியிருக்கிறார்.

இந்தக் கருத்துகளும் முன்முடிவுகளும் ஒரு தெளிவான தீர்மானத்துக்கு அவரைக் கொண்டுவந்தது. மில் எழுதுகிறார்:

நமது முன்னோர் எவ்வளவுதான் கரடுமுரடானவர்களாக இருந்த போதிலும் நேர்மையானவர்களாக அர்ப்பண உணர்வு மிகுந்தவர் களாக இருந்தனர். ஆனால், இந்துக்களின் பளபளப்பான வெளித் தோற்றத்துக்கு அடியில் ஒருவித ஏமாற்றுத்தனமும் துரோகமுமே இருக்கிறது. நாடோடி மத்திய கால கோதிக் மக்கள் ஓரளவுக்கு ஓரிடத்தில் நிலையாக வாழ ஆரம்பித்ததும் என்னவிதமான நாகரிக மான நிலையை எட்டுவார்களோ அந்த நிலையிலேயே இந்துக்கள் இருக்கிறார்கள். [92]

ஜேம்ஸ் மில், வில்பர் போர்ஸ், மெக்காலே, கார்ல் மார்க்ஸ் போன் றோரையும் அவர்கள் பிரதிநிதித்துவப்படுத்திய கோட்பாடு களையும் பொறுத்தவரையில் (தனி நபர்கள் என்ற அளவில் அவர்களுடைய மேதைமை என்னவாக இருந்தாலும் இந்தியா குறித்த அவர்களுடைய இந்தக் கருத்துகளே நமக்கு முக்கிய மானவை) இந்தியர்களின் பழக்கவழக்கங்கள், நடைமுறைகள், நாகரிகம் எல்லாமே காட்டுமிராண்டித்தனமானவை. இந்தியா தன்னுடைய இந்தியத்தன்மையை விட்டொழித்தால் மட்டுமே நாகரிக சமுதாயமாக ஆக முடியும்.

மில்லைப் பொறுத்தவரையில் பயன்பாட்டியலை (யுடிலிடேரிய னிஸம்) முழு அளவில் அவர்கள் பின்பற்றியாகவேண்டும்.[93] வில்பர் ஃபோர்ஸைப் பொறுத்தவரை அவர் முன்வைக்கும் ஒரு வகையான கிறிஸ்தவத்தை இந்தியர்கள் பின்பற்றியாகவேண்டும். மெக்காலேயைப் பொறுத்தவரையில் இந்தியர்கள் ஆங்கிலமயமாக வேண்டும். கார்ல் மார்க்ஸைப் பொறுத்தவரையில் மேற்கத்திய மயமாகவேண்டும். இதுதான் இந்தியர்களது மீட்சிக்கான வழி. லண்டனில் இருந்துகொண்டு இந்தியாவை 20 நீண்ட ஆண்டுகள் ஆண்ட ஹென்றி டண்டாஸுக்கு இந்தியர்கள் பிரிட்டிஷ் ஆதிக்கத்துக்குத் தம்மை ஒப்புக்கொடுத்தால் மட்டும் போதாது; அவர்கள் மூலம் கிடைக்கவிருக்கும் 'நன்மைகள், ஞானம் ஆகியவற்றுக்கும் அதன் மூலம் அவர்களுக்குக் கிடைக்கும் ஆதாயங்

களுக்காகவும் நன்றிக்கடன் பட்டவர்களாக இருக்கவேண்டும்.'[94] அதுபோல், நாகரிகமானவர்கள் என்று சொல்லத்தகுந்த அளவுக்குத் தகுதி உடையவர்களாக ஆகும் வரை நம்மால் பாதுகாக்கப் பட்டவர்களாக இருப்பது குறித்தும் அது தொடரவேண்டும் என்றும் நினைக்கக்கூடியவர்களாகவும் இருக்க வேண்டும்.

இந்திய கலாசாரம், சமூக அமைப்புகள் குறித்து இப்படியான ஒரேவிதமான கருத்து நிலவியதால், இந்தியக் கல்வி அமைப்பு அகற்றப்பட்டாக வேண்டிய அவசியம் இருந்தது. அதன் அழிவைத் துரிதப்படுத்த அந்தக் கல்வி அமைப்பு கேலிக்குள்ளாக்கப்பட்டால் மட்டும் போதாது; சிறுகச் சிறுகப் பட்டினி போடப்பட்டு அதன் ஆதார அடிப்படைகள் அழிக்கப்பட்டாக வேண்டியிருந்தது. இதற்கு அந்தக் கல்விமையங்கள் நேரடியாக மூடப்படவோ அந்தக் கட்டமைப்பு குலைக்கப்படவோ செய்யப்படவில்லை. அந்த அழிவைக் கொண்டு வர எந்த அதிரடி நடவடிக்கையும் எடுக்கப் படவும் இல்லை. அப்படியான நடவடிக்கைகளுக்கு அவசியம் இருந்திருக்கவில்லை. பொருளாதார மூலங்களைச் சிதைத்தல், கல்வி அமைப்பைப் பரிகசித்தல் ஆகியவையே அந்தத் திருப்பணியை வெகு எளிதில் அருமையாகச் செய்து முடித்து விட்டன.

மதராஸ் பிரஸிடென்ஸியின் ஆய்வு அறிக்கைகள் தயாராகி அனுப்படுவதற்கு முன்பாகவே, இப்படியான இந்திய பாரம்பரியக் கல்வி பற்றிய ஓர் ஆய்வு ஆரம்பிக்கப்பட்டதை வாழ்த்தி லண்டனில் இருந்து அதிகாரபூர்வ கடிதம் வந்தது. என்ன நடக்கப்போகிறது என்பதை முன்கூட்டியே தெரிவிப்பதாக இருந்தது.

'மக்கள் என்னவிதமான கல்வியைப் பெற விரும்புகிறார்களோ அந்த சுதந்திரத்தில் குறுக்கிடமாட்டோம் என்பதை அவர்களுக்கு உறுதிப்படுத்தும்படி' அந்தக் கடிதம் கேட்டுக்கொண்டது. அதே நேரத்தில் அவர்களுடைய 'பண்படுத்தப்படாத கல்வி அமைப்பு களில் எந்த மாறுதலும் செய்யத் தேவையே இல்லை என்ற எண்ணமும் அவர்களுக்கு (மதராஸ் பிரஸிடன்ஸி மக்களுக்கு) வந்து விட வேண்டாம்'. இப்படியான ஒரு நாசூக்கான எச்சரிக்கையான அதிகாரபூர்வ உத்தரவு என்பது தெளிவான ஒரு சமிக்ஞையைத் தரவே செய்திருக்கிறது. நடைமுறையில் அந்த உத்தரவு எப்படி அமலாக்கப்பட்டதென்றால், இந்தியக் கல்வி அமைப்பு கேலிக் குள்ளாக்கப்பட்டது, புறக்கணிக்கப்பட்டது. மேலும் பாரம்பரியக் கல்விமையங்களுக்கு அப்போது கிடைத்துவந்த சொற்ப பொருளாதார ஆதரவுகளும் அரசின் ஆதரவும் அதோடு நிறுத்தப்

பட்டது. இந்தியப் பாரம்பரியக் கல்வி அமைப்பு மூச்சு முட்டி இறந்ததில் எந்த ஆச்சரியமும் இல்லை.

இந்தப் புறக்கணிப்பு மற்றும் திட்டமிட்ட முறையில் வேரோடு பிடுங்கி எறிதலுக்குப் பிறகு அந்நியமான, வேரற்ற கல்வி முறை இந்தியாவில் புகுத்தப்பட்டது. அந்தக் கல்வி அமைப்பில் இருந்து உருவாக்கப்பட்டவை இந்தியச் சமூகச் சூழலில் பல்வேறு பின் விளைவுகளை ஏற்படுத்தின. அதை ஆனந்த குமாரசாமி மிக விரிவாக, அருமையாகச் சித்திரித்திருக்கிறார்.

முதலாவதாக அந்தப் புதிய கல்வி அமைப்பு இந்தியச் சமூகத்தின் கல்வியையும் ஞானத்தையும் அழித்தொழித்தது. இன்று அனைவருக் கும் கல்வி தரப்பட்ட நிலையிலும் அந்த அழிவில் இருந்து விடுபட முடிந்திருக்கவில்லை. இந்தியச் சமூகத்தில் அனைத்து ஜாதியினரும் கணிசமான கல்வியைப் பெற்றுவந்திருந்த நிலை முற்றாக சமநிலை குலைந்துவிட்டது. பாடசாலைகளும் மதரஸாக்களும் அந்த மக்களைப் பெருமிதத்துடன் சமூக கலாசார நிகழ்வுகளில் பங்குபெற வைத்திருந்தன. உள்ளூரில் கிடைத்த கல்வியின் அளவைத் தாண்டிச் செல்ல விரும்பியவர்களுக்கு அதற்கான வாய்ப்பு வசதிகளும் இருந்திருக்கின்றன. இந்தப் பாரம்பரிய அமைப்பு சிதைந்ததுதான் இன்று அட்டவணை ஜாதிகள் என்று அடையாளபடுத்தப்பட்டிருக்கும் மக்களின் இழிவான நிலைக்குக் காரணமாக அமைந்திருக்கிறது. பின்தங்கிய வகுப்பினர் என்று அடையாளப்படுத்தப்பட்ட பிரிவு மக்களிடமும் அப்படியான ஓர் நிலையையே தோற்றுவித்திருக்கிறது. இந்தப் பிரிவினர்களை உள்ளடக்கியதாக உருவாகிவரும் சமீபத்திய இயக்கங்கள் இந்திய சமூகச் சமநிலையை மீட்டெடுக்கும் முயற்சியில் ஈடுபட்டுவருகின்றன.

மிகச் சமீப காலம்வரையில் மிகவும் அதிக அளவுக்குக் கல்வி பெற்ற இந்தியர்கள்கூட தாம் வாழும் சமூகம் பற்றிய அறியாமையிலேயே இருக்கச் செய்திருக்கிறது. இந்தச் சமூகத்தைத் தாங்கி நிற்கும் கலாசாரம் பற்றியும் சக மனிதர்கள் பற்றியும் எந்தப் புரிதலும் இல்லாதவர்களாகவே செய்திருக்கிறது. எல்லாவற்றுக்கும் மேலாக சுமார் ஒரு நூற்றாண்டுக்கும் மேலாக அது இந்தியர்களின் தன்னம்பிக்கையை பலவீனமாக்கியிருக்கிறது. இந்தியப் பாரம்பரி யத்தைத் தமதானதாகக் கருதும் பெருமித உணர்வை இழக்கச் செய்திருக்கிறது.

இரண்டு நூற்றாண்டுகளுக்கு முன்புவரை இந்தியாவில் என்ன விதமான கல்வி அமைப்பு இருந்தது; அதை எது அழித்தது; எது

பதிலீடு செய்தது என்பவையெல்லாம் இன்று சரித்திரமாகி விட்டிருக்கின்றன. இன்று அல்லது கூடிய சீக்கிரத்தில் இந்தியப் பாரம்பரியக்கல்வியை மீட்டெடுத்துக் கொண்டுவந்தாலும் அதன் பெரும்பாலான அம்சங்கள் இன்றைய காலகட்டத்துக்குப் பொருந்தாதவையாக இருக்கக்கூடும். கடந்த காலத்தில் என்ன விதமான அமைப்பு இருந்திருக்கிறது என்ற புரிதலும் இன்றைய சூழலில் நமக்குப் பொருந்தாமல் இருப்பது எது என்பதையெல்லாம் புரிந்துகொண்டால் நமக்கு இன்று என்ன தேவை என்பதைப் புரிந்துகொண்டு அதற்கேற்பச் செயல்பட உதவியாக இருக்கும்.

•

அடிக்குறிப்புகள்

1. பார்க்க பின்னிணைப்புகள், குறிப்பாக A (I) - (xxx), இ மற்றும் ஈ (I), (iii)-((iv)
2. ஏ.இ.டோப்ஸ்: எஜுகேஷன் அண்ட் சோஷியல் மூவ்மெண்ட்ஸ் 17500-1850, கல்வி மற்றும் சமுதாய இயக்கங்கள் 1700-1850. லண்டன், 1919, பக் 80. ஆக்ஸ்ஃபோர்டு கமிஷனை மேற்கோள் காட்டி, 1852, அறிக்கை பக் 19.
3. அதே நூல் பக் 83.
4. அதே நூல் பக் 104, நான்காம் ஹென்றி, 17.
5. அதே நூல்; பக் 105, மேற்கோள் 34 35 எட்டாம் ஹென்றி., இந்த சட்டம் 1542-43 ல் வெளியிடப்பட்டது. முன்னுரைக்கு அடுத்ததாக ஒரே ஒரு கட்டுரை மட்டுமே இடம்பெற்றிருக்கிறது. அதில், எந்த தேவாலயத்திலும் பைபிள் ஆங்கிலத்தில் வாசிக்கப்படக்கூடாது. எந்தவொரு கைவினைக் கலைஞரும் உதவியாளர்களும் பயணிகளும் சேவகர்களும் பெண்களும் பண்ணையாட்களும் உழைப்பாளர்களும் புதிய ஏற்பாட்டை ஆங்கிலத்தில் படிக்கக்கூடாது. அரசரின் உத்தரவுக்கு மாறாக எதுவும் கற்றுத் தரக்கூடாது. அரசரின் உத்தரவை மீறி எந்த மத போதகரோ போதித்தாலோ கற்றுக்கொடுத்தாலோ எதிராக எதுவும் செய்தாலோ அல்லது செய்யவைக்கப்பட்டாலோ குற்றவாளியாகக் கருதப்படுவார். முதல் குற்றம் அரச ஆணை மறுதலிப்பு. இரண்டாவதாக மூன்றாவதாக அவர் மத விரோதியாகக் கருதப்படுவார். இந்தக் குற்றங்களுக்குத் தண்டனையாக உயிருடன் எரிக்கப்படுவார். அவருடைய உடமைகள் அனைத்தும் பறிமுதல் செய்யப்படும். அந்தச் சட்டத்தின் பெயர்: உண்மையான ஞானத்தின் வளர்ச்சிக்கான சட்டம். 1611ல் இங்கிலாந்தில் பைபிளின் அதிகாரபூர்வ பதிப்பு (ஜேம்ஸ் மன்னரின் மொழிபெயர்ப்பு) வெளியானதைத் தொடர்ந்து இந்தச் சட்டம் ரத்து செய்யப்பட்டது.
6. அதே நூல் ; பக் 104, ஸ்ட்ரைப் மேற்கோள், க்ரான்மெர், 127.
7. அதே நூல்; பக் 33.
8. அதே நூல் பக் 139.
9. அதே நூல் பக் 139.

10. அதே நூல் பக் 140.
11. அதே நூல் பக் 158.
12. ஜே.டபிள்யூ. ஆடம்ஸன்: எ ஷார்ட் ஹிஸ்டரி ஆஃப் எஜுகேஷன், கேம்பிரிட்ஜ், 1919, பக் 243.
13. அதே நூல் பக் 243.
14. பார்க்க பின்னிணைப்பு சி: அலெக்ஸாண்டர் வாக்கர், இந்தியக் கல்வி பற்றிய குறிப்பு. மேலும் அதே நூலின் 246ம் பக்கம் பார்க்கவும்.
15. ஹவுஸ் ஆஃப் காமன்ஸ் பேப்பர், 1852-53, தொகுதி 79; பக் 718, 1818, 1851ல் இருந்த பள்ளிகளின் எண்ணிக்கை; படித்த மாணவர்களின் எண்ணிக்கை.
16. ஆடம்ஸன் 232.
17. டாப்ஸ், பக்கம் 1578, கூடவே பக் 158.
18. ஆடம்ஸன் பக் 266
19. அதே நூல், பக் 226.
20. அதே நூல், பக் 226.
21. இரண்டாம் ஏர்ல் ஸ்பென்சருக்கு எழுதிய கடிதத்தில், வில்லியம் ஜோன்ஸ் ஒரு நதி பற்றிக் குறிப்பிடுகிறார். அது, 'பிராமணர்களின் பல்கலைக்கழகம் அல்லது நவதீப அல்லது நுதேய என்று ரென்னலால் குறிப்பிடப்பட்டிருக்கும் பல்கலைக்கழகத்தின் எதிரில் கங்கை நதியை சந்திக்கிறது. இந்த மூன்றாவது பல்கலைக்கழகத்தில் நான் உறுப்பினராக இருக்கிறேன்'. தி லெட்டர்ஸ் ஆஃப் வில்லியம் ஜோன்ஸ், ஜி.கேனான், 2 தொகுப்புகள். 1970, பக் 754.
22. நான்காவது பிரிட்டிஷ் பல்கலை, 1828ல் ஆரம்பிக்கப்பட்டது.
23. மேலே குறிப்பிடப்பட்டிருக்கும் தகவல் தி ஹிஸ்டாரிக்கல் ரெஜிஸ்டர் ஆஃப் தி யுனிவர்சிட்டி ஆஃப் ஆக்ஸ்ஃபோர்டு, ஆக்ஸ்ஃபோர்டு 1888, பெருமளவுக்கு பக்கம் 45-65 லிருந்து.
24. ஆக்ஸ்ஃபோர்டு பல்கலைக்கழகம் 1980ல் நூலாசிரியர் கேட்டுக் கொண்டதன் பேரில் தந்த தகவல்கள்.
25. கீதா தரம்பால் ஏப்ரல் 1980ல் பாரிஸ், சார்போனில் சமர்ப்பித்த முனைவர் பட்ட ஆய்வேட்டின் பெயர் : etude sur le role des missonires europeens dans la formation premiers des idees sur l'lnde. 18ம் நூற்றாண்டு கையெழுத்துப் பிரதி ஒன்று இப்போதும் இருப்பதாக அந்த ஆய்வேட்டில் அவர் குறிப்பிட்டிருக்கிறார். அவர் குறிப்பிட்டிருக்கும் கையெழுத்துப் பிரதியின் பெயர்: Traite de la religion des malabars. அதன் முதல் பிரதி 1709 -ல் டெஸியர் தெ க்வெர்லியால் எழுதப்பட்டது. 1699-ல் இருந்து 1720 வரை பாண்டிச்சேரியின் பாரிஸ் ஃபாரின் மிஷன் அமைப்பில் இருந்திருக்கிறார். அவர் 1727-ல் சயாமின் விகாராக நியமிக்கப்பட்டார். இந்த கையெழுத்துப் பிரதிகளின் நகல்கள் பாரிஸ், லண்டன், ரோம் முதலிய இடங்களில் இருக்கின்றன.
26. இந்தியன் சயின்ஸ் அண்ட் டெக்னாலஜி இன் தி எய்டீந்த் செஞ்சுரி: சம் காண்டம்பரரி ஈரோப்பியன் அக்கவுண்ட்ஸ் (அதர் இதியா பிரஸ்). 2000. இந்திய வான சாஸ்திரம் பற்றி பிளேஃபெயரின் நீண்ட கட்டுரை பக் 48-93.
27. எடின்பர்க் பல்கலை, 177: ஜான் மேக்பெர்ஸனுக்கு ஆடம் ஃபெர்கூஸன் எழுதிய கடிதங்கள். 9.4.1775 தேதியிட்ட கடிதம்.

28. எடின்பர்க்: ஸ்காட்லாந்து ஆவணக் காப்பக அலுவலகம். மெல்வில் பேப்பர்ஸ். ஜிடி 51/3/617/12, பேரா ஹென்றி டண்டாஸுக்கு ஏ.மெக்கனோக்கி எழுதிய கடிதம்.
29. எடின்பர்க்: தேசிய நூலகம் ஸ்காட்லாந்து: 546, அலெக்ஸ் அபெர்காம்பி, ஹென்றி டண்டாஸுக்கு பேரா. மகனோக்கி எழுதிய மெமொராண்டத்தையும் சேர்த்து அனுப்பியிருக்கிறார். ஹென்றி டண்டாஸ் இந்த மெமொராண்டத்தை 7.4.1788 அன்று காரன்வாலிஸ் பிரபுவிடம் தந்தார்.
30. ஹேன்சார்ட்: ஜூன் 22, 1813, பத்திகள் 832, 833.
31. ஹான்ஸார்ட்: ஜூன் 22, ஜூலை 1, 1813. இந்தியா சார்ட்டர் சட்டத்தின் 13வது பிரிவு தொடர்பான விவாதம், ஹன்ஸார்டில் இந்தியாவில் கிறிஸ்தவத்தின் பிரசாரம் பரவலாக்கம் என்ற தலைப்பில் வெளியான கட்டுரை.
32. வங்காளத்தில் கல்வி பற்றிய ஆய்வறிக்கை, 1835, பக்கம் 6.
33. ஹவுஸ் ஆஃப் காமன்ஸ் அறிக்கை, 181213, தொகுதி 7, தாமஸ் மன்ரோ தந்த ஆதாரம், பக் 127.
34. ஹவுஸ் ஆஃப் காமன்ஸ் அறிக்கை, 183132, தொகுதி 9, பக் 468. பிரெண்டர்காஸ்டின் கூற்று. பிரிட்டிஷாரால் எந்தப் புதிய பள்ளி திறக்கப்படுவதும் வீண் செலவே என்ற நிலைப்பாட்டில் இருப்பவர். எனவே இவருடைய கூற்றை கொஞ்சம் சந்தேகத்துடன்தான் ஏற்றுக்கொள்ளவேண்டும். ஓர் உயர் பிரிட்டிஷ் அதிகாரியின் கூற்று என்ற வகையில் இந்தியாவின் பிற பகுதிகளில் இது போன்ற நிலை இருந்தாலும், அதன் நம்பகத்தன்மை சந்தேகத்துக்குரியதே.
34. பார்க்க, எடின்பர்க் ரிவ்யூவில் வெளியான விவாதம், இந்திய பிரிட்டிஷ் விவசாயத்தொழிலாளர்களின் கூலி பற்றிய விவாதம், 4, ஜூலை, 1804.
36. பிலிப் ஹொர்டாக், அதே நூல், பக் 74.
37. வேறு எந்த உடல், சமூக நிறுவன அமைப்புகளின் விளைவாக அல்லாமல் இந்தியத் தட்ப வெப்பநிலையின் காரணமாக எளிதாக இருந்திருக்கலாம்.
38. சூத்திரர்கள் மற்றும் நால் வருணப் பகுப்புக்கு வெளியில் இருப்பவர்கள் நீங்கலாக பிராமணர், சத்திரியர், வைசியர் ஆகிய மூன்று ஜாதிகளைச் சேர்ந்தவர்கள்.
39. மதராஸ் பிரஸிடென்ஸி ஆவணங்களில் குறிப்பிடப் பட்டிருக்கும் பிற ஜாதியினர் என்பது இன்றைய அட்டவணை ஜாதியினரைக் குறிக்கும். அவர்கள் சுமார் 70-80 வருடங்களுக்கு முன்புவரை பஞ்சமர்கள் என்று அறியப்பட்டிருந்தனர்.
40. பின்னிணைப்பு A(Viii)
41. பின்னிணைப்புகள் பி மற்றும் சி யில் தரப்பட்டுள்ளன. லண்டனில் இருந்து வங்காளத்துக்கு அனுப்பப்பட்ட கடிதத்தில் தெரிவிக்கப்பட்டிருக்கும் விஷயம்: காலகாலமாக இந்தியாவில் கற்றுத்தரப்பட்ட கல்வி முறைகள் பற்றி ரெவரண்ட் டாக்டர் பெல் புகழ்ந்து கூறியிருக்கிறார். அவர் மதராஸில் மத போதகராக இருந்தவர். நமது தேசியக் கல்விமையங்களிலும் இப்போது அதே வழிமுறை அமல்படுத்தப்பட்டுள்ளது. கற்றுக்கொடுக்கும் முறையை எளிமைப் படுத்துவதன் மூலம் ஒரு மொழியைக் கற்கும் திறமையை அதிகரிக்க முடியும் என்ற நம்பிக்கையில் அது மேற்கொள்ளப்பட்டிருக்கிறது.

42. பின்னிணைப்பு A (xxii)
43. பின்னிணைப்பு A (xxiii)
44. 1812ல் இருந்து இதுபோன்ற ஆய்வுகள் ஆரம்பிக்கப் பட்டிருக்கின்றன. எத்தனை மருத்துவர்களுக்கு இது போன்ற நல்கைகள் (மானியங்கள்) கிடைத்திருக்கின்றனன என்பதைக் கண்டுபிடிப்பதே இந்த ஆய்வின் நோக்கம். அந்த மருத்துவர்களின் ஜாதி தொடர்பான விவரங்கள், 17 செப் 1821, 9 மார்ச் 1837 காலகட்டத்து மதராஸ் வருவாய் போர்டு ஆவணங்களில் இருந்து கிடைக்கின்றன.
45. பின்னிணைப்பு A (xx) a.
46. பின்னிணைப்பு A (xi).
47. பின்னிணைப்பு A (x).
48. பின்னிணைப்பு A (xxvii).
49. குண்டூர் கலெக்டரின் இந்தக் கூற்று டபிள்யூ ஆடமினாலும் சொல்லப்பட்டிருக்கிறது. நாடியா பகுதியில் படிக்கும் மாணவர்கள் இந்தியாவின் மூலைமுடுக்குகளில் இருந்தெல்லாம் குறிப்பாக தெற்கில் இருந்து வந்திருப்பதாகக் கூறியிருக்கிறார். (டபிள்யூ. ஆடம் பக் 78, 1941 பதிப்பு).
50. பின்னிணைப்பு A (xix).
51. பின்னிணைப்பு A (xxiii).
52. பாரசீகப்பள்ளிகளில் பெரும்பாலும் முஸ்லிம் மாணவர்கள் மட்டுமே படித்துவந்திருக்கிறார்கள். சொற்ப இந்துக்கள் மட்டுமே படித்திருக்கிறார்கள். வட ஆற்காட்டில் 2 ஹிந்துக்கள், 396 முஸ்லிம் கள். எனினும் கணிசமான பெண் குழந்தைகள் இங்கு கல்வி கற்றதாகத் தெரிகிறது.
53. பின்னிணைப்பு A (xx).
54. பின்னிணைப்பு A (xxviii).
55. இங்கிலாந்தைவிட இந்தியாவில் அதிகம் பேர் கல்வி கற்றிருக்கிறார்கள் என்பதை பிரிட்டிஷாரால் நம்பவே முடியவில்லை. இதே முன்முடிவுகளும் தீர்மானங்களுமே இந்தியாவின் பிற அம்சங்களிலும் அமல்படுத்தப்பட்டன. இந்திய விவசாயப் பணியாளர்களின் உரிமைகள் கூட இந்த நோக்கில் திரிக்கப்பட்டன. இந்தியாவில் பயிர் செய்தவருக்கு இருக்கவேண்டிய உரிமைகளாக ஹவுஸ் ஆஃப் காமன்ஸில் ஐந்தாம் அறிக்கை கூறுவது: இங்கிலாந்தில் இருக்கும் ஒரு குத்தகை விவசாயிக்கு ஒரு நிலத்தின் மீது எந்த அளவுக்கு உரிமை உண்டோ அதே அளவுக்குத்தான் இந்தியாவில் இருக்கும் குத்தகைதாரருக்கும் தரவேண்டும் என்று முடிவு செய்யப்பட்டது. எனவே, ஒரு குத்தகைதாரருக்குப் பரம்பரை வழியாக ஒரு நிலத்தில் பயிர் செய்ய உரிமை உண்டு. ஆனால், அரசுதான் அனைவரையும் விடப் பெரியது என்பதால், அது விரும்பும் வகையில் யாரை வேண்டுமானாலும் குத்தகை உரிமையில் இருந்து மாற்ற முடியும். (ஹவுஸ் ஆஃப் காமன்ஸ் அறிக்கை, 1812, தொகுதி ஏழு, பக்கம் 105.)
56. பின்னிணைப்பு A (xx) (xiv).
57. மதராஸ் பிரஸிடென்ஸி பள்ளிகளிலும் கல்லூரிகளிலும் கல்வி கற்றவர்களின் ஜாதி வாரியான எண்ணிக்கை இந்தக் காலகட்டம்வரை வெளியாகியிருக்க

வில்லை. ஆண்கள் பெண்கள் எண்ணிக்கையும் இந்து முஸ்லிம்கள் எண்ணிக்கையும் ஹவுஸ் ஆஃப் காமன்ஸில் 1832ல் வெளியான அறிக்கையிலேயே குறிப்பிடப்பட்டிருக்கின்றன. அதைப் படித்த பலரும் 19ம் நூற்றாண்டில் இந்தியாவில் மலபார் பள்ளிகளில் படித்த ஆண்குழந்தைகள் பெண்குழந்தைகளின் எண்ணிக்கையைக் கவனித்திருக்கக்கூடும். ஆனால், அந்த மலபார் தரவுகள் குறித்து எதிலுமே யாருமே குறிப்பிட்டிருக்கவில்லை. ஹெர்டாக் கூட இவற்றை அலட்சியப்படுத்தியிருக்கிறார்.

58. ஆடம்மின் அறிக்கை முதலில் 1835லும் பின் 1836லும் 1838லும் வெளியாகின. இந்த மூன்று அறிக்கைகளும் சிற்சில விடுபடல்களுடன் ரெவரண்ட் ஜே லாங்கின் சலிப்பூட்டக்கூடிய அதிகாரத் தோரணையிலான முன்னுரையுடன் 60 பக்கங்களில் 1868ல் கல்கத்தாவில் வெளியானது. ஒட்டுமொத்தத் தரவுகளின் பதிப்பு (முந்தைய விடுபடல்களைச் சரிசெய்து லாங்கின் பெரிய முன்னுரையுடன்) அனந்தநாத் பாசுவின் 42 பக்க முன்னுரையுடன் கல்கத்தா பல்கலைக்கழகம் 1941ல் வெளியிட்டது. இந்தக் கடைசிப் பதிப்பே 'அழகிய மரம்' புத்தகத்தில் பயன்படுத்தப்பட்டிருக்கிறது. இந்த ஆய்வு அறிக்கைகள் போதிய அலசல்கள் எதுவும் செய்யப்படாம லேயே இந்தியக் கல்வி குறித்த பல்வேறு கட்டுரைகளில் மேற்கோள் காட்டப்பட்டுள்ளன.

59. அதே நூல் பக்கம் 67. ஒவ்வொரு கிராமத்திலும் ஒரு பள்ளி இருந்தது என்பது ஆடமுக்கு அதிசயமாகவெல்லாம் இருந் திருக்கவில்லை. அவருக்கு முன்பும் பலரும் அதைச் சொல்லி யிருக்கிறார்கள். தாம்ஸ் மன்ரோ கூட ஹவுஸ் ஆஃப் காமன்ஸில் இந்த விஷயத்தைக் குறிப்பிட்டிருக்கிறார். 'நாகரிகம் என்பதை ஒரு விற்பனைப்பொருளாகக் கருதி இந்தியாவுக்கும் இங்கிலாந்துக்கும் இடையே வர்த்தகம் செய்தால் இங்கிலாந்து இறக்குமதிக் கப்பல் மூலம் நல்ல ஆதாயம் அடைய முடியும். இந்திய நாகரிகத்தின் உயர்வைச் சுட்டிக்காட்டும்வகையில் ஒவ்வொரு கிராமத்திலும் எழுதப் படிக்கவும் கணிதம் கற்றுத் தரவும் ஒவ்வொரு பள்ளி இருந்தது' என்று குறிப்பிட்டிருக்கிறார். இந்த வார்த்தைகளை அவர் சொல்வதற்கு முன்பாக இந்தியாவில் முப்பது வருடங்கள் தங்கியிருந்த அனுபவம் அவருக்கு இருந்திருக்கிறது (ஹவுஸ் ஆஃப் காமன்ஸ் அறிக்கை, 1812-13, தொகுதி 7, பக்கம் 131.)

60. இந்தப் பழைய முறை பற்றிய குறிப்புகளுக்கு: 18ம் நூற்றாண்டில் இந்திய அறிவியலும் தொழில்நுட்பமும்: சில சமகால ஐரோப்பிய பதிவுகள், பக் 143-163.

61. மதராஸ் பிரஸிடென்ஸியில் இந்த நிலைமை நேர்மாறாக இருக்கிறது. அங்கு பாரசீகம் வெகு குறைவாகவே கற்றுத் தரப்பட்டிருக்கிறது. அதைக் கற்றவர்கள் பெரிதும் முஸ்லிம்கள் மட்டுமே.முஸ்லிம் குழந்தைகளின் வயது நான்கு வருடம் நான்கு மாதம் நான்கு நாளாக இருக்கையில் ஆண்குழந்தையும் பெண் குழந்தையும் பள்ளியில் சேர்க்கப்பட்டார்கள் என்று ஆடம் குறிப்பிட்டிருக்கிறார். (பக் 149).

62. 1881ல் பிரிட்டிஷ் அரசுடன் சேர்க்கப்பட்டதில் இருந்து பஞ்சாபில் உள்ளூர் கல்வியின் வரலாறு (1883ல் வெளியிடப்பட்டது, பட்டியாலாவில் மறு பிரசுரம் செய்யப்பட்டது, 1973ல்)

63. உலகை ரட்சிக்க வேண்டியது தேவனால் தமக்கு இடப்பட்ட பொறுப்பு என்பது

பிரிட்டிஷாரின் மிகவும் பழமையான நம்பிக்கை.நியூ யார்க் முன்பு நியூ நெதர்லாந்த்ஸ் ஆகக் கருதப்பட்டது தொடர்பாக சிறிய விவரணை என்ற 1670ல் வெளியான நூலிலேயே உள்ளது. வட அமெரிக்க பூர்வகுடிகளைப் பற்றி டேனியல் டெண்டன் கூறுவது: ஆங்கிலேயர்கள் அங்கு குடியேறத் தொடங்கியதில் இருந்து கர்த்தரின் கரங்கள் அங்கிருந்த பூர்வகுடிகளை எப்படியெல்லாம் அழித்தொழித்திருக்கிறது என்பதைப் பார்த்தால் வியப்பே மேலிடுகிறது. நான் அங்கு போனபோது ஆறு நகர்கள் இருந்த இடங்களில் இப்போது வெறும் இரண்டு சிறு கிராமங்கள் மட்டுமே எஞ்சி இருக்கின்றன. ஆங்கிலேயர்கள் எங்கெல்லாம் குடியேறுகிறார்களோ அங்கெல்லாம் தேவனின் கரங்கள் அவர்களுக்கு வழியமைத்துக் கொடுத்திருக் கின்றன. சண்டைகளின் மூலமாக அல்லது கொடிய அபாயகரமான நோய்களின் மூலமாக (செவ்)இந்தியர்களை அழித்தொழித்து விட்டிருக்கிறது (மறு பிரசுரம், 1902, பக் 45).

64. லண்டனில் இருக்கும் ராயல் சொசைட்டியின் தலைவர் சர் ஜோசஃப் பேங்க்ஸுக்கு டாக்டர் ஹெச்.ஸ்காட் எழுதிய கடிதம், 7.1.1790ல் எழுதப்பட்டது. 18ம் நூற்றாண்டில் இந்திய அறிவியல் மற்றும் தொழில்நுட்பம் என்ற நூலில் இடம்பெற்றுள்ளது. பக் 265.

65. முதலில் நியூயார்க் டெய்லி ட்ரிப்யூனில் வெளியானது; ஆகஸ்ட் 8, 1853. மேலும் 1980ல் எர்னஸ்ட் கெல்னரின் ஆசிரியத்துவத்தில் வெளியான சோவியத் மற்றும் மேற்கத்திய மானுடவியல் என்ற நூலில் உலக வரலாறும் சமூகப் பொருளாதார அமைப்புகளும் என்ற தலைப்பில் செமெனோவ்வினால் மேற்கோள் காட்டப்பட்டிருக்கிறது.

66. பூர்வகுடி அமெரிக்கர்களின் மக்கள் தொகை பற்றிய மதிப்பீடு ஹென்றி எஃப் டோபியன்ஸ். இன்றைய மானுடவியல், தொகுதி 7, எண் 4, அக் 1966 வெளியீடு, பக் 395-440.

67. போர்ட் ஆஃப் கண்ட்ரோலின் தலைவர் காஸில்ரேக் பிரபுவுக்கு மதராஸ் பிரஸிடென்ஸியின் இளம் கவர்னரான வில்லியம் பெனெடிக் 1804லேயே எழுதியது: நாம் இந்த நாட்டை மிகவும் வாட்டியெடுத்துவிட்டோம். அதன் விளைவாக அது படுமோசமான வறுமையில் தள்ளப்பட்டுவிட்டிருக்கிறது. (நாட்டிங்ஹாம் பல்கலை, பெனெடிக் பேப்பர்ஸ், 722). 1857-58ல் கவர்னர் ஜெனரல் கன்னிங்குக்கு ஒரு ராணுவ அதிகாரி எழுதியது: துப்பாக்கி முனையில்தான் இந்திய வரிகள் விதிக்கப்பட்டு வசூலிக்கப்படுகின்றன. அதுவே சிப்பாய் கலகத்துக்கு முக்கிய காரணம் என்று அவர் தெரிவித்திருக்கிறார். (லீட்ஸ்: கன்னிங் பேப்பர்ஸ்: மிலிட்டரி செக்கரட்டரிஸ் பேப்பர்ஸ்; எஞ்சியவை எண் 289).

68. இண்டர்நேஷனல் அஃபயர்ஸ்: லண்டன், நவம்பர் 1931, பக் 721739. மகாத்மா காந்தியின் தொகுப்பு, தொகுதி 48, பக் 193-206.

69. ஸ்கூல் ஆஃப் ஓரியண்ட்ல் ஸ்டடீஸ், லண்டன் இன்ஸ்டிடியூஷன், பி.ஜே.ஹார்டாக், சி.ஐ.இ., எம்.ஏ. 1917.

70. பிரிட்டிஷ் கல்வியின் மூலம் உருவான மாணவர்கள் பற்றி ஆனந்த குமாரசாமி 1908ல் எழுதியது: இந்தியப் பல்கலைக்கழகத்தில் படித்த அல்லது சிலோனில் படித்த மாணவர் ஒருவரிடம் மகாபாரதம் பற்றிக் கேட்டால் அவசர அவசரமாக

ஷேக்ஸ்பியர் பற்றிய தனது புலமையை அவிழ்த்துவிடத் தொடங்குவார். மதத் தத்துவம் பற்றிக் கேட்டால் ஒரு தலைமுறைக்கு முன்னால்வரை ஐரோப்பாவில் இருந்த கடுமையான நாத்திகர்போல் பேசுவார். அவருக்கு மதப் பற்றே இல்லாமல் இருப்பது மட்டுமல்ல சராசரி ஆங்கிலேயருக்கு இருக்கும் தத்துவ ஈடுபாடும் இல்லாமலே இருப்பதைப் பார்க்க முடியும். இந்திய இசையைப் பற்றிக் கேளுங்கள்... கிராமபோன் அல்லது ஹார்மோனியம் பற்றிப் பேசுவார். இந்திய ஆடைகள் அல்லது நகைகள் பற்றிக் கேளுங்கள்... அவையெல்லாம் காட்டுமிராண்டித் தனமானது; நாகரிகமற்றது என்பார். இந்திய ஓவியம் பற்றிப் பேசுங்கள். அப்படி ஒன்று இருக்கிறதா என்று கேட்பார். அவருடைய தாய்மொழியில் எழுதப்பட்ட ஒரு வார்த்தையை மொழிபெயர்த்துச் சொல்லும்படிக் கேளுங்கள். அவருக்கு அது தெரிந்திருக்காது. சொந்த ஊரிலேயே அந்நியராகிப் போயிருப்பார். (மாடர்ன் ரிவ்யூ, தொகுதி 4, அக், 1908, பக்கம் 338).

71. ஜனவரி, 1932, பக்கம் 15182.

71. ஹவுஸ் ஆஃப் காமன்ஸ் பேப்பர்: 1831-32, தொகுதி 9, பக் 468.

73. க்ளியெரெண்டன் பிரஸ், 1917, பக் 394.

74. ஜர்னல் ஆஃப் தி ராயல் ஆசியாட்டிக் சொசைட்டி, லண்டன், 1917, பக் 81525.

75. லண்டன் டைம்ஸ் இதழில் பிலிப் ஹொர்டாக்கின் கருத்துரை பற்றிய அறிவிப்பு வெளியாகியிருக்கிறது (மார்ச் 1,4,6, 1935). மார்ச் 2, மார்ச் 5ல் அது பற்றி ரிப்போர்ட் செய்யப்பட்டிருக்கிறது. வாரன் ஹேஸ்டிங் பிரபுவில் ஆரம்பித்து செம்ஸ்போர்டு பிரபு வரையிலும் இந்திய நிர்வாகத்தின் ஓர் அங்கமாக இந்திய நலனைக் கருத்தில் கொண்டு ஒரு கல்விக் கொள்கை உருவாக்கி வளர்த்தெடுக்கப் பட்டிருகிறது. இந்தியாவுக்குப் பெரும் நன்மையைத் தரும்வகையில் அதன் அறிவு வளர்த்தெடுக்கப்படும் நோக்கில் அந்தக் கல்விக் கொள்கை உருவாக்கப்பட்டது என்று குறிப்பிட்டிருக்கிறார். காந்தி 1931ல் இங்கிலாந்துக்கு வந்தது தொடர்பாகத் தொடர்ச்சியாகச் சிறு சிறு அறிவிப்புகளை டைம்ஸ் பத்திரிகை வெளியிட்டு வந்தது. அவர் பேசிய பொதுக்கூட்டங்கள் பற்றியும் அவருடைய பிறந்தநாள் கொண்டாட்டங்கள் பற்றியும் செய்தி வெளியிட்டிருக்கிறது. எனினும் அது சாத்தம் ஹவுஸில் காந்தி ஆற்றிய உரையை மட்டும் வெளியிடவில்லை.

21, அக், 1931ல் அந்த உரை பற்றி வெளியிடவில்லை என்பது மட்டு மல்ல. 20 அக் 1931ல் அன்றைய நிகழ்ச்சிகள் பற்றிய குறிப்பிலும் சாத்தம் ஹவுஸ் கூட்டம் பற்றி எந்தக் குறிப்பும் இடம்பெற்றிருக்கவில்லை. அந்தக் கூட்டம் பற்றிய செய்தியைப் புறக்கணிப்பது என்று முன்பே முடிவு செய்துவிட்டார்கள் போலிருக்கிறது.

76. திரு. காந்திக்கு மறுப்பு என்ற தலைப்பில் அந்தக் கருத்தரங்க உரை டைம்ஸ் லிட்டரரி சப்ளிமெண்டில் விமர்சிக்கப்பட்டிருந்தது.ஹொர்டாக்கைப் பாராட்டிவிட்டு அந்த விமர்சனம் கூறியிருப்பது: பல முன்னாள் பிரிட்டிஷ் நிர்வாகிகள் மீது பல விமர்சனங்கள் வைக்க முடியும். ஆனால், இந்தக் குறிப்பிட்ட துறையில் காந்தியின் கருத்துக்கு மாறாக சர் பிலிப் ஹொர்டாக்கின் அபாரமான தேடலில் வெளியான தரவுகளுக்கு முன்னால் எதுவும் நிற்க முடியாது. சர் பிலிப் ஹொர்டாக் காந்தியின் கூற்றை உடனடியாக மறுத்துவிட்டிருக்கிறார். ஒரு

பொய்யான கல்விக் கோட்பாட்டை உருவாக்க எப்படியெல்லாம் தகவல்கள் திரிக்கப்பட்டிருக்கின்றன என்பதைத் தெளிவாக விவரித்திருக்கிறார்.

77. காந்தி ஹெர்டாக் கடித உரையாடல் பின்னிணைப்பு F (i)-(xxv) ல் இடம்பெற்றிருக்கின்றன.

78. ஆர்.வி.பருலேகர் எழுதிய சர்வே ஆஃப் இண்டீஜினஸ் எஜுகேஷன் இன் த ப்ராவின்ஸி ஆஃப் பம்பாய் 1820-30 என்ற முக்கியமான நூலில் பம்பாய் பிரஸிடென்ஸியில் இருந்த கல்வி பற்றி இடம்பெற்றிருக்கின்றது. எனினும் இந்த ஆய்வு பம்பாய் பிரஸிடென்ஸியின் சில பகுதிகளைப் பற்றி மட்டுமே பேசுகிறது.

79. இந்தியா பற்றி இந்தியரல்லாதவர்கள் எழுதியது தொடர்பாக இப்படிச் சொல்லலாம். இந்திய சமுதாய அரசியல் பற்றிய கருத்துகள் எல்லாம் சம்பந்தப்பட்ட எழுத்தாளர்களின் சொந்த கலாசார கல்வி மதிப்பீடுகளால் நிச்சயம் பாதிப்புக்கு உள்ளாகியிருக்கும். அவற்றில் சிலர் இந்தியாவைப் பற்றி கொஞ்சம் சரியாகப் புரிந்து கொண்டிருக்கின் றனர். உதாரணமாக, 19ம் நூற்றாண்டின் ஆரம்ப கட்டத்தைச் சேர்ந்த அலெக்சாண்டர் வாக்கர், இன்றைய பேரா. பர்டன் ஸ்டெய்ன் ஆகியோரைச் சொல்லலாம். என்றாலும் இந்தியர்கள் அதை எப்படிப் புரிந்துகொள்வார்களோ அந்த அளவுக்கு அந்நியர்களால் புரிந்துகொள்ள முடியவில்லை. அந்தப் பொறுப்பை நியாயமாக இந்தியர்கள்தான் முன்னெடுக்கவேண்டும்.

82. ஐ.ஓ.ஆர். ஃபேக்டரி ஆவணங்கள். ஜி/27/1, சூப்ரவைஸர் ஹக்லி முர்ஷிதாபாத் கவுன்சிலுக்கு அனுப்பியது, 10.10.1770, பக் 88.

83. 1830ல் வெளியானது.

84. இந்தக் காலகட்டத்தில் தஞ்சாவூரில் இருந்த கோவில்கள் மடங்களின் எண்ணிக்கை சுமார் 4000.

85. ஐ.ஓ.ஆர். ஃபேக்டரி ஆவணங்கள். ஜி/6/4, பீர்போம் தொடர் பாக பர்த்வான் கவுன்சில் செயல்பாடுகள் 24.05.1775.

90. ஹன்சார்ட், ஜூன், 22, 1813.

91. மினிட் ஆன் இந்தியன் எஜுகேஷன்: மார்ச் 1835.

92. ஜே.எஸ்.மில், ஹிஸ்டரி ஆஃப் பிரிட்டிஷ் இந்தியா, 1817, தொகுதி 1, பக் 344, 351-52, 466-67, 472, 646.

93. அதே நூல், பக் 428.

94. மதராஸ் வருமானத் துறைக்கு அனுப்பப்பட்ட தகவல்: 11.2.1801.

அழகிய கிராமம்

பஞ்சாயத் ராஜ்

ஜெயபிரகாஷ் நாராயணின் முன்னுரை

ஸ்ரீ தரம்பால், வாலிண்டரி ஏஜென்சீஸ் ஃபார் ரூரல் டெவலப்மெண்ட் அமைப்பின் செயலர், ஒரு மகத்தான பணியைச் செய்திருக்கிறார். சுதந்தர இந்தியாவில் பஞ்சாயத்து ராஜின் இடம் என்ன என்பது தொடர்பாக நாடாளுமன்றத்தில் நடந்த விவாதங்களை அலசி ஆராய்ந்து இந்த நூலை வடிவமைத் திருக்கிறார். இந்திய ஜனநாயகத்தை கவலையுடன் கவனிக்கும் ஒருவருக்கு இந்த ஆய்வுத் தரவுகள் மிக முக்கியமானதாக அமையும். சுதந்தரப் போராட்ட காலத்தில், சுதந்தரத்துக்காகப் போராட வந்தவர்களின் சிந்தனையில் மகாத்மா காந்தி ஏற்படுத்திய தாக்கத்தை வைத்துப் பார்க்கும்போது சுயராஜ்ஜியத்தின் ஆதார அம்சமாக கிராம ராஜ் தான் இருக்கும் என்றே பலரும் நினைத்திருப்பார்கள். வேறு வார்த்தைகளில் சொல்வதானால், அரசியல், பொருளாதார அம்சங்களில் மையம் அழிக்கப்பட்ட அமைப்பே சுதந்தரப் போராட்ட வீரர்களின் இலக்காக இருந்தது. ஆனால், அரசியல் சாசனம் வடிவமைக்கப்பட்டபோது, அந்த சிந்தனை முற்றாக மறக்கப்பட்டுவிட்டது. சரியாகச் சொல்வ தானால், வெகு பின்னாலே நினைத்துப் பார்க்கப்பட்டது. அதிகாரவர்க்கமானது இன்று மகாத்மா காந்தியை சம்பிரதாயமாக வெகுவாகப் புகழ்ந்து பேசியபடியே நடைமுறையில் அவருடைய

கோட்பாடுகளைப் புறமொதுக்கி வருகிறது. காந்தி ரத்தமும் சதையுமாக உயிருடன் இருந்த காலகட்டத்திலேயே இந்தப் போக்கு ஆரம்பித்துவிட்டது.

காந்தியைப் பின்பற்றிய அரசியல் தலைவர்களிடையே காந்தியின் அஹிம்சை, சத்யாகிரஹம் போன்றவையெல்லாம் சுதந்தரப் போராட்டத்துக்கு மட்டுமே உதவியாக இருக்கும். சுதந்தரத்துக்குப் பிந்தைய இந்தியாவைக் கட்டி எழுப்புவதில் அவருடைய கோட்பாடுகள் எந்தவகையிலும் பொருத்தமானவை அல்ல என்ற எண்ணம் ஆழ்மனதில் இருந்ததோ என்னவோ. நமது அரசியல் தலைவர்களின் மனதில் இந்த எண்ணம் தெளிவாக வடிவம் பெற்றிருக்கவில்லை. அப்படி நடந்திருந்தால் அவர்கள் பிரக்ஞை பூர்வமாக அதை உடனே மறுத்திருப்பார்கள். ஆனால், ஆழ்மனதில் இருந்த அந்த எண்ணமானது சுதந்தரத்துக்குப் பிந்தைய இந்தியாவின் புதிய ஆட்சியாளர்களை அவர்கலை அறியாமலேயே வெகுவாக பாதித்து அதன்படியே நடக்கும்படிச் செய்திருக்கிறது.

அரசியல் சாசனத்தை வடிவமைக்கும் பொறுப்பானது வழக்கறிஞர்கள், அரசியல் சாசன நிபுணர்கள் வசம் ஒப்படைக்கப் பட்டது மிகச் சரியான செயல்தான். எல்லா சட்டங்களுமே மிகவும் புரட்சிகரமான சிந்தனைகள் படைத்த தலைவர்களின் மிகக் கடுமையான விவாதங்கள், பரிசீலனைகள் ஆகியவற்றுக்குப் பின்னரே வடிவம் பெறும். நிபுணர்கள் ஒரு மேலோட்டமான சட்டபூர்வ சட்டகத்தை மட்டுமே வகுத்துக் கொடுப்பார்கள். நம் விஷயத்தில் துரதிஷ்டவசமாக, மாண்பு மிகு வழக்கறிஞர்கள் முழுப் பொறுப்பும் அவர்களிடம் விடப்பட்ட நிலையிலும் தமது கடமையை மிகவும் மேலோட்டமாகவே செய்திருக்கிறார்கள். ஸ்ரீ டி.டி.கிருஷ்ணாமாச்சாரியின் வேதனை நிறைந்த வார்த்தைகளைக் கேட்கும்போது இது நன்கு புலனாகிறது.

தரம்பால், புதையுண்ட கடந்த கால நாடாளுமன்ற விவாத எலும்புக்கூடுகளை வெறும் வறட்டு வரலாற்று ஆராய்ச்சி என்றவகையில் தோண்டி எடுத்திருக்கவில்லை. பல்வந்த்ரி மேத்தா கமிட்டி அறிக்கை வெளியானதைத் தொடர்ந்து 1959-ல் ராஜஸ்தானில் பஞ்சாயத்து ராஜ் அமலுக்கு வந்ததைத் தொடர்ந்து இந்த மையம் அழிக்கப்பட்ட அரசியல், பொருளாதார ஜனநாயக வழிமுறை மீது மிகுந்த அக்கறை உருவாகியுள்ளது. இப்படியான செயல்பாடுகளுக்கு உதவும் வகையிலேயே 'அழகிய கிராமம்' புத்தகம் வெளியிடப்பட்டிருக்கிறது. புதுமையான தனித்தன்மை வாய்ந்த ஒரு புரட்சியின் கனலானது அரசியல் தலைவர்களின்

மனங்களில் மீண்டும் ஒளிவிடத் தொடங்கியிருப்பதைப் பார்க்க மிகவும் மகிழ்ச்சியாக இருக்கிறது.

விஷயம் மையம் அழிந்த அமைப்பு என்பது மட்டுமே அல்ல. சமூகம் சார்ந்த முற்றிலும் எதிரான இரண்டு கோட்பாடுகள் பற்றிய விஷயம் இது. தெளிவாக முன்வைக்கப்படவில்லையென்றாலும் காந்திஜி இந்த விஷயம் தொடர்பாக மேற்கொண்ட விவாதங்களில் இந்த அம்சம் கணக்கில் கொள்ளப்பட்டிருக்கிறது. அவற்றில் ஒன்று டாக்டர் அம்பேத்கரால் முன்வைக்கப்பட்டு அரசியல் சாசனத்தின் ஆதார அம்சமாக ஏற்றுக்கொள்ளப்பட்டிருப்பது: சமூகம் தொடர்பான தனித்தனி அலகுகளாக உடைக்கப்பட்ட, இயல்பான உள் வளர்ச்சியற்ற பார்வை.மேற்குலகத்தை இப்போது இந்தப் பார்வையே ஆள்கிறது. தொழில்மயமாதல், அது சார்ந்த பொருளாதாரம் ஆகியவற்றால் மேற்குலகம் தனித்தனியாக மனிதர்களைக் கொண்ட சமூகமாக ஆகிவிட்டிருக்கிறது. அவர்களுடைய அரசியல் மற்றும் நடைமுறை விஷயங்கள் அதைப் பிரதிபலிக்கின்றன. எனவே அங்கு அரசியல் ஜனநாயகம் என்பது தலைகளை எண்ணித் தீர்மானிப்பதாகிவிட்டிருக்கிறது. இப்படியான நிலையில் இயல்பாகவே மக்களாட்சி என்பது ஓரங்கட்டப்பட்டு அதிகார சக்திகளை மையமாக வைத்து உருவாகும் அரசியல் கட்சிகளின் அரசங்கமாகவே அது ஆகிப்போகும்.

இன்னொன்று சமூகம் குறித்த இயல்பான, உயிர்த்துடிப்பான பார்வை. அது மனிதர்களை சமூகத்தின் ஓர் பொறுப்புள்ள மனிதராக அவர்களுடைய இயல்பான குணத்தின் அடிப்படையில் மதிக்கிறது. இது மனிதர்களை உள் வளர்ச்சியற்ற மணல் குவியலின் ஒற்றைச் சிறு துகளாக அல்லாமல் பெரியதொரு உடம்பின் உயிருள்ள ஓர் திசுவாகப் பார்க்கிறது. இந்தப் பார்வையில் உரிமைகளைவிட பொறுப்புணர்வுக்கே இயல்பாகவே மிகுந்த முக்கியத்துவம் தரப்படும். உயிர்த்துடிப்பற்ற தனி நபர்வாதப் பார்வையில் இது தலைகீழாக இருக்கும். ஒரு தனி மனிதர் சமூகத்தின் ஓர் அங்கமாக வாழும்போது, அவருடைய உரிமைகள் அவருடைய பொறுப்புகளைச் சார்ந்ததாக இருக்கும். தலைகீழாக இருக்காது. அதனால்தான் காந்தியின் சமுதாயக் கோட்பாடுகளில் பொறுப்புகளுக்கே மிகுந்த முக்கியத்துவம் தரப்பட்டது.

இப்போது, ஒரு சமூகம் உண்மையான சமூகமாக இருக்கவேண்டுமென்றால் சமுதாய உணர்வுடன் அது இருக்கவேண்டும்; அனுசரித்துச் செல்லுதல், ஒத்திசைவு, கூட்டுறவு ஆகிய விஷயங்களுக்கு முக்கியத்துவம் தரவேண்டும். அது இல்லாமல்,

சமூகம் என்பது சாத்தியமில்லை. ஒரு சமூகம் தன்னுடனே எப்போதும் போரிட்டுக்கொண்டிருக்கக் கூடாது. ஒரு பகுதி ஜனநாயகரீதியில் இன்னொன்றுடன் மோதுவதாக, பெரும்பான்மை சிறுபான்மையை அடக்கி ஆள்வதாக அது இருக்கும். சமூக உணர்வு இல்லாத பெருந்திரள் கூட்டத்தில் இப்படித்தான் நடக்கும். சமூக அங்கங்களிடையே மாற்றுக் கருத்துகளோ, தனியான விருப்பங்களோ இருக்கவே கூடாது என்று சொல்லவில்லை. அவையெல்லாம் அனுசரித்து, ஒத்திசைவுடன் மேற்கொள்ளப்பட வேண்டும். சமூகத்தில் வாழும் நபர்களின் பொருளாதாரரீதியாகவும் ஆன்மிகரீதியிலும் வளமான வாழ்க்கையை வாழ வழி செய்து தருவதாக இருக்கவேண்டும். இந்த இலக்கை நிறைவேற்ற உதவக்கூடிய அரசியல், பொருளாதார அமைப்புகள், வழிமுறைகள் ஆகியவற்றைக் கண்டுபிடிப்பதே நம் முன்னால் இருக்கும் சவால். பஞ்சாயத்து ராஜ் கோட்பாட்டை முன்வைக்கும் நபர்கள், மையம் அழிக்கப்பட்ட பொருளாதார, அரசியல் அமைப்புகள் என்பதைத் தாண்டி சிந்திக்கவேண்டிய காலம் இது. நாடாளுமன்ற ஜனநாயகமும் சுய ஆட்சி அதிகாரம் கொண்ட மிகப் பெரிய எண்ணிக்கையிலான உள்ளூர் அலகுகளுமாக இணைந்து மக்களின் லட்சிய ஜனநாயக அமைப்பை உருவாக்கவேண்டும்.

சமுதாய மைய சிந்தையில் அந்தப் பார்வையானது பிரதான முதன்மை அலகான கிராமத்தில் தொடங்கி கிராமத்திலேயே முடிவடைவதாக நிச்சயம் இருக்கக்கூடாது என்பதை அழுத்தமாகச் சொல்ல விரும்புகிறேன். காந்தியடிகள் முன்வைத்த ஒன்றுக் கொன்று தொடர்புடைய வட்டங்களின் தொகுப்பு பற்றி இங்கு நினைவுபடுத்திக்கொள்வது நல்லது. அந்த அலைஅலையான வட்டங்களின் தொகுப்பில் கடைசி வெளி விளிம்பு வட்டம் என்பது ஒட்டு மொத்த மனித குலத்தைத் தழுவியது. பிரதான அடிப்படை அலகான கிராம சமுதாயத்துக்குள் எப்படி அனுசரித்துப்போவது, ஒத்திசைவு, கூட்டுறவு, பேசித் தீர்வு காணுதல் ஆகியவையே முக்கியமான அம்சமாகப் பார்க்கப்படுமோ அதுபோலவே ஒவ்வொரு வட்டங்களும் தமக்குள் இப்படியான ஒத்திசைவு, அனுசரித்துப் போதல், கூட்டுறவு ஆகியவற்றை அடிப்படையாகக் கொண்டு இயங்கவேண்டும். இந்த இலக்கு மற்றும் அதை அடைவதற்கான வழிமுறைகள் அதன் அரசியலில் பிரதிபலிக்க வேண்டும். அதாவது அரசியல் பிரதிநிதித்துவமானது தனி நபர்களைக்கொண்டதாக இருக்காமல் அவர்களுடைய சமூகத்தை உறுப்பினராகக் கொண்டதாக இருக்கவேண்டும். அடிப்படை அலகில் ஆரம்பித்து விரிந்துகொண்டே சென்று அனைத்து அலகுகளையும் அரவணைத்துச் செல்வதாக இருக்கவேண்டும்.

இப்படியான அமைப்பில், ஒரு கட்சியின் இடத்தை சமூகக் குழு எடுத்துக்கொள்ளும். ஒவ்வொரு சமூகக் குழுவுக்கும் இடையிலான கருத்துமுரண்பாடுகள், ஒத்திசைவுடன் அனைத்து மட்டத்திலும் சமரசங்களுடன் முன்னெடுக்கப்படும்.

சர்வதேசத் தொடர்புகள் விஷயத்தில் ரஷ்யா, அமெரிக்கா போன்ற நாடுகளின் நலன்களையும் கணக்கில்கொண்டு நாம் செயல்பட வேண்டும் என்ற கோட்பாடும் நடைமுறை சார்ந்து கவனத்தில் கொள்ளப்படுகிறது. ஆனால் தேசத்துக்கு உள்ளாக இது இன்னும் நடைமுறை சத்தியமாகவில்லை. அல்லது பெரும்பான்மை சமூகம் தனது விருப்பங்களை சிறுபான்மை மீது திணிப்பதாகவே அது இருந்துவருகிறது. ஐக்கிய நாடுகள் சபையில் பெரும்பாலான நாடுகள் தமது விருப்பங்களை சிறுபான்மை நாடுகள் மீது செலுத்த விரும்பினால் அது அந்த உலக அமைப்பைத் துண்டு துண்டாக உடைப்பதில்தான் போய்முடியும். ஒவ்வொருவரும் அனைவருடைய நலனுக்காக ஒத்திசைவான சமரசமான விஷயங்களை, வழி முறைகளைக் கண்டடைவது மிகவும் அவசியம். இந்த உண்மையானது வெறும் தார்மிக அடிப்படையில் மட்டுமே ஏற்றுக்கொள்ளப்பட்டிருக்கவில்லை. புதிய போர் ஆயுதங்கள், அழிவுகள் ஆகியவற்றின் மூலம் உணரப்பட்டிருக்கிறது. இந்த உண்மையை உலகம் புரிந்துகொண்டிருப்பது நிஜம்தான். ஆனால், தனித்தனி தேசியங்களுக்கு உள்ளே இந்தப் புரிதல் இவ்வளவு தெளிவாக உருவாகவில்லை. சமூகக் குழுக்களின் இருப்பு முற்றாக அழிந்துவிட்டிருக்கும் மேற்குலகில் மக்களிடையே அதிருப்தி பெருகிவருகிறது. அநேகமாக, அதிகாரத்துக்காகப் போட்டியிடும் இப்போதைய அரசமைப்பை அப்புறப்படுத்திவிட்டு புதிய ஒத்திசைவான, கூட்டுறவான அமைப்பு விரைவில் அங்கு மலரும் என்றே தோன்றுகிறது.

இந்தியாவிலும் ஆசிய ஆஃப்ரிக்காவின் வளரும் நாடுகளிலும் நிலைமை சற்று கூடுதலாகவே சாதகமாக இருக்கிறது. அடிப்படை அலகான கிராமம் அல்லது சிறிய டவுன் இப்போதும் அங்கெல்லாம் இருக்கின்றன. கிராமங்களில் சமூக வடிவம் இப்போதும் இருப்பது உண்மைதான். ஆனால் அது வெறும் எலும்புக்கூடாக இருக்கிறது. அதற்கு சதையும் உயிரும் தந்து உண்மையான சமூகமாக மாற்றவேண்டும். இந்த நிலையில் ஒரு அரசியல் கட்சியை, கிராமத்துக்குக் கொண்டு சென்றால் ஏற்கெனவே முறுகிக் கொண்டிருக்கும் கிராமத்தை அது மேலும் நெருக்கடிக்குத்தான் உள்ளாக்கும். வளர்ச்சியோ ஒத்திசைவோ உருவாகாது. பஞ்சாயத்து ராஜ் என்பது பெருந்திரள் சமூகத்தின் அரசமைப்பை அப்படியே நகலெடுக்கக்கூடாது. அதனால்தான் காந்தியடிகள் நாடாளுமன்ற

ஜனநாயகத்தை நிராகரித்தார். அதை அவர் பெரும்பான்மையின் சர்வாதிகாரம் என்று சொன்னார். அதனால் அவர் கிராம ராஜ் (உண்மையில் ஒரு நகர் ராஜ் என்பதாக அது இயங்கும்) என்பதை சுயராஜ்ஜியத்தின் அடிப்படையாக முன்வைத்தார். தீர்மானங்கள் எல்லாம் பேச்சுவார்த்தைகள் மூலம் ஏகமனதாக எடுக்கப்பட வேண்டும் என்று சொன்னார். அதோடு எதனோடும் மனச்சாய்வு கொள்ளாத நடுநிலையான தார்மிக சக்தி, மக்கள் ஆதரவு பெற்ற சுய நலமற்ற சேவையை அடிப்படையாகக்கொண்ட ஜனநாயக சக்தியாக அது விளங்கவேண்டும் என்று சொன்னார்.

கடைசியாக ஒன்றைச் சொல்ல விரும்புகிறேன். ஒரு சமூக அமைப்பு என்றால் அதில் தனி நபர்களின் விருப்பு வெறுப்புகள் மட்டுப் படுத்தப்படும். சுய மரியாதை, சுய ஆளுமை ஆகியவற்றுக்குத் தேவையான சுதந்தரம் என்பது கிடைக்காமல் போய்விடும் என்று சொல்லப்படுவதுண்டு. சமூக உறுப்பினர்களைத் தனிநபர்களாக மதித்து நடத்தும் அரசியல் அமைப்பில்தான் தனி நபருக்கான சுதந்தரம் மிகுதியாகக் கிடைக்கும் என்றும் சொல்லப்படுவதுண்டு. ஆனால், உண்மை என்பது இவற்றுக்கு முற்றிலும் மாறானது. தனி நபர் சுதந்தரம் இருப்பதாகச் சொல்லப்படும் அப்படியான பெருந்திரள் அமைப்பில்தால் தனி நபர்கள் தம்மிடமிருந்தே அந்நியப்பட்டுப் போய்விடுபவர்களாகவும் அரசியல் பொருளாதார எஜமானர்களால் ஏய்த்துச் சுரண்டப்படும் பெயரற்ற நபராகவும் ஆகிவிடுகிறார். நவீன சமூகத்தின் தனி நபரானவர் அவரைக் கட்டுப்படுத்தும் சமூக அரசியல் சக்திகளை எதிர்த்து எதுவும் செய்ய முடியாதவராக முடங்கிப் போகிறார். மாறக சமூகமாக வாழும் இடத்தில்தான் ஒரு தனி நபர் தனித்தன்மையுடனும் அவரைப் போலவே ஆளுமை கொண்டவர்களுடன் இணைந்தும் வாழ்கிறார். அங்குதான் ஒரு மனிதராக அவர் உன்னத இடத்தை எட்டுகிறார்.

காந்திஜி சொன்னதுபோல் லட்சிய சமூகத்தில் ஒரு தனி நபர் தனது சமூகத்துக்காக உயிரைக் கொடுக்கத் தயாராக இருப்பார். சமூகமானது ஒரு தனி நபருக்காகத் தனது அனைத்தையும் இழக்கத் தயாரக நிற்கும். அப்படியான பரஸ்பர உணர்வு இரு தரப்பிலும் உருவாக்கப்படும். சமூகமும் தனி நபரும் சேர்ந்து முன்னேறும் வகையில் அது நடக்கும். இந்த இலக்கை அடையும் நோக்கில் அதற்கு உகந்த பொருளாதார, அரசியல், சமூக, கலாசார, கல்வி அமைப்பை உருவாக்கவேண்டும். பஞ்சாயத்து ராஜ் என்பதை அப்படியாகத்தான் பார்க்கிறேன். அது தொடர்பான சிந்தனைகளை ‘அழகிய கிராமம்’ என்ற புத்தகம் தூண்டும் என்று நம்புகிறேன்.

•

தரம்பாலின் அறிமுகம்

> நாடாளுமன்ற விவாதங்களை என்னால் தொடர்ந்து கவனித்துவர முடியவில்லை. அரசியல் தொடர்பாளர் என்ன சொல்கிறார் என்றால், அரசியல் சாசன முன் வரைவில் கிராமப் பஞ்சாயத்துகள் பற்றியோ மையத்தில் அதிகாரத்தைக் குவிக்காத அமைப்பு பற்றியோ எதுவுமே குறிப்பிடப்படவில்லை என்கிறார். நமது சுதந்தர தேசம் என்பது மக்களின் குரலை பிரதிபலிப்பதாக இருக்கவேண்டுமானால், இந்த விடுபடலின்மீது உடனே நம் கவனத்தைக் குவித்தாகவேண்டும். பஞ்சாயத்துகளுக்கு அதிக அதிகாரம் இருந்தாலே மக்களுக்கு நன்மை பயப்பதாக ஆகும்.
>
> *- காந்தியடிகள், ஹரிஜன் இதழில் 21, டிசம்பர், 1947.*

டிசம்பர் 13, 1946-ல் நாடாளுமன்றத்தில் இந்திய அரசியல் சாசனத்தின் இலக்குகள், எதிர்பார்ப்புகள் தொடர்பான தீர்மானம் முன்மொழியப்பட்டது. அது நெருக்கடிகளும் நிச்சயமின்மைகளும் சூழ்ந்திருந்த காலகட்டம். இந்தியாவின் இரண்டாவது மிகப் பெரிய கட்சியான முஸ்லீம் லீக் அந்த நாடாளுமன்றத்தைப் புறக்கணித்திருந்தது. அனைத்து இந்திய மாநிலங்களின் பிரதிநிதிகள் இன்னும் அதில் இடம்பெற்றிருக்கவில்லை. ஆனால், அப்போது காந்தியடிகள் நம்முடன் இருந்தார்.

சுதந்தர இந்தியாவில் கிராமப்புறங்களின் இடம் என்ன; அதன் அரசாங்கத்தில் அதன் பங்களிப்பு என்ன; இந்திய சுயராஜ்ஜியம் என்பது கிராமங்களுக்கு என்ன நன்மைகளைச் செய்யும் என்பவை பற்றி அதில் எதுவும் சொல்லப்படாததில் பெரிய ஆச்சரியம் எதுவும் இல்லை. 'இன்றைய இந்திய மக்களின் மனங்களில் நிறைந்திருக்கும் விருப்பம்', 'காந்தியின் ஆன்மா இந்த இடத்தைச் சுற்றி (நாடாளு மன்றத்தைச் சுற்றி) ஆசீர்வதித்தபடி அலைந்துகொண்டிருக்கிறது' என்பது போன்ற வார்த்தைகள், முழக்கங்கள் ஆகியவற்றில் கிராமங்கள் பற்றிய எல்லாமே அடங்கிவிட்டதாக நினைக்கப் பட்டது. அந்தத் தீர்மானத்தை முன்வைத்தவர் (ஸ்ரீ ஜவாஹர் லால் நேரு) சொன்னவை:

> நாம் மக்களாட்சியையே விரும்புகிறோம். அதற்குக் குறைவாக எதையும் ஏற்கத் தயாராக இல்லை. என்னவிதமான மக்களாட்சி, என்ன வடிவிலான மக்களாட்சி என்பது வேறு விஷயம். ஐரோப்பாவிலும் பிற நாடுகளிலும் இருக்கும் மக்களாட்சியானது

உலகின் வளர்ச்சிக்குப் பெரும் பங்காற்றியிருக்கிறது. இருந்தும் முழுவதும் ஜனநாயகத் தன்மையோடு திகழ இந்த நாடுகள் மேலும் சில விஷயங்களில் தங்களை மாற்றியமைத்துக் கொள்ளவேண்டியிருக்கும் என்றே தோன்றுகிறது. ஏதேனும் ஒரு ஜனநாயக வடிவத்தையோ ஜனநாயக நாடாக அழைக்கப்படும் தேசமொன்றின் ஜனநாயக அமைப்பையோ நாம் அப்படியே வெறுமனே நகல் எடுத்துக்கொள்ளப்போவதில்லை. நாம் அதை மேம்படுத்த முடியும். நாம் எந்தவிதமான ஜனநாயக அமைப்பை நம் நாட்டில் உருவாக்க விரும்பினாலும் அது நம் மக்களுடைய மனநிலைக்கு உகந்ததாகவும் அவர்களுக்கு ஏற்புடைய தாகவும்தான் இருக்கும். ஒரு முழுமையான மக்களாட்சிக்கான வடிவமைப்பைத் தீர்மானிக்கும் பொறுப்பு இந்த அவைக்குத்தான் இருக்கிறது என்று நம்புகிறேன்.

பல்வேறு தலைவர்கள் அரசியலமைப்பு எப்படியாக இருக்க வேண்டும். சுயராஜ்ஜியம் என்பது கிராமங்களுக்கு என்ன நன்மைகள் செய்யவேண்டும் என்பது பற்றி லேசாகக் குறிப்பிட்டார்கள். காந்தி இது பற்றிச் சொன்னதை மேற்கோள் காட்டுகிறேன்.

இப்போது அதிகாரமையமானது தில்லியில் அல்லது கல்கத்தாவில் அல்லது பம்பாயில் என பெரிய நகரங்களில் இருக்கிறது. அதை இந்தியாவின் ஏழு லட்சம் கிராமங்களுக்குப் பகிர்ந்துகொடுக்கவேண்டும் என்று விரும்புகிறேன்.

அப்போதுதான் தன்னியல்பான கூட்டுறவு ஏற்படும். நாஜி வழிமுறைகளால் கொண்டுவரப்படும் கட்டாயக் கூட்டுறவு அல்ல. தன்னியல்பான கூட்டுறவென்பது உண்மையான சுதந்தரத்தையும் சோவியத் ரஷ்யாவில் தற்போது இருக்கும் புதிய சமூக அமைப்பைவிடவும் பல மடங்கு மேலான புதிய அமைப்பையும் கொண்டுவரும்.

ரஷ்யாவில் கடுமையான அணுகுமுறை நிலவுகிறது; ஆனால், அது கடைநிலையிலும் ஏழ்மையிலும் இருப்பவர்களின் நலனுக்காகச் செய்யப்படுகிறது. அந்த நோக்கில் அது சரியானதுதான் என்கிறார்கள். என்னைப் பொறுத்தவரையில் அதில் மிக சொற்ப நன்மையே இருக்கிறது.

மற்றவர்களும் இணைந்துகொள்ளவென்று நாடாளுமன்றம் ஒரு மாத கால அவகாசம் தந்தது. யாரும் சேரவில்லை. 22, ஜன, 1947-ல் அரசியல் சாசனத்தின் இலக்கு, எதிர்பார்ப்பு ஆகியவை தொடர்பான தீர்மானம் இறுதிசெய்யப்பட்டுத் தாக்கல் செய்யப்பட்டது. இதனிடையே சுதந்தரத்துக்கான பேச்சுவார்த்தைகள் ஒருபக்கம்

நடந்துகொண்டிருந்தன. தேசத்தின் ஒற்றுமைக்குப் பெரும் நெருக்கடி ஏற்பட்டிருந்தது. செல்வாக்கு உள்ள நபர்கள், சிந்தனை கொண்டவர்கள் எல்லாரும் இப்படியான உடனடி விஷயங்களில் கவனம் செலுத்த வேண்டிவந்துவிட்டது.

நியமன சபையின் செயலகம் தொடர்ந்து இயங்கியது. அதன் ஆலோசகர் ஸ்ரீ பி.என்.ராவ் வழிகாட்டலில் ஐரோப்பியா, அமெரிக்கா, ரஷ்யா போன்ற நாடுகளின் அரசியல் சாசனங்களை விரிவாக ஆராய்ந்துவந்தது. சுதந்தரம் பெற்ற சில நாட்களில் 1947 ஆகஸ்டில் ஒரு முன்வரைவு சமர்ப்பிக்கப்பட்டது. அதே நேரத்தில் 29, ஆகஸ்ட், 1947-ல் நாடாளுமன்ற விவகாரத்துறை அமைச்சர், ‘இந்திய அரசியல் சாசன வரைவை நாடாளுமன்றத்தில் விவாதித்து அங்கு எடுக்கும் முடிவுகளின் அடிப்படையில் அலசி ஆராய்ந்து திருத்தங்கள் கொண்டுவர ஒரு குழு ஒன்றை அமைக்கவேண்டும்’ என்று கருத்துத் தெரிவித்தார். அந்தக் குழுவின் உறுப்பினர்களாகக் கீழ்க்கண்டவர்கள் இருந்தனர்:

1. ஸ்ரீ அல்லாடி கிருஷ்ணஸ்வாமி ஐயர்
2. ஸ்ரீ என்.கோபாஸ்வாமி ஐயங்கார்
3. மதிப்புக்குரிய டாக்டர் பி.ஆர்.அம்பேத்கர்.
4. ஸ்ரீ கே.எம். முன்ஷி
5. சையது மொஹம்மது அப்துல்லா
6. சர் பி.எல்.மிட்டர்
7. ஸ்ரீ டி.பி.கெய்தான்

ஆய்வுக் குழு தயாரித்த, திருத்தப்பட்ட வரைவானது 4, நவம்பர், 1948-ல் மீண்டும் அவையில் முன்வைக்கப்பட்டது. ஆய்வுக்குழுவிடம் பொறுப்பு விடப்பட்டிருந்த 15 மாத காலத்தில் அந்த வரைவு பொதுவெளியில் அச்சிட்டு வெளியிடப்பட்டு அதன் மேல் காரசாரமான விவாதங்கள் நடைபெற்றன. அப்போதும் நியமன சபை விவாதங்களிலும் மிகவும் தீவிரமாக அனல் பறக்க விவாதிக்கப்பட்ட ஒரு விஷயம் புதிய அரசியலமைப்பில் கிராமங்களுக்குத் தரப்பட்ட புறக்கணிப்புதான். ஏப்ரல் 1948லேயே நியமன சபையின் தலைவர், அரசியல் சாசன ஆலோசகர் ஆகியோருக்கு இது பற்றி கடிதம் அனுப்பப்பட்டது. அதில் சொல்லப்பட்ட விஷயம்:

> பஞ்சாயத்து திட்டம் நடைமுறைப்படுத்தப்பட வேண்டுமென்றால்கூட இந்தியாவின் ஒவ்வொரு மாநிலத்துக்கும்

ஒவ்வொரு பிராந்தியத்துக்கும் டவுன்களுக்கும் ஏற்ற வகையில் பல அம்சங்களைக் கணக்கில் கொள்ளவேண்டியிருக்கும். பிற சிரமங்கள் உருவாவதோடு அல்லாமல் இந்த ஒரு விஷயத்துக் காகவே அதிக கால அவகாசம் எடுக்கும். அது அரசியல் சாசனம் அமலுக்கு வருவதைத் தாமதமாக்கும். எனவே அரசியல் சாசனத்தை அமல்படுத்திவிட்டு துணை சட்டங்கள் மூலம் பின்னர் அதை கவனித்துக்கொள்ளலாம்.

சுதந்தர இந்தியாவின் அரசியல் சாசனத்துக்கு இறுதி வடிவம் கொடுப்பதில் ஆய்வுக் குழு என்ன பங்கற்றியது என்பதைத் தெரிந்துகொள்வது மிகவும் அவசியம். ஆய்வுக் குழுவின் சார்பில் ஸ்ரீ டி.டி. கிருஷ்ணமாச்சாரி 5, நவ, 1948-ல் நடந்த விவாதத்தில் சொன்னதை இங்கு குறிப்பிடுகிறேன்:

அரசியல் சாசனத்தை உருவாக்கும் முக்கியமான பணிக்குத் தரப்படவேண்டிய கவனமானது வரைவுக்குழுவினால் தரப்பட வில்லை. தங்களால் நியமிக்கப்பட்ட ஏழு அங்கத்தினர்களில் ஒருவர் ராஜினாமா செய்துவிட்டார். அவருடைய இடத்துக்கு வேறொருவரை நியமித்தனர். இன்னொருவர் இறந்துவிட்டார். ஆனால், அவருக்குப் பதிலாக யாரையும் நியமிக்கவில்லை. ஒருவர் அமெரிக்காவில் இருக்கிறார். அவருடைய இடத்துக்கு யாரும் நியமிக்கப்படவில்லை. இன்னொரு நபர் ஆட்சி விவகாரங்களில் ஈடுபட்டுவருகிறார். எனவே அவராலும் போதிய கவனம் செலுத்த முடியவில்லை. ஓரிருவர் தில்லியில் இருந்து வெகு தொலைவில் இருக்கின்றனர். அவர்களுடைய உடல்நிலையானது அவர்களை இந்தக் குழு சந்திப்புகளில் பங்கெடுக்க அனுமதிக்கவில்லை. எனவே அரசியல் சாசனத்தை வடிவமைக்கும் முழுப் பொறுப்பும் டாக்டர் அம்பேத்கர் மீதே சுமத்தப்பட்டுவிட்டிருக்கிறது. இந்த மகத்தான பணியைச் செய்து முடித்திருக்கும் அவருக்கு நாம் மிகவும் நன்றிக் கடன்பட்டிருக்கிறோம் என்பதில் எந்த சந்தேகமும் எனக்கு இல்லை. ஆனால், இது போன்ற ஒரு பணிக்குத் தந்திருக்க வேண்டிய கவனத்தை ஒரு குழுவாக அவர்கள் தரவில்லை என்பதை இங்கு குறிப்பிடவிரும்புகிறேன்.

ஏப்ரல் மாதத்தில் நாடாளுமன்றச் செயலகம் பொதுமக்களின் கருத்துகள், நாடாளுமன்ற அவை உறுப்பினர்கள் ஆகியோர் தெரிவித்த கருத்துகளுக்கு ஏற்ப சட்டத் திருத்தங்கள் மேற்கொள்வதற்காக மத்திய அதிகாரக் குழு, மத்திய அரசியல் சாசனக் குழு, பிராந்திய அரசியல் சாசனக் குழு மற்றும்

தேர்ந்தெடுக்கப்பட்ட உறுப்பினர் குழு அனைவரும் கூடிக் கலந்தாலோசிக்கவேண்டும் என்று எனக்கும் பிற உறுப்பினர் களுக்கும் தெரிவிக்கப்பட்டது. ஏப்ரல் கடைசி வாக்கில் அது தொடர்பாக ஒரு கூட்டம், இரண்டு நாட்கள் நடைபெற்றது. விஷயங்கள் நல்லபடியாக நடந்தேறின. அந்த கமிட்டியின் பரிந்துரைகள் சிலவற்றை ஏற்றுக்கொள்வதாக டாக்டர் அம்பேத்கர் சம்மதம் தெரிவித்தார். ஆனால், அந்தக் கமிட்டி பற்றி அதன் பின்னர் செய்தி எதுவுமே கேள்விப்படவில்லை.

வரைவுக்குழுவானது அதாவது டாக்டர் அம்பேத்கரும் திரு மாதவ தேவும் கலந்தாலோசித்து இந்த திருத்தங்கள் பற்றி சில ஆலோசனைகள் வழங்கியதாகத் தெரிகிறது. ஆனால், அடிப்படையில் இது வரைவுக்குழுவின் பரிந்துரைகள் அல்ல. இந்த விஷயம் தொடர்பாக உங்களுடைய தீர்மானத்தை நான் கேள்விக்கு உட்படுத்த விரும்பவில்லை. ஆனால், இந்த வரைவுக் குழுவானது சம்பிரதாயமான ஒன்றாக ஆகிப் போயிருக்கும் நிலையில் அதை மறு சீரமைக்க நீங்கள் எந்த நடவடிக்கையும் எடுத்ததாக எனக்குத் தெரியவில்லை. இவற்றையெல்லாம் நான் ஏன் சொல்கிறேனென்றால், நம்முடைய அரசியல் சாசனத்தின் சில விஷயங்கள் சார்ந்து எந்த அளவுக்கு முக்கியத்துவம் தரப்படவேண்டுமோ அது தரப்பட வில்லை. திரு கோபாலஸ்வாமி ஐய்யங்கார், திரு முன்ஷி அல்லது வேறு சில குறிப்பிட்ட நபர்கள் இந்தக் கூட்டங்களுக்கு வந்திருந்தார்களென்றால் அந்த விஷயங்களுக்கு எவ்வளவு முக்கியத்துவம் தரப்பட்டிருக்குமோ அது தரப்படவில்லை என்பதை விளக்கிச் சொல்லவே இவற்றையெல்லாம் நான் சொல்லியிருக்கிறேன்.

ஒவ்வொரு உறுப்பினர்களாகத் தமது அதிருப்தி, கோபம், வருத்தம் ஆகியவற்றைத் தெரிவிக்கத் தொடங்கினர். வரைவைத் தயாரித்தவரும் சீராய்வுக் குழுவின் தலைவருமான டாக்டர் அம்பேத்கர் தனது அறிமுக உரையில் இந்திய கிராமங்கள் பற்றிச் சொல்லியிருக்கும் கருத்தானது பலரையும் கோபப்படுத்தியது. இதற்கு லேசான பலன் கிடைத்தது. 22, நவம்பர், 1948 அன்று அரசியல் சாசனத்தில் ஒரு புதிய கிளைப் பகுதி சேர்க்கப்பட்டது.

ஆர்ட்டிகிள் 31க்கு அடுத்ததாக 31-அ என புதிதாக ஒன்று சேர்க்கப்பட்டது. 31-அ சுய அதிகாரம் கொண்ட அமைப்புகளாகச் செயல்படும் அளவுக்கு அதிகாரங்கள் கொண்ட கிராம பஞ்சாயத்துகளை உருவாக்கும் பொறுப்பை அரசு எடுத்துக் கொள்ளவேண்டும்.

இப்படியாகத்தான் இப்போதைய ஆர்ட்டிகிள் 40 , இந்திய அரசியல் சாசனத்தின் மாநில வழிகாட்டிக் குறிப்புகளில் இடம் பெற்றிருக்கிறது.

அன்றைய சூழலில் இப்படியான ஒன்றை மட்டுமே செய்ய முடிந்திருந்தது என்பது பலருக்கும் புரிந்திருந்தது. வருத்தத்துடன் அது ஒப்புக்கொள்ளவும் பட்டது. 17-26 நவம்பர் 1949 தேதிகளில் நடந்த விவாதங்களில் இருந்து எந்த அளவுக்கு வருத்தமும் அதிருப்தியும் இருந்தது என்பதைப் புரிந்துகொள்ளமுடியும். அனைவரும் அதை ஏற்றுக்கொண்டுவிடவில்லை. சிலருடைய கருத்துகள் டாக்டர் அம்பேத்கருடைய கருத்துகளுக்கு இசைவாகவே இருந்தன. இந்திய அரசியல் சாசனத்தில் கிராமங்களுக்கு உரிய முக்கியத்துவத்தை மதித்து அதற்கான இடத்தைத் தரவேண்டும் என்பதுதான் பெரும்பாலானவர்களின் கருத்தாக இருந்தது.

•

இந்த விஷயங்கள் எல்லாம் பதிவுசெய்யப்பட்டு, விவாதிக்கப் பட்டு, செயல்படுத்தப்படவேண்டும் என்ற நோக்கில் 'அவார்ட்' அமைப்பு கடந்த காலத்தில் நடந்தவற்றை அலசி ஆராய விரும்புகிறது. இவை மொத்தம் 25,000 வார்த்தைகள் இருக்கின்றன. அரசியல் சாசன அமர்வில் விவாதிக்கபட்ட இந்த விஷயங்கள் அனைத்தையும் தொகுத்து உங்கள் முன் வழங்குவது மிகவும் அவசியம் என்று கருதுகிறோம்.

1. அரசியல் சாசனத்தின் இலக்குகள் நோக்கங்கள் பற்றிய தீர்மானம் தொடர்பான விவாசத்தின் சாராம்சங்கள் - 13, டிசம்பர், 1946 - 22, ஜனவரி 1947.
2. வரைவுக் குழு சீராய்வுக் குழு நியமனம், 29, ஆக, 1947.
3. அரசியல் சாசன வரைவு மீதான இரண்டாம் வாசிப்பு தொடர்பான பொது விவாதம், 4-9 நவம்பர் 1948.
4. அரசியல் சாசனத்தில் ஆர்ட்டிகிள் 40 சேர்க்கப்பட்டது தொடர்பான விவாதங்கள், 22 நவம்பர், 1948.
5. அரசியல் சாசனம் தொடர்பான மூன்றாவது வாசிப்பின் சாராம்சங்கள், 17-26, நவம்பர், 1949.
6. இந்திய அரசியல் சாசனத்தில் பஞ்சாயத்துகளின் இடம் தொடர்பான அரசியல் சாசன ஆலோசகரின் குறிப்பு.
7. அரசியல் சாசனத்தின் இலக்குகள் நோக்கங்கள் பற்றிய தீர்மானம்.

இந்திய அரசியலமைப்பில் கிராமங்களின் இடம் தொடர்பாக முன்வைக்கப்பட்ட சாதகமானதோ எதிரானதோ எந்தவொரு கருத்தையும் விட்டுவிடாமல் இந்த ஆவணங்கள் கால வரிசைப்படி தொகுத்துத் தரப்பட்டுள்ளன. இந்த விஷயம் தொடர்பாக வேறு ஏதேனும் வரலாற்று ஆவணம் கிடைத்தால் அவற்றையும் வரும் காலங்களில் சேர்த்து வெளியிடத் தயாராக உள்ளோம்.

கடந்த காலத்தினூடான இந்தப் பயணமானது நமது எதிர்காலத்தைப் புரிந்துகொள்ளவும் வழிவகுக்கும். ஒவ்வொரு கண்ணில் இருந்து கசியும் ஒவ்வொரு துளி கண்ணீரையும் துடைக்க விரும்பிய மகானின் கனவை நிறைவேற்ற நாம் இன்னும் வெகுதூரம் பயணிக்கவேண்டியிருக்கிறது. காந்தியால் மட்டுமே அது சாத்தியமாகியிருக்கவும் கூடும். கண்ணீர்த்துளிகள் இருக்கும்வரை நமது பணி முடியவில்லை என்றே அர்த்தம். அதுதான் அரசியல் சாசனத்தின் அன்றைய, இன்றையவும் நிறைவேறாத கனவாகவே உள்ளது.

கடந்த 14 ஆண்டுகளாக, சுதந்தரம் கிடைத்ததைத் தொடர்ந்து எழுந்த பிரச்னைகளுக்கு நமது உடனடிக் கவனமும் முயற்சிகளும் செலவிடப்படவேண்டிய தேவை இருந்ததென்பதை மறுக்க முடியாது. ஆனால் இனியும் நமது அரசியலைப்பை, அடிப்படைக் கட்டுமானத்தை மறுசீரமைக்க திட்டமிடமுடியும். தமது கனவு இந்தியாவை இந்திய மக்கள் உருவாக்கிக் கொள்ள ஒரு வாய்ப்பை வழங்க முடியும். 15, ஆகஸ்ட், 1947-ல் காந்திஜி நம்முடன் இருந்ததாலோ என்னவோ நியமன நாடாளுமன்றத்தின் தலைவரான டாக்டர் ராஜேந்திர பிரசாத்தால் சொல்லாமல் விடப்பட்ட அந்தக் கனவுதான் அனைத்து இந்தியக் குடிமகன் களுக்கும் ஜனநாயக வாழ்க்கை முறையின் பலன்களைத் தரமுடியும்.

தலைநகரங்களில் மட்டுமல்லாமல் அனைத்து அடுக்குகளிலும் சுயராஜ்ஜியம் என்பதுதான் உண்மையான வளர்ச்சியை இட்டுச் செல்லும். வளர்ச்சியை விட சுயராஜ்ஜியம் என்ற அந்த உணர்வுதான் இந்திய சமூகத்தின் ஒற்றுமைக்குப் பெரிதும் உதவிகரமாக இருக்கும். அந்த ஒற்றுமைதான் வளர்ச்சிக்கே அடிப்படையானது. அந்த சுயராஜ்ஜியம் என்ற உணர்வுதான் நம் தேசத்தின் மீது கவிந்திருக்கும் மனச்சோர்வை நீக்க உதவும். அதுவே ஆக்கப் பூர்வமான செயல்பாடுகள், நிம்மதியான வாழ்க்கை ஆகியவற்றுக்கு வழிவகுக்கும்.

•

தரம்பால் பற்றிய குறிப்பு

1922-ல் பிறந்தார். எட்டு வயதில் 1929-ல் லாகூரில் நடந்த காங்கிரஸ் மாநாட்டுக்கு தந்தை அழைத்துச் சென்றபோது மகாத்மா காந்தியை முதன் முதலாகப் பார்த்தார். அதற்கு அடுத்த வருடத்தில் சர்தார் பகத் சிங்கும் அவருடைய சக போராளிகளும் பிரிட்டிஷாரால் தூக்கிலிடப்பட்டனர். பிரிட்டிஷ் அரசின் அந்த அராஜகச் செயலுக்கு எதிராக லாகூரில் தரம்பாலின் வீட்டுக்குப் பக்கத்தில் நடந்த போராட்டங்கள் அவர் மனதில் ஆழமாகப் பதிந்தன.

பிரிட்டிஷார் இந்தியாவைத் தொடர்ந்து ஆட்சி புரியலாமா, வெளியேறிவிட வேண்டுமா என்பது தொடர்பாக பள்ளிக்கூடங்களில் பரபரப்பான விவாதங்கள் அந்தக் காலகட்டத்தில் நடந்தன. சிலர் இந்திய சுயராஜ்ஜியத்துக்கு எதிராக இருந்தனர். பிரிட்டிஷார் போய்விட்டால் ஆப்கானியப் பழங்குடியினர் மற்றும் பலர் படையெடுத்து வந்து இந்தியாவை ஆக்கிரமித்துவிடுவார்கள் என்று அவர்கள் பயந்தனர். ஆனால், தரம்பால் சுயராஜ்ஜியத்துக்கு ஆதரவாகவே நகர ஆரம்பித்தார். பள்ளி, கல்லூரிகளில் மேற்கத்திய கல்வி பெற்ற நிலையிலும் பிரிட்டிஷ் ஆட்சி மீதான வெறுப்பு நாளுக்கு நாள் தரம்பாலின் மனதில் அதிகரித்தது. 1940 வாக்கில் கதர் உடை அணியத் தொடங்கியவர் கடைசி காலம்வரை அதையே அணிந்தார். ராட்டை நூற்பிலும் சில காலம் ஈடுபட்டார்.

1942-ல் வெள்ளையனே வெளியேறு போராட்டத்தில் தீவிரமாகப் பங்கெடுத்தார். 1943-ல் சிறையில் அடைக்கப்பட்டார். இரண்டு மாதங்கள் கழித்து விடுதலை செய்யப்பட்டார். பிரிட்டிஷார் வெளியேற்றப்பட்டதும் நாட்டில் ஒழுங்கும் முன்னேற்றமும் ஏற்படும். வறுமை ஒழியும் வளம் பெருகும் என்றெல்லாம் நம்பிய ஏராளமானோரில் தரம்பாலும் ஒருவராக இருந்தார்.

1944-ல் மீரா பெஹனுடனான அறிமுகம் நண்பர்கள் மூலம் கிடைத்தது. ரூர்க்கிக்கும் ஹரித்துவாருக்கும் இடையில் அமைந்திருக்கும் கிஸான் ஆஸ்ரமத்தில் அவருடன் இணைந்து பணியாற்றினார். தரம்பால் 1947-48-ல் டில்லிக்குச் சென்ற காலம், 1948-1949-ல் இங்கிலந்துக்குச் சென்ற காலம் நீங்கலாக 1953-ல் மீரா பெஹன் அந்த ஆஸ்ரமத்தில் இருந்தவரை தரம்பால் அவருடன் இருந்தார். மீரா பெஹன் அதன் பிறகு இமயமலைக்கும் பின்னர் ஐரோப்பாவுக்கும் இடம்பெயர்ந்தார். ஜூலை 1982-ல் வியன்னாவில் மறைந்தார். அவர் இறப்பதற்கு இரண்டு வாரம் முன்பாக தரம்பால் அவரைச் சந்தித்து வியன்னா காடுகளின் அமைதியான சூழலில் பல மணிநேரங்கள் உரையாடினார்.

கமலாதேவி சட்டோபாத்யாய, டாக்டர் ராம் மனோகர் லோகியா போன்ற இளைய தலைமுறையினருடன் 1947-48 காலகட்டத்தில் இருந்தே தரம்பால் நெருங்கிய நண்பராக இருந்தார். பாகிஸ்தானில் இருந்து வந்த அகதிகளுக்கு மறுவாழ்வு ஏற்படுத்திக் கொடுக்கும் பணிகளில் ஈடுபட்டார். கமலா தேவியைத் தலைவராகக் கொண்டு 1948-ல் ஆரம்பிக்கப்பட்ட இந்திய கோ-ஆப்பரேட்டிவ் யூனியனில் உறுப்பினராக இருந்தார். 1949-ல் இங்கிலாந்தில் இருந்தபோது ஆங்கிலேயரான பிலிஸ் என்பவரை தரம்பால் மணம் புரிந்துகொண்டார். இருவரும் இந்தியாவில் வசிக்க முடிவெடுத்தனர். ரிஷிகேஷில் பசுலோக் பகுதியில் பாபு கிராம் 1950-ல் நிர்மாணிக்கப்பட்டது. தரம்பாலும் பிலிஸும் 1953 வரை அங்கு வசித்தனர். 1954-ல் இருவரும் இங்கிலாந்து சென்று வசிக்க ஆரம்பித்தனர். லண்டன் போவதற்கு முன்

இருவரும் இஸ்ரேல் முதலான பல நாடுகளுக்குச் சென்றனர். பிறகு மகன், மகள் மற்றும் மனைவியுடன் 1958-ல் இந்தியா திரும்பி வந்து 1964 வரை டில்லியில் வசித்தார். அசோஷியேஷன் ஆஃப் வாலிண்டரி ஏஜென்சீஸ் ஃபார் ரூரல் டெவலப்மெண்ட் (AVARD) அமைப்பின் ஜெனரல் செகரட்டரியாகப் பணிபுரிந்தார். அதன் பிறகு ஜெயபிரகாஷ் நாராயணன் அந்தப் பொறுப்பை ஏற்றுக்கொண்டார். 1964, 1965-ல் அனைத்து இந்திய பஞ்சாயத் பரிஷதின் ஆய்வுத்துறை இயக்குநராக தரம்பால் பணிபுரிந்தார். தமிழ்நாட்டில் தங்கியிருந்து கிராம பஞ்சாயத்துகள் பற்றி ஏராளமான தகவல்களைச் சேகரித்தார். அவற்றை 'மதராஸ் பஞ்சாயத்து அமைப்பு' என்ற பெயரில் நூலாக வெளியிட்டார். 'இந்திய அரசியல் சாசனத்தின் அடிப்படை அலகாக பஞ்சாயத்து அமைப்புகள்; என்ற தலைப்பில் ஒரு சிறிய நூல் ஒன்றை அதற்கு முன்பே 1962-ல் தரம்பால் வெளியிட்டிருக்கிறார்.

1966களின் ஆரம்பகட்டத்தில் அவருடைய மகன் விபத்தில் சிக்கியதால் லண்டனுக்குத் திரும்பினார்.

இதனிடையில் 18-19-ம் நூற்றாண்டுகளில் இந்திய-பிரிட்டிஷார் தொடர்புகள் பற்றித் தீவிர ஈடுபாடு கொள்ள ஆரம்பித்திருந்தார். 1982 வரை லண்டனில் தங்கியிருந்தார். இடையிடையே இந்தியா வந்து போனார். இங்கிலாந்தில் அவருக்கு நிலையான வருமானம் இல்லை. குடும்பத்தையும் கவனித்துக் கொள்ளவேண்டியிருந்தது. எனினும் இந்த நெருக்கடிகளால் சிறிதும் மனம் தளராமல் இந்தியன் ஆபீஸ், பிரிட்டிஷ் மியூசியங்களுக்குத் தொடர்ந்து சென்றுவந்து தன் ஆய்வை மேற்கொண்டார். ஆவணங்களை ஒளி நகல் எடுக்க வேண்டுமென்றால் அதற்கு பணம் தேவைப்பட்டது. அதோடு பல அரிய ஆவணங்களை ஒளி நகல் எடுக்க அனுமதியும் இருந்திருக்கவில்லை. எனவே, ஆயிரக்கணக்கான பக்கங்களை ஒவ்வொரு நாளும் கைப்பட எழுதி எடுத்தார். அதன் பிறகு அவற்றைத் தட்டச்சு செய்தார். அப்படியாக பிரிட்டிஷ் ஆவணக்காப்பகத்தில் இருந்து அரிய பல ஆவணங்களைத் தனி ஒருவராக எந்த நிறுவனப் பின்புலமும் இன்றிச் சேகரித்தார். இந்தியா திரும்பியபோது ஏராளமான டிரக்கு பெட்டிகளில் இருந்த இந்த ஆவணங்களே அவருடைய ஒரே சொத்தாக இருந்தது.

1958-லிருந்தே சேவா கிராம் அமைப்புடன் தரம்பாலுக்குத் தொடர்பு இருந்தது. குறிப்பாக அன்னா சாஹிப் சஹஸ்ரபுத்தேவுடன் நெருங்கிய நட்பு இருந்தது. 1967-ல் ஒரு மாத காலம் சேவாகிராமில் தங்கினார். 18-19-ம் நூற்றாண்டு இந்தியா பற்றி அவர் பிரிட்டிஷ் ஆவணக் காப்பகங்களில் இருந்து சேகரித்த தகவல்களை சேவாகிராமில் இருந்தபோதுதான் தொகுத்து எழுதிக்கொண்டார். 1980 டிசம்பரில் இருந்து 1981 மார்ச் வரை சேவாகிராமில் தங்கியிருந்த காலகட்டத்தில் 'அழகிய மரம் - 18ம் நூற்றாண்டு இந்தியாவில் பாரம்பரியக் கல்வி' நூலை எழுதி முடித்தார். 1982-ல் இருந்து 1987 வரை சேவாகிராமிலேயே இருந்தார். அவ்வப்போது சென்னை வந்து போனார்.

பேட்ரியாட்டிக் அண்ட் ப்யூபிள் ஓரியண்டட் சயின்ஸ் அண்ட் டெக்னாலஜி என்ற அமைப்பின் தலைவராக இருந்தார். சென்னையில் இருந்த செண்டர் ஃபார் பாலிஸி ஸ்டடீஸ் என்ற அமைப்புடன் நெருங்கிய தொடர்பில் இருந்தார்.

அவருடைய மனைவி 1986-ல் லண்டனில் இறந்தார். 1993-ல் இருந்து சேவா கிராமின் ஆஸ்ரம் பரிஸ்தானில் வசித்துவந்த தரம்பால் 2006-ல் மறைந்தார்.

•

www.ingramcontent.com/pod-product-compliance
Ingram Content Group UK Ltd.
Pitfield, Milton Keynes, MK11 3LW, UK
UKHW042102021026
15589UKWH00001B/125

9 788194 865322